ದಿತಿ-ಅದಿತಿ

ಡಾ.ನಾಗರಾಜ್ .ಭದ್ರಶೆಟ್ಟಿ

Made with ♥ on the Notion Press Platform
www.notionpress.com

ಬಾಲ್ಯದಲ್ಲಿ ನನಗೆ ಮಹಾಭಾರತದ ಕಥೆ ಹೇಳಿ ನನ್ನಲ್ಲಿ ಕಥಾ-ಕುತೂಹಲ ಅರಳಿಸಿದ ನನ್ನ ಅವ್ವ

ಶ್ರೀಮತಿ ಗುರುಸಿದ್ದಮ್ಮ ಭದ್ರಶೆಟ್ಟಿ ಇವರಿಗೆ ಪ್ರಣಾಮ ಸಹಿತ.

ಪರಿವಿಡಿಗಳು

ಮುನ್ನುಡಿ

ಮುನ್ನುಡಿ

ವೈದ್ಯನೊಳಗೊಬ್ಬ ಮನ:ಶಾಸ್ತ್ರಜ್ಞ

ಸಾಹಿತ್ಯ ಕೃತಿಯೊಂದು ಓದುಗನನ್ನು ಆವರಿಸಿಕೊಳ್ಳುವುದು ಎರಡು ಕಾರಣಗಳಿಂದ. ಒಂದು, ತನ್ನ ಕಲಾತ್ಮಕ ಗುಣಗಳಿಂದ. ಎರಡು, ಬದುಕಿನ ಸಂಕೀರ್ಣತೆ ಎಷ್ಟರ ಮಟ್ಟಿಗೆ ಶೋಧಿತವಾಗಿದೆ ಎನ್ನುವ ಕಾರಣಗಳಿಂದ. ಈ ಎರಡೂ ಅಂಶಗಳ 'ಕೂಡಲ ಸಂಗಮ 'ವಾಗಿ ಅಭಿವ್ಯಕ್ತಿಯನ್ನು ಪಡೆದಾಗ ಮಾತ್ರ ಅದೊಂದು ಮಹತ್ ಕೃತಿಯಾಗಿ ಪರಿಗಣಿಸಲ್ಪಡುತ್ತದೆ. ಇದು ಲೇಖಕನ 'ಸಿದ್ಧಿ 'ಗೆ ಸಂಬಂಧಪಟ್ಟ ಅಂಶ. ಇದು ಸಿದ್ಧಿಸುವುದು ಲೇಖಕನು ಎಲ್ಲ ಸದ್ದು-ಗದ್ದಲಗಳ ನಡುವೆ ಇದ್ದೂ, ಏಕಾಂತವನ್ನು ಸಾಧಿಸಿ ,ಚಲನಶೀಲ ಬದುಕಿನ ಅನಂತ ಧ್ವನಿಗಳನ್ನು ಕೇಳಿಸಿಕೊಳ್ಳುವ ಸಂವೇದನೆಯನ್ನು ಪಡೆದಾಗ ಮಾತ್ರ.

ಈ ಹಿನ್ನೆಲೆಯಲ್ಲಿ ಡಾ.ಭ.ನಾಗರಾಜ್ ಅವರ ಈ ಕೃತಿಯನ್ನು ಪರಿಶೀಲಿಸೋಣ. ತಮ್ಮ ಮೊದಲ ಕಾದಂಬರಿ 'ಮಹಾರುದ್ರ 'ದಲ್ಲಿ ಸಾವಿರಾರು ವರ್ಷಗಳ ಕಾಲ ಸ್ಥಾವರ ಸ್ಥಿತಿಯಲ್ಲಿ ಇದ್ದ ಕೃಷಿ ಆಧಾರಿತ ಸಮಾಜದ 'ಮೌಲ್ಯಗಳನ್ನು ಅನಾವರಣಗೊಳಿಸಿದರೆ, ತಮ್ಮ ಎರಡನೆಯ ಕಾದಂಬರಿ 'ವಿಪ್ಲವ 'ದಲ್ಲಿ ಕೈಗಾರಿಕಾ ಸಮಾಜದ ಮೌಲ್ಯಗಳನ್ನು ಶೋಧಿಸಿದ್ದಾರೆ.

ಈ ಕೃತಿಯಲ್ಲಿ ಈಗಿನ, ಅತಿ ವೇಗದ ಎಲೆಕ್ಟ್ರಾನಿಕ್ ಸಮಾಜದ ಚಿತ್ರಣ ಇದೆ. ತಮ್ಮ ವಂಶದ ಕುಡಿಗಳೇ ವಟ ವೃಕ್ಷದ ಬೇರು-ಬೀಳಲುಗಳನ್ನು ಕತ್ತರಿಸುವಾಗ ಹೆತ್ತವರ ಸ್ಥಿತಿ ಹೇಗಿರ ಬೇಡ? ಹಾಗೆಯೇ ತಮ್ಮ ಪುರಾತನ ನಂಬಿಕೆಗಳಿಗೆ ಜೋತು ಬಿದ್ದು, ತಮ್ಮ ಮಕ್ಕಳ ಬಾಳನ್ನೇ ಗೋಳು ಮಾಡುವ ಹಿರಿಯರ ಅಮಾನವೀಯ ನಡೆವಳಿಕೆಗಳೂ ಸಲ್ಲ. ಈ ಕೃತಿಯೊಳಗೆ ಇವೆರಡೂ ಸಮ್ಮಿಳನಗೊಂಡು ಸೋಪ್ರಜ್ಞವಾಗಿದೆ.

ಭಾರತೀಯರು ಬಲವಾಗಿ ನಂಬಿಕೊಂಡಿರುವ ಅಂಶಗಳಲ್ಲಿ ಮೊದಲನೆಯವು ಧರ್ಮ ಮತ್ತು ದೈವ ಸಂಬಂಧಿಯಾದ ನಂಬಿಕೆ ಮತ್ತು ನಡಾವಳಿಗಳು. ಎರಡನೆಯದು ಗಂಡು-ಹೆಣ್ಣಿನ ಸಂಬಂಧದ ಪಾವಿತ್ರ್ಯತೆ. ನಮ್ಮಲ್ಲಿ ಮದುವೆಗೆ ಸಂಬಂಧಿಸಿದಂತೆ ಅನೇಕ ವಿಧಿ-ನಿಷೇಧಗಳು ಇವೆ. ಈ ನಂಬಿಕೆಗಳನ್ನುಬುಡಮೇಲು ಮಾಡುವ ಸಂಗತಿಯನ್ನು ಲೇಖಕರು ಇಲ್ಲಿ ಗಂಭೀರವಾಗಿ ಚರ್ಚಿಸಿದ್ದಾರೆ. ಒಂದು ಗಂಡು,ಒಂದು ಹೆಣ್ಣು ಪತಿ-ಪತ್ನಿಯರಾಗಿ ಬದುಕು ಕಟ್ಟಿಕೊಳ್ಳುವಲ್ಲಿ ಹೊರಗಿನ ವಿಧಿ-ನಿಷೇಧಗಳು , ಧರ್ಮ, ಕಂದಾಚಾರಗಳು ಹೇಗೆ ತೊಡಕಾಗುತ್ತವೆ ಮತ್ತು ಈ ತೊಡಕುಗಳನ್ನು ಬದ್ಧತೆ ಮತ್ತು ಶುದ್ಧ ಪ್ರೀತಿಗಳಿಂದ ಹೇಗೆ ನಿವಾರಿಸಿಕೊಳ್ಳುತ್ತಾರೆ ಎನ್ನುವ ಚಿತ್ರಣ ಇಲ್ಲಿದೆ. ಇಲ್ಲಿ ಅಸ್ಪೃಶ್ಯತೆಯ ಕರಾಳ ಬಾಹುಗಳ ಅಮಾನುಷ ಮುಖವನ್ನು ನಿರ್ಭಿಡೆಯಿಂದ ಬಿಚ್ಚಿಡುತ್ತಾರೆ.

ಲೇಖಕ ಡಾ. ಭ.ನಾಗರಾಜ್ ಅವರು ತಮ್ಮ ಬರಹಗಳಲ್ಲಿ ಯಾವ 'ಇಸಂ 'ಗೂ ತಮ್ಮನ್ನು ಬಂಧಿಸಿಕೊಳ್ಳದೆ, ಮನಸ್ಸನ್ನು ನಿಸ್ತರಂಗಿತಗೊಳಿಸಿಕೊಂಡು , ಬದುಕಿನ ಮೌಲ್ಯಗಳನ್ನು ಶೋಧಿಸುವ ಪ್ರಬುದ್ಧ ಬರಹಗಾರರು.

ತಮ್ಮ ಈ ಕೃತಿಯಲ್ಲಿ 'ಎಲೆಕ್ಟ್ರಾನಿಕ್ 'ಯುಗದ ಕುಟುಂಬವೊಂದು ಬದುಕಿನ ವೇಗದ ಗತಿಯಲ್ಲಿನ ಒತ್ತಡಗಳಿಗೆ ಒಳಗಾಗುವ ಮತ್ತು. ಪರಂಪರಾಗತ ಮೌಲ್ಯಗಳು ಮತ್ತು ಆಧುನಿಕ ಚಿಂತನೆಗಳು ಮುಖಾಮುಖಿಯಾದಾಗಿನ ಸಂಘರ್ಷಗಳ ಒಳನೋಟಗಳನ್ನು ಕಾಣಿಸಲು ಪ್ರಯತ್ನಿಸಿದ್ದಾರೆ. ಬದುಕಿನಲ್ಲಿ ನಾವು ಊಹಿಸಿಕೊಳ್ಳಲೂ ಅಸಾಧ್ಯವಾದ ಅನಿರೀಕ್ಷಿತ 'ಷಾಕ್ 'ನಮ್ಮನ್ನು ದಿಗ್ಭ್ರಮೆಗೊಳಿಸುತ್ತದೆ.

ಹದಿ ಹರೆಯದ ಗಂಡು-ಹೆಣ್ಣುಗಳ ಮಾನಸಿಕ ಒಳತೋಟಿಗಳನ್ನು ನವಿರಾಗಿ ರೇಖಿಸುವುದರಲ್ಲಿ ನಮ್ಮ ಈ ವೈದ್ಯರು ಸಿದ್ಧ ಹಸ್ತರು.

ಮೈಸೂರು ಪ್ರೊ.ಮಲೆಯೂರು ಗುರುಸ್ವಾಮಿ.

ಪ್ರಸ್ತಾವನೆ

ಲೇಖಕನಮಾತು.

ನನ್ನ ಕಾದಂಬರಿ 'ಮಹಾರುದ್ರ 'ದಲ್ಲಿ ನಾನು ವ್ಯವಸಾಯಾಧಾರಿತ ಸಮಾಜದ ಮಾನವ ಸಂಬಂಧ ಮತ್ತು ಸಾಮಾಜಿಕ ನಡವಳಿಕೆಗಳ ಚಿತ್ರಣ ಕಟ್ಟಿಕೊಡಲು ಯತ್ನಿಸಿದ್ದೇನೆ. ಹಾಗೆಯೇ ನನ್ನ "ವಿಪ್ಲವ" ಕಾದಂಬರಿಯಲ್ಲಿ ಕೈಗಾರಿಕಾ ಸಮಾಜದ ಮೌಲ್ಯಗಳ ಚಿತ್ರಣವನ್ನು ಕೊಡಲು ಯತ್ನಿಸಿದ್ದೇನೆ. ಈ ಕಾದಂಬರಿಯಲ್ಲಿ ಈಗಿನ ಎಲೆಕ್ಟ್ರಾನಿಕ್ ಯುಗದ ಹೊಸ್ತಿಲಲ್ಲಿನ ಸಮಾಜದ ಮೌಲ್ಯಗಳ ಚಿತ್ರಣವನ್ನು ನೀಡಲು ಯತ್ನಿಸಿದ್ದೇನೆ.ಇಲ್ಲಿಯ ಕಥಾನಕ ಒಂದು ಕುಟುಂಬದ ಸುತ್ತಾ ಹರಡಿರುವಂತೆ ಕಾಣಿಸಿಕೊಂಡರೂ, ಇಲ್ಲಿ ಒತ್ತು ಇರುವುದು ಕಥಾನಕಕ್ಕೆ ಅಲ್ಲ, ಬದಲಿಗೆ ಮೌಲ್ಯಗಳ ಸಂಘರ್ಷಕ್ಕೆ.

ಎಲ್ಲ ರಂಗಗಳಲ್ಲೂ ಬದಲಾವಣೆ ನಿರಂತರ. ಇಲ್ಲಿ ಯಾವುದೂ ಸ್ಥಾಯಿಯಲ್ಲ. ಅದಕ್ಕೇ ಬಸವಣ್ಣನವರು 'ಸ್ಥಾವರಕ್ಕೆ ಅಳಿವುಂಟು,ಜಂಗಮಕ್ಕೆ ಅಳಿವು ಇಲ್ಲ ' ಎಂದು ಬಹಳ ಹಿಂದೆಯೇ ಹೇಳಿದ್ದಾರೆ.ಅದರ ಭಾವ, ಬದಲಾವಣೆಗಳನ್ನು ವಿರೋಧಿಸದೆ ಸ್ವೀಕರಿಸಿ, ,ನಾವೂ ಬದಲಾಗಿ, ಕಾಲನ ಜೊತೆಗೆ ಕಾಲು ಹಾಕಿ ನಡೆದರೆ, ಸಂಘರ್ಷ ಮತ್ತು ಮನೋಕ್ಷೋಭೆಗಳು ಇರುವುದಿಲ್ಲ ಎನ್ನುವ ವಾಸ್ತವಿಕ ಪ್ರಜ್ಞೆ. 'ಅಪ್ಪ ಹಾಕಿದ ಆಲದ ಮರಕ್ಕೆ ನೇಣು ಹಾಕಿಕೊಳ್ಳಬಾರದು ' ಎನ್ನುವ ನಾಣ್ನುಡಿಯ ಆಶಯವೂ ಇದೇ.

ನಮ್ಮ ಹಿಂದಿನ ತಲೆಮಾರಿನವರು ಅವರು ಇದ್ದ ಸಮಾಜದ ಮೌಲ್ಯಗಳಿಗೆ ಹೊಂದಿಕೊಂಡು ತಮ್ಮ ಬದುಕು ನಡೆಸಿದಂತೆ, ನಾವು ಈಗ ಇರುವ ಬದಲಾದ ಸಮಾಜದ ಮೌಲ್ಯಗಳನ್ನು ಒಪ್ಪಿಕೊಂಡು,ಅವಕ್ಕೆ ಹೊಂದಿಕೊಂಡು ಇರುವುದು ಅನಿವಾರ್ಯ. ಚಳಿಗಾಲದ ಉಡುಪುಗಳನ್ನು,ಬೇಸಿಗೆಯ ಕಾಲದಲ್ಲೂ ಧರಿಸಿರುತ್ತೇನೆ ಎಂದರೆ ಅದು ಹಿಂಸೆಯಾಗುತ್ತದೆ. ನಾವೂ ಬದಲಾಗಬೇಕು ಬದಲಾವಣೆಗಳ ಜೊತೆಗೆ. ಬದುಕು ನಿಂತ ನೀರಾದರೆ ಮಲೆತು ವಾಸನೆ ಬಂದು ಹಾಳಾಗುತ್ತದೆ. ಈ ಸೂಕ್ಷ್ಮವನ್ನು ನಾವು ಅರಿತು ಹೊಂದಿಕೊಳ್ಳಬೇಕು ಎನ್ನುವುದು ಈ ಬರಹಗಳ ಹಿಂದಿನ ಆಶಯ.

ಈ ಕಾದಂಬರಿಯನ್ನು ಮೂರು ಭಾಗಗಳಲ್ಲಿ ಬರೆದಿದ್ದೇನೆ. ಮೊದಲ ಭಾಗ 'ದಿತಿ ' ತನ್ನಷ್ಟಕ್ಕೆ ಸುರುಳಿ ಬಿಚ್ಚಿಕೊಂಡಿದೆ. ಹಾಗೆಯೇ ಎರಡನೆಯ ಭಾಗ 'ಅದಿತಿ ' ಸಹ. ಮೂರನೆಯ ಭಾಗ 'ದಿತಿ-ಅದಿತಿ 'ಯಲ್ಲಿ ಎರಡೂ ಕಥಾ ಭಾಗಗಳು ಸಮ್ಮಿಲನಗೊಂಡು ಏಕವಾಗಿ ಮುಂದುವರೆದಿವೆ. ಇಲ್ಲಿಯ ಸಂಘರ್ಷ ಗಳು ಮೂಲತಃ ಅಂಗೀಕೃತ ಮೌಲ್ಯ ಮತ್ತು ಬದಲಾಗುತ್ತಿರುವ ಮೌಲ್ಯಗಳ ಮಧ್ಯೆದವು.

ಈ ಕೃತಿಗೆ ಮೌಲಿಕ ಮುನ್ನುಡಿ ನೀಡಿರುವ ಪ್ರೊ. ಮಲೆಯೂರು ಗುರುಸ್ವಾಮಿ ಅವರಿಗೆ ಮತ್ತು ಇದನ್ನು ಬೆಳಕಿಗೆ ತಂದಿರುವ ಪ್ರಕಾಶಕರಿಗೆ ನಾನು ಕೃತಜ್ಞ.

ಮೈಸೂರು ಡಾ. ಭ.ನಾಗರಾಜ್

1

భాగ ಒಂದು

ದಿತಿ

ದಿತಿ ತನ್ನ ಲಂಡನ್ ಕಾಲೇಜಿನ ಮುಂದಿನ(**LONDON SCHOOL OF ECONOMIICS)** ಬಸ್- ಸ್ಟಾಪ್ ಬೆಂಚಿನ ಮೇಲೆ ಕುಳಿತು ಪುಸ ಪುಸ ಎಂದು ಸಿಗರೆಟ್ಟಿನ ಹೊಗೆ ಬಿಡುತ್ತಿದ್ದಳು. ಅವಳು ಅಲ್ಲಿ ಅಂತರಾಷ್ಟ್ರೀಯ ಧಾರ್ಮಿಕ ನಂಬಿಕೆಗಳು ಎಂಬ ವಿಷಯದಲ್ಲಿ ಡಿಪ್ಲೋಮಾ ವಿದ್ಯಾರ್ಥಿಯಾಗಿದ್ದಳು. ಕಾಲೇಜು ಹತ್ತಿರದ ಒಂದು ಅಪಾರ್ಟು ಮೆಂಟಿನಲ್ಲಿ ಒಬ್ಬಳೇ ವಾಸವಾಗಿದ್ದಳು. ಆ ಅಪಾರ್ಟು ಮೆಂಟ್ ಕೇವಲ ನಾಲಕ್ಕು ಫರ್ಲಾಂಗು ದೂರದಲ್ಲಿ ಇತ್ತಾಗಿ ಅವಳು ಕಾಲೇಜಿಗೆ ಕೆಲವೊಮ್ಮೆ ನಡೆದುಕೊಂಡೇ ಬರುತ್ತಿದ್ದಳು ಅವಳ ಹತ್ತಿರ ಮರ್ಸಿಡೈಜ್ ಬೆಂಜ್ ಕಾರು ಇದ್ದರೂ ಸಹ.ಕಪ್ಪು ಕನ್ನಡಕ ಧರಿಸಿದ್ದ ಅವಳು ಒಂದು ಕಪ್ಪು ಚಡ್ಡಿ ಹಾಕಿಕೊಂಡಿದ್ದಳು. ಬಾಬ್ ಕಟ್ ತಲೆಯ ಕೂದಲು ಕಪ್ಪಗೆ ಇದ್ದವು. ಹಳದಿ ಬಣ್ಣದ ಟೀ ಷರ್ಟು ಹಾಕಿಕೊಂಡಿದ್ದಳು.ಇಪ್ಪತ್ತೊಂದು ವರ್ಷಗಳ ಯೌವನ ಅವಳ ಅಂಗ ಸೌಷ್ಠವದಲ್ಲಿ ಪುಟಿದು ಕಾಣುತಿತ್ತು.

"ಹೈ.." ಎನ್ನುತ್ತಾ ಅವಳ ಹತ್ತಿರ ಬಂದ ಒಬ್ಬ ತರುಣ, ಅವಳ ಮುಂದೆ ನಿಂತು,

"ಅಲೋನ್?"ಎಂದ.

"ಇಲ್ಲ, ನನ್ನ ಕಜಿನ್-ಗೆ ಕಾಯುತ್ತಿದ್ದೇನೆ" ಸಿಗರೇಟ್ ಹೊಗೆ ಬಿಟ್ಟು ಅವನ ಮುಖ ನೋಡುತ್ತಾ ಹೇಳಿದಳು. ಕಪ್ಪು ಕನ್ನಡಕ ಧರಿಸಿದ್ದ ಬೆನ್ನ ಮೇಲೆ ಲ್ಯಾಪ್- ಟ್ಯಾಪ್ ಬ್ಯಾಗ್ ಹೊತ್ತ ಸುಮಾರು ಇಪ್ಪತ್ತಮೂರು ವರ್ಷಗಳ ಆ ತರುಣ,

"**43** ನೇ ನಂಬರಿನ ಬಸ್ ಹೋಯ್ತೇ? ' ಎಂದು ಕೇಳಿದ.

" ನಾನು ಇಲ್ಲಿಗೆ ಬಂದು ಕುಳಿತ ಮೇಲೆ ಒಂದೆರಡು ಬಸ್ಸುಗಳು ಬಂದು ಹೋದವು.ಆದರೆ ಆ ಬಸ್ಸುಗಳ ನಂಬರನ್ನು ನಾನು ಗಮನಿಸಲಿಲ್ಲ" ಎಂದಳು ದಿತಿ.

" ನನ್ನ ಹೆಸರು ವರ್ಗಿಸ್ , ಜಾನ್ ವರ್ಗಿಸ್" ಎನ್ನುತ್ತಾ ಆ ತರುಣ ಕೈ ಚಾಚಿದ.

"ಐ ಯಾಮ್ ದಿತಿ" ಎಂದು ಅವನ ಕೈಕುಲುಕಿದಳು.

"ಇಲ್ಲಿ ಕೂಡಬಹುದೇ? 'ಎಂದ.

“ಖಂಡಿತಾ” ಎನ್ನುತ್ತಾ ಪಕ್ಕಕ್ಕೆ ಜರುಗಿದಳು ದಿತಿ.

ಅವಳ ಪಕ್ಕದಲ್ಲಿ ಕುಳಿತ ಅವನು,

” ನಾನು ಇಂಡಿಯಾದಿಂದ ಬಂದಿದ್ದೇನೆ. ನೀವು?” ಎಂದ.

“ನಮ್ಮ ಅಪ್ಪ ಅಮ್ಮ ಇಂಡಿಯಾದಿಂದ ಬಂದು ಇಲ್ಲಿ ನೆಲೆಸಿದ್ದಾರೆ. ನಾನು ಹುಟ್ಟಿದ್ದು ಇಲ್ಲಿಯೇ.ಮತ್ತೇ ಇಂಡಿಯಾದಲ್ಲಿ ಯಾವ ರಾಜ್ಯ?” ಎಂದು ಕೇಳಿ, ಕೊನೆಯ ದಂ ಎಳೆದು ಸಿಗರೆಟ್ಟನ್ನು ಹೊಸಕಿ ಹಾಕಿದಳು ದಿತಿ.

“ನಾನು ಕರ್ನಾಟಕದ ಬಳ್ಳಾರಿಯಿಂದ ಬಂದಿದ್ದೇನೆ” ಎಂದ.

”ಗ್ರೇಟ್, ನನ್ನ ಪೇರೆಂಟ್ಸ್ ಸಹ ಕರ್ನಾಟಕದವರೇ” ಎಂದಳು. ಅಷ್ಟರಲ್ಲಿ ಅವರು ಕುಳಿತಿದ್ದ ಬಸ್ ಸ್ಟಾಪಿನ ಹತ್ತಿರ ಒಂದು ಕಾರು ಬಂದು ನಿಂತು ಅಲ್ಲಿಂದ ಒಬ್ಬ ತರುಣ ಕೆಳಗೆ ಇಳಿದು ಬಂದು, ದಿತಿಯ ಮುಂದೆ ನಿಂತ. ದಿತಿ ಎದ್ದು ನಿಂತು,

“ಹೈ, ಯಾಕೆ ಲೇಟಾಯ್ತಲ್ಲಾ?” ಎನ್ನುತ್ತಾ,

“ಇವರು ಜಾನ್ ವರ್ಗಿಸ್.ಇಂಡಿಯಾದಿಂದಲೇ ಬಂದವರಂತೆ”ಎಂದು ಅವನ ಕಡೆ ತಿರುಗಿ,

“ಇವರು ಮಿಸ್ಟರ್ ಜಯಕೀರ್ತಿ, ನನ್ನ ಕಜಿನ್” ಎಂದಳು.

ಅವನು “ಹಲೋ ’ ಎಂದು ಕೈ ನೀಡಿದ. ಅದನ್ನು ಉಪೇಕ್ಷಿಸಿದ ಜಯಕೀರ್ತಿ,

”ಹೊತ್ತಾಯ್ತು, ಷೋಗೆ ಕೇವಲ ಐದು ನಿಮಿಷಗಳು ಅಷ್ಟೇ, ಬಾ” ಎನ್ನುತ್ತಾ ಅವಳ ಕೈ ಹಿಡಿದು ಎಳೆದ. ಇದನ್ನು ನಿರೀಕ್ಷಿಸಿರದ ದಿತಿ, ಅವನು ಎಳೆದ ರಭಸಕ್ಕೆ ಮುಗ್ಗರಿಸಿದಳು. ತಕ್ಷಣ, ಹಿಂದಿನಿಂದ ತನ್ನ ಎರಡು ಕೈಗಳನ್ನು ಚಾಚಿದ ವರ್ಗಿಸ್, ಅವಳು ಬೀಳದಂತೆ, ಅವಳ ಸೊಂಟವನ್ನು ಬಳಸಿ ಹಿಡಿದ.

“ಯೂ ರಾಸ್ಕಲ್ ಹವ್ ಡೇರ್?” ಎನ್ನುತ್ತಾ ಜಯಕೀರ್ತಿ, ದಿತಿಯ ಕೈಬಿಟ್ಟು ಅವನ ಮುಖಕ್ಕೆ ಮುಷ್ಠಿಯಿಂದ ಗುದ್ದಿದ. ಅವನ ಈ ಅನಿರೀಕ್ಷಿತ ಹೊಡೆತಕ್ಕೆ ವರ್ಗಿಸ್ ಹಿಂದಕ್ಕೆ ಬಿದ್ದು, ಅವನ ತಲೆ ಕಟ್ಟೆಗೆ ಬಡಿದು ರಕ್ತ ಸುರಿಯ ತೊಡಗಿತು.

”ಅಯ್ಯಯ್ಯೋ,ಇದೇನು ಮಾಡಿದೆ ನೀನು?” ಎನ್ನುತ್ತಾ ದಿತಿ, ವರ್ಗಿಸ್ ನತ್ತ ಬಾಗಿ, ಅವನ ಕೈ ಹಿಡಿದು ಮೇಲಕ್ಕೆ ಏಳಿಸಿ, ಕಟ್ಟೆಯ ಮೇಲೆ ಕೂಡಿಸಿದಳು. ಅವನ ತಲೆಯ ಹಿಂಭಾಗದ ಕೂದಲು ಸರಿಸಿ, ರಕ್ತ ಸುರಿಯುತ್ತಿದ್ದ ಪಾಯಿಂಟನ್ನು ನೋಡುತ್ತಿದ್ದಂತೆ, ಜಯಕೀರ್ತಿ ಅವಳ ಕೈಹಿಡಿದು,

”ಷೋಗೆ ಲೇಟಾಗುತ್ತೆ ಬಾರೇ” ಎಂದು ಅವಳನ್ನು ಕಾರಿನತ್ತ ಎಳೆದ. ಅವನ ಕೈಹಿಡಿತ ಬಿಡಿಸಿಕೊಂಡು ಅವಳು ಮತ್ತೆ ವರ್ಗಿಸನತ್ತ ಧಾವಿಸುತ್ತಿದ್ದಂತೆ ಜಯಕೀರ್ತಿ ಅವಳನ್ನು ಹಿಂಬಾಲಿಸಿ,

”ಆ ಅಪರಿಚಿತನ ಬಗೆಗೆ ನಿನಗೇಕೆ ಇಷ್ಟು ಕಾಳಜಿ?” ಎಂದು ಅವಳನ್ನು ಮುಟ್ಟುತ್ತಿದ್ದ ಹಾಗೆಯೇ, ಅವಳು ಅವನನ್ನು ಹಿಂದಕ್ಕೆ ತಳ್ಳಿದಳು.ಇದ್ದಕ್ಕಿದ್ದ ಹಾಗೆ ಅಲ್ಲಿಗೆ ಒಂದು ಪೋಲಿಸ್ ಜೀಪು ಬಂದು ನಿಂತಿತು. ಜೀಪಿನಿಂದ ಇಬ್ಬರು ಕಟ್ಟುಮಸ್ತಾದ ಪೋಲಿಸರು ಇಳಿದು,

"ಏನಾಗುತ್ತಿದೆ ಇಲ್ಲಿ? 'ಎನ್ನುತ್ತಾ ಅಲ್ಲಿಗೆ ಬಂದರು. ಅವರಲ್ಲಿ ಒಬ್ಬ ತನ್ನ ಸೊಂಟದಿಂದ ಪಿಸ್ತೂಲು ಎಳೆದು, ಅವರತ್ತ ಗುರಿ ಇರಿಸಿದ. ಕೀರ್ತಿ ಮತ್ತು ದಿತಿ ಇಬ್ಬರು ಎರಡೂ ಕೈಗಳನ್ನು ಮೇಲಕ್ಕೆ ಎತ್ತಿ ಅಲ್ಲಾಡದೆ ಇದ್ದಲ್ಲೇ ನಿಂತರು. ಅವನು ಅವರನ್ನು ಕವರ್ ಮಾಡಿದ. ಇನ್ನೊಬ್ಬ ಪೋಲಿಸ್, ಟಾರ್ಚು ಹಿಡಿದು ಬೆಳಕು ಬಿಡುತ್ತಾ ಮುಂದಕ್ಕೆ ಹೋದ. ಅಲ್ಲಿ ರಕ್ತ ಸುರಿಯುತ್ತಾ ಮಲಗಿದ್ದ ವರ್ಗಿಸನನ್ನು ನೋಡಿ,

"ಷಿಟ್!, ಇದು ಹಲ್ಲೆ ಕೇಸು. **999** ಕ್ಕೆ ಫೋನ್ ಮಾಡು ಅಂಡ್ ಅರೆಸ್ಟ್ ದೆಮ್" ಎನ್ನುತ್ತಾ ಈಚೆಗೆ ಬಂದ. ಆಂಬುಲೆನ್ಸಿಗೆ ಫೋನ್ ಮಾಡಿ ಆ ಪೋಲಿಸರು ಜಯಕೀರ್ತಿ ಮತ್ತು ದಿತಿಯನ್ನು ಬಂಧಿಸಿ ಅವರ ಕೈಗೆ ಬೇಡಿ ತೊಡಿಸಿದರು.

"ನೀವು ತಪ್ಪು ತಿಳಿದಿದ್ದೀರಿ. ಇದು ಹಲ್ಲೆಯಲ್ಲ. ಆತ ಯಾರು ಅಂತಲೂ ನಮಗೆ ಗೊತ್ತಿಲ್ಲ. ನಾನು ಈ ನನ್ನ ಕಜಿನ್ನನ್ನು ಕರೆದುಕೊಂಡು ಹೋಗಲು ಬಂದಾಗ, ಆತ ಇದ್ದಕ್ಕಿದ್ದ ಹಾಗೆ ಬಿದ್ದು, ತಲೆ ಕಟ್ಟೆಗೆ ಬಡಿದು ರಕ್ತ ಬಂದಿದೆ. ನಾವು ಆತನಿಗೆ ಸಹಾಯ ಮಾಡಲೆಂದು ಅವನ ಹತ್ತಿರ ಹೋಗುತ್ತಿದ್ದ ಹಾಗೇ ನೀವು ಬಂದಿರಿ" ಎಂದು ಜಯಕೀರ್ತಿ ವಾದಿಸಿದ. ಅದಕ್ಕೆ ಆ ಪೋಲಿಸ್ ಆಫೀಸರ್,

" ನೀವು ಏನೇ ಹೇಳುವುದಿದ್ದರೂ ಸ್ಟೇಷನ್ನಿಗೆ ಬಂದು ಹೇಳಿ.ನೀವು ಅವರಿಗೆ ಸಹಾಯ ಮಾಡಲು ಹೋಗುತ್ತಿದ್ದೆ ಎಂದಿರಿ. ಇರಬಹುದು.ಈಗ ಅವರಿಗೆ ಎಚ್ಚರ ಇಲ್ಲ. ಎಚ್ಚರ ಬಂದ ಮೇಲೆ ಅವರನ್ನು, ವಿಚಾರಿಸಿ ಇದರಲ್ಲಿ ನಿಮ್ಮ ತಪ್ಪು ಏನೂ ಇಲ್ಲ ಎಂದು ಗೊತ್ತಾದ ಕೂಡಲೇ ನಾವು ನಿಮ್ಮನ್ನು ಬಿಡುಗಡೆ ಮಾಡುತ್ತೇವೆ. ಅಲ್ಲಿಯವರೆಗೂ ನೀವು ಪೋಲಿಸ್ ಕಸ್ಟಡಿಯಲ್ಲಿ ಇರಬೇಕಾಗುತ್ತದೆ,ಸಾರಿ"ಎನ್ನುತ್ತಾ ಅವನ ಕೈಗೆ ಹಾಕಿದ್ದ ಬೇಡಿಯನ್ನು ಬಿಚ್ಚಿ,

"ಬನ್ನಿ ಪೋಲಿಸ್ ಜೀಪಲ್ಲಿ ಕೂಡಿ"ಎಂದು ಅವನ ರಟ್ಟೆ ಹಿಡಿದ.

" ನನ್ನ ಕಾರಿನಲ್ಲೇ ನಾವು ಬರುತ್ತೇವೆ"ಎನ್ನುತ್ತಾ ಜಯಕೀರ್ತಿ ತನ್ನ ಕಾರಿನತ್ತ ನಡೆದ.ಅಷ್ಟರಲ್ಲಿ ಅಲ್ಲಿಗೆ ಒಂದು ಅಂಬುಲೆನ್ಸ್ ಬಂದು ನಿಂತಿತು.ಅದರಿಂದ ಕೆಳಕ್ಕೆ ಇಳಿದ ಇಬ್ಬರು ಪ್ಯಾರಾಮೆಡಿಕ್ ಬಸ್ ಸ್ಟಾಪ್ ಕಟ್ಟೆಯ ಹತ್ತಿರ ಹೋಗಿ, ಅಲ್ಲಿ ಮಲಗಿದ್ದ ಜಾನನ್ನು ಪರೀಕ್ಷಿಸಿದರು.ಸ್ವಲ್ಪ ಹೊತ್ತು ಆದ ಮೇಲೆ ಅವರಲ್ಲಿ ಒಬ್ಬ ಫೋನ್ ಮಾಡಿ,

" ಹಲೋ ಇದು ಸಾರ್ಜೆಂಟ್ ಕರಿ ಮಾತನಾಡುತ್ತಿರುವುದು; **CHARING CROSS HOSPITAL** ತಾನೇ ?"ಎಂದ. ಅಲ್ಲಿಂದ ಹೌದು ಎಂದು ಉತ್ತರ ಕೇಳಿಸಿದ ಮೇಲೆ, " ಒಂದು ಹೆಡ್ ಇಂಜೂರಿ ಕೇಸ್ ಇದೆ.ಮೇಲ್; ವಯಸ್ಸು ಸುಮಾರು ಇಪ್ಪತ್ತು ಪ್ಲಸ್ ವರ್ಷಗಳು, ಮೈ ಮೇಲೆ ಪ್ರಜ್ಞೆ ಇಲ್ಲ. ಎಮೆರ್ಜೆನ್ಸಿ ಕೇಸು,ಇನ್ನು ಹತ್ತು ನಿಮಿಷಗಳಲ್ಲಿ ಅಲ್ಲಿ ಇರುತ್ತೇವೆ"ಎಂದು ಅವರ ಮರುಮಾತಿಗೆ ಕಾಯದೆ ಫೋನ್ ಆಫ್ ಮಾಡಿದ.ಇತ್ತ ಜಯಕೀರ್ತಿಯ ಪಕ್ಕದಲ್ಲಿ ಕುಳಿತ ಒಬ್ಬ ಪೋಲಿಸ್, ಪೊಲಿಸ್ ಸ್ಟೇಷನ್ ಕಡೆಗೆ ಕಾರನ್ನು ಚಲಿಸಿಕೊಂಡು ಹೋದ. ಆ ಕಾರನ್ನು ಪೋಲಿಸ್ ಜೀಪು ಹಿಂಬಾಲಿಸಿತು.ಹಿಂದಿನ ಸೀಟಲ್ಲಿ ಕುಳಿತಿದ್ದ ದಿತಿ ಸಣ್ಣದಾಗಿ ಕಂಪಿಸುತ್ತಿದ್ದಳು.

===o===

" ನಿಮ್ಮ ಹೆಸರು?"

"ನನ್ನ ಹೆಸರು ಜಯಕೀರ್ತಿ" ಪೋಲಿಸ್ ಸ್ಟೇಷನ್ನಿನಲ್ಲಿದ್ದ ಪೋಲಿಸ್ ಆಫೀಸರ್ ಜಯಕೀರ್ತಿಯನ್ನು ಪ್ರಶ್ನಿಸುತ್ತಿದ್ದ.

"ನಿಮ್ಮ ಡಿ.ಎಲ್. , ಗುರುತು ದಾಖಲೆ ಮತ್ತು ಕಾರಿನ ಎಲ್ಲಾ ದಾಖಲೆಗಳನ್ನು ತೋರಿಸಿ"ಎನ್ನುತ್ತಿದ್ದ ಹಾಗೇ ಅವನ ಜೊತೆಗೆ ಬಂದಿದ್ದ ಪೋಲಿಸ್, ಅವರ ಮುಂದೆ ತಾನು ವಶಪಡಿಸಿಕೊಂಡಿದ್ದ ದಾಖಲೆಗಳನ್ನು ಟೇಬಲ್ ಮೇಲೆ ಇಟ್ಟ.ಆ ಆಫೀಸರ್ ಒಂದೊಂದಾಗಿ ದಾಖಲೆಗಳನ್ನು ಪರಿಶೀಲಿಸತೊಡಗಿದರು.ಅತ್ತ ಪೋಲಿಸ್ ಸ್ಟೇಷನ್ನಿಗೆ ಒಂದು ಕಿಲೋಮೀಟರ್ ದೂರದಲ್ಲಿ ಇದ್ದ ಆಸ್ಪತ್ರೆಯಲ್ಲಿ ವರ್ಗಿಸನನ್ನು ದಾಖಲಿಸಿಕೊಂಡು, ಎಮರ್ಜೆನ್ಸಿ ಓಟಿಯಲ್ಲಿ ಮಲಗಿಸಿ, ಅವನನ್ನು ಒಬ್ಬ ಡಾಕ್ಟರ್ ಮತ್ತು ಅಂಬುಲೆನ್ಸಿನ ನರ್ಸ್ ಪರೀಕ್ಷಿಸುತ್ತಿದ್ದರು.

"ಇವರ ತಲೆಗೆ ಪೆಟ್ಟು ಬಿದ್ದು ಪ್ರಜ್ಞೆ ತಪ್ಪಿದೆ.ಇವರನ್ನು ಐ.ಸಿ.ಯು. ನಲ್ಲಿ ಅಡ್ಮಿಟ್ ಮಾಡಿ. ಹೆಡ್ ಸ್ಕ್ಯಾನ್ ಮಾಡಬೇಕು.ಇವರ ಕಡೆಯವರು ಯಾರು?" ಎಂದರು ಡೂಟಿಯ ಮೇಲೆ ಇದ್ದ ಸರ್ಜನ್ ಡಾಕ್ಟರ್.

"ಸರ್, ಅವರು ಯಾರು ಎನ್ನುವ ಮಾಹಿತಿ ನಮಗೆ ಇಲ್ಲ. ಎಲ್. ಎಸ್. ಇ. ಕಾಲೇಜು ಮುಂದಿನ ಬಸ್-ಸ್ಟಾಪಿನಲ್ಲಿ ಪ್ರಜ್ಞೆ ತಪ್ಪಿ ಬಿದ್ದಿದ್ದರು.ಇದು ಮೆಡಿಕೋ ಲೀಗಲ್ ಕೇಸ್ ಇದ್ದಿರಬೇಕು. ನಾವು ತನಿಖೆ ಮಾಡುತ್ತಿದ್ದೇವೆ. ಅವರ ಜೇಬಲ್ಲಿ ಸಿಕ್ಕ ದಾಖಲೆಗಳನ್ನು ನೋಡಿದರೆ ಅವರು ವೇವ್ಸ್ ಅಂಡ್ ವೇವ್ಸ್ ಸಾಫ್ಟ್-ವೇರ್ ಕಂಪನಿಯ ಉದ್ಯೋಗಿ ಇರಬೇಕು ಅನ್ನಿಸುತ್ತದೆ" ಎನ್ನುತ್ತಾ , ಆ ಪೋಲಿಸ್ ಅವರ ಮುಂದೆ ಆ ಯುವಕನ ಜೇಬಿನಿಂದ ವಶಪಡಿಸಿಕೊಂಡಿದ್ದ ಕಂಪನಿಯ ಗುರುತಿನ ಕಾರ್ಡನ್ನು ಡಾಕ್ಟರರ ಮುಂದೆ ಇರಿಸಿದ.ಆ ಕಾರ್ಡನ್ನು ಡಾಕ್ಟರ್ ಪರಿಶೀಲಿಸಿದಾಗ, ಅಲ್ಲಿ ಜಾನ್ ವರ್ಗಿಸ್, ಸೀನಿಯರ್ ಮೇನೇಜರ್ ವೇವ್ಸ್ ಅಂಡ್ ವೇವ್ಸ್ ಸಾಫ್ಟ್ ವೇರ್ ಕಂಪನಿ ಎಂದು ಇತ್ತು. ವಾಸದ ಮನೆಯ ಫೋನ್ ನಂಬರ್ ಇತ್ತು.ಆ ನಂಬರಿಗೆ ಫೋನ್ ಮಾಡಿ ವಿಚಾರಿಸುವಂತೆ ಡಾಕ್ಟರ್ ಜಾರ್ಜ್ ಹೆಡ್ ನರ್ಸ್ ಅನ್ನಾಗೆ ಹೇಳಿದರು.

ಆ ನಂಬರಿಗೆ ಫೋನ್ ಮಾಡಿದಾಗ ಅತ್ತ ಕಡೆಯಿಂದ,

"ಯಾರು ಮಾತನಾಡುತ್ತಿರುವುದು?" ಎನ್ನುವ ಧ್ವನಿ ಕೇಳಿಸಿತು.

" ಹಲೋ ಇದು ಚೇರಿಂಗ್ ಕ್ರಾಸ್ ಆಸ್ಪತ್ರೆಯಿಂದ ಹೆಡ್ ನರ್ಸ್ ಅನ್ನಾ ಮರಿಯಾ ಮಾತನಾಡುತ್ತಿರುವುದು.ನಮ್ಮಲ್ಲಿ ಜಾನ್ ವರ್ಗಿಸ್ ಎನ್ನುವ ಒಬ್ಬ ಪೇಷೆಂಟ್ ಹೆಡ್ ಇಂಜೂರಿಯಾಗಿ ಅಡ್ಮಿಟ್ ಆಗಿದ್ದಾರೆ.ಅವರಿಗೆ ಪ್ರಜ್ಞೆ ಇಲ್ಲ.ಇವರ ಗುರುತಿನ ಕಾರ್ಡ್ ನಲ್ಲಿ ಈ ನಂಬರ್ ಇದೆ. ಅದಕ್ಕೇ ಫೋನ್ ಮಾಡುತ್ತಿದ್ದೇನೆ......" ಆಕೆಯ ಮಾತನ್ನು ಅರ್ಧಕ್ಕೆ ತುಂಡರಿಸಿ ಅತ್ತ ಕಡೆಯಿಂದ,

" ವರ್ಗಿಸ್ ನಮ್ಮ ಹುಡುಗನೇ.ಚೇರಿಂಗ್ ಕ್ರಾಸ್ ಆಸ್ಪತ್ರೆ ಅಂದಿರಾ?" ಎಂದಾಗ ನರ್ಸ್,

"ಹೌದು, ನೀವು ಯಾರು ಮತ್ತು ವರ್ಗಿಸ್ ನಿಮಗೆ ಹೇಗೆ ಸಂಬಂಧ ಎಂದು ಕೇಳಬಹುದೇ?" ಎಂದಳು ಅನ್ನಿ.

" ನಾನು ಫಾದರ್ ಕ್ರಿಸ್ಟೋಫರ್.ಇದು ಕಿಂಗ್ ಆಫ್ ಕಿಂಗ್ಸ್‌ಚರ್ಚ್. ನಾನು ಈಗಲೇ ನಿಮ್ಮ ಆಸ್ಪತ್ರೆಗೆ ಹೊರಡುತ್ತೇನೆ.ಅಲ್ಲಿಗೆ ಬಂದಾಗ ಮಿಕ್ಕ ವಿವರಗಳು " ಎಂದು ಫೋನ್ ಇರಿಸಿದರು.ನರ್ಸ್ ಸ್ಪೀಕರ್ ಆನ್ ಮಾಡಿದ್ದರಿಂದ ಮತ್ತೆ ಸಂಭಾಷಣೆಯನ್ನು ಡಾಕ್ಟರ್ ಗೆ ವಿವರಿಸ ಬೇಕಿರಲಿಲ್ಲ.

"ಸರಿ, ಅವರು ಹೊರಟಿದ್ದಾರೆ ಎಂದರೆ ಸ್ವಲ್ಪ ಹೊತ್ತಿನಲ್ಲಿ ಇಲ್ಲಿಗೆ ಬರುತ್ತಾರೆ.ಈಗ ಈ ಪೇಷೆಂಟನ್ನು ಓಟಿಗೆ ಷಿಫ್ಟು ಮಾಡಿ. ಮತ್ತೆ ಅವರ ಹೆಡ್ ಸಿ.ಟಿ. ಸ್ಕ್ಯಾನ್ ಮಾಡಿ. ಬ್ಲಡ್ ಡ್ರಾ ಮಾಡಿ ರೊಟೀನ್ ಚೆಕಪ್ಪುಗೆ ಕಳಿಸಿ" ಎಂದು ಸಲಹೆಗಳನ್ನು ನೀಡಿದರು ಆ ಡಾಕ್ಟರ್ . ನರ್ಸ್ ಅನ್ನಾ ಅವುಗಳನ್ನು ಕೇಸ್ ಷೀಟಿನಲ್ಲಿ ಬರೆದುಕೊಂಡಳು.

===o===

ದಿತಿಯ ತಂದೆ -ತಾಯಿ, ಡಾಕ್ಟರ್ ಭೂಷಣ್ ಮತ್ತು ಡಾಕ್ಟರ್ ಭಾರತಿ,ಲಂಡನ್ನಿನಿಂದ ಸುಮಾರು ಇನ್ನೂರು ಕಿಲೋಮೀಟರ್ ದೂರದಲ್ಲಿ ಇರುವ ಬರ್ಮಿಂಗ್ ಹ್ಯಾಮ್ ಎನ್ನುವ ನಗರದಲ್ಲಿ ವಾಸಿಸುತ್ತಿದ್ದರು. ಈ ವಿಷಯ ತಿಳಿಯುತ್ತಿದ್ದಂತೆಯೇ ಅವರು ತಮ್ಮ ಮನೆಯಿಂದ ಹೊರಟು ಪೊಲಿಸ್ ಸ್ಟೇಷನ್ನಿಗೆ (CHARING CROSS POLICE STATION) ಗೆ ಬಂದರು.

ಡಾಕ್ಟರ್ ಭಾರತಿಗೆ ಸುಮಾರು ಐವತ್ತು ವರ್ಷಗಳೇ ಆಗಿದ್ದರೂ, ಹೊನ್ನಿನ ಬಣ್ಣದ ಮೈ-ಮುಖಗಳ ಆಕೆಯ ಸೌಂದರ್ಯ, ಈಗಲೂ ಅವಳ ಆರೋಗ್ಯವಂತ ಸುಖದ ಅಂಗಾಂಗಗಳಲ್ಲಿ ಹೊಮ್ಮಿ ಹೊರ ಸೂಸುತ್ತಿತ್ತು. ದುಂಡು ಮುಖದಲ್ಲಿನ ಆ ಸಹಜ ಗಾಂಭೀರ್ಯ ಎಂಥವರನ್ನು ಒಂದು ಕ್ಷಣ ಅಲ್ಲಾಡಿಸುವಂತೆ ಇತ್ತು.ದೃಢಕಾಯನೂ ಆಕರ್ಷಕ ವ್ಯಕ್ತಿತ್ವದವನೂ ಆದ ಭೂಷಣನಿಗೂ ಹತ್ತಿರ ಹತ್ತಿರ ಐವತ್ತ ಎರಡು ಇರಬೇಕು. ಅವನು ಇನ್ಸರ್ಟ್ ಮಾಡಿ,ವೇಸ್ಟೆಡ್ ಬ್ರಿಟಿಷ್ ಜಾಕೆಟ್ಟು ಧರಿಸಿದ್ದ. ಅವನ ಟೈ ಮತ್ತು ಸೊಂಟದ ಬೆಳ್ಟುಗಳು ಅವನು ಧರಿಸಿದ್ದ ಕಂದು ಬಣ್ಣದ ಆಕ್ಸ್ ಫರ್ಡು ಷೂಗಳಿಗೆ ಹೊಂದಿಕೆಯಾಗಿದ್ದು, ಅವನ ಮುಖ ಶಾಂತವಾಗಿ ಭಾವನೆಗಳ ಏರು-ಪೇರು ಇರಲಿಲ್ಲ. ಅವನ ಕೂದಲಿನ ಅಂಚುಗಳಿಗೆ ಬೆಳ್ಳಿಯ ಲೇಪನ ಇತ್ತು. ಅವನು ಕನ್ನಡಕ ಧರಿಸಿದ್ದ.

" ದಿತಿ ನಮ್ಮ ಮಗಳು ಮತ್ತು ಜಯಕೀರ್ತಿ ನಮ್ಮ ಸಂಬಂಧಿ" ಡಾ.ಭೂಷಣ ಆ ಪೋಲಿಸ್ ಅಧಿಕಾರಿಗೆ ಹೇಳಿದ.

"ಮೊದಲು ನಿಮ್ಮ ಪರಿಚಯ ಹೇಳಿ, ನೀವು ಯಾರು, ಎಲ್ಲಿದ್ದೀರಾ ಮತ್ತು ಏನು ಮಾಡುತ್ತಿದ್ದೀರಾ?" ಎಂದ ಆ ಪೋಲಿಸ್ ಅಧಿಕಾರಿ.

ಭೂಷಣ ಮಾತನಾಡುವ ಮುನ್ನವೇ ಡಾಕ್ಟರ್ ಭಾರತಿ,

"ನಾನು ಡಾಕ್ಟರ್ ಭಾರತಿ ಮತ್ತು ಇವರು ನನ್ನ ಪತಿ ಡಾಕ್ಟರ್ ಭೂಷಣ್. ನಾನು ಬರ್ಮಿಂಗ್ ಹ್ಯಾಮ್ ನ ಕ್ವೀನ್ ಎಲಿಜಬೆತ್ ಆಸ್ಪತ್ರೆಯಲ್ಲಿ (QUEEN ELIZABETH HOSPITAL BIRMINGHAM) ಕಳೆದ ಇಪ್ಪತ್ತೈದು ವರ್ಷಗಳಿಂದ ಗೈನೆಕಾಲಿಸ್ಟ್ ಆಗಿ ಕರ್ತವ್ಯ ನಿರ್ವಹಿಸುತ್ತಿದ್ದೇನೆ.ಇವರು ನನ್ನ ಪತಿ ಡಾಕ್ಟರ್ ಭೂಷಣ. ದಿತಿ ನಮ್ಮ ಮಗಳು ಮತ್ತು. ಜಯಕೀರ್ತಿ ನನ್ನ ಕಜಿನ್" ಎಂದಳು.

“ನೀವೂ ಮೆಡಿಕಲ್ ಡಾಕ್ಟರೇ?”ಪೋಲಿಸ್ ಅಧಿಕಾರಿ ಭೂಷಣರತ್ತ ತಿರುಗಿ ಕೇಳಿದರು.

“ಇಲ್ಲ, ನಾನು ಬರ್ಮಿಂಗ್ ಹ್ಯಾಮ್ ಯೂನಿವರ್ಸಿಟಿಯಲ್ಲಿ ಪ್ರೊಫೆಸರಾಗಿದ್ದೇನೆ” ಎಂದ ಭೂಷಣ.

“ದಯವಿಟ್ಟು ನಿಮ್ಮ ಐ.ಡಿ. ಮತ್ತು ಪಾಸ್-ಪೋರ್ಟ್ ಗಳನ್ನು ತೋರಿಸುತ್ತೀರಾ ಸರ್?” ಎಂದ ಪೋಲಿಸ್ ಅಧಿಕಾರಿ . ಇದನ್ನು ನಿರೀಕ್ಷಿಸಿಯೇ ಭಾರತಿ ನೆನಪಿಸಿ ಪಾಸ್-ಪೋರ್ಟ್ ತಂದಿದ್ದಳು.

ಡಾ.ಭೂಷಣ ಮತ್ತು ಡಾ. ಭಾರತಿ ತಮ್ಮ ಕರ್ತವ್ಯ ನಿರ್ವಹಿಸುತ್ತಿರುವ ಸಂಸ್ಥೆಗಳು ಮತ್ತು ಮನೆಯ ವಿಳಾಸದ ಗುರುತಿನ ಕಾರ್ಡುಗಳನ್ನು ಅವರ ಪಾಸ್ ಪೋರ್ಟ್ ಸಮೇತ ಟೇಬಲ್ಲಿನ ಮೇಲೆ ಇಟ್ಟರು. ಆ ಪೋಲಿಸ್ ಅಧಿಕಾರಿ ಅವುಗಳನ್ನು ಒಂದೊಂದಾಗಿ ಹಿಡಿದು ಪರಿಶೀಲಿಸಿದ.ಅಲ್ಲದೆ ದಿತಿ ಮತ್ತು ಜಯಕೀರ್ತಿಯ ಹತ್ತಿರ ಇದ್ದ ಗುರುತಿನ ದಾಖಲೆಗಳ ಜೊತೆಗೆ ತಾಳೆ ನೋಡಿದ.

“ಆಯ್ತು, ನಿಮ್ಮ ಗುರುತು ಈಗ ಅಧಿಕೃತವಾಗಿ ದಾಖಲಾಗಿದೆ.ನಡೆದ ಘಟನೆಗಳ ವಿವರಗಳನ್ನು ಹೇಳುತ್ತೇನೆ ಕೇಳಿ” ಎಂದು ಅವರಿಗೆ ಯಾನು ಕಂಡದ್ದನ್ನುವಿವರಿಸಿ ಹೇಳಿ, ಹತ್ತಿರದಲ್ಲಿ ಇದ್ದ ಮಹಿಳಾ ಪೋಲಿಸ್ ಗೆ ದಿತಿಯನ್ನು ಕರೆದು ತರಲು ಹೇಳಿದ. ದಿತಿ ಅಲ್ಲಿಗೆ ಬಂದವಳೇ,

” ಮಮ್ಮಿ...” ಎನ್ನುತ್ತಾ ಭಾರತಿಯನ್ನು ತಬ್ಬಿಕೊಂಡಳು.

”ಕೀರ್ತಿ ಎಲ್ಲಿ?” ಭಾರತಿ ಕೇಳಿದಳು.

ಆ ಪೊಲಿಸ್ ಅಧಿಕಾರಿಯ ಸೂಚನೆಯಂತೆ ಜಯಕೀರ್ತಿಯನ್ನೂ ಅಲ್ಲಿಗೆ ಕರೆ ತಂದರು.

“ನೋಡಿ ಸರ್ , ಇದು ಅಪಘಾತವೋ ಹಲ್ಲೆಯೋ ಎನ್ನುವುದು ಇನ್ನೂ ನಿರ್ಧಾರ ಆಗಿಲ್ಲ. ಈ ಘಟನೆಯಲ್ಲಿ ,ತಲೆಗೆ ಪೆಟ್ಟಾಗಿ, ಆಸ್ಪತ್ರೆಯಲ್ಲಿ ಚಿಕಿತ್ಸೆ ಪಡೆಯುತ್ತಿರುವವರ ಹೆಸರು ಜಾನ್ ವರ್ಗಿಸ್ ಅಂತ. ಸುಮಾರು ಇಪ್ಪತ್ತೈದು ವರ್ಷಗಳ ಯುವಕರು. ಅವರು ಇನ್ನೂ ಕೋಮಾದಲ್ಲಿ ಇದ್ದಾರೆ.ಅವರಿಗೆ ಪ್ರಜ್ಞೆ ಬಂದ ಮೇಲೆಯೇ ನಮಗೆ ಇದು ಏನು ಎನ್ನುವುದು ಸ್ಪಷ್ಟವಾಗಿ. ತಿಳಿಯುವುದು.ಅಲ್ಲಿಯವರೆಗೆ ನಾವು ಇವರನ್ನು ನಮ್ಮ ಕಸ್ಟಡಿಯಲ್ಲೇ ಇರಿಸಿಕೊಳ್ಳಬೇಕಾಗುತ್ತದೆ” ಎಂದ ಆ ಪೊಲಿಸ್ ಅಧಿಕಾರಿ.ಆಗ ಭೂಷಣ್,

“ ನಾನು ಲಾ ಗ್ರಾಜ್ಯುಯೇಟ್ ಇದ್ದೇನೆ.ನೀವು ಯಾವ ಆರೋಪದ ಮೇಲೆ ಇವರನ್ನು ನಿಮ್ಮ ಕಸ್ಟಡಿಯಲ್ಲಿ ಇರಿಸಿಕೊಳ್ಳುತ್ತೀರಿ? ಇವರು ಹಲ್ಲೆ ಮಾಡಿದ್ದಾರೆ ಎಂದು ಯಾರಾದರೂ ನಿಮಗೆ ದೂರು ಕೊಟ್ಟಿದ್ದಾರೆಯೋ?” ಎಂದು ಕೇಳಿದ. ಆ ಪೋಲಿಸ್ ಅಧಿಕಾರಿ ಅರೆ ಕ್ಷಣ ಭೂಷಣನನ್ನೇ ದಿಟ್ಟಿಸಿ ನೋಡಿ,

“ ನೀವು ಇಂಗ್ಲೀಷ್ ಪ್ರೊಫೆಸರ್ ಎಂದು ನಿಮ್ಮ ಕಾರ್ಡಿನಲ್ಲಿ ಇದೆ.ನೀವು ಹೇಗೆ ಲಾ ಗ್ರಾಜುಯೇಟ್ ಎಂದು ಹೇಳುತ್ತೀರಾ?” ಎಂದು ತೀಕ್ಷ್ಣವಾಗಿ ಕೇಳಿದ.ಭೂಷಣ ತನ್ನ ಜೇಬಿಗೆ ಕೈ ಹಾಕಿ ತನ್ನ ಕಾನೂನು ಪದವಿಯ ದಾಖಲೆ ಹೊರ ತರುತ್ತಿದ್ದಂತೆ ಭಾರತಿ ಅವನನ್ನು ತಡೆದು,

" ನೋಡಿ ಅವರು ಲಾ ಪದವೀಧರರೂ ಹೌದು ,ಆದರೆ ಅವರು ಲಾ ಪ್ರಾಕ್ಟೀಸು ಮಾಡುತ್ತಿಲ್ಲ. ಕಾನೂನನ್ನು ಮಾತಾಡಲು ಲಾ ಗ್ರಾಜುಯೇಟ್ ಆಗಿರಬೇಕು ಅಂತ ಏನು ಇಲ್ಲವಲ್ಲ? ಈಗ ಹೇಳಿ, ನೀವು ಅವರನ್ನು ಕಾನೂನಿನ ಯಾವ ನಿಯಮಗಳ ಪ್ರಕಾರ ಬಂಧಿಸಿ ಇಟ್ಟುಕೊಳ್ಳುತ್ತೀರಾ?" ಎಂದು ಕೇಳಿದಳು.

ಡಾ.ಭೂಷಣ ಬೆಂಗಳೂರಿನಲ್ಲಿ ಇದ್ದಾಗ ನ್ಯಾಷನಲ್ ಸಂಜೆ ಕಾಲೇಜು ಸೇರಿ ಕಾನೂನು ಪದವಿ ಪಡೆದಿದ್ದ.

ಆ ಪೋಲಿಸ್ ಅಧಿಕಾರಿ ಭಾರತಿಯನ್ನು ಅರೆಕ್ಷಣ ದಿಟ್ಟಿಸಿ ನೋಡಿದ. ಕನ್ನಡಕದ ಹಿಂದಿನ ಆ ಹೊಳೆಯುವ ಕಣ್ಣುಗಳು ಅವನನ್ನು ತೀಕ್ಷ್ಣವಾಗಿ ಕೊರೆದಂತೆ ಭಾಸವಾಗಿ, ಆ ಅಧಿಕಾರಿ ತಡವರಿಸಿ, ಸುಧಾರಿಸಿಕೊಂಡು ಕುರ್ಚಿಯಲ್ಲಿಯೇ ಸರಿದಾಡಿ ಹೇಳಿದ,

" ನೋಡಿ ಮೇಡಂ, ಅನವಶ್ಯಕವಾಗಿ ಯಾರನ್ನೂ ಬಂಧಿಸುವ ಅಗತ್ಯ ನಮಗೆ ಇಲ್ಲ. ಇಲ್ಲಿಯ ಸಂದರ್ಭಗಳನ್ನು ಗಮನಿಸಿ.ಒಬ್ಬ ವ್ಯಕ್ತಿ ತಲೆಗೆ ಏಟು ಬಿದ್ದು , ಗಾಯವಾಗಿ, ರಕ್ತ ಸುರಿದು ಕೋಮಾದಲ್ಲಿ ಇದ್ದಾನೆ. ಆ ಸಂದರ್ಭದಲ್ಲಿ ಅಲ್ಲಿ ಇದ್ದವರು ಇವರಿಬ್ಬರೇ. ಆದ್ದರಿಂದ ಇದು ಹಲ್ಲೆಯ ಕೇಸು ಇರಬೇಕು ಎಂದು ಯಾರಿಗಾದರೂ ಅನುಮಾನ ಬರುವುದು ಸಹಜವಲ್ಲವೇ, ನೀವೇ ಹೇಳಿ? " ನಸು ನಗುತ್ತಾ ಕೇಳಿದ.

ಅದಕ್ಕೆ ಭಾರತಿ,"ಇಲ್ಲಾ, ಅಂಥಾ ಅನುಮಾನ ಪೋಲಿಸ್ ಆದ ನಿಮಗೆ ಮಾತ್ರ ಬರುತ್ತದೆ ಅಷ್ಟೇ," ಎಂದಳು, ತಾನೂ ನಗುತ್ತಾ.

"ಹಾಗಾದರೆ ನಿಮಗೆ ಏನು ಅನಿಸುತ್ತೆ?" ಆ ಪೋಲಿಸ್ ಅಧಿಕಾರಿ ಸವಾಲು ಹಾಕಿದ.

ಭಾರತಿ ಟೇಬಲ್ ಮೇಲೆ ಎರಡೂ ಕೈಗಳನ್ನು ಊರಿ, ಎಡ ಅಂಗೈ ಮೇಲೆ ಮುಖ ಇರಿಸಿಕೊಂಡು, ಬಲಗೈ ಬೆರಳನ್ನು ಅಲ್ಲಾಡಿಸುತ್ತಾ,

"ನನಗೆ ಏನು ಅನಿಸುತ್ತೆ ಎಂದು ಕೇಳಿದಿರಾ? ಕೇಳಿ.ನನಗೆ ಇವರು ಅಂದರೆ ನನ್ನ ಮಗಳು ದಿತಿ ಮತ್ತು ಕಜಿನ್ ಜಯಕೀರ್ತಿ, ಅಲ್ಲಿ ಅಂದರೆ ಬಸ್ ಸ್ಟಾಪ್ ಹತ್ತಿರ ಇದ್ದಾಗ, ಆ ವ್ಯಕ್ತಿ ತಲೆ ಸುತ್ತು ಬಂದು ಬಿದ್ದು, ಅಲ್ಲಿಯ ಕಟ್ಟೆಗೆ ತಲೆ ಬಡಿದು, ನೆಲಕ್ಕೆ ಬಿದ್ದಿರಬೇಕು. ಆಗ ಆತನ ಸಹಾಯಕ್ಕೆ ಇವರು ಹೋಗಿದ್ದಾರೆ. ಹೀಗೆ ಒಬ್ಬ ಅಪರಿಚಿತರಿಗೆ, ಇಂಥಾ ಸಂದರ್ಭದಲ್ಲಿ, ಮಾನವೀಯ ಕಾಳಜಿಯಿಂದ ಸಹಾಯ ಮಾಡುವುದು ತಪ್ಪೇ?ಅವರಿಗೆ ನಾವು 'ಶಹಬಾಸ್ 'ಎನ್ನಬೇಕೇ ಹೊರತು ಕಾನೂನಿನ ಕುರುಡು ಸಂಶಯದಲ್ಲಿ ಹಿಂಸೆ ಮಾಡಬಾರದು ಅಲ್ಲವೇ?" ಎಂದಳು.

" ನೀವು ಡಾಕ್ಟರ್ ಆಗಿ ಹಾಗೆ ಭಾವಿಸಬಹುದು,ಅದು ಸಹಜವೇ.ಆದರೆ ನಮಗೆ ಪೋಲಿಸರಿಗೆ ಬರುವ ಅನುಮಾನಗಳೂ ಸಹಜವಲ್ಲವೇ? ಒಂದು ವೇಳೆ ಇದು ಹಲ್ಲೆಯ ಕೇಸ್ ಆಗಿದ್ದು, ನಾವು ನಿಮ್ಮ ಮಾತು ಕೇಳಿ, ಪಾಸಿಟಿವ್ ಬೆನಿಫಿಟ್ ಆಫ್ ಡೌಟಿನಿಂದ ಅರೆಸ್ಟು ಮಾಡದೇ ಬಿಟ್ಟೆವು ಅನ್ನಿ,ಆ ವ್ಯಕ್ತಿ ಎಚ್ಚೆತ್ತ ಮೇಲೆ, ತಾನು ಹಲ್ಲೆಗೆ ಒಳಗಾಗಿದ್ದೆ ಎಂದರೆ, ಆಗ ನಾವು ಇವರನ್ನು ಬಂಧಿಸದೆ ಬಿಟ್ಟದ್ದು, ಕರ್ತವ್ಯ ಲೋಪ ಆಗುವುದಿಲ್ಲವೇ ಮೇಡಮ್?" ಎಂದ.

" ನೋಡಿ, ನಾನು ಬರ್ಮಿಂಗ್ ಹ್ಯಾಮ್ ಯೂನಿವರ್ಸಿಟಿಯಲ್ಲಿ ಪ್ರೊಫೆಸರ್. ನನ್ನ ಹೆಂಡತಿ **QUEEN ELIZABETH HOSPITAL** ನಲ್ಲಿ ಗೈನೆಕಾಲಿಜಿಸ್ಟ್. ನಮ್ಮ ಮಗಳು

ಲಂಡನ್ ಸ್ಕೂಲ್ ಆಫ್ ಎಕನಾಮಿಕ್ಸ್ ನಲ್ಲಿ ವಿದ್ಯಾರ್ಥಿನಿ. ಜಯಕೀರ್ತಿ ಲಂಡನ್ನಿನಲ್ಲಿ ತನ್ನದೇ ಆದ ಸ್ವಂತ ಉದ್ಯಮ ನಡೆಸುತ್ತಿದ್ದಾನೆ.ನಿಮಗೆ ಅಲ್ಲಿಗೂ ಅನುಮಾನ ಇದ್ದರೆ, ನಮ್ಮಿಬ್ಬರ ಪಾಸ್ ಪೋರ್ಟುಗಳನ್ನು ನಿಮ್ಮಲ್ಲೇ ಇರಿಸಿಕೊಳ್ಳಿ. ನಾವು ಆ ಅಪರಿಚಿತ ವ್ಯಕ್ತಿಯ ಉಸ್ತುವಾರಿಯನ್ನು ಪ್ರತಿದಿನವೂ ಇಲ್ಲಿಗೆ ಬಂದು ಗಮನಿಸುತ್ತೇವೆ,ಅವರಿಗೆ ಎಚ್ಚರ ಆಗುವವರೆಗೆ. ನೀವು ವಿಧಿಸುವ ನ್ಯಾಯಬದ್ಧ ಷರತ್ತುಗಳನ್ನು ಪಾಲಿಸುತ್ತೇವೆ.ಆದರೆ ಇವರನ್ನು ನೀವು ಪೋಲಿಸ್ ಕಸ್ಟಡಿಯಲ್ಲಿ ಇರಿಸುವ ಅಗತ್ಯ ಇಲ್ಲವಾದ್ದರಿಂದ ನಾವು ಅವರನ್ನು ಮನೆಗೆ ಕರೆದೊಯ್ಯುತ್ತೇವೆ.ಪರ್ಮಿಷನ್ ಕೊಡಿ. ಅಲ್ಲಿಗೂ ನೀವು ಆಗುವುದಿಲ್ಲ ಎಂದರೆ ನಾವು ನಮ್ಮ ಲಾಯರನ್ನು ಇಲ್ಲಿಗೆ ಬರಹೇಳುತ್ತೇವೆ " ಭಾರತಿಗೂ ಮೊದಲೇ ಮಾತಾಡಿದ ಭೂಷಣ, ಜೇಬಿನಲ್ಲಿನ ಮೊಬೈಲ್ ಎತ್ತಿಕೊಳ್ಳುತ್ತಾ, ಕುರ್ಚಿಯಿಂದ ಮೇಲಕ್ಕೆ ಎದ್ದ

ಆ ಸಾರ್ಜೆಂಟ್, " ಒಂದು ನಿಮಿಷ ಕೂತಿರಿ ಸರ್" ಎಂದು ಹೇಳಿ ಒಳಕ್ಕೆ ಹೋದ.ಸ್ವಲ್ಪ ಹೊತ್ತಿನ ನಂತರ ಅವನ ಜೊತೆಯಲ್ಲಿ ಬಂದ ಒಬ್ಬ ಪೊಲಿಸ್ ಇನ್ಸ್-ಪೆಕ್ಟರ್ ಕುರ್ಚಿಯಲ್ಲಿ ಕುಳಿತು, ತನ್ನ ಪರಿಚಯ ಹೇಳಿಕೊಂಡು,

" ನೀವಿಬ್ಬರೂ ಆತನ ಪ್ರಜ್ಞೆ ಬರುವವರೆಗೂ ನಮ್ಮ ಜೊತೆ ಸಹಕರಿಸಬೇಕು " ಎಂದರು.

"ಸಹಕರಿಸಬೇಕು ಎಂದರೆ ಹೇಗೆ?" ಡಾಕ್ಟರ್ ಭಾರತಿ ಕೇಳಿದಳು.

"ಮೊದಲಿಗೆ ನೀವು ಇವರಿಬ್ಬರ ಪಾಸ್-ಪೋರ್ಟುಗಳನ್ನು ತಂದು ಕೊಡಿ. ನಿಮ್ಮ ಪಾಸ್-ಪೋರ್ಟಿನ ಅಗತ್ಯ ಇಲ್ಲ.ನಂತರ ನೀವು ಪ್ರತಿದಿನ ಆಸ್ಪತ್ರೆ ಮತ್ತು ಸ್ಟೇಷನ್ನಿಗೆ ಬಂದು ಅವರ ಕಂಡಿಷನ್ ತಿಳಿಯಬೇಕು.ಅವರಿಗೆ ಎಚ್ಚರವಾಗಿ ಹೇಳಿಕೆ ಕೊಟ್ಟ ಮೇಲೆಯೇ ಮುಂದಿನ ಕ್ರಮ.ಇದಕ್ಕೆ ಈ ಘಟ್ಟದಲ್ಲಿ ಲಾಯರರ ಅಗತ್ಯವಿಲ್ಲ. ನಾವು ಅವರನ್ನು ಅರೆಸ್ಟ್ ಮಾಡುವುದಿಲ್ಲ. ಅವರ ಪಾಸ್ ಪೋಟ್ರ್ಗಳನ್ನು ಡಿಪಾಜಿಟ್ ಮಾಡಿ ನೀವು ಅವರನ್ನು ಕರೆದುಕೊಂಡು ಹೋಗಬಹುದು".ಎಂದು ಹೇಳಿ, ಮೇಲಕ್ಕೆ ಎದ್ದು ಸಾರ್ಜೆಂಟ್-ಗೆ,

"ಆ ಇಬ್ಬರ ಪಾಸ್ ಪೋರ್ಟ್ ತಂದುಕೊಟ್ಟ ಮೇಲೆ, ಅವರಿಂದ ಮುಚ್ಚಳಿಕೆ ಬರೆಸಿಕೊಂಡು ಕಳಿಸಿ"ಎನ್ನುತ್ತಾ ತಮ್ಮ ಚೇಂಬರಿಗೆ ಹೋದರು.

ಅವರು ಹೋದ ಮೇಲೆ ಕುರ್ಚಿಯಲ್ಲಿ ಕುಳಿತ ಸಾರ್ಜೆಂಟ್ ಡಾಕ್ಟರ್ ಭೂಷಣರತ್ತ ತಿರುಗಿ,

" ಸಾಹೇಬರು ಹೇಳಿದ ಹಾಗೆ ನೀವು ಇವರಿಬ್ಬರ ಪಾಸ್ ಪೋರ್ಟ್ ತಂದು ಕೊಟ್ಟು, ನಿಮ್ಮ ಈ ಪಾಸ್ ಪೋರ್ಟುಗಳನ್ನು ತೆಗೆದುಕೊಂಡು ಹೋಗಬಹುದು." ಎಂದು ಹೇಳಿ ಅವರ ಕೈಗೆ ಒಂದು ಪ್ರಿಂಟೆಡ್ ಪ್ರೊಫಾರಂ ಕೊಟ್ಟು,

"ಇದನ್ನು ತುಂಬಿಕೊಂಡು ಬನ್ನಿ " ಎಂದರು. ದಿತಿ ಮತ್ತು ಜಯಕೀರ್ತಿಯ ಪಾಸ್-ಪೋರ್ಟ್ ಎತ್ತಿಕೊಂಡು ಬರಲು, ಭಾರತಿ ಮತ್ತು ಭೂಷಣ್ ಅಲ್ಲಿಂದ ತೆರಳಿದರು.

===o===

ಇತ್ತ ಆಸ್ಪತ್ರೆಗೆ ರೆವರೆಂಡ್ ಫಾದರ್ ಕ್ರಿಸ್ಟೋಫರ್ ಬಂದು, ಜಾನ್ ವರ್ಗಿಸನನ್ನು ಗುರುತಿಸಿ,

"ಇವನು ನಮ್ಮ ಹುಡುಗ. ಇವರಿಗೆ ಅಗತ್ಯವಾದ ಚಿಕಿತ್ಸೆಗಳನ್ನು ಕೊಡಿ.ನಾನು ಇವರ ಗಾಡ್ ಫಾದರ್. ಅಗತ್ಯವಾದ ಫಾರಮ್ಮುಗಳನ್ನು ತುಂಬುತ್ತೇನೆ ಕೊಡಿ." ಎಂದರು.

ಆಸ್ಪತ್ರೆಯ ಫಾರಂಗಳನ್ನು ತುಂಬಿದ ಮೇಲೆ ಅವರು ಹತ್ತಿರದಲ್ಲೇ ಇದ್ದ ಪೋಲಿಸ್ ಸ್ಟೇಷನ್ನಿಗೆ ಹೋದರು.ಆಷ್ಟು ಹೊತ್ತಿಗೆ ಅಲ್ಲಿಗೆ ಡಾಕ್ಟರ್ ಭೂಷಣ ಮತ್ತು ಡಾಕ್ಟರ್ ಭಾರತಿ ಅವರು, ದಿತಿ ಮತ್ತು ಜಯಕೀರ್ತಿಯ ಪಾಸ್ ಪೋರ್ಟುಗಳನ್ನು ಎತ್ತಿಕೊಂಡು ಬಂದಿದ್ದರು. ಇನ್ಸ್ -ಪೆಕ್ಟರ್ ರಾಬರ್ಟ್ ಲೂಯಿಸ್ ಅವರನ್ನು ಪರಿಚಯಿಸಿದರು.

“ಅವರ ಪಾಸ್ ಪೋರ್ಟುಗಳನ್ನು ಯಾಕೆ ಕೇಳಿದಿರಿ? ಅವರು ವರ್ಗಿಸ್ಸನ ಸಹಾಯಕ್ಕೆ ಹೋದವರು ಅಲ್ಲವೇ?” ಫಾದರ್, ಕುರ್ಚಿಯಲ್ಲಿ ಕುಳಿತು ಕೇಳಿದರು.

“ಅದು ಏನೂ ಅಂತ ಇನ್ನೂ ನಮಗೆ ಖಚಿತವಾಗಿ ತಿಳಿದಿಲ್ಲ ಫಾದರ್. ಅವರಿಗೆ ಎಚ್ಚರ ಬಂದ ಮೇಲೆಯೇ ನಮಗೆ ಅದು ಸ್ಪಷ್ಟವಾಗುವುದು. ಅಲ್ಲಿಯವರೆಗೂ ಇವರು, ಅನುಮಾನಗಳಿಗೆ ಒಳಗಾಗಿ ಇರುವುದು, ನಿಯಮಾವಳಿಗಳ ಪ್ರಕಾರ ಸಹಜವಾದದ್ದೇ ಅಲ್ಲವೇ?”ಎಂದರು ಲೂಯಿಸ್.

”ಅವನು ಪ್ರಜ್ಞೆ ಬಂದ ಮೇಲೆ, ಇವರು ನನ್ನ ಸಹಾಯಕ್ಕೆ ಬಂದವರು ಎಂದರೇ?” ಫಾದರ್ ತೀಕ್ಷ್ಣವಾಗಿಯೇ ಕೇಳಿದರು.

“ ಆಗ ನಾವು ಅವರ ಪಾಸ್-ಪೋರ್ಟುಗಳನ್ನು ಹಿಂದಿರುಗಿಸುತ್ತೇವೆ ಫಾದರ್” ಎಂದರು ಸಾರ್ಜೆಂಟ್.

“ಇರಲಿ ಬಿಡಿ ಫಾದರ್, ಅವರ ಹತ್ತಿರವೇ ಇರಲಿ ನಮ್ಮ ಪಾಸ್-ಪೋರ್ಟುಗಳು. ಹೇಗೂ ನಮಗೆ ಈಗ ಅವುಗಳ ಅಗತ್ಯ ಇಲ್ಲ. ಎರಡು ಮೂರು ದಿನಗಳಲ್ಲಿ ಅವರಿಗೆ ಪ್ರಜ್ಞೆ ಬರಬಹುದು.ಆಗಲೇ ಅವುಗಳನ್ನು ಹಿಂದಿರುಗಿಸಿದರೆ ಆಯ್ತು” ಭಾರತಿ ಮಧ್ಯೆ ಬಾಯಿ ಹಾಕಿ ಹೇಳಿದಳು.

“ಪ್ಲೀಜ್ ಇನ್ನೊಮ್ಮೆ ನಿಮ್ಮ ಪರಿಚಯ ಹೇಳುತ್ತೀರಾ?” ಫಾದರ್ ಅವರಿಬ್ಬರ ಕಡೆಗೆ ತಿರುಗಿ ಕೇಳಿದರು.

”ನನ್ನ ಹೆಸರು ಡಾಕ್ಟರ್ ಭೂಷಣ, ನಾನು ಬರ್ಮಿಂಗ್ ಹ್ಯಾಮ್ ಯೂನಿವರ್ಸಿಟಿಯಲ್ಲಿ ಪ್ರೊಫೆಸರಾಗಿದ್ದೇನೆ.ಇವರು ನನ್ನ ಪತ್ನಿ ಡಾಕ್ಟರ್ ಭಾರತಿ.ಇವರು ಮೆಡಿಕಲ್ ಡಾಕ್ಟರ್. ನಾನು ಸ್ಕಾಲರ್ ಡಾಕ್ಟರ್.ನಾವು ಬರ್ಮಿಂಗ್ ಹ್ಯಾಮ್ ನಲ್ಲಿ ವಾಸಿಸುತ್ತಿದ್ದೇವೆ.ದಿತಿ ನಮ್ಮ ಮಗಳು ಮತ್ತು ಆಕೆ ಎಲ್,ಎಸ್, ಎ. ನಲ್ಲಿ ವಿದ್ಯಾರ್ಥಿನಿ. ಲಂಡನ್ನಿನಲ್ಲೇ ವಾಸವಾಗಿದ್ದಾಳೆ...”. ಅವನ ಮಾತುಗಳನ್ನು ಅಲ್ಲಿಗೇ ತುಂಡರಿಸಿ ಭಾರತಿ,

”ಜಯಕೀರ್ತಿ ನನ್ನ ಅಣ್ಣನ ಮಗ. ಲಂಡನ್ನಿನಲ್ಲಿ ಹೋಟೆಲ್ ನಡೆಸುತ್ತಿದ್ದಾನೆ” ಎಂದಳು.

“ನಿಮ್ಮ ಪರಿಚಯ ಹೇಳಿದ್ದಕ್ಕೆ ಧನ್ಯವಾದಗಳು.ನಾನು ಫಾದರ್ ಕ್ರಿಸ್ಟೋಫರ್ ಮಸ್ಕಾರನ್ನೀಸ್ , ಕಿಂಗ್ ಆಫ್ ಕಿಂಗ್ ಚರ್ಚಿನಲ್ಲಿ ಪ್ರೀಸ್ಟ್. ಜಾನ್ ವರ್ಗಿಸ್ ನಮ್ಮ ಹುಡುಗನೇ.ನಮ್ಮ ಚರ್ಚಿನ ಆವರಣದ ವಸತಿ ಗೃಹದಲ್ಲೇ ವಾಸವಾಗಿದ್ದಾನೆ.”ಎಂದು ಹೇಳಿ, ಇನ್ಸ್ ಪೆಕ್ಟರ್ ಕಡೆಗೆ ತಿರುಗಿ,

“ ನೋಡಿ ಇವರು ಉನ್ನತ ಹುದ್ದೆಯಲ್ಲಿ ಇರುವ ಸಭ್ಯ ಗೃಹಸ್ಥರು.ಒಬ್ಬರು ನೋವಿಗೆ ಚಿಕಿತ್ಸೆ ನೀಡುವ ವೈದ್ಯರು.ಇನ್ನೊಬ್ಬರು ಭಾವೀ ಜನಾಂಗವನ್ನು ರೂಪಿಸುತ್ತಿರುವ ಪ್ರೊಫೆಸರ್.ಆದ್ದರಿಂದ ಇವರ ಮಕ್ಕಳು ಸುಸಂಸ್ಕೃತರೇ ಇರಬೇಕು ಎಂದು ಸಹಜವಾಗಿಯೇ

ನಾವು ಭಾವಿಸಬೇಕು.ನಮ್ಮ ಹುಡುಗನಿಗೆ ಎಚ್ಚರವಾದಾಗ, ಇವರು ನನ್ನ ಸಹಾಯಕ್ಕೆ ಬಂದವರು ಎಂದು ಹೇಳಿದರೆ, ಆಗ ನಮ್ಮ ಮರ್ಯಾದೆ ಏನು?"ಎಂದು ಗಡುಸಾಗಿ ಕೇಳಿದರು. ಗಲಿಬಿಲಿಗೊಂಡ ಆ ಇನ್ಸ್ ಪೆಕ್ಟರ್,

"ಈಗ ಏನು ಮಾಡಬೇಕು ಅಂತೀರಿ ಫಾದರ್?" ಎಂದ.

"ಮೊದಲು ಅವರ ಪಾಸ್ ಪೋರ್ಟುಗಳನ್ನು ಅವರಿಗೆ ವಾಪಾಸು ಕೊಡಿ"ಎನ್ನುತ್ತಿದ್ದ ಹಾಗೇ,

"ಅದು ಹೇಗೆ ಸಾಧ್ಯ ಫಾದರ್ ? ಇದು ಹಲ್ಲೆಯ ಕೇಸಾಗಿದ್ದರೆ ಆಗ?" ಎಂದ.

" ಆಯ್ತು, ಹಾಗೆ ಒಂದು ವೇಳೆ ಇದು ಹಲ್ಲೆಯ ಕೇಸು ಆಗಿದ್ದರೂ, ನಾನಾಗಲಿ ನಮ್ಮ ಹುಡುಗನಾಗಲಿ ನಿಮಗೆ ದೂರು ಕೊಡುವುದಿಲ್ಲ.ದೂರೇ ಇಲ್ಲದ ಮೇಲೆ ಎಲ್ಲಿದೆ ಕೇಸು?" ಎಂದು, " ನೀವು ನಮ್ಮ ಹುಡುಗನನ್ನು ಸಕಾಲದಲ್ಲಿ ಆಸ್ಪತ್ರೆಗೆ ಸೇರಿಸಿದ್ದಕ್ಕಾಗಿ ನಿಮಗೆ ಚರ್ಚು ಮತ್ತು ನಾವು ಅಭಾರಿಯಾಗಿರುತ್ತೇವೆ. ನಾನು ಮತ್ತು ನಮ್ಮ ಕಡೆಯವರು ನಮ್ಮ ಹುಡುಗನ ಉಸ್ತುವಾರಿಯನ್ನು ನೋಡಿಕೊಳ್ಳುತ್ತೇವೆ.ಇವರಿಗೆ ನೀವು ಯಾವ ಷರತ್ತುಗಳನ್ನು ವಿಧಿಸದೆ ಅವರಿಂದ ನೀವು ಪಡೆದ ಎಲ್ಲಾ ದಾಖಲೆಗಳನ್ನು ವಾಪಾಸು ಕೊಡಿ"ಎಂದರು.

"ಕ್ಷಮಿಸಿ ಫಾದರ್, ಹೀಗೆ ನಾವು ಶಂಕಿತ ಅಪರಾಧಿಗಳನ್ನು ವಿಚಾರಣೆಗೆ ಒಳಪಡಿಸದಿದ್ದರೆ, ಅದು ನಮ್ಮ ಕರ್ತವ್ಯ ಲೋಪ ಆಗುವುದಿಲ್ಲವೇ?" ಎಂದು ಫಾದರ್ ಮುಖ ನೋಡಿದ ಆ ಪೊಲಿಸ್ ಅಧಿಕಾರಿ. ಅದಕ್ಕೆ ಫಾದರ್ ನಸು ನಕ್ಕು,

"ನಾನು ನಿಮ್ಮ ಕರ್ತವ್ಯಕ್ಕೆ ಅಡ್ಡಿ ಮಾಡುತ್ತಿದ್ದೇನೆ ಎಂದು ಭಾವಿಸುತ್ತೀರಾ?" ಎಂದರು.

"ಹಾಗಲ್ಲಾ ಫಾದರ್, ನಿಶ್ಯಂಶಯವಾಗಿ ಇವರು ನಿರಪರಾಧಿಗಳು ಎನ್ನುವುದು ಸ್ಪಷ್ಟವಾಗುವವರೆಗೆ ಇವರನ್ನು ನಾವು ಪೊಲಿಸ್ ಕಣ್ಗೋಟದಲ್ಲಿ ಇರಿಸಿಕೊಳ್ಳುವುದು ಸಹಜ ನಡವಳಿಕೆ ಅಲ್ಲವೇ? ಹೀಗೆ ಅವರನ್ನು ಸಂಪೂರ್ಣವಾಗಿ ಕಾನೂನು ಚೌಕಟ್ಟಿನಿಂದ ಹೊರಗೆ ಬಿಟ್ಟರೆ ನಾವೇ ಅಪರಾಧವನ್ನು ಪ್ರೋತ್ಸಾಹಿಸಿದಂತೆ ಆಗುವುದಿಲ್ಲವೇ?" ಎಂದರು.

"ನೋಡಿ,ಇವರ ಅಪರಾಧ ರುಜುವಾತು ಆಗಿಲ್ಲ. ಒಂದು ವೇಳೆ ಇವರು ಅಪರಾಧಿಗಳೇ ಆಗಿದ್ದರು, ನಾವು ಕಂಪ್ಲೇಂಟ್ ಕೊಡುವುದಿಲ್ಲ ಎಂದು ಹೇಳಿದ್ದೇನೆ. ಕಂಪ್ಲೇಂಟ್ ಇಲ್ಲದ ಮೇಲೆ ತನಿಖೆಯ ಅಗತ್ಯ ಎಲ್ಲಿದೆ?"

"ಹೀಗೆ ಅಪರಾಧಿಗಳನ್ನು ವಿಚಾರಣೆಗೆ ಒಳಪಡಿಸದೆ ಬಿಟ್ಟರೆ ಹೇಗೆ ಫಾದರ್?"

"ನೋಡಿ ಜೀಸಸ್, ತನ್ನನ್ನು ಸಾಯಿಸಲು ಶಿಲುಬೆಗೆ ಮಲಗಿಸಿ ಮೊಳೆ ಹೊಡೆಯುತ್ತಿದ್ದವರನ್ನು ಕಂಡು ಏನು ಹೇಳಿದರು ಗೊತ್ತೇ? 'ತಂದೆಯೇ, ಇವರಿಗೆ ತಾವು ಏನು ಮಾಡುತ್ತಿದ್ದೇವೆ ಎನ್ನುವುದು ಗೊತ್ತಿಲ್ಲ; ಇವರನ್ನು ಕ್ಷಮಿಸು ' ಎಂದರು. ಅದು ಕ್ರಿಶ್ಚಿಯನ್ ಕಂಪ್ಯಾಷನ್. ಅದನ್ನು ನಾವು ನಮ್ಮ ಬದುಕಲ್ಲಿ ಅಳವಡಿಸಿಕೊಳ್ಳದಿದ್ದರೆ ನಾವು ಹೇಗೆ ಕ್ರಿಸ್ತನ ಹಿಂಬಾಲಕರು ಆಗಲು ಸಾಧ್ಯ ನೀವೇ ಹೇಳಿ?"

" ನೀವು ಫಾದರ್ ಆಗಿ ಆ ರೀತಿ ಹೇಳುವುದು ಅರ್ಥವಾಗುವಂತಹದೇ.ಆದರೆ ಪೊಲಿಸ್ ಕೆಲಸದಲ್ಲಿ ಇರುವ ನಾನು ಹಾಗೆ ಮಾಡಲು ಸಾಧ್ಯವೇ?"

"ಖಂಡಿತಾ ಅದು ನಿಮಗೆ ಸಹಜವಲ್ಲ,ಗೊತ್ತು. ಅದಕ್ಕೆಂದೇ ಚರ್ಚುಗಳು ಇರುವುದು. ನಾವು ನಿಮಗೆ ದೇವರ ಮಾರ್ಗ ತೋರಿಸಬೇಕಾದವರು. ದೇವರ ನ್ಯಾಯ ಎಲ್ಲ ನ್ಯಾಯಗಳಿಗಿಂತ ದೊಡ್ಡದು. ಇರಲಿ, ನಿಮ್ಮ ಅಧಿಕಾರದ ವ್ಯಾಪ್ತಿಯಲ್ಲಿ ಇಂಥಾ ನಿರ್ಣಯ ತೆಗೆದುಕೊಳ್ಳುವುದು ಕಷ್ಟಕರವೇ ಇರಬಹುದು. ನಾನು ನಿಮ್ಮ ಕಮಿಷನರ್ ಜೊತೆಗೆ ಮಾತಾಡುತ್ತೇನೆ. ಅವರ ಛೇಂಬರಿಗೆ ನನ್ನನ್ನು ಕರೆದುಕೊಂಡು ಹೋಗಿ" ಎಂದರು ಫಾದರ್.

" ಒಂದು ನಿಮಿಷ ಫಾದರ್, ನಾನೇ ಹೋಗಿ ಕಮಿಷನರನ್ನು ಕೇಳಿ ಬರುತ್ತೇನೆ, ಪ್ಲೀಜ್ " ಎನ್ನುತ್ತಾ, ಆ ಸಾರ್ಜೆಂಟ್ ಎದ್ದು ಕಮಿಷನರ ಚೇಂಬರಿಗೆ ಹೋದ.ಸ್ವಲ್ಪ ಹೊತ್ತಿನ ನಂತರ ಕಮಿಷನರೇ ಅಲ್ಲಿಗೆ ಬಂದು ಫಾದರ್ ಅವರ ಹಸ್ತ ಹಿಡಿದು ಚುಂಬಿಸಿ,

"ನಮ್ಮನ್ನು ಕ್ಷಮಿಸಿ ಫಾದರ್, ಗೊತ್ತಿಲ್ಲದೆ ನಮ್ಮ ಹುಡುಗರಿಂದ ಅಚಾತುರ್ಯವಾಗಿದ್ದರೆ ಅವರ ಪರವಾಗಿ ನಾನು ಕ್ಷಮೆ ಕೇಳುತ್ತೇನೆ.ಅವರ ಎಲ್ಲಾ ದಾಖಲೆ ಅವರಿಗೆ ಮರಳಿಸುತ್ತೇವೆ. ಅವರು ತಮ್ಮ ಮಕ್ಕಳನ್ನು ಕರೆದುಕೊಂಡು ಹೋಗಲಿ. ಅವರು ಮತ್ತೆ ಇಲ್ಲಿಗೆ ಅಥವಾ ಆಸ್ಪತ್ರೆಗೆ ಬರುವ ಅವಶ್ಯಕತೆ ಇಲ್ಲ" ಎಂದು ತಲೆ ಬಾಗಿಸಿ ವಿನಯದಿಂದ ಹೇಳಿದರು.ಆ ಪೊಲಿಸ್ ಅವರಿಗೆ ಕೇಸನ್ನು ವಿವರಿಸಿ ಹೇಳಿದ್ದ.

"ಥ್ಯಾಂಕ್ ಯು ಕಮಿಷನರ್ ಡಿಸೋಜ " ಎಂದು , ಭಾರತಿ ಭೂಷಣರತ್ತ ತಿರುಗಿ, "ನೀವು ಬಿಡುವು ಆದಾಗ ನಮ್ಮ ಚರ್ಚಿಗೆ ಒಮ್ಮೆ ಬನ್ನಿ" ಎಂದು ಹೇಳಿ ಫಾದರ್ ಅವರಿಬ್ಬರ ಕೈ ಕುಲುಕಿದರು.

ಭಾರತಿ ಮತ್ತು ಭೂಷಣ್, ಪೋಲಿಸ್ ವಶದಲ್ಲಿ ಇದ್ದ ಎಲ್ಲಾ ದಾಖಲೆಗಳನ್ನು ವಾಪಾಸು ಪಡೆದು, ತಮ್ಮಲ್ಲಿ ಯಾರಾದರು ಒಬ್ಬರು ಪ್ರತಿದಿನ ಆಸ್ಪತ್ರೆಗೆ, ವರ್ಗಿಸ್ ಗೆ ಎಚ್ಚರ ಬರುವವರೆಗೂ ಭೇಟಿ ಕೊಡುವುದಾಗಿ ಹೇಳಿ, ಫಾದರ್ ಗೆ ಥ್ಯಾಂಕ್ಸ್ ಹೇಳಿ ಅಲ್ಲಿಂದ ಹೊರಗೆ ಹೋದರು. ಅವರ ಜೊತೆಗೆ ದಿತಿ ಮತ್ತು ಜಯಕೀರ್ತಿ ಸಹ ಬರ್ಮಿಂಗ್ ಹ್ಯಾಮ್ ಮನೆಗೆ ಹೋದರು.

===o===

" ನೀನು ಯಾಕೆ ಆ ಬಸ್ ಸ್ಟಾಪಿನ ಹತ್ತಿರ ಇದ್ದೆ ಮತ್ತು ಕೀರ್ತಿ ಯಾಕೆ ಅಲ್ಲಿಗೆ ಬಂದಿದ್ದ?"

ಭಾರತಿ ಮಗಳನ್ನು ಕೇಳಿದಳು. ಬರ್ಮಿಂಗ್-ಹ್ಯಾಮ್ ಮನೆಗೆ ಬಂದು ಮೇಲೆ ಅವರೆಲ್ಲಾ ಹಾಲಿನಲ್ಲಿನ ಸೋಫಾದಲ್ಲಿ ಕುಳಿತಿದ್ದರು. ಅದಕ್ಕೆ ದಿತಿ,

" ಕೀರ್ತಿ, ಮೂನ್‌ಲಟ್ ಮಲ್ಟಿಪ್ಲೆಕ್ಸಿನಲ್ಲಿ ರಜನೀಕಾಂತನ ಮೂವಿ ಇದೆ ಹೋಗೋಣ ಎಂದು ನೆನ್ನೆಯೇ ಫೋನ್ ಮಾಡಿದ್ದ.ನನ್ನ ಕಾಲೇಜಿನ ಮುಂದೆ ಇರುವ ಬಸ್ಸ್ ಸ್ಟಾಪಿನ ಹತ್ತಿರ ಬರುವಂತೆ ನಾನೇ ಹೇಳಿದ್ದೆ. ನಾನು ನನ್ನ ಕ್ಲಾಸ್ ಮುಗಿದ ಮೇಲೆ, ಅಲ್ಲಿಗೆ ಬಂದು ಅವನನ್ನು ಕಾಯುತ್ತಿದ್ದೆ .ಆಗ ಅಲ್ಲಿಗೆ ಈ ವರ್ಗಿಸ್ ಬಂದು ಬಸ್ಸಿನ ಬಗೆಗೆ ಕೇಳುತ್ತಾ ,ನಾನು ಅವರ ಜೊತೆ ಮಾತಾಡುತ್ತಾ ಇದ್ದೆ. ಆಗ ಅಲ್ಲಿಗೆ ಬಂದ ಕೀರ್ತಿ ವಿನಾ ಕಾರಣ ಅವರನ್ನು ಜೋರಾಗಿಯೇ ತಳ್ಳಿದ. ಅವರೂ ಕರ್ನಾಟಕದಿಂದ ಬಂದವರು ಎನ್ನುವ ಕಾರಣಕ್ಕೆ ಅವರನ್ನು ಪರಿಚಯಿಸಲು ಹೋದೆ. ಆದರೆ ಕೀರ್ತಿ ಅದನ್ನು ಲಕ್ಷಿಸದೆ ಅವಸರಿಸಿ,ಅವರನ್ನು ಯಾಕೆ ತಳ್ಳಬೇಕಿತ್ತು?" ಎಂದಳು.

ಅದಕ್ಕೆ ಜಯಕೀರ್ತಿ, ”ಅಲ್ಲಾ ಕಣೇ, ನೀನು ಯಾಕೆ ಅವನ ಜೊತೆ ಅಷ್ಟು ಸಲಿಗೆಯಲ್ಲಿ ವರ್ತಿಸಿದ್ದು? ಅವನ ಪರಿಚಯ ಕಟ್ಟಿಕೊಂಡು ನನಗೆ ನಿನಗೆ ಆಗಬೇಕಾದದ್ದೇನು?”ಎಂದ.

” ಅವನು ತಾನು ಹೋಗಬೇಕಾದ ಬಸ್ಸಿನ ಬಗೆಗೆ ಮಾಹಿತಿ ಕೇಳಿದ.ನಾನು ಅವನ ಜೊತೆ ಆ ವಿಚಾರ ಮಾತಾಡಿದ್ದರಲ್ಲಿ ಏನು ತಪ್ಪಿದೆ? ಇಂಡಿಯಾದವನು ಅಂತ ಗೊತ್ತಾದ ಮೇಲೆ ಸಹಜವಾಗಿಯೇ ನನಗೆ ಆಸಕ್ತಿ ಬಂತು”ಎಂದಳು ದಿತಿ.

”ನನ್ನ ಹೋಟೆಲಿಗೆ ನೂರಾರು ಜನ ಇಂಡಿಯಾದವರು ಬರುತ್ತಾರೆ.ನಿನ್ನಂತೆ ನಾನೂ ನನ್ನ ದೇಶದವರು ಎಂದು ಅವರ ಜೊತೆಗೆ ಮಾತಿಗೆ ಕುಳಿತರೆ, ನಾನು ನನ್ನ ಹೋಟೆಲ್ ಮುಚ್ಚಿ ತಂಜಾವೂರಿಗೆ ಹೋಗಬೇಕಾಗುತ್ತದೆ, ಅಷ್ಟೆ. ನೀನಿನ್ನೂ ಎಳಸು, ಎಳಸಾಗಿ ಆಡ್ತಿದ್ದಿಯಾ. ಸುಮ್ಮನೆ ಅವನಿಗೆ ಬೈ ಹೇಳಿ ಕಾರಲ್ಲಿ ಬಂದು ಕುಳಿತಿದ್ದರೆ ಈ ರಂಪಾಟವೇ ಆಗುತ್ತಿರಲಿಲ್ಲ.ನನಗೇಕೆ ಬೇಕಿತ್ತು ಅವನ ಪರಿಚಯ? ನಿನ್ನ ತಪ್ಪು ಇಟ್ಟುಕೊಂಡು ನನ್ನನ್ನೇ ದಬಾಯಿಸುತ್ತೀಯಾ?”ಎಂದು ರೇಗಿದ.

ಜಯಕೀರ್ತಿ, ದಿತಿಗಿಂತ ಆರು ವರ್ಷ ದೊಡ್ಡವನಾಗಿದ್ದ. ಅವನು ಲಂಡನ್ನಿನಲ್ಲಿ 'ಈಸ್ಟ್ -ವೆಸ್ಟ್ ರೆಸ್ಟಾರೆಂಟ್ ' ಎನ್ನುವ ಹೋಟೆಲ್ ನಡೆಸುತ್ತಿದ್ದ.ತಂಜಾವೂರಿನಲ್ಲಿ ತಾತ ಮಾಡಿ ಇಟ್ಟ ಆಸ್ತಿ ಮೂರು ತಲೆಮಾರು ಕುಳಿತು ತಿನ್ನುವಷ್ಟು ಇತ್ತು.ಅವನ ತಾತನ ಹೆಸರಿನ ವರದರಾಜ ಕಾಲೇಜ್ ಆಫ್ ಸೈನ್ಸ್ ಅಂಡ್ ಆರ್ಟ್ಸ್ ಅಲ್ಲಿ ಅವನು ತನ್ನ ತಂದೆಯಂತೆ ಆಡಳಿತಾಧಿಕಾರಿಯಾಗಿ ಇದ್ದು, ತಾತನಂತೆ ರಾಜಕೀಯ ಮಾಡಬಹುದಿತ್ತು. ಕೀರ್ತಿಯ ತಾತ , ಡಾಕ್ಟರ್ ಭಾರತಿಯ ತಂದೆ, ವರದರಾಜ ಐಂಗಾರ್, ಆರು ಸಲ ಎಂ.ಎಲ್. ಎ. ಆಗಿದ್ದರೂ ತಮಗೆ ಬಂದ ಮಂತ್ರಿ ಪದವಿಯನ್ನು ನಿರಾಕರಿಸಿದ್ದವರು.ಆದರೆ ಜಯಕೀರ್ತಿಗೆ ಇವು ಯಾವುವೂ ಇಷ್ಟವಾಗದೆ ಲಂಡನ್ನಿಗೆ ಬಂದು ಹೋಟೆಲ್ ಉದ್ಯಮ ಆರಂಭಿಸಿದ್ದ.

ಉದ್ಯಮದ ನೆಪವಾಗಿ, ತಾನು ದಿತಿಗೆ ಹತ್ತಿರವಾಗಿ, ಅವಳನ್ನು ಒಲಿಸಿಕೊಂಡು ಮದುವೆಯಾಗಬೇಕು ಎನ್ನುವ ಆಕಾಂಕ್ಷೆಯೂ ಅವನಿಗಿತ್ತು. ಡಾಕ್ಟರ್ ಭಾರತಿಗೆ ಅಣ್ಣನ ಮಗನ ಈ ಸಾಹಸೋದ್ಯಮ ಇಷ್ಟವಾಗದಿದ್ದರೂ ಅವನ ಹಠಕ್ಕೆ ಸೋತು ಎಲ್ಲಾ ರೀತಿಯ ಸಹಕಾರ ನೀಡಿದ್ದಳು, ತನ್ನ ಅಪ್ಪನ ಮಾತಿಗೆ ಇಲ್ಲ ಎನ್ನದೇ. ಕೀರ್ತಿಯ ಅಪ್ಪ, ಭಾರತಿಯ ಅಣ್ಣ ನರಸಿಂಹನಿಗೂ ಮಗ ಲಂಡನ್ನಿನಲ್ಲಿ ಇರುವುದು ಇಷ್ಟ ಇರಲಿಲ್ಲ.

“ಆಯ್ತು ಕಣೋ, ನಾನು ಪೆದ್ದಿ ಆಯ್ತಾ? ನೀನು ತುಂಬಾ ಜಾಣ, ಇದನ್ನು ಹೇಗೆ ನಿಭಾಯಿಸುತ್ತೀಯಾ ಹೇಳು?” ಕಾಲ ಮೇಲೆ ಕಾಲು ಹಾಕುತ್ತಾ ಸವಾಲು ಹಾಕಿದಳು ದಿತಿ.

“ನಿಭಾಯಿಸಲಿಕ್ಕೆ ಏನು ಇದೆ?ಆಗಲೇ ಇತ್ಯರ್ಥವಾಗಿ, ನಮ್ಮ ಪಾಸ್ ಪೋರ್ಟುಗಳು ವಾಪಾಸು ಬಂದು, ನಾವು ಪೋಲಿಸ್ ಸ್ಟೇಷನ್ನಿಗೆ ಅಥವಾ ಆಸ್ಪತ್ರೆಗೆ ಬರುವ ಅಗತ್ಯ ಇಲ್ಲ ಎಂದು ಹೇಳಿದ್ದಾರಲ್ಲಾ? ಇನ್ನೇನು ಮಾಡಲಿಕ್ಕೆ ಇದೆ?” ಎಂದ ಜಯಕೀರ್ತಿ.

“ಅದು ಸರಿಯಪ್ಪಾ, ಸಧ್ಯಕ್ಕೆ ಏನೂ ಸಮಸ್ಯೆ ಇಲ್ಲ ಅಂದುಕೋ, ಫಾದರ್ ಕ್ರಿಸ್ಟೋಫರ್ ದಯೆಯಿಂದ. ನಾಳೆ ವರ್ಗಿಸ್ ಎಚ್ಚರವಾಗಿ ನೀನು ತಳ್ಳಿದ್ದಕ್ಕೇ ಅವನು ಬಿದ್ದು ಕಟ್ಟೆಗೆ ತಲೆ ಬಡಿದದ್ದು ಎಂದು ಪೋಲಿಸ್ ಹೇಳಿಕೆ ಕೊಟ್ಟರೆ ಆಗ ಏನು ಮಾಡುವುದು?”ಅದುವರೆಗೂ ಸುಮ್ಮನೆ ಇದ್ದ ಭೂಷಣ ಕೇಳಿದ.

“ಹಾಗೆ ಹೇಳಿದಾಗ ನೋಡಿಕೊಳ್ಳೋಣ ಅಂಕಲ್. ನನಗೆ ಆತ ಹಾಗೆ ಹೇಳಲಿಕ್ಕಿಲ್ಲ ಅನ್ನಿಸುತ್ತೆ . ಇದು ಆಕಸ್ಮಿಕವಾಗಿ ಆದದ್ದು ಎನ್ನುವುದು ಆತನಿಗೂ ಗೊತ್ತು. ಆದ್ದರಿಂದ ಇದು ಪೋಲಿಸ್ ಕೇಸು ಆಗುವುದಿಲ್ಲ.ಒಂದು ಕೃತ್ಯ ಅಪರಾಧ ಆಗಬೇಕಾದರೆ ಅಲ್ಲಿ ಒಂದು ಉದ್ದೇಶ ಇರಬೇಕು.ಇಲ್ಲಿ ಯಾವ ಉದ್ದೇಶ ಇದೆ ಅಂಕಲ್? ಅಲ್ಲಿಗೂ ಏನೂ ಆದೀತು?ಒಂದಿಷ್ಟು ಹಣ ಬಿಚ್ಚಬೇಕಾಗಬಹುದು. ಕೊಟ್ಟರೆ ಆಯ್ತು. ಷೋಗೆ ತಡವಾಗುತ್ತೆ ಬಾ ಎಂದು ನಾನು ದಿತಿಯನ್ನು ಅವಸರಿಸಿದೆ.ಅವಳು ಸುಮ್ಮನೆ ನನ್ನ ಜೊತೆ ಬಂದಿದ್ದರೆ ಈ ರಂಪಾಟ ಇರುತ್ತಿರಲಿಲ್ಲ.ಹಾಗೆಂದು ಹೇಳಿದರೆ ಅವಳಿಗೆ ಬೇಸರ ಆಗುತ್ತದೆ” ಎನ್ನುತ್ತಾ ದಿತಿಯ ಮುಖ ನೋಡಿದ.ದಿತಿಗೆ ಸಿಟ್ಟು ಬಂದು,

“ನಾನೇನು ಸಣ್ಣ ಹುಡುಗಿಯೇ, ನೀನೇಕೆ ನನ್ನ ಕೈ ಹಿಡಿದು ಎಳೆದೆ? ನಾನು ಯಾರ ಜೊತೆಗೆ ಯಾಕೆ ಮಾತನಾಡುತ್ತೇನೆ ಎನ್ನುವುದು ನನ್ನಿಷ್ಟ. ಅಪ್ಪ-ಅಮ್ಮರೇ ನನ್ನ ಸ್ವಾತಂತ್ರ್ಯಕ್ಕೆ ಅಡ್ಡ ಬಂದಿಲ್ಲ.ನೀನು ಯಾವ ಊರಿನ ದೊಣ್ಣೆ ನಾಯಕ ನನ್ನನ್ನು ಕೇಳಲು? ಇನ್ನೊಮ್ಮೆ ನನ್ನ ತಂಟೆಗೆ ಬರಬೇಡ.ನನ್ನ ಕಾಲೇಜು ಮತ್ತು ಅಪಾರ್ಟುಮೆಂಟು ಕಡೆಗೂ ಬರಬೇಡ. ಏನಿದ್ದರೂ ಮನೆಯಲ್ಲಿ ಅಷ್ಟೆ ನಮ್ಮ ಭೇಟಿ,ಸಂಬಂಧ.ಚೆನ್ನಾಗಿ ನೆನಪು ಇಟ್ಟುಕೋ”ಎನ್ನುತ್ತಾ ,ಎದ್ದು ಕೈ ತೊಳೆದು ತನ್ನ ರೂಮಿಗೆ ಹೋದಳು.

===o===

ಮಾರನೆಯ ದಿನ ದಿತಿ ಸುಮಾರು ಹನ್ನೊಂದು ಘಂಟೆಯ ಹೊತ್ತಿಗೆ, ಆಸ್ಪತ್ರೆಗೆ ವರ್ಗಿಸ್ ನನ್ನು ನೋಡಲು ಹೋದಳು.ಅವನಿಗೆ ಇನ್ನೂ ಎಚ್ಚರ ಬಂದಿರಲ್ಲಿಲ್ಲ. ಇವಳಿಗೆ ಮೊದಲೇ ಅಲ್ಲಿಗೆ ಬಂದಿದ್ದರು ಫಾದರ್ ಕ್ರಿಸ್ಟೋಫರ್.

”ಗುಡ್ ಮಾರ್ನಿಂಗ್ ಫಾದರ್ . ಅಮ್ಮ ನಿನ್ನೆ ನೀವು ನಮ್ಮ ಪಾಸ್ ಪೋರ್ಟು ಕೊಡಿಸಿದ್ದು ಎಲ್ಲಾ ಹೇಳಿದರು.ತುಂಬಾ ಥ್ಯಾಂಕ್ಸ್” ಎಂದಳು ತನ್ನ ಪರಿಚಯ ಹೇಳಿಕೊಂಡು.

“ಬಾಮ್ಮಾ , ಜೀವನದಲ್ಲಿ ಅನಿರೀಕ್ಷಿತ ಘಟನೆಗಳು ಉದ್ದಕ್ಕೂ ಬರುತ್ತಲೇ ಇರುತ್ತವೆ.ಅವು ನಮ್ಮ ನಂಬಿಕೆ ಮತ್ತು ಗುಣಮೌಲ್ಯಗಳನ್ನು ಪರೀಕ್ಷಿಸಲು ಬರುತ್ತವೆ. ಇನ್ನೂ ಅವನಿಗೆ ಎಚ್ಚರ ಬಂದಿಲ್ಲ.ಡಾಕ್ಟರ್ ಹೇಳುತ್ತಾರೆ ಇನ್ವೆಸ್ಟಿಗೇಷನ್ನಿನ ಎಲ್ಲಾ ರಿಪೋರ್ಟುಗಳು ನಾಮರ್ಲ್ಲಾಗಿವೆಯಂತೆ.ಮಿದುಳಿಗೆ ಸ್ವಲ್ಪ ಪೆಟ್ಟು ಬಿದ್ದರೂ ಒಳಗೆ ರಕ್ತಸ್ರಾವ ಆಗಿಲ್ಲವಂತೆ. ಅದು ಅವನ ಅದೃಷ್ಟ. ಮಿದುಳಿನ ಎಡಿಮಾ ಇಳಿದು ಅವನಿಗೆ ಯಾವಾಗ ಬೇಕಾದರೂ ಎಚ್ಚರ ಬರಬಹುದು ಎಂದು ಹೇಳಿದ್ದಾರೆ ಡಾಕ್ಟರ್. ನಾವು ಗಾಬರಿ ಆಗಬೇಕಾಗಿಲ್ಲ” ಎಂದು ಸಾಂತ್ವನದ ಮಾತುಗಳನ್ನು ಆಡಿದರು.

ದಿತಿ ವರ್ಗಿಸನತ್ತ ನೋಡಿದಳು. ಅವನು ಮುಚ್ಚಿದ ಕಣ್ಣುಗಳನ್ನು ತೆರೆದಿರಲಿಲ್ಲ.ತಲೆಗೆ ಬ್ಯಾಂಡೇಜ್ ಹಾಕಿದ್ದರು.ರಕ್ತನಾಳದ ಮೂಲಕ ಮಾನಿಟಾಲ್ ಡ್ರಿಪ್ ಸಣ್ಣದಾಗಿ ಅವನ ರಕ್ತಕ್ಕೆ ಸೇರುತ್ತಿತ್ತು.ಫಾದರ್ ಕ್ರಿಸ್ಟೋಫರ್ ದಿತಿಯನ್ನು ಅವಳು ಓದುತ್ತಿರುವ ಕಾಲೇಜು ಮತ್ತು ವ್ಯಾಸಂಗದ ಬಗಗೆ ವಿಚಾರಿಸಿ,

“ನೀನು ಕಾಲೇಜಿಗೆ ಹೋಗುವವಳು. ಇಲ್ಲಿಗೆ ನಿತ್ಯ ಬರುವುದು ಬೇಡ.ಇವತ್ತು ನಾಳೆಯಲ್ಲಿ ಅವನಿಗೆ ಎಚ್ಚರ ಬಂದಾಗ ನಾನೇ ನಿನಗೆ ಫೋನ್ ಮಾಡಿ ತಿಳಿಸುತ್ತೇನೆ” ಎಂದರು.

ದಿತಿ ಅವರಿಗೆ ತ್ಯಾಂಕ್ಸ್ ಹೇಳಿ ತನ್ನ ಮೊಬೈಲ್ ಫೋನ್ ನಂಬರ್ ಕೊಟ್ಟು ಅಲ್ಲಿಂದ ತೆರಳಿದಳು.ಆ ದಿನ ಸಾಯಂಕಾಲ ಭೂಷಣ ಮತ್ತು ಭಾರತಿ ಸಹ ಆಸ್ಪತ್ರೆಗೆ ಹೋಗಿ ಬಂದರು.ಆದರೆ ಜಯಕೀರ್ತಿ ಆಸ್ಪತ್ರೆ ಅಥವಾ ಪೋಲಿಸ್ ಸ್ಟೇಷನಿನತ್ತ ಸುಳಿಯಲಿಲ್ಲ. ವರ್ಗಿಸ್ ಎಚ್ಚರ ಬಂದ ಮೇಲೆ ಏನು ಹೇಳುತ್ತಾನೆ ಎಂಬ ಆತಂಕ ಭಾರತಿ ಮತ್ತು ಭೂಷಣರನ್ನು ಸದಾ ಬಾಧಿಸುತ್ತಿತ್ತು. ಜಯಕೀರ್ತಿ ನಿರಾತಂಕವಾಗಿ ತನ್ನ ಹೋಟೆಲ್ ನೋಡಿಕೊಂಡು ಇದ್ದ. ಅವನು ಹೋಟೆಲಿನಲ್ಲಿಯೇ ವಾಸಿಸುತ್ತಿದ್ದುದರಿಂದ, ತನ್ನ ಅತ್ತೆ ಮಾಮರನ್ನು ಮತ್ತೆ ನೋಡಬೇಕಾಗಿ ಇರಲಿಲ್ಲ ಎನ್ನುವುದು ಅವನಿಗೆ ನೆಮ್ಮದಿಯ ವಿಷಯವಾಗಿತ್ತು.

===o===

ಮೂರನೆಯ ದಿನ ಬೆಳಗ್ಗೆ ಹತ್ತು ಘಂಟೆಯ ಸುಮಾರಿಗೆ ವರ್ಗಿಸ್ ಗೆ ಎಚ್ಚರವಾದಾಗ, ಅಲ್ಲಿ, ಅವನನ್ನು ನೋಡಲು ಬಂದಿದ್ದ ದಿತಿ, ಆಸ್ಪತ್ರೆಯ ಅವನ ವಾರ್ಡಿನಲ್ಲಿಯೇ ಇದ್ದಳು. ಡಾಕ್ಟರ್ ಬಂದು ಅವನನ್ನು ದೀರ್ಘವಾಗಿ ಪರೀಕ್ಷಿಸಿ, ಇನ್ನೊಮ್ಮೆ ಅಗತ್ಯದ ಇನ್ವೆಸ್ಟಿಗೇಷನ್ ಮಾಡಿಸಲು ಹೇಳಿ, ಪೋಲಿಸ್ ಸ್ಟೇಷನ್ನಿಗೆ ಫೋನ್ ಮಾಡಿ, ವಿಷಯ ತಿಳಿಸಿದರು.

"ನಾನು ಅವರನ್ನು ಮಾತಾಡಿಸ ಬಹುದೇ?" ದಿತಿ ಡಾಕ್ಟರನ್ನು ಕೇಳಿದಳು.

"ಹ್ದೂಂ...ಮಾತಾಡಿಸಿ ಆದರೆ ಜಟಿಲವಾದ ಪ್ರಶ್ನೆಗಳನ್ನು ಮತ್ತು ಕೆದಕುವ ಪ್ರಶ್ನೆಗಳನ್ನು ಕೇಳಬೇಡಿ" ಎಂದರು ಆ ಡಾಕ್ಟರ್.

ದಿತಿ ವರ್ಗಿಸನ ಹತ್ತಿರ ಹೋಗಿ,

"ಹಲೋ" ಎಂದಳು. ವರ್ಗಿಸ್ ಅವಳನ್ನು ನೋಡಿ "ಹಲೋ" ಎಂದ. ಅವನಿಗೆ ಅವಳ ಗುರುತು ಸಿಗಲಿಲ್ಲ.

" ನಾನು ಯಾರೂಂತ ನೆನಪು ಇದೆಯಾ?" ಮುಗುಳ್ನಕ್ಕು ಕೇಳಿದಳು.

"ಸಾರಿ, ಗೊತ್ತಾಗಲಿಲ್ಲ" ಎಂದ. ಅಷ್ಟರಲ್ಲಿ ಅಲ್ಲಿಗೆ ಬಂದ ಡಾಕ್ಟರ್,

"ಪ್ಲೀಜ್, ಪೋಲಿಸ್ ಬಂದಿದ್ದಾರೆ , ಅವರು ಮಾತಾಡಲು ಬಿಡಿ." ಎಂದರು. ದಿತಿ ಮಂಚದಿಂದ ದೂರ ಸರಿದು ನಿಂತಳು. ಸಾರ್ಜೆಂಟ್ ಅವಳನ್ನು ಗುರುತಿಸಿ 'ಹೈ... ' ಎಂದ. ದಿತಿಯು 'ಹೈ... 'ಎಂದಳು.

"ನಿಮ್ಮ ಕಜಿನ್ ಬರಲಿಲ್ಲವೇ?" ಎಂದ.

"ಇಲ್ಲ, ಫೋನ್ ಮಾಡಿ ಕರೆಸಲೇ?" ಎಂದಳು.

"ಈಗ ಬೇಡ ಇರಿ, ನೋಡೋಣ " ಎಂದು ಮಂಚದ ಮೇಲೆ ದಿಂಬಿಗೆ ಒರಗಿ, ಕಾಲುಗಳನ್ನು ನೀಡಿಕೊಂಡು ಕುಳಿತಿದ್ದ ವರ್ಗಿಸ್ ಹತ್ತಿರ ಹೋಗಿ ಹೈ ಅಂದ. ವರ್ಗಿಸ್ ಕೈ ಎತ್ತಿ ಹೈ ಎಂದ. ಅಲ್ಲಿ ಇದ್ದ ಡಾಕ್ಟರ್ ವರ್ಗಿಸ್ ಗೆ,

"ಇವರು CHARING CROSS POLICE STATION ನಿಂದ ಬಂದಿದ್ದಾರೆ. ಪೋಲಿಸ್ ಸಾರ್ಜೆಂಟ್. ಇವರೇ ನಿಮ್ಮನ್ನು ಆಸ್ಪತ್ರೆಗೆ ಸೇರಿಸಿದ್ದು" ಎಂದು ಪರಿಚಯಿಸಿದರು. ದಿತಿಯನ್ನು ಸನ್ನೆ ಮಾಡಿ ಹತ್ತಿರಕ್ಕೆ ಕರೆದ ಆ ಸಾರ್ಜೆಂಟ್, ವರ್ಗಿಸ್ ಕಡೆಗೆ ತಿರುಗಿ,

" ಇವರ ಗುರುತು ಸಿಕ್ಕುತ್ತದೆಯಾ ನಿಮಗೆ?" ಎಂದರು. ದಿತಿ ಇನ್ನಷ್ಟು ಸಮೀಪ ಹೋಗಿ ನಿಂತಳು ವರ್ಗಿಸ್ ಸ್ವಲ್ಪ ಹೊತ್ತು ದಿಟ್ಟಿಸಿ ನೋಡಿ,

"ಓಹ್, ಆ ದಿನ ಬಸ್ ಸ್ಟಾಪಿನ ಹತ್ತಿರ ನಾನು ಮಾತಾಡಿಸಿದ್ದು ನಿಮ್ಮನ್ನೇ ಅಲ್ಲವೇ? ಸಾರಿ, ಹೆಸರು ಮರೆತು ಹೋಗಿದೆ," ನಸು ನಗುತ್ತಾ ಹೇಳಿದ.

"ನನ್ನ ಹೆಸರು ದಿತಿ" ಎಂದು ಕೈ ಚಾಚಿದಳು ದಿತಿ. "ವರ್ಗಿಸ್, ಜಾನ್ ವರ್ಗಿಸ್ " ಎಂದು ಕೈ ಕುಲುಕಿ,

" ಆ ದಿನ ನಿಮ್ಮ ಜೊತೆ ಇನ್ನೊಬ್ಬರು ಇದ್ದರು ಅಲ್ಲವೇ?"ಎಂದ. ದಿತಿ ಬಾಯಿ ಬಿಡುವ ಮೊದಲೇ ಸಾರ್ಜೆಂಟ್,

"ಅದನ್ನೇ ನಾನು ನಿಮ್ಮನ್ನು ಕೇಳಲಿಕ್ಕೆ ಬಂದಿರುವುದು.ಇವರ ಜೊತೆಯಲ್ಲಿ ಇದ್ದ ಇವರ ಕಜಿನ್ ನಿಮ್ಮ ಮೇಲೆ ಹಲ್ಲೆ ಮಾಡಿ, ನೀವು ಕೆಳಗೆ ಬಿದ್ದು ನಿಮಗೆ ಏಟಾಗಿರಬಹುದು ಎಂದು ನಮ್ಮ ಅನುಮಾನ. ನೀವು ಏನು ಹೇಳುತ್ತೀರಿ?"ಎಂದರು. ಜಾನ್ ದಿಂಬಿಗೆ ಒರಗಿ ಕುಳಿತು,

"ಏನು ಹೇಳುತ್ತಿದ್ದೀರಿ ನೀವು? ಅವರು ನನ್ನ ಸಹಾಯಕ್ಕೆ ಬಂದವರು" ಎಂದ.

" ಮತ್ತೆ ,ನೀವು ಬಿದ್ದು, ಕಟ್ಟೆಗೆ ತಲೆ ಬಡಿದದ್ದು ಹೇಗೆ?"ಎಂದು ಅವರು ಕೇಳಿದರು. ಅವರ ಪಕ್ಕದಲ್ಲಿಯೇ ನಿಂತಿದ್ದ ಇನ್ನೊಬ್ಬ ಪೊಲಿಸ್ ಈ ಪ್ರಶ್ನೋತ್ತರಗಳನ್ನು ತಮ್ಮ ಕೈಯಲ್ಲಿನ ನೋಟ್ ಪುಸ್ತಕದಲ್ಲಿ ಬರೆದುಕೊಳ್ಳುತ್ತಿದ್ದರು.

" ನಾನು ಆ ದಿನ ಬೆಳಗ್ಗೆ ತಿಂಡಿ ತಿಂದವನು, ಸಾಯಂಕಾಲದವರೆಗೆ ಏನನ್ನೂ ತಿಂದಿರಲಿಲ್ಲ. ಅದಕ್ಕೆ ಹೈಪೋಗ್ಲೈಸೀಮಿಯಾ ಆಗಿ ತಲೆ ಸುತ್ತು ಬಂದು ಬಿದ್ದಿರಬೇಕು. ಹಾಗೆ ತಲೆ ಸುತ್ತು ಬಂದಾಗ ಇವರು ನನ್ನ ಪಕ್ಕದಲ್ಲಿ ಇದ್ದರು.ನಾನು ನನ್ನ ಚರ್ಚಿನ ಕಡೆಗೆ ಹೋಗುವ ಸಿಟಿ ಬಸ್ಸಿನ ಟೈಮಿಂಗ್ಸ್ ಬಗೆಗೆ ಅಲ್ಲಿಯೇ ಇದ್ದ ಇವರನ್ನು ವಿಚಾರಿಸಿದ್ದೆ. ಹಾಗೆ ಮಾತಾಡುತ್ತಾ ಇದ್ದಾಗ ಇವರನ್ನು ಹುಡುಕಿಕೊಂಡು ಒಬ್ಬ ಯುವಕ ಬಂದ.ಅವರನ್ನು ನನಗೆ ಇವರು ಪರಿಚಯಿಸಿದಾಗ, ನಾನು ಕುಳಿತಲ್ಲಿಯಿಂದ ದಿಢೀರೆಂದು ಮೇಲಕ್ಕೆ ಎದ್ದು ಕೈ ಚಾಚಿದೆ. ಇದ್ದಕ್ಕಿದ್ದ ಹಾಗೆ ತಲೆ ಸುತ್ತು ಬಂದು ಕಣ್ಣು ಕತ್ತಲೆಯಾಗಿ ಮುಗ್ಗರಿಸಿ ಬಿದ್ದೆ. ಆ ನಂತರ ಏನಾಯ್ತು ಎನ್ನುವುದು ನೆನಪಲ್ಲಿ ಇಲ್ಲ" ಎಂದ ವರ್ಗಿಸ್.

"ನಿಮಗೆ ದಿತಿ ಮತ್ತು ಇವರ ಕಜಿನ್ ಜಯಕೀರ್ತಿಯವರ ಪರಿಚಯ ಮೊದಲೇ ಇತ್ತಾ?"

"ಇಲ್ಲ, ನಾನು ಅವರನ್ನು ಮೊದಲಬಾರಿಗೆ ಆ ಬಸ್ ಸ್ಟಾಪ್ ಹತ್ತಿರ ನೋಡಿದ್ದು.ಇವರ ಜೊತೆಗೆ ಇದ್ದವರು ಇವರ ಕಜಿನ್ ಎನ್ನುವುದು ನನಗೆ ಈಗಲೇ ಗೊತ್ತಾದದ್ದು.ಈ ಮೊದಲು ಯಾವತ್ತು ಇವರನ್ನು ನೋಡಿರಲಿಲ್ಲ." ಎಂದ ವರ್ಗಿಸ್ , ದಿತಿಯ ಕಡೆ ಮುಖ ಮಾಡಿ,

"ಆ ದಿನ ನಾನು ತಲೆ ಸುತ್ತು ಬಂದು ಬಿದ್ದಾಗ ನೀವು ಮತ್ತು ನಿಮ್ಮ ಕಜಿನ್ ನನಗೆ ಸಹಾಯ ಮಾಡಿ ಆಸ್ಪತ್ರೆಗೆ ಸೇರಿಸಿರಬೇಕು. ನಿಮಗೆ ನನ್ನ ಧನ್ಯವಾದಗಳು.ನಿಮ್ಮ ಕಜಿನ್ ಎಲ್ಲಿ ?"ಎಂದ.

ಅದಕ್ಕೆ ದಿತಿ,

" ಅವರು ಇಲ್ಲಿಯೇ ಹೋಟೆಲ್ ಉದ್ಯಮಿಯಾಗಿದ್ದಾರೆ. ಇನ್ನೊಮ್ಮೆ ನಾನು ಅವರ ಜೊತೆಗೆ ಬಂದು,ಅವರನ್ನು ಭೇಟಿ ಮಾಡಿಸುತ್ತೇನೆ"ಎಂದು ಹೇಳಿ ಡಾಕ್ಟರತ್ತ ತಿರುಗಿ,

" ಇವರು ಇನ್ನು ಎಷ್ಟು ದಿನಗಳವರೆಗೆ ಇಲ್ಲಿ ಇರಬೇಕಾಗುತ್ತದೆ?" ಎಂದು ಕೇಳಿದಳು.

" ಅವರಿಗೆ ಪೂರ ಎಚ್ಚರವಿದೆ. ಬೇರೆ ಯಾವ ತೊಂದರೆಯೂ ಇಲ್ಲ. ಅವರು ನಾಳೆಯೇ ಬೇಕು ಎಂದರೆ ಡಿಸ್ಚಾರ್ಜು ಮಾಡಿಸಿಕೊಂಡು ಹೋಗಬಹುದು.ತಲೆಗೆ ಹಾಕಿರುವ ಹೊಲಿಗೆಗಳನ್ನು ಇನ್ನು ಒಂದು ವಾರ ಬಿಟ್ಟುಬಂದು ಬಿಚ್ಚಿಸಬೇಕು"ಎಂದರು. ಅಷ್ಟರಲ್ಲಿ ಪೋಲಿಸ್ ಸಾರ್ಜೆಂಟ್,

"ನೀವು ಆ ದಿನ ಬಸ್ ಸ್ಟಾಪಿನ ಹತ್ತಿರ ಯಾಕೆ ಇದ್ದಿರಿ?" ಎಂದು ವರ್ಗಿಸನ್ನು ಕೇಳಿದರು.

"ನೋಡಿ ಸರ್, ಆ ದಿನ ನಾನು ಸಿಟಿ ಬಸ್ಸಿನಲ್ಲಿ ಎಲ್.ಎಸ್.ಎ. ಕಾಲೇಜಿಗೆ ಅಲ್ಲಿಯ ಕೋರ್ಸುಗಳ ಬಗೆಗೆ ಮಾಹಿತಿ ಪಡೆಯಲು ಹೋಗಿದ್ದೆ. ವಾಪಾಸು ಬರಲು ಬಸ್ ಸ್ಟಾಪಿನ ಹತ್ತಿರ ಬಸ್ ಕಾಯುತ್ತಿದ್ದಾಗ ಇವರ ಪರಿಚಯ ಆಯ್ತು, ಅಷ್ಟೇ. ನೀವು ಯಾಕೆ ಇಷ್ಟು ಚಿಕ್ಕ ವಿಚಾರಕ್ಕೆ ಅಷ್ಟೊಂದು ತಲೆ ಕೆಡಿಸಿಕೊಳ್ಳುತ್ತೀರೋ ಅರ್ಥವಾಗುತ್ತಿಲ್ಲ"ಎಂದು ನಕ್ಕ. ಆ ಸಾರ್ಜೆಂಟ್,

" ಈಗ, ಇದು ಚಿಕ್ಕ ವಿಚಾರ ಅನ್ನಿಸಿ, ಇಬ್ಬರೂ ಒಂದಾಗಿ ಏನೂ ಆಗಿಲ್ಲ ಎನ್ನುವುದು ನಿಮಗೆ ಸುಲಭ. ಆದರೆ ಪೋಲಿಸರಾದ ನಮಗೆ ಇದು ತಲೆ ಕೆಡಿಸುವ ವಿಷಯವೇ.ಇಲ್ಲಿ ಇಬ್ಬರು ಪ್ರಾಯದ ಯುವಕರು ಮತ್ತು ಒಬ್ಬ ತರುಣಿ ಇದ್ದು, ಇದು ಪ್ರೀತಿಯ ವಿಷಯಕ್ಕೆ ಜಗಳವಾಗಿ ನಡೆದ ಹಲ್ಲೆ ಯಾಕಿರಬಾರದು ಎಂದು ನಮ್ಮ ಪೋಲಿಸ್ ಬುದ್ಧಿ ಸಹಜವಾಗಿಯೇ ಅನುಮಾನಿಸುತ್ತದೆ.ನಾವು ಕೇಸು ಮಾಡಿ ವಿಚಾರ ಮಾಡದಿದ್ದರೆ ನಾಳೆ ಪೇಪರು ಮತ್ತು ಟಿ.ವಿ ಯವರು ಪೋಲಿಸರ ಮಾನವನ್ನು ಜಾಲಾಡಿ ಬಿಡುತ್ತಾರೆ ಗೊತ್ತೇ?"ಎಂದರು. ಆಗ ವಿಷಯ ತಿಳಿದು ಅಲ್ಲಿಗೆ ಫಾದರ ಕ್ರಿಸ್ಟೋಫರ್ ಬಂದರು. ಸಾರ್ಜಂಟು ಅವರಿಗೆ ವಿಷ್ ಮಾಡಿದ. ಅವರು ವರ್ಗಿಸ್ ಹತ್ತಿರ ಹೋಗಿ ಅವನ ತಲೆ ಸವರಿ "ಹೇಗಿದ್ದೀಯಾ?"ಎಂದು ಕೇಳಿದರು. ವರ್ಗಿಸ್ ನೆಟ್ಟಗೆ ಕುಳಿತು,

" ಚೆನ್ನಾಗಿದ್ದೇನೆ ಫಾದರ್ "ಎಂದ.

ಡಾಕ್ಟರ್ ಅವರಿಗೆ ವಿಷ್ ಮಾಡಿ,

"ಪ್ರಜ್ಞೆ ಬಂದು ಎಲ್ಲಾ ನಾರ್ಮಲ್ ಆಗಿದೆ ಫಾದರ್. ಇವರು ಇವತ್ತು ಒಂದು ದಿನ ಇಲ್ಲಿ ಇದ್ದು ನಾಳೆ ಡಿಸ್ಚಾರ್ಜು ಆಗಿ ಹೋಗಬಹುದು" ಎಂದರು. ಫಾದರ್ ಡಾಕ್ಟರಿಗೆ ಥ್ಯಾಂಕ್ಸ್ ಹೇಳಿ ಪೋಲಿಸ್ ಸಾರ್ಜೆಂಟರ ಕಡೆಗೆ ತಿರುಗಿ,

" ನಿಮ್ಮ ವಿಚಾರಣೆ ಪೂರಾ ಆಯ್ತಾ?"ಎಂದು ಕೇಳಿದರು.

" ಆಯ್ತು ಫಾದರ್. ಅವರು ಹೇಳುತ್ತಾರೆ ತಾವೇ ತಲೆ ಸುತ್ತು ಬಂದು ಬಿದ್ದದ್ದು ಎಂದು . ಹೀಗಾಗಿ ಯಾವುದೇ ದೂರು ತಕರಾರು ಇಲ್ಲವಾದ್ದರಿಂದ ಇಲ್ಲಿಗೆ ನಮ್ಮ ಕರ್ತವ್ಯ ಮುಗಿಯಿತು.ಸಧ್ಯ ಅವರು ಯಾವ ಗಂಭೀರವಾದ ಗಾಯ- ದೇಹ ಬಾಧೆಗಳು ಇಲ್ಲದೆ, ಹುಷಾರಾಗಿರುವುದು ಅವರ ಅದೃಷ್ಟ ಮತ್ತು ಪೋಲಿಸ್ ಆದ ನಮಗೆ ನೆಮ್ಮದಿಯ ವಿಚಾರ"ಎಂದರು.

"ನಿಮ್ಮಿಂದಾಗಿ ನಮ್ಮ ಹುಡುಗ ಸಕಾಲದಲ್ಲಿ ಆಸ್ಪತ್ರೆ ಸೇರಿ ಯೋಗ್ಯ ಚಿಕಿತ್ಸೆ ದೊರೆತು ಹುಷಾರಾಗಿದ್ದಾನೆ.ಇದು ದೇವರು ಮೆಚ್ಚುವ ಕೆಲಸ.ನಿಮ್ಮ ಕರ್ತವ್ಯ ಪ್ರಜ್ಞೆಗೆ

ಅಭಿನಂದನೆಗಳು" ಎನ್ನುತ್ತಾ ಮತ್ತೊಮ್ಮೆ ಅವರ ಕೈ ಕುಲುಕಿದರು.

ಸಾರ್ಜೆಂಟ್,

" ಅದು ನಮ್ಮ ಕರ್ತವ್ಯ ಫಾದರ್"ಎಂದು ಹೇಳಿ ವರ್ಗೀಸ್ ಕಡೆಗೆ ತಿರುಗಿ,

" ನೀವು ಡಿಸ್ಚಾರ್ಜು ಆಗಿ ಹೋಗುವ ಮೊದಲು ಸ್ಟೇಷನ್ನಿಗೆ ಬಂದು ಒಂದು ಹೇಳಿಕೆ ಬರೆದುಕೊಟ್ಟು ಹೋಗಬೇಕು"ಎಂದರು . ವರ್ಗೀಸ್ ಮಾತನಾಡುವ ಮೊದಲೇ ಫಾದರ್ ಕ್ರಿಸ್ಟೋಫರ್,

"ಬರುತ್ತಾನೆ ಮತ್ತು ನೀವು ಹೇಳಿದಂತೆ ಬರೆದುಕೊಡುತ್ತಾನೆ, ಗಾಡ್ ಬ್ಲೆಸ್ ಯು" ಎಂದರು.

===o===

" ಇವರು ಯಾರೂ ಅಂತ ಗೊತ್ತಾಯ್ತಾ?" ದಿತಿ, ಕೀರ್ತಿಯನ್ನು ಕೇಳಿದಳು, ವರ್ಗೀಸನ ಕಡೆ ಬೆರಳು ಮಾಡಿ ತೋರಿಸಿ.ಈ ಘಟನೆ ನಡೆದು ಒಂದು ತಿಂಗಳೇ ಆದ ಮೇಲೆ ಒಂದು ಶನಿವಾರ ಬೆಳಗ್ಗೆ ಕೀರ್ತಿಯ ಹೋಟೆಲ್ಲಿನಲ್ಲಿ ಬೆಳಗಿನ ತಿಂಡಿ ಮಾಡಿ, ಅವರು ಕೌಂಟರ್ ನಲ್ಲಿ ಕುಳಿತಿದ್ದ ಕೀರ್ತಿಯನ್ನು ಭೇಟಿಯಾದರು. ದಿತಿ ಏನೇ ಹೇಳಿದರು ಜಯಕೀರ್ತಿ ಆಸ್ಪತ್ರೆಗೆ ಹೋಗಿ ವರ್ಗೀಸನನ್ನು ಭೇಟಿ ಆಗಿರಲಿಲ್ಲ.

" ಇಲ್ಲ, ಗೊತ್ತಿಲ್ಲ, ನಿನ್ನ ಕಾಲೇಜಿನ ವಿದ್ಯಾರ್ಥಿ ಇರಬೇಕು ಅನಿಸುತ್ತೆ" ಎಂದು ಹೇಳುತ್ತಾ ಎದ್ದು ನಿಂತು,

" ಹಲೋ, ನೈಸ್ ಟೂ ಮೀಟ್ ಯು"ಎಂದು ವರ್ಗೀಸನ ಕಡೆಗೆ ಕೈ ಚಾಚಿದ.

" ಮಿ ಟೂ" ಎಂದು ವರ್ಗೀಸ್ ಕೈ ಕುಲುಕಿದ.

"ಆ ದಿನ ಬಸ್ ಸ್ಟಾಪಿನಲ್ಲಿ ಬಿದ್ದು,ತಲೆಗೆ ಪೆಟ್ಟಾಗಿ ಆಸ್ಪತ್ರೆಗೆ ಸೇರಿದ್ದರಲ್ಲಾ ಅವರೇ ಇವರು,ನನ್ನ ಹೊಸ ಬಾಯ್ ಫ್ರೆಂಡ್" ಎಂದಳು ದಿತಿ. ಈ ಅನಿರೀಕ್ಷಿತ ಹೊಡೆತಕ್ಕೆ ಏನೂ ಹೇಳಲು ತೋಚದೆ ಒಂದು ಕ್ಷಣ ಸುಮ್ಮನೇ ಇದ್ದ ಜಯಕೀರ್ತಿ,

"ಮತ್ತೊಮ್ಮೆ ಯಾವಾಗಲಾದರೂ ಬಿಡುವಿನಲ್ಲಿ ಸಿಕ್ಕೋಣ " ಎಂದು ವರ್ಗೀಸ್ ಗೆ ಹೇಳಿ ತನ್ನ ಕೆಲಸದಲ್ಲಿ ಮಗ್ನನಾದ. ಅವರು ಹೋಟೆಲ್ ಹೊರ ಬಾಗಿಲ ಹತ್ತಿರ ಇದ್ದಾಗ ಕೀರ್ತಿ,

" ಹೇ ದಿತಿ, ಒಂದು ನಿಮಿಷ ಬಾ ಇಲ್ಲಿ" ಎಂದು ಕೂಗಿದ. ಅವಳು ಕೌಂಟರ್ ಹತ್ತಿರ ಹೋಗುತ್ತಿದ್ದ ಹಾಗೆ,

"ಈ ಸಂಜೆ ನಾನು ಬರ್ಮಿಂಗ್ ಹ್ಯಾಮ್ ಮನೆಗೆ ಹೋಗುತ್ತಿದ್ದೇನೆ. ನೀನೂ ತಪ್ಪದೆ ಬಾ " ಎಂದು ಹೇಳಿ, ಅವಳ ಪ್ರತಿಕ್ರಿಯೆಗೆ ಕಾಯದೆ, ಕೌಂಟರಿನ ಮೇಲೆ ಮೇನೇಜರರನ್ನು ಕೂಡಿಸಿ, ಒಂದನೇ ಮಹಡಿಯಲ್ಲಿನ ತನ್ನ ರೂಮಿನತ್ತ ಹೆಜ್ಜೆ ಹಾಕಿದ. ಅವನ ಈ ಒರಟು ವರ್ತನೆ ದಿತಿಗೆ ಹೊಸದೇನು ಆಗಿರಲಿಲ್ಲ.

"ಏನು ಅಂತ ಕೇಳಬಹುದೇ?"ವರ್ಗೀಸ್ ತಡೆಯಲಾಗದೇ ತನ್ನ ವಿಷಯ ಇರಬಹುದೇ ಎನ್ನುವ ಕುತೂಹಲದಿಂದ ಕೇಳಿದ.

" ಅಂಥದ್ದೇನೂ ಇಲ್ಲ, ಖಾಸಗಿ ವಿಷಯ,ಕಮಾನ್ ಷೋಗೆ ಇನ್ನೂ ಅರ್ಧ ಘಂಟೆ ಇದೆ.ಅಷ್ಟರಲ್ಲಿಯೇ ಷಾಪಿಂಗ್ ಮುಗಿಸಬೇಕು"ಎಂದು ಅವಸರಿಸಿದಳು ದಿತಿ.ಆ ದಿನದ

ಗಲಾಟೆಯಲ್ಲಿ ಕೀರ್ತಿ ಏಕಾಏಕಿ ತಳ್ಳಿದ ರಭಸಕ್ಕೆ ತಾನು ಜಾರಿ ಬಿದ್ದು, ತಲೆಗೆ ಪೆಟ್ಟಾದದ್ದು ಎನ್ನುವುದು ಗೊತ್ತಿದ್ದೂ ವರ್ಗಿಸ್, ಪೋಲಿಸ್ ಸಾರ್ಜೆಂಟರ ಹತ್ತಿರ ತಾನೇ ಬಿದ್ದದ್ದು ಎಂದು ಹೇಳಿಕೆ ಕೊಟ್ಟಿದ್ದ.

ದಿತಿ ಅವನನ್ನು " ನಿನಗೆ ಆ ದಿನ ಸಂಜೆ ಏನು ನಡೆಯಿತು ಎನ್ನುವುದು ನೆನಪು ಇಲ್ಲವೇ?"ಎಂದು ಕೇಳಿದ್ದಳು ಒಮ್ಮೆ. ಅದಕ್ಕೆ ವರ್ಗಿಸ್,

"ನಿಮ್ಮನ್ನು ಮಾತಾಡಿಸಿದ್ದು ಮತ್ತು ನೀವು ನಿಮ್ಮ ಕಜಿನ್ ಅವರನ್ನು ಪರಿಚಯಿಸಿದ್ದು ನೆನಪಿದೆ.ಆ ಮೇಲೆ ಏನಾಯ್ತು ಗೊತ್ತಿಲ್ಲ" ಎಂದು ಸುಳ್ಳು ಹೇಳಿದ್ದ, ಸುಮ್ಮನೆ ಇದನ್ನು ಹಗರಣ ಮಾಡಿ ಆ ಚಂದದ ಹುಡುಗಿಯನ್ನು ಯಾಕೆ ನೋಯಿಸಬೇಕು ಎಂದು ಮನಸಿನಲ್ಲಿ ಭಾವಿಸುತ್ತಾ ಆ ಪೋಲಿಸ್ ಸಾರ್ಜೆಂಟಿಗೆ ಹಾಗೆ ಹೇಳಿದ್ದ. ಅಲ್ಲಿಗೂ ಅದು ಆಕಸ್ಮಿಕ ಘಟನೆಯಾಗಿದ್ದು, ಅದಕ್ಕೆ ಯಾರನ್ನೂ ಹೊಣೆ ಮಾಡುವುದು ಸರಿಯಲ್ಲ ಎಂದು ತೀರ್ಮಾನಿಸಿದ್ದ. ಅವನ ಈ ಸಾಧು ಗುಣದಿಂದ ದಿತಿ ಅವನೆಡೆಗೆ ಆಕರ್ಷಿತಳಾಗಿ ಅವನನ್ನು ಸ್ನೇಹಿತನನ್ನಾಗಿ ಸ್ವಿಕರಿಸಿ, ಅವರು ವಾರದ ಕೊನೆಯಲ್ಲಿ ಭೇಟಿಯಾಗ ತೊಡಗಿದ್ದರು.ವರ್ಗಿಸ್ ಸಹ ಅವಳ ಮುಗ್ಧ ನೇರ ನಡೆನುಡಿಗಳಿಗೆ ಖುಷಿಯಾಗಿ ಅವಳ ಜೊತೆಗೆ ಸ್ನೇಹದಲ್ಲಿ ಇದ್ದು, ಆಗಾಗ್ಗೆ ಫೋನ್ ಮಾಡುತ್ತಾ ಭೇಟಿಯಾಗುತ್ತಾ, ಖುಷಿಯಿಂದ ಮಾತನಾಡುತ್ತಾ ಟ್ವಿಗೇ ಸುತ್ತುತ್ತಾ,ಅವರು ದಿನದಿಂದ ದಿನಕ್ಕೆ ಹತ್ತಿರವಾಗತೊಡಗಿದರು.

ಆದರೆ ಜಯಕೀರ್ತಿಗೆ ಅವಳು ಹೋಟೆಲ್ ಗೆ ಬಂದು ಅವನನ್ನು ಪರಿಚಯಿಸುವವರೆಗೂ ಇದು ಗೊತ್ತೇ ಇರಲಿಲ್ಲ, ಜಯಕೀರ್ತಿ ಉತ್ತಮ ಹಿನ್ನೆಲೆಯನ್ನು ಹೊಂದಿದ್ದರೂ, ಅವನಿಗೆ ಓದಿನಲ್ಲಿ ಆಸಕ್ತಿ ಬರಲಿಲ್ಲ. ಹಾಗೂ ಹೀಗೂ ಕಷ್ಟಪಟ್ಟು ಅವನು ಒಂದು ಬಿ.ಎ. ಮುಗಿಸಿದಾಗ ಅವನ ತಂದೆ ನರಸಿಂಹ,

" ನಾನೂ ಬಿ.ಎಸ್.ಸಿ ಮಾಡಲು ಇಷ್ಟು ಕಷ್ಟ ಪಟ್ಟಿರಲಿಲ್ಲ" ಎಂದು ತನ್ನ ತಂದೆ ವರದರಾಜ್ ರವರ ಮುಂದೆ ಹೇಳಿ ನಕ್ಕಿದ್ದ. ಆಗ ಅವರು,

" ಲಕ್ಷ್ಮಿಯನ್ನು ಒಲಿಸಿಕೊಳ್ಳುವಷ್ಟು ಸುಲಭವಲ್ಲ ಅವಳ ಅಕ್ಕನನ್ನು ಒಲಿಸಿಕೊಳ್ಳುವುದು. ಸಾಕು ಬಿಡು, ಒಂದು ಬಿ.ಎ ಅಂತ ಅಯ್ತಲ್ಲಾ.ಅವನೇನು ಓದಿ ನೌಕರಿಗೆ ಸೇರಬೇಕಿತ್ತೇ?"ಎಂದಿದ್ದರು,

"ನಾನು ಎಂ.ಎಸ್ಸಿ ಗೆ ಸೇರುತ್ತೇನೆ ಎಂದಾಗಲೂ ನೀವು ಇವೇ ಮಾತುಗಳನ್ನು ಆಡಿದ್ದಿರಿ" ಎಂದ ನರಸಿಂಹ.

" ಇನ್ನೂ ನಿನ್ನ ನೆನಪಲ್ಲಿ ಇದೆಯಾ ಅದು? ನಾನು ಯಾಕೆ ಹಾಗೆ ಹೇಳಿದ್ದೆ ಎನ್ನುವುದೂ ನಿನ್ನ ನೆನಪಲ್ಲಿ ಇರಬೇಕು" ಎಂದಿದ್ದರು.

ನರಸಿಂಹ ಬಿ.ಎಸ್.ಸಿ. ಪಾಸಾದ ವರ್ಷ ತನ್ನ ಸಹಪಾಠಿ,ಸುಜಾನಳನ್ನು ಮದುವೆಯಾಗುವ ಹಠ ಹಿಡಿದಿದ್ದ. ಮಗ ಕ್ರಿಶ್ಚಿಯನ್ ಹುಡುಗಿಯನ್ನು ಮದುವೆಯಾದರೆ ತಮ್ಮ ವಂಶದ ಪರಂಪರೆಯೇ ದಿಕ್ಕು ತಪ್ಪುತ್ತದೆ ಎನ್ನುವ ಕಾರಣಕ್ಕೆ ಮತ್ತು ಅವನು ಮದ್ರಾಸಿಗೇ ಹೋಗಿ ಅಲ್ಲಿ ಎಂ.ಎಸ್ಸಿ ಮಾಡುತ್ತೇನೆ ಎಂದು ಹೇಳಿದ್ದಕ್ಕೆ ಅವರು ಒಪ್ಪಿಗೆ ಕೊಟ್ಟಿರಲಿಲ್ಲ. ಆ ಹುಡುಗಿಯೂ ಮದ್ರಾಸಿನಲ್ಲಿಯೇ, ಇವನು ಸೇರಲು ಬಯಸಿದ್ದ ಕಾಲೇಜಿನಲ್ಲಿಯೇ ಎಂ.ಎಸ್ಸಿ

ಗೆ ಸೇರಿದ್ದನ್ನು ಅವರು ವಿಚಾರಿಸಿ ತಿಳಿದುಕೊಂಡಿದ್ದರು. ತಮಗೆ ಗೊತ್ತಾಗದ ಹಾಗೆ ಅವನು ಆ ಕ್ರಿಶ್ಚಿಯನ್ ಹುಡುಗಿಯನ್ನು ಎಲ್ಲಿ ರಿಜಿಸ್ಟರ್ ಮದುವೆ ಮಾಡಿಕೊಳ್ಳುತ್ತಾನೆಯೋ ಎನ್ನುವ ಭಯದಲ್ಲಿ ಅವರು ಒಪ್ಪಿಗೆ ಕೊಟ್ಟಿರಲಿಲ್ಲ. ಅವನನ್ನು ಕಾಲೇಜಿನ ಆಡಳಿತಕ್ಕೆ ಪ್ರಧಾನ ಕಾರ್ಯದರ್ಶಿಯನ್ನಾಗಿಸಿ ಅವನಿಗೆ ಅಯ್ಯಂಗಾರ್ ಹುಡುಗಿಯನ್ನೇ ತಂದು ಮದುವೆ ಮಾಡಿದ್ದರು. ಕ್ರಮೇಣ ನರಸಿಂಹ ಆ ಹುಡುಗಿಯನ್ನು ಮರೆತು ಕಾಲೇಜು ಮನೆಯ ವ್ಯವಹಾರಗಳಲ್ಲಿ ತನ್ನನ್ನು ತೊಡಗಿಸಿಕೊಂಡಿದ್ದ. ತನ್ನ ತಂಗಿ ಭಾರತಿಯಂತೆ ತನ್ನ ಮಗಜಯಕೀರ್ತಿಯನ್ನು ನುರಿತ ಡಾಕ್ಟರನ್ನಾಗಿ ಮಾಡಬೇಕು ಅಂದುಕೊಂಡಿದ್ದ. ಆದರೆ ಓದಿನಲ್ಲಿ ಆಸಕ್ತಿ ಇಲ್ಲದ ಜಯಕೀರ್ತಿ ಪಿ.ಯು.ಸಿ ಯನ್ನು ಮೂರನೆಯ ದರ್ಜೆಯಲ್ಲಿ ಪಾಸು ಮಾಡಿ ಅಪ್ಪನ ಆಸೆಗೆ ತಣ್ಣೀರು ಎರಚಿದ್ದ. ಆದಾಗ್ಯೂ ಮಗ ಇಷ್ಟ ಪಟ್ಟರೆ ಡೊನೇಷನ್ ಕಟ್ಟಿ ಅವನನ್ನು ಡಾಕ್ಟರನ್ನಾಗಿ ಮಾಡುತ್ತಿದ್ದ. ಕೋಟ್ಯಾಧೀಶನಾದ ಅವನಿಗೆ ಎಂ.ಬಿ.ಬಿ.ಎಸ್. ಸೀಟಿಗೆ ಡೊನೇಷನ್ ಕಟ್ಟುವುದು ಪ್ರಯಾಸದ ವಿಷಯವೇನೂ ಆಗಿರಲಿಲ್ಲ. ಆದರೆ ಕೀರ್ತಿ ಸುತಾರಂ ಒಪ್ಪದೆ, ಸೋದರತ್ತೆ ಭಾರತಿಯ ಜೊತೆಗೇ ಲಂಡನ್ನಿಗೆ ಬಂದು ಹೋಟೆಲ್ ಆರಂಭಿಸಿದ್ದ. ಅವನು ದಿತಿಯನ್ನು ಮದುವೆಯಾಗುವ ಆಸೆಯನ್ನು ಇಟ್ಟುಕೊಂಡಿದ್ದ. ಆದರೆ ಈ ಆಸೆಯನ್ನು ಯಾರ ಮುಂದೆಯೂ, ತನ್ನ ತಾಯಿ ಪಂಕಜಾಕ್ಷಿಯವರ ಹತ್ತಿರವೂ ಹೇಳಿಕೊಂಡಿರಲಿಲ್ಲ.

===o===

ಜಯಕೀರ್ತಿ, ತನ್ನ ಕಾರಿನಲ್ಲಿ ಆ ಶನಿವಾರ, ಬರ್ಮಿಂಗ್-ಹ್ಯಾಮಿನಲ್ಲಿದ್ದ ತನ್ನ ಆಂಟಿ ಭಾರತಿಯ ಮನೆ ತಲುಪಿದಾಗ, ಸಮಯ ಸಂಜೆ ಸುಮಾರು ಆರು ಗಂಟೆಯಾಗಿತ್ತು. ಅವನು ಮೊದಲೇ ಫೋನ್ ಮಾಡಿ ಹೇಳಿರಲಿಲ್ಲ. ಆದಾಗ್ಯೂ ಭಾರತಿ ಮತ್ತು ಭೂಷಣ ಮನೆಯಲ್ಲೇ ಇದ್ದರು. ಭಾರತಿ ಕರೆಘಂಟೆಯ ಶಬ್ದಕ್ಕೆ ಎದ್ದು ಬಂದು ಪೀಪ್ ಮಾಡಿದಾಗ , ಜಯಕೀರ್ತಿ ಅಲ್ಲಿ ನಿಂತಿರುವುದು ಕಾಣಿಸಿ, ಬಾಗಿಲು ತೆರೆದು,

“ ಬಾ, ಇದೇನು ಫೋನ್ ಮಾಡದೇ ಬಂದೆ? ಏನಾದರೂ ಅರ್ಜೆಂಟಾ?” ಎನ್ನುತ್ತಾ ಹಾಲಿಗೆ ಹೋಗಿ, ಸೋಫಾದಲ್ಲಿ ಕುಳಿತು, ತಾನು ನೋಡುತ್ತಿದ್ದ ಟಿ.ವಿ ಯನ್ನು ಆಫ್ ಮಾಡಿದಳು.

”ಟಿ.ವಿ. ಯಾಕೆ ಆಫ್ ಮಾಡಿದಿರಿ ಆಂಟೀ, ಅಂಥಾ ಅರ್ಜೆಂಟ್ ಏನೂ ಇಲ್ಲ. ಹಾಗೆ ಸುಮ್ಮನೇ ಬಂದೆ. ಅಂಕಲ್ ಎಲ್ಲಿ?” ಎಂದ ಜಯಕೀರ್ತಿ ಸೋಫಾದಲ್ಲಿ ಕೂಡುತ್ತಾ.

”ಅಂಕಲ್ ತಮ್ಮ ರೂಮಿನಲ್ಲಿದ್ದಾರೆ. ಅವರು ಯಾವಾಗಲೂ ಏನನ್ನಾದರೂ ಓದುತ್ತಾ ಕುಳಿತಿರುತ್ತಾರೆ”ಎಂದ ಭಾರತಿ,

“ ಇರು, ಒಂದಿಷ್ಟು ಕಾಫಿ ತರುತ್ತೇನೆ” ಎನ್ನುತ್ತಾ ಕಿಚನ್ ಒಳಕ್ಕೆ ಹೋದಳು. ಜಯಕೀರ್ತಿ ಟಿ.ವಿ. ಆನ್ ಮಾಡಿ ನೋಡುತ್ತಾ ಕುಳಿತ.

ಭಾರತಿ ಒಂದು ತಟ್ಟೆಯಲ್ಲಿ ಚಿಪ್ಸ್ ತಂದು, ಕಾಫಿ ಕೊಟ್ಟಳು

“ನಂಗೂ ಒಂಚೂರು ಕಾಫಿ” ಎನ್ನುತ್ತಾ ಮೆಟ್ಟಿಲು ಇಳಿದು ಬಂದ ಭೂಷಣ, ಜಯಕೀರ್ತಿಯ ಕಡೆಗೆ ತಿರುಗಿ,

" ಯಾವಾಗ ಬಂದೆ?" ಎನ್ನುತ್ತಾ ಅವನ ಪಕ್ಕದಲ್ಲಿ ಕುಳಿತ.

" ಈಗ ತಾನೇ ಬಂದೆ ಅಂಕಲ್." ಎಂದ ಜಯಕೀರ್ತಿ ಪಕ್ಕಕ್ಕೆ ಸರಿಯುತ್ತಾ.

" ಹೋಟೆಲ್ ಹೇಗೆ ನಡೆಯುತ್ತಿದೆ ?"

"ನಷ್ಟವೇನೂ ಇಲ್ಲ ಅಂಕಲ್, ಲಾಭದಲ್ಲೇ ಇದೆ.ಆದರೆ ವರ್ಕರುಗಳದೇ ಹಿಂಸೆ. ಕೆಲಸಕ್ಕೆ ಸೇರಿದವರು ಯಾರೂ, ಎರಡು ತಿಂಗಳೂ ಸರಿಯಾಗಿ ನಿಲ್ಲುವುದಿಲ್ಲ. ಮತ್ತೆ ಈ ದೇಶದಲ್ಲಿ ವಿಪರೀತ ಟ್ಯಾಕ್ಸುಗಳು. ನಮ್ಮ ಲಾಭದಲ್ಲಿ ಸಿಂಹಪಾಲು ತೆರಿಗೆಗೆ ಹೋಗುತ್ತದೆ " ಎಂದು ನಕ್ಕ.

" ನೀನು ಇಂಡಿಯಾದಿಂದ ಬಂದವರನ್ನೇ ಕೆಲಸಕ್ಕೆ ಇಟ್ಟುಕೊಂಡರೆ ಆದೀತೇನೋ" ಎನ್ನುತ್ತಾ ಭಾರತಿ ತಂದಿಟ್ಟ ಕಾಫಿ ಕೈಗೆತ್ತಿಕೊಂಡ. ಭಾರತಿ ಪಕ್ಕದಲ್ಲಿದ್ದ ಕುರ್ಚಿಯಲ್ಲಿ ಕುಳಿತಳು.

"ಅದೂ ಆಯ್ತು.ಬೇರೆ ದೇಶದವರು ಅಥವಾ ಲೋಕಲ್ಸ್ ಕೆಲಸಗಾರರು ಚೊಕ್ಕಟವಾಗಿ ಕೆಲಸಮಾಡಿದರೆ, ನಮ್ಮ ಇಂಡಿಯನ್ಸ್ ವರ್ಕರ್ಸಿಗೆ ಸ್ವಚ್ಚತೆಯೇ ಗೊತ್ತಿಲ್ಲ. ಹೇಗೆಂದರೆ ಹಾಗೆ ಮಾಡಿ ನನಗೆ ಗಿರಾಕಿಗಳ ದೂರುಗಳು ಬಂದವು. ಅವರಿಗೆ ಸ್ವಚ್ಚತೆಯ ತರಬೇತು ಕಲಿಸುವುದು ಬಹಳ ಕಷ್ಟ."

" ಯಾಕೆ?" ಭಾರತಿ ಕೇಳಿದಳು.

" ಅದೆಲ್ಲಾ ಅವರು ಹುಟ್ಟಿ ಬೆಳೆದ ಪರಿಸರದ ಸಂಸ್ಕಾರ ಆಂಟಿ. ತಮ್ಮ ದೈನಿಂದಿನ ಬದುಕಲ್ಲಿ ಅವರು ಸ್ವಚ್ಚತೆಯನ್ನು ಪಾಪಾಡಿಕೊಂಡರೆ, ಇಲ್ಲೂ ಹಾಗೇ ಇರುತ್ತಿದ್ದರು. ಅವರಿಗೆ ಗೊತ್ತಿದ್ದೂ ಆ ಕಡೆಗೆ ಗಮನ ಹರಿಸುವುದಿಲ್ಲ. ಮತ್ತೆ ನುರಿತ ಕೆಲಸಗಾರರು ಹೆಚ್ಚಿನ ಸಂಬಳ ಕೇಳುತ್ತಾರೆ. ಬೇರೆ ಹೋಟೆಲಿನಲ್ಲಿ ಸಂಬಳ ಜಾಸ್ತಿ ಸಿಕ್ಕರೆ, ನನ್ನ ಹೋಟೆಲ್ ಬಿಟ್ಟು ಬೇರೆ ಹೋಟೆಲಿಗೆ ಹೋಗುತ್ತಾರೆ.ಆದರೆ ಅವರು ನಮ್ಮ ದೇಶದ ಕೆಲಸಗಾರರಂತೆ ಹಣದ ಬಾಕಿ ಇಟ್ಟುಕೊಂಡು ಹೋಗುವುದಿಲ್ಲ. ಮತ್ತು ನಮ್ಮವರಂತೆ ಹೇಳದೆ ಕೇಳದೆ ಹೋಗುವುದಿಲ್ಲ.ಹೀಗಾಗಿ ನಾನು ಇಂಡಿಯಾದ ಕೆಲಸಗಾರರನ್ನು ನೇಮಿಸಿಕೊಳ್ಳುವುದನ್ನು ಬಿಟ್ಟು ಬಿಟ್ಟಿದ್ದೇನೆ. ನಮ್ಮವರು ಎನ್ನುವುದು ಕೆಲಸಕ್ಕೆ ಬಾರದ ಭ್ರಮೆ ಅಷ್ಟೇ" ಎಂದ ಜಯಕೀರ್ತಿ,

" ಅದೆಲ್ಲಾ ಗೋಳು ಈಗ ಯಾಕೆ ಬಿಡಿ"ಎಂದು, "ದಿತಿ ಬಂದಿಲ್ಲವೇ?" ಎಂದು ಕೇಳಿದ ಕಾಫಿಯ ಲೋಟ ಕೆಳಗೆ ಇಡುತ್ತಾ. ದಿತಿ ಸಾಮಾನ್ಯವಾಗಿ ತಿಂಗಳಲ್ಲಿ ಒಂದು ವಾರಾಂತ್ಯ ಮಾತ್ರ ಅಮ್ಮ- ಅಪ್ಪನ ಮನೆಗೆ ಬಂದು ಹೋಗುತ್ತಿದ್ದಳು.

"ಅವಳು ಎಂಟು ಘಂಟೆಗೆ ಬರುತ್ತೇನೆ ಎಂದು ಫೋನ್ ಮಾಡಿದ್ದಳು. ನಿನಗೆ ಸಿಕ್ಕಿದ್ದಳೇ?" ಭಾರತಿ ಕೇಳಿದಳು.

" ಸಿಕ್ಕಿದ್ದಳು ಎಂದರೆ ಈ ದಿನ ಬೆಳಗ್ಗೆ ನನ್ನ ಹೋಟೆಲಿಗೆ ಬಂದಿದ್ದಳು" ಎಂದ ಕೀರ್ತಿ, ಅನುಮಾನಿಸಿ, "ಅವಳ ಜೊತೆಯಲ್ಲಿ ಆ ಹುಡುಗನೂ ಇದ್ದ" ಎಂದ.

" ಯಾವ ಹುಡುಗ?" ಭಾರತಿ ಕೇಳಿದಳು.

" ಅದೇ, ಆ ದಿನ ನಮ್ಮ ಮೇಲೆ ಪೋಲಿಸ್ ಕೇಸ್ ಮಾಡಿದ್ದನಲ್ಲ, ಆ ಕ್ರಿಶ್ಚಿಯನ್ ಹುಡುಗ. ಅವನ ಜೊತೆಯಲ್ಲಿ ಬೆಳಗಿನ ತಿಂಡಿಗೆ ನನ್ನ ಹೋಟೆಲಿಗೆ ಬಂದಿದ್ದಳು ", ಆಕ್ಷೇಪಣೆಯ ಧ್ವನಿಯಲ್ಲಿ ಹೇಳಿದ ಕೀರ್ತಿ.

"ಏನು ಹೇಳುತ್ತಿದ್ದೀಯಾ, ಅವರು ಯಾವುದೇ ಕಂಪ್ಲೇಟ್ ಕೊಡಲಿಲ್ಲ. ಅಷ್ಟೇ ಅಲ್ಲ ಅದು ತನ್ನದೇ ತಪ್ಪಿನಿಂದ ಆದದ್ದು ಎಂದು ಪೊಲಿಸರ ಮುಂದೆ ಹೇಳಿಕೆ ಕೊಡಲಿಲ್ಲವೇ?" ಭೂಷಣ ಆಕ್ಷೇಪಿಸಿದ.

"ಅವರಿಂದಾಗಿ ನಾವು ಪೋಲಿಸ್ ಸ್ಟೇಷನ್ನಿಗೆ ಹೋಗಿದ್ದು ನಿಜ ಅಲ್ಲವೇ?" ಎಂದ ಜಯಕೀರ್ತಿ. ಅವನ ಧ್ವನಿಯಲ್ಲಿ ಅಸಮಧಾನ ಇತ್ತು.

ಭೂಷಣ ಭಾರತಿಯ ಮುಖ ನೋಡಿದ.ಕೀರ್ತಿಯ ಈ ಆರೋಪ ಭೂಷಣನಿಗೆ ಅಷ್ಟೇ ಅಲ್ಲ,ಭಾರತಿಗೂ ಅಸಾಧು ಅನ್ನಿಸಿತು. ಅವಳು ಆ ದಿನ ನಡೆದ ಘಟನೆಗಳ ವಿವರಗಳನ್ನು ದಿತಿಯಿಂದ ಕೇಳಿ ತಿಳಿದಿದ್ದಳು.

"ನೋಡು ಕೀರ್ತಿ,ದಿತಿ ನನಗೆ ಎಲ್ಲಾ ಹೇಳಿದ್ದಾಳೆ. ಆ ದಿನ ನೀನು ಸ್ವಲ್ಪ ಸಮಾಧಾನದಿಂದ ವರ್ತಿಸಿದ್ದರೆ ಇದು ಯಾವುದೂ ಆಗುತ್ತಲೇ ಇರಲಿಲ್ಲ. ಸುಮ್ಮನೇ ಯಾಕೆ ಅವರ ಮೇಲೆ ಆರೋಪ ಹೊರಿಸುತ್ತೀಯಾ?" ಎಂದಳು ಭಾರತಿ.

" ಏನು ಹಾಗೆ ಅಂದರೆ ಆಂಟೀ?"

" ಆ ದಿನದ ಘಟನೆಯ ವಿವರಗಳನ್ನು ದಿತಿ ನನಗೆ ಹೇಳಿದ್ದಾಳೆ. ಅವಳು ಹೇಳುವ ಪ್ರಕಾರ ಇದರಲ್ಲಿ ಆ ಹುಡುಗನ ತಪ್ಪು ಏನಿದೆ ನೀನೇ ಹೇಳು?" ಎಂದಳು ಗಂಭೀರವಾಗಿ.

" ಈಗ ಯಾಕೆ ಅದೆಲ್ಲಾ ಬಿಡು, ಅದು ಮುಗಿದು ಹೋದ ವಿಚಾರ ", ಚರ್ಚೆ ಗಂಭೀರವಾಗುತ್ತಿರುವುದನ್ನು ಮನಗಂಡ ಹೇಳಿದ ಭೂಷಣ.

" ನನಗೆ ನಿಮಗೆ ಇದು ಮುಗಿದು ಹೋದ ವಿಚಾರ ಇರಬಹುದು ಆದರೆ ದಿತಿಗೆ ಇದು ಈಗ ತಾನೇ ಪ್ರಾರಂಭವಾಗುತ್ತಿರುವ ಅಧ್ಯಾಯ ಇರಬೇಕು" ವ್ಯಂಗ್ಯವಾಗಿ ಹೇಳಿದ ಜಯಕೀರ್ತಿ.

ಭೂಷಣ ಮತ್ತು ಭಾರತಿ ಒಬ್ಬರ ಮುಖ ಒಬ್ಬರು ನೋಡಿ ಅವನ ಕಡೆಗೆ ತಿರುಗಿ ಒಟ್ಟಿಗೇ,

" ಹಾಗಂದ್ರೇ ಏನೋ?" ಎಂದು ಕೇಳಿದರು.

" ಈ ದಿನ ಬೆಳಗ್ಗೆ ಅವಳು ಒಬ್ಬಳೇ ಬಂದಿರಲಿಲ್ಲ. ಆ ಕ್ರಿಶ್ಚಿಯನ್ ಹುಡುಗನ ಜೊತೆಗೆ ಬಂದಿದ್ದಳು. ನೋಡಿದರೆ ಅವರು ಆ ದಿನದಿಂದಲೂ ಪರಸ್ಪರರ ಸಂಪರ್ಕದಲ್ಲಿ ಇದ್ದಾರೆ ಅನಿಸುತ್ತದೆ."

" ಆಯ್ತು, ಇದ್ದರೂ ಇರಬಹುದು. ಇದ್ದರೆ ಏನು ಸಮಸ್ಯೆ ?" ಎಂದಳು ಭಾರತಿ.

" ನಿಮಗೆ ಏನೂ ಸಮಸ್ಯೆ ಇಲ್ಲದಿರಬಹುದು . ಆದರೆ ನನಗೆ ಇದು ಸಮಸ್ಯೆಯೇ" ಎನ್ನುತ್ತಾ ಎದ್ದು ನಿಂತ ಜಯಕೀರ್ತಿ.

"ಯಾಕೆ ಎದ್ದೆ ಕೂತುಕೋ. ನಿನಗೆ ಇದು ಹೇಗೆ ಸಮಸ್ಯೆ ಅನ್ನುವುದು ನನಗೆ ಅರ್ಥವಾಗಲಿಲ್ಲ.ಸ್ವಲ್ಪ ಬಿಡಿಸಿ ಹೇಳು? " ಎಂದ ಭೂಷಣ. ಭಾರತಿ ಸಹ, "ನನಗೂ ಏನೂ ಅನ್ನುವುದು ತಿಳಿಯಲಿಲ್ಲ. ಅದೇನು ಸ್ವಲ್ಪ ಬಿಡಿಸಿ ಹೇಳು" ಎಂದಳು.

" ದಿತಿ ಹೇಗೂ ಬರುತ್ತಾಳಲ್ಲ, ಆಗ ಬಿಡಿಸಿ ಹೇಳುತ್ತೇನೆ . ಈಗ ಮೇಲೆ ಹೋಗಿ ಸ್ವಲ್ಪ ರೆಸ್ಟ್ ತೆಗೆದುಕೊಳ್ಳುತ್ತೇನೆ" ಎನ್ನುತ್ತಾ ಮಹಡಿ ಮೇಲಿನ ಗೆಸ್ಟು ರೂಮಿಗೆ ಹೋಗಲು ಮೆಟ್ಟಿಲು ಹತ್ತಿರ ಹೋದ ಕೀರ್ತಿ.

" ದಿತಿ ಇಲ್ಲಿಗೆ ಒಬ್ಬಳೇ ಬರುತ್ತಿಲ್ಲ, ಆದ್ದರಿಂದ ನೀನು ಏನು ಹೇಳಬೇಕೆಂದಿದ್ದೀ , ಅದನ್ನು ಈಗಲೇ ಹೇಳಿಬಿಡು" ಎಂದ ಭೂಷಣ.ಹಿಂದಕ್ಕೆ ತಿರುಗಿ ಬಂದ ಜಯಕೀರ್ತಿ,

"ಅವಳ ಜೊತೆ ಇನ್ನಾರು ಬರುತ್ತಾರೆ?" ಎಂದು ಕೇಳಿದ.

"ನಾನು ಅವಳ ಬಾಯ್ ಫ್ರೆಂಡನ್ನೂ ರಾತ್ರಿಯ ಊಟಕ್ಕೆ ಇನ್ವೈಟ್ ಮಾಡಿದ್ದೇನೆ" ಎಂದಳು ಭಾರತಿ.

"ಯಾವ ಫ್ರೆಂಡ್ ಆಂಟೀ?" ಎನ್ನುತ್ತಾ ಭಾರತಿಯ ಕಡೆಗೆ ತಿರುಗಿ ಕೇಳಿದ. ಈಗ ಭೂಷಣ,

" ಜಾನ್ ವರ್ಗಿಸ್ಸನ ಜೊತೆಗೆ ಬರುತ್ತಿದ್ದಾಳೆ.ಹೇಗೂ ನೀನೂ ಈಗಾಗಲೇ ಬಂದಿದ್ದೀಯಾ.ಎಲ್ಲರೂ ಒಟ್ಟಿಗೆ ಕುಳಿತು, ಮಾತನಾಡುತ್ತಾ ಊಟ ಮಾಡೋಣ" ಎಂದ.

ಭೂಷಣನ ಮಾತು ಕೇಳಿ ಜಯಕೀರ್ತಿಯ ಮುಖ ಕಪ್ಪಾಗಿ,

"ಕ್ಷಮಿಸಿ, ನಾನು ಇನ್ನೊಮ್ಮೆ ಬರುತ್ತೇನೆ" ಎನ್ನುತ್ತಾ, ಸ್ಟ್ಯಾಂಡಿಗೆ ಹಾಕಿದ್ದ ತನ್ನ ಓವರ್ ಕೋಟು ಎತ್ತಿಕೊಂಡು ಹೊರಬಾಗಿಲ ಕಡೆಗೆ ಹೊರಟ. ಭೂಷಣ ಅವನನ್ನು ತಡೆಯಲು ಅವನ ಬೆನ್ನ ಹಿಂದೆ ಹೋಗಲು ಹೆಜ್ಜೆ ಹಾಕುತ್ತಿದ್ದಂತೆಯೇ, ಭಾರತಿ ಅವನನ್ನು ತಡೆದು ನಿಲ್ಲಿಸಿ, ಸುಮ್ಮನಿರುವಂತೆ ಸನ್ನೆ ಮಾಡಿದಳು,ಕೀರ್ತಿಯ ಕಾರಿನ ಶಬ್ದ ನಿಂತಮೇಲೆ, ಅವರು ವಾಪಾಸು ಹಾಲಿಗೆ ಬಂದು ಸೋಫಾದಲ್ಲಿ ಕುಳಿತರು.

" ಕೀರ್ತಿ ಯಾಕೆ ಹೀಗಾಡುತ್ತಾನೆ ಗೊತ್ತಾಗುತ್ತಿಲ್ಲ?"ಭೂಷಣನ ಮುಖ ನೋಡುತ್ತಾ ಕೇಳಿದಳು ಭಾರತಿ.

" ನನಗೂ ಏನೂ ಗೊತ್ತಾಗುತ್ತಿಲ್ಲ. ಇದೆಲ್ಲಾ ಕಮ್ಯೂನಿಕೇಷನ್ ಗ್ಯಾಪಿನಿಂದ ಇರಬೇಕು.ಇನ್ನೊಮ್ಮೆ ವಿಚಾರಿಸಿದರೆ ಆಯ್ತು. ವರ್ಗಿಸ್ ಇಲ್ಲಿಗೆ ಬಂದಾಗ, ನಾವು ಕೀರ್ತಿ ಬಂದು ಹೋದ ಸುದ್ದಿ ಎತ್ತುವುದು ಬೇಡ" ಎಂದ.

ಇತ್ತ ಹೋಟೆಲಿಗೆ ಬಂದ ಜಯಕೀರ್ತಿ ತನ್ನ ಖಾಸಗಿ ರೂಮಿನ ಒಳಕ್ಕೆ ಹೋಗಿ , ಹಾಸಿಗೆಯ ಕೆಳಗೆ ಇರಿಸಿದ್ದ ನಿದ್ದೆ ಮಾತ್ರೆಗಳಲ್ಲಿ ನಾಲಕ್ಕು ಮಾತ್ರೆಗಳನ್ನು ನುಂಗಿ, ನೀರು ಕುಡಿದು ,ಬಟ್ಟೆಗಳನ್ನು ಬದಲಿಸದೆ ಹಾಗೆಯೇ ಹಾಸಿಗೆಯ ಮೇಲೆ ಉರುಳಿದ.

ಪ್ರತಿ ರಾತ್ರಿ ಮಲಗುವ ಮೊದಲು ಒಂದು ನಿದ್ದೆ ಮಾತ್ರೆಯನ್ನು ನುಂಗುತ್ತಿದ್ದ ಕೀರ್ತಿ. ಕ್ರಮೇಣ ಎರಡು ಮಾತ್ರೆಗಳನ್ನು ನುಂಗದಿದ್ದರೆ ಅವನಿಗೆ ನಿದ್ದೆ ಬರುತ್ತಿರಲಿಲ್ಲ. ಒಮ್ಮೊಮ್ಮೆ ಅವನ ರೂಮಿಗೆ ಅವನ ಮಿತ್ರ ಹ್ಯಾರಿಸ್ ರಾತ್ರಿ ತಂಗಲು ಬಂದು ಇಬ್ಬರೂ ನಿಷಿದ್ಧ ಮಾದಕ ಔಷಧಿಯನ್ನು, ಪರಸ್ಪರರಿಗೆ ಚುಚ್ಚಿಕೊಂಡು ಮಲಗುತ್ತಿದ್ದರು.ಅದು ಬೇರೆ ಯಾರಿಗೂ ಗೊತ್ತಿಲ್ಲದಿದ್ದರೂ, ರೂಮನ್ನೂ ಪ್ರತಿದಿನ ಸ್ವಚ್ಚಗೊಳಿಸುತ್ತಿದ್ದ ರಾಮಲಿಂಗಂ ಗೆ ಗೊತ್ತಾಗಿತ್ತು. ಸುಮಾರು ಅರವತ್ತು ವರ್ಷಗಳ ರಾಮಲಿಂಗಂ, ತಂಜಾವೂರಿನ ಜಯಕೀರ್ತಿಯ ತಂದೆಯ ತೋಟದಲ್ಲಿ ಕೆಲಸ ಮಾಡುತ್ತಿದ್ದ. ಕೀರ್ತಿಯ ತಾತ ವರದರಾಜರ ನಂಬಿಕೆಯ ಮನುಷ್ಯ. ವರದರಾಜರೇ ಅವನನ್ನು ಜಯಕೀರ್ತಿಯನ್ನು ಕಾದುಕೊಂಡು ಇರು ಎಂದು ಹೇಳಿ, ಅವನ

ಜೊತೆಗೆ ಕಳಿಸಿದ್ದರು.ಅವನು ಒಮ್ಮೊಮ್ಮೆ ಜಯಕೀರ್ತಿಯ ಜೊತೆಯಲ್ಲಿ ಡಾಕ್ಟರ್ ಭಾರತಿಯ ಮನೆಗೆ ಬರುತ್ತಿದ್ದ. ಆದರೆ ಎಂದೂ ಕೀರ್ತಿಯ ಈ ಡ್ರಗ್ ಬಳಕೆಯ ಬಗೆಗೆ ಅವರಿಗೆ ಹೇಳಿರಲಿಲ್ಲ. ಅವರಿಗಷ್ಟೇ ಅಲ್ಲ ಯಾರಿಗೂ ಹೇಳದೆ ಅವನನ್ನು ಇನ್ನೂ ಹೆಚ್ಚು ಜಾಗರೂಕವಾಗಿ ಗಮನಿಸುತ್ತಾ ಇದ್ದ. ಆಗಾಗ್ಗೆ ವರದರಾಜ್ ರಾಮಲಿಂಗಂ ಮೊಬೈಲಿಗೆ ಫೋನು ಮಾಡಿ ಜಯಕೀರ್ತಿಯ ಬಗೆಗೆ ವಿಚಾರಿಸುತ್ತಿದ್ದರು.ಅವನು ಯಾವತ್ತು ಈ ಡ್ರಗ್ ವಿಷಯ ಹೇಳಿರಲಿಲ್ಲ.ಅದರಿಂದ ಕೀರ್ತಿಗೆ ನೆಮ್ಮದಿ ಸಿಕ್ಕುವುದಾದರೆ ತೆಗೆದುಕೊಂಡರೆ ಏನಂತೆ ಎಂದು ಅಂದುಕೊಂಡು ಸುಮ್ಮನೆ ಇದ್ದ. ಅವು ನಿದ್ದೆ ಮಾತ್ರೆಗಳು ಎಂದು ಮಾತ್ರ ಅವನು ಅಂದುಕೊಂಡಿದ್ದ. ಹ್ಯಾರಿಸ್ ಬಂದಾಗ ಅವರು ಡ್ರಗ್ಸ್ ಇಂಜೆಕ್ಷನ್ನು ಮಾಡಿಕೊಳ್ಳುವುದು ರಾಮಲಿಂಗಂ ಗಮನಕ್ಕೆ ಬಂದಿರಲಿಲ್ಲ. ಹ್ಯಾರಿಸ್ ಈ ಹಿಂದೆ ಜಯಕೀರ್ತಿಯ ಹೋಟೆಲ್ಲಿನಲ್ಲೇ ಮೇನೇಜರ್ ಆಗಿದ್ದು ಅವರು ಸ್ನೇಹದಲ್ಲಿ ಇದ್ದರು.ಹೆಚ್ಚಿನ ಸಂಬಳ ಸಿಕ್ಕಿತು ಎಂದು, ಹೋಟೆಲ್ ಮೇನೇಜ್ ಮೆಂಟ್ ಡಿಗ್ರಿ ಮಾಡಿದ್ದ ಅವನು ಜಯಕೀರ್ತಿಯ ಹೋಟೆಲ್ ಬಿಟ್ಟು ಹೋಗಿದ್ದ, ಪರಸ್ಪರರ ತಿಳುವಳಿಕೆಯ ಮೇಲೆ. ಹೀಗಾಗಿ ಅವರ ಮಧ್ಯೆ ಯಾವ ಮೈಮನಸ್ಸೂ ಇರಲಿಲ್ಲ.

===o===

ದಿತಿ ತನ್ನ ಪೋಸ್ಟ್ ಗ್ರಾಜುಯೇಟ್ ಡಿಪ್ಲೋಮದ ಓದಿನಲ್ಲಿ ಬಿಜಿಯಾಗಿದ್ದಳು.. ಹೀಗಾಗಿ ಅವಳು ಬಹಳಷ್ಟು ಸಮಯ ತನ್ನ ಲ್ಯಾಪ್ -ಟಾಪಿನ ಮುಂದೆ ಕುಳಿತಿರುತ್ತಿದ್ದಳು.ಆದಾಗ್ಯೂ ವರ್ಗಿಸ್ ಶನಿವಾರ ತಪ್ಪಿದರೆ ಭಾನುವಾರ ಅವಳ ಅಪಾರ್ಟುಮೆಂಟಿಗೆ ಬರುತ್ತಿದ್ದ. ಹಾಗೆ ಬಂದಾಗ ಅವನ ಜೊತೆ ತನ್ನ ಪ್ರಬಂಧದ ವಿಷಯ ಚರ್ಚಿಸುತ್ತಿದ್ದಳು. ಮತ್ತು ಇಂಟರ್ನೆಟ್ಟಿನಲ್ಲಿ ಅವಳಿಗೆ ಬೇಕಾದ ಮಾಹಿತಿಗಳನ್ನು ವರ್ಗಿಸ್ ಹುಡುಕಿ ಕೊಡುತ್ತಿದ್ದ.ಹೀಗೆ ಅವನು ಅವಳಿಗೆ ಸಹಾಯ ಮಾಡುತ್ತಿದ್ದ. ದಿತಿಯ ಮನೆಯಲ್ಲೆ ಕಾಫಿ ಮತ್ತು ಚಾಟುಗಳನ್ನು ಮಾಡುತ್ತಿದ್ದರಿಂದ, ಅವರು ಸಾಧಾರಣ ಅವಳ ಕಾರ್ಯ ಮುಗಿದ ಮೇಲೆಯೇ ಹೊರಗೆ ಹೋಗುತ್ತಿದ್ದರು.

ದಿತಿ ಸಿಗರೆಟ್ ಸೇದುವುದನ್ನು ಸಹಿಸಲು ಅವನಿಗೆ ಕಷ್ಟವಾಗಿತ್ತು.ಆದರೂ ಅವಳಿಗೆ ಏನೂ ಅಂದಿರಲಿಲ್ಲ.ದಿತಿಯೇ ಒಮ್ಮೆ ಅವನಿಗೆ ಸಿಗರೇಟ್ ಆಫರ್ ಮಾಡಿದ್ದಾಗ ತನಗೆ ಅಭ್ಯಾಸ ಇಲ್ಲ ಎಂದಿದ್ದ. "ಬೀರ್?" ಎಂದು ದಿತಿ ಕೇಳಿದಾಗ, ಯಾವಾಗಲಾದರೂ ಒಮ್ಮೆ, ಒಳ್ಳೆಯ ಕಂಪನಿ ಮತ್ತು ಮೂಡಲ್ಲಿ ಇದ್ದಾಗ ಎಂದು ನಕ್ಕಿದ್ದ.

===o===

ಜಯಕೀರ್ತಿ ಹೊರಟು ಹೋದ ಅರ್ಧ ಗಂಟೆಯ ಸುಮಾರಿ ಗೆ ದಿತಿ ಮತ್ತು ವರ್ಗಿಸ್ ಭೂಷಣನ ಮನೆಗೆ ಬಂದರು.ಭಾರತಿ ಅವನನ್ನು ಸ್ವಾಗತಿಸಿ, ಅವರಿಗೆ ಕಾಫಿಕೊಟ್ಟಳು.ಸೋಫಾದಲ್ಲಿ ಕುಳಿತು ಕಾಫಿ ಗುಟುಕರಿಸುತ್ತಾ ದಿತಿ ಟಿ.ವಿ. ಆನ್ ಮಾಡಿದಳು.

"ಮಾತುಗಳನ್ನು ಆಡಲು ಅಡ್ಡಿಯಾಗುತ್ತದೆ, ವಾಲ್ಯೂಮ್ ಕಡಿಮೆ ಮಾಡು" ಎಂದಾಗ ಭಾರತಿ,ದಿತಿ ಟಿವಿಯಾನ್ನು ಆಫ್ ಮಾಡಿದಳು.

" ನೀವು ಬಳ್ಳಾರಿಯಿಂದ ಬಂದಿದ್ದೀರಿ ಎಂದು ಕೇಳಿದೆ, ನಿಮಗೆ ಕನ್ನಡ ಬರುತ್ತಾ?" ಭೂಷಣ ಕನ್ನಡದಲ್ಲೇ ವರ್ಗಿಸನ್ನು ಕೇಳಿದ.

"ಏನು ಅಂಕಲ್ ಹೀಗೆ ಕೇಳುತ್ತೀರಿ,ನಾನು ಎಸ್ಸೆಲ್ಸಿ ವರೆಗೆ ಕನ್ನಡ ಮೀಡಿಯಮ್ಮಿನಲ್ಲೇ ಓದಿದ್ದು" ಎಂದು ನಕ್ಕ ವರ್ಗಿಸ್.ಅಲ್ಲಿಂದ ಅವರು ಕನ್ನಡದಲ್ಲೇ ಮಾತಾಡತೊಡಗಿದರು.ಭಾರತಿಗೆ ಕನ್ನಡ ಓದಲು ಬರೆಯಲು ಬಾರದಿದ್ದರೂ ಮಾತುಗಳು ಅರ್ಥವಾಗುತ್ತಿದ್ದವು. ದಿತಿಗೆ ಕನ್ನಡದ ಮಾತು ಅರ್ಥವಾಗುತ್ತಿರಲಿಲ್ಲ. ಆದರೆ ಒಂದು ಅಂದಾಜು ಸಿಕ್ಕುತ್ತಿತ್ತು ಅಷ್ಟೇ. ಭಾರತಿಯ ಮಾತೃಭಾಷೆ ತಮಿಳು ಹಾಗೂ ಭೂಷಣನದು ಕನ್ನಡವಾಗಿ ಅವರು ಮನೆಯಲ್ಲಿ ಸಾಧಾರಣ ಯಾವಾಗಲೂ ಇಂಗ್ಲೀಷಿನಲ್ಲೇ ಮಾತಾಡುತ್ತಿದ್ದರು.

ಭಾರತಿ ಕಿಚನ್ ಒಳಕ್ಕೆ ಹೋದಳು. ದಿತಿ ಟಿ.ವಿ ಯಲ್ಲಿ ಮಗ್ನಳಾದಳು.ಭೂಷಣ ಮತ್ತು ವರ್ಗಿಸ್ ಮನೆಯ ಹಿತ್ತಲಿನಿಂದ ಸ್ವಲ್ಪ ದೂರದಲ್ಲಿ ಇದ್ದ, ಆದರೆ ಮನೆಗೇ ಸೇರಿದ್ದ ನೀರಿನ ಕೊಳದ ದಂಡೆಯಲ್ಲಿ ಇದ್ದ ಬೆಂಚಿನ ಮೇಲೆ ಕುಳಿತರು.

"ನಿಮ್ಮನ್ನು ನೋಡಿದರೆ ಥಟ್ಟನೆ ನೀವು ಫ್ರೆಂಚ್ ಇರಬೇಕು ಅನಿಸುತ್ತದೆ" ಎಂದರು ಭೂಷಣ.

"ಯಾಕೆ ಸರ್?"ನಗುತ್ತಾ ಕೇಳಿದ ವರ್ಗಿಸ್.

"ನಿಮ್ಮ ಮುಖದ ಚಹರೆ ಅದಕ್ಕಿಂತ ಹೆಚ್ಚಾಗಿ ಅದು ಎಷ್ಟು ಕೆಂಪಗೆ ಇದೆ ಅಂದರೆ ಥಟ್ಟನೇ ನೀವು ಇಂಡಿಯಾದಿಂದ ಬಂದವರು ಎಂದು ಕರಾರುವಕ್ಕಾಗಿ ಗುರುತಿಸುವುದು ಕಷ್ಟ. ನೀವು ಮಾತನಾಡುವಾಗ ನಿಮ್ಮ ಮಾತಿನ ಅಕ್ಸೆಂಟ್ಟಿನಿಂದ ಮಾತ್ರ ನೀವು ಇಂಡಿಯಾದವರು ಇರಬೇಕು ಎಂದು ಅನುಮಾನಿಸಬಹುದು.ಪ್ರಾಯಶಃ ನಿಮ್ಮ ತಾಯಿಯ ಚಹರೆ ಇರಬೇಕು" ಎಂದರು ನಗುತ್ತಾ.

" ಇಲ್ಲಾ ಸರ್, ಇದು ನನ್ನ ತಂದೆಯ ಚಹರೆ. ಅವರು ತುಂಬಾ ಕೆಂಪಗೆ ಇದ್ದರಂತೆ"ಎಂದ ವರ್ಗಿಸ್.

"ಅಂದರೆ ಈಗ ಅವರು ಇಲ್ಲವೇ?"

" ಇಲ್ಲಾ ಸರ್, ನಾನು ಹುಟ್ಟುವ ಮೊದಲೇ ಅವರು ತೀರಿಕೊಂಡರಂತೆ"ಎಂದ ವರ್ಗಿಸ್, ಕುಳಿತಲ್ಲೇ ಚಡಪಡಿಸಿದ ಮಾತುಗಳು ಹೋಗುತ್ತಿರುವ ದಿಕ್ಕಿನ ಪರಿಗೆ.

"ಸಾರಿ, ನಾನು ಕುತೂಹಲಕ್ಕೆ ಕೇಳಿದ್ದು ಅಷ್ಟೇ , ತಪ್ಪು ತಿಳಿಯಬೇಡಿ" ಎಂದರು ಭೂಷಣ್.

" ತಪ್ಪೇನು ಇಲ್ಲ ಸರ್,ನೀವು ಕೇಳುತ್ತಿರುವುದು ಸಹಜ" ಎಂದ ವರ್ಗಿಸ್.

"ನೀವೂ ಸಹ ಬಳ್ಳಾರಿಯವರಂತೆ ಹೌದೇ ಸರ್?"ಎಂದ.

"ಯಾರು ಹೇಳಿದರು ನಿಮಗೆ?"

"ಹೀಗೆ ಮಾತನಾಡುವಾಗ ದಿತಿ ಹೇಳಿದ್ದಳು" ಎಂದ.

"ಹೌದು, ಬಳ್ಳಾರಿ ಅಂದರೆ ಬಳ್ಳಾರಿ ಜಿಲ್ಲೆಯಷ್ಟೇ, ನನ್ನ ಊರು ಕೊಟ್ಟೂರು ಅಂತ. ನಿಮಗೆ ಕೊಟ್ಟೂರು ಗೊತ್ತೇ?"

" ಗೊತ್ತು ಸರ್, ನಾನು ಲಂಡನ್ನಿಗೆ ಬರುವ ಮೊದಲು ನನ್ನ ತಾಯಿ ನನ್ನನ್ನು ಕೊಟ್ಟೂರಿಗೆ ಕರೆದುಕೊಂಡು ಹೋಗಿದ್ದರು. ಅಲ್ಲಿನ ಒಂದು ದೇವಸ್ಥಾನಕ್ಕೆ ಕರೆದುಕೊಂಡು ಹೋಗಿ ಪೂಜೆ ಮಾಡಿಸಿದರು.ಬಸ್ ಇಳಿದು ದೇವಸ್ಥಾನಕ್ಕೆ ಹೋಗಿ ಪೂಜೆ ಮಾಡಿಸಿಕೊಂಡು,ನೇರ ಬಸ್

ನಿಲ್ದಾಣಕ್ಕೆ ಬಂದು ಬಳ್ಳಾರಿಯ ಬಸ್ ಹತ್ತಿದ್ದೆವು ಸರ್. ಅದೇ ಮೊದಲು ಮತ್ತು ಕೊನೆ,"ನೆನಪಿಸಿಕೊಳ್ಳುತ್ತಾ ಹೇಳಿದ ವರ್ಗಿಸ್.

" ಆ ದೇವಸ್ಥಾನ ಯಾವುದು?"

" ಸರ್, ಅದು ನನಗೆ ನೆನಪಿಲ್ಲ, ಆದರೆ ಅದು ಆ ಊರಿನ ಸುತ್ತಮುತ್ತ ಪ್ರಸಿದ್ಧವಾದ ದೇವರು ಎಂದು ಅಮ್ಮ ನನಗೆ ಹೇಳಿದ್ದರು"

"ಅದು ಚರ್ಚ್ ದೇವಾಲಯವೇ?"

"ಇಲ್ಲಾ ಸರ್ ಹಿಂದೂ ಟೆಂಪಲ್ಲೇ"

" ಹಾಗಿದ್ದರೆ ಅದು ಗುರು ಬಸವೇಶ್ವರ ಅರ್ಥಾತ್ ಕೊಟ್ಟೂರೇಶ್ವರನ ದೇವಸ್ಥಾನ ಇರಬೇಕು.ತುಂಬಾ ಪ್ರಸಿದ್ಧವಾದ ದೇವಸ್ಥಾನ. ಆ ದೇವರಿಗೆ ಎಲ್ಲಾ ಜಾತಿ ಮತ್ತು ಧರ್ಮದವರೂ ನಡೆದುಕೊಳ್ಳುತ್ತಾರೆ. ನಾನು ಅಲ್ಲಿಯೇ ಹುಟ್ಟಿ ಬೆಳೆದದ್ದು. ನಾನು ಹೈಸ್ಕೂಲು ವರೆಗೆ ಅಲ್ಲಿಯೇ ಓದಿದ್ದು. ಆ ದೇವರ ಗುಡಿಗೆ ಹಿಂದೂಗಳು ಅಷ್ಟೇ ಅಲ್ಲ, ಮುಸ್ಲಿಮರು, ಜೈನರು ಮತ್ತು ಕ್ರಿಶ್ಚಿಯನ್ಸ್ ಕೂಡಾ ನಡೆದುಕೊಳ್ಳುತ್ತಾರೆ. ಆ ದೇವರ ಮಹಿಮೆ ಅಂತಹದ್ದು. ಹಾಗಿರುವಾಗ ನಿಮ್ಮ ತಾಯಿ ನಿಮ್ಮನ್ನು ಅಲ್ಲಿಗೆ ಕರೆದುಕೊಂಡು ಹೋದದ್ದರಲ್ಲಿ ಏನೂ ಆಶ್ಚರ್ಯವಿಲ್ಲ. ಮತ್ತೆ ಇನ್ನೊಂದು ವಿಷಯ. ನನ್ನ ಒಬ್ಬ ಅಣ್ಣ, ಬಳ್ಳಾರಿಯಲ್ಲಿಯೇ ಇದ್ದರು"ಎಂದ.

ವರ್ಗಿಸ್ ಕುತೂಹಲದಿಂದ, "ಈಗಲೂ ಬಳ್ಳಾರಿಯಲ್ಲಿ ಇದ್ದಾರಾ ಸರ್?" ಎಂದು ಕೇಳಿದ.

" ಈಗ ಅವರು ಇಲ್ಲ, ನಿಧನರಾಗಿ ಸುಮಾರು ಇಪ್ಪತ್ತು ವರ್ಷಗಳ ಮೇಲೇ ಆಗಿವೆ" ಭೂಷಣ ವಿಷಾದದ ಧ್ವನಿಯಲ್ಲಿ ಹೇಳಿದ."ಯಾಕೆ ಸರ್, ಏನಾದರೂ ಕಾಯಿಲೆಯಾಗಿತ್ತಾ ?"

"ಅಂಥದ್ದೇನು ಇಲ್ಲ, ಒಂದು ರೈಲ್ವೆ ಅಪಘಾತದಲ್ಲಿ ಮೃತರಾದರು"ಎಂದ ಭೂಷಣ.

"ಸಾರಿ ಸರ್, ಮತ್ತೆ ಅವರು ಬಳ್ಳಾರಿಯಲ್ಲಿ ಇದ್ದಾಗ ಏನುಮಾಡುತ್ತಿದರು ಸರ್?"ಎಂದ ವರ್ಗಿಸ್.

" ಅವರು ಅಲ್ಲಿಯ ಪ್ರಿಂಟಿಂಗ್ ಪ್ರೆಸ್ ಒಂದರಲ್ಲಿ ಕೆಲಸ ಮಾಡುತ್ತಿದ್ದರು. ಅದೆಲ್ಲಾ ಈಗ ಯಾಕೆ ಬಿಡಿ. ಅದೊಂದು ದುರಂತ, ಯಾಕೆ ಕೇಳುತ್ತೀರಿ?" ಎಂದ ಭೂಷಣ.

" ನನ್ನ ತಾಯಿಯು ಸಹ ಬಹಳ ಹಿಂದೆ ನಾನು ಹುಟ್ಟುವ ಮೊದಲು ಒಂದು ಪ್ರಿಂಟಿಂಗ್ ಪ್ರೆಸ್ಸಿನಲ್ಲಿ ಕೆಲಸ ಮಾಡುತ್ತಿದ್ದರಂತೆ. ಪ್ರಾಯಶಃ ಅವರಿಗೆ ಗೊತ್ತಿದ್ದರೂ ಗೊತ್ತಿರಬಹುದು.ಅವರ ಹೆಸರು ಏನು ಸರ್ ?" ಎಂದು ಕೇಳಿದ ವರ್ಗಿಸ್.

"ಭದ್ರಪ್ಪಾ ಅಂತ ; ಹೋಗಲಿ ಬಿಡಿ ಆ ಅಪ್ರಿಯ ಘಟನೆಗಳನ್ನು ನೆನೆಯುವುದು ಬೇಡ" ಎನ್ನುತ್ತಾ, "ಕತ್ತಲೆಯಾಗುತ್ತಿದೆ ಬನ್ನಿ ಒಳಕ್ಕೆ ಹೋಗೋಣ" ಎಂದು ಎದ್ದು ಅವರು ಮನೆಯ ಒಳಕ್ಕೆ ಹೋದರು.

===o===

" ನೀವು ಯಾಕೆ ಅಷ್ಟೊಂದು ಸಿಗರೆಟ್ ಸೇದುತ್ತೀರಿ?" ವರ್ಗಿಸ್ ದಿತಿಯನ್ನು ಕೇಳಿದ. ಅವರಿಬ್ಬರೂ ದಿತಿಯ ಅಪಾರ್ಟಮೆಂಟಿನ ರೂಮಿನಲ್ಲಿ ಕುಳಿತಿದ್ದರು.

ಆ ಶನಿವಾರ ರಾತ್ರಿ ಎಂಟು ಘಂಟೆಯ ಸುಮಾರಿನಲ್ಲಿ ದಿತಿಯೇ ಫೋನ್ ಮಾಡಿ ವರ್ಗಿಸ್ ಗೆ ಬರಹೇಳಿದ್ದಳು. ಅವಳ ಲ್ಯಾಪ್ ಟಾಪ್ ಹ್ಯಾಂಗ್ ಆಗಿತ್ತು. ಕಂಪ್ಯೂಟರ್ ಅಂಗಡಿಗೆ ಹೋಗಿ ಕೊಟ್ಟರೆ ತಕ್ಷಣಕ್ಕೆ ಮಾಡಿ ಕೊಡದೆ ಎರಡು ಮೂರು ದಿನಗಳು ಕಾಯಿಸುತ್ತಿದ್ದರು.ಅವಳು ಮೂರು ದಿನಗಳಲ್ಲಿ ಅಂದರೆ ಬುಧವಾರ ತನ್ನ ಕಾಲೇಜಿನಲ್ಲಿ 'ಧಾರ್ಮಿಕ ನಂಬಿಕೆಗಳು ಮತ್ತು ಆಚರಣೆಗಳು '**(Religious beliefs and Rituals)** ಎನ್ನುವ ಟಾಪಿಕ್ ನ ಮೇಲೆ ಒಂದು ಸೆಮಿನಾರ್ ಕೊಡಬೇಕಿತ್ತು. ಅದಕ್ಕೆ ಅವಳು ತನ್ನ ಲ್ಯಾಪ್ ಟಾಪಿನ ಇಂಟರ್ನೆಟ್ ನಲ್ಲಿ ತನಗೆ ಬೇಕಾದ ಮಾಹಿತಿಗಳನ್ನು ಸಂಗ್ರಹಿಸಿ ಕ್ರೋಢೀಕರಿಸುತ್ತಿದ್ದಳು. ವರ್ಗಿಸ್ ಬಂದು ಅವಳ ಲ್ಯಾಪ್ ಟಾಪ್ ಸರಿಪಡಿಸಿದ್ದ. ಯಾತಕ್ಕೂ ಇರಲಿ ಎಂದು ತನ್ನ ಲ್ಯಾಪ್ ಟಾಪನ್ನೂ ತಂದಿದ್ದ.

" ಅದು ಹೇಗೋ ಅಭ್ಯಾಸ ಆಗಿ ಬಿಡ್ತು. ನನ್ನ ಜೊತೆಗೆ ಇರುವ ಎಲ್ಲಾ ಹುಡುಗಿಯರೂ ಸಿಗರೆಟ್ ಸೇದುತ್ತಾರೆ. ಮತ್ತು ಬೀರ್ ಕುಡಿಯುತ್ತಾರೆ. ನೀನು ಸಿಗರೆಟ್ ಅಂತೂ ಸೇದುವುದಿಲ್ಲ ಗೊತ್ತು. ಬೀರು ಕುಡಿಯುವುದಿಲ್ಲವೇ?" ಎಂದಳು. ಅದಕ್ಕೆ ವರ್ಗಿಸ್,

" ಅಭ್ಯಾಸ ಇಲ್ಲ ಲಂಡನ್ನಿಗೆ ಬಂದ ಮೇಲೆ ಆಫೀಸಿನ ಪಾರ್ಟಿಗಳಲ್ಲಿ ಸಹದ್ಯೋಗಿಗಳ ಬಲವಂತಕ್ಕೆ ಯಾವಾಗಲಾದರೂ ಒಮ್ಮೆ ಕುಡಿಯುತ್ತೇನೆ. ಆದರೆ ಸಿಗರೆಟ್ಟಿನ ವಾಸನೆಯೇ ನನಗೆ ಆಗುವುದಿಲ್ಲ. ಆ ಹೊಗೆ ಕುಡಿದರೆ ಸಣ್ಣದಾಗಿ ತಲೆನೋವು ಬರುತ್ತದೆ. ಮತ್ತೆ ನಿನ್ನ ಈ ಅಭ್ಯಾಸಗಳಿಗೆ ನಿನ್ನ ಅಪ್ಪ-ಅಮ್ಮ ಆಕ್ಷೇಪಿಸುವುದಿಲ್ಲವೇ?" ಎಂದ.

"ಯಾಕೆ ಆಕ್ಷೇಪಿಸುವುದಿಲ್ಲ? ಜೋರಾಗಿಯೇ ಗಲಾಟೆ ಮಾಡಿದ್ದಳು ನಮ್ಮಮ್ಮ , ವಿಷಯ ಮೊದಲ ಸಲ ಗೊತ್ತಾದಾಗ. ನನ್ನ ಅಪ್ಪ ಮಾತ್ರ ಜಾಸ್ತಿ ಸೇದಬೇಡ ಎಂದರು ಅಷ್ಟೇ.ಈ ಸಿಗರೆಟ್ ಇಲ್ಲದಿದ್ದರೆ ನನಗೆ ಓದಿದ್ದು ಅರ್ಥವೇ ಆಗುವುದಿಲ್ಲ.ಬೀರನ್ನು ಹೀಗೇ ಕಂಪನಿಯಲ್ಲಿ ಮತ್ತೆ ಬೇಜಾರಾದಾಗ ಕುಡಿಯುತ್ತೇನೆ, ಅಷ್ಟೇ. ನಿನಗೇಕೆ ತಲೆನೋವು ಮಾಡಲಿ ಬಿಡು. ಈಗ ಈ ಸಿಗರೆಟ್ ನಂದಿಸುತ್ತೇನೆ. ನೀನು ಆ ಟಾಪಿಕ್ಕನ್ನು ಲ್ಯಾಪ್ ಟಾಪಿನಲ್ಲಿ ಹುಡುಕು," ಎನ್ನುತ್ತಾ ಸಿಗರೆಟ್ಟನ್ನು ಆಷ್-ಟ್ರೇಗೆ ಒಸಕಿ ಹಾಕಿದಳು.

" ಯಾವ ಟಾಪಿಕ್ ,ಸಾರಿ ಮರೆತು ಹೋಯ್ತು" ಅಂದ ವರ್ಗಿಸ್.

" ಬೇರೆ ಬೇರೆ ಧರ್ಮಗಳಲ್ಲಿ ಆಚರಣೆಯಲ್ಲಿ ಇರುವ ಮದುವೆಯ, ವಿಧಿ, ನಿಷೇಧಗಳು. ಗೂಗಲ್ ಮತ್ತು ವಿಕಿಪಿಡಿಯಾ ಎರಡರಲ್ಲೂ ಹುಡುಕು. ನಾನು ಬಾತ್ ರೂಮಿಗೆ ಹೋಗಿ ಬರುತ್ತೇನೆ: ಎನ್ನುತ್ತಾ ಆಷ್ ಟ್ರೇ ಯನ್ನು ಎತ್ತಿಕೊಂಡು ಒಳಕ್ಕೆ ಹೋದಳು.

ದಿತಿ ಬರುವಾಗ ಫ್ರಿಜ್ ನಿಂದ ಎರಡು ಮಿನಿ ಬೀರು ಬಾಟಲುಗಳನ್ನು ಎತ್ತಿಕೊಂಡು ಬಂದು ಒಂದನ್ನು ವರ್ಗಿಸ್ ಮುಂದೆ ಇರಿಸಿ ತಾನು ಕುರ್ಚಿಯಲ್ಲಿ ಕುಳಿತು ಕುಡಿಯತೊಡಗಿದಳು.ವರ್ಗಿಸ್ ತಾನು ಗೂಗಲ್ ಮತ್ತು ವಿಕಿಪೀಡಿಯಾಗಳಿಂದ ಆರಿಸಿ ತೆಗೆದ ಮಾಹಿತಿಗಳ ಪ್ರಿಂಟ್ ತೆಗೆದು ದಿತಿಯ ಕೈಗೆ ಕೊಟ್ಟ. ಬೀರು ಕುಡಿಯುತ್ತಲೇ ಅವನ್ನು ಕಣ್ಣಾಡಿಸಿ ನೋಡಿದ ದಿತಿ,

" ಇದೇನು ಇಲ್ಲಿ ಕೊಟ್ಟಿರುವ ಎಲ್ಲಾ ಮಾಹಿತಿಗಳನ್ನು ನೀನು ಹೆಕ್ಕಿ ತೆಗೆದಂತೆ ಕಾಣುತ್ತದೆ.ಇರು ಎಷ್ಟು ಪೇಜುಗಳು" ಎನ್ನುತ್ತಾ ಬೀರು ಕ್ಯಾನನ್ನು ಪಕ್ಕ ಇರಿಸಿ ಎಣಿಸಿ,

" ಇದು ಇಪ್ಪತ್ತು ಪೇಜುಗಳು ಇದೆ.ಇಷ್ಟೆಲ್ಲಾ ನನ್ನ ಪ್ರಬಂಧಕ್ಕೆ ಬೇಕಾಗಿಲ್ಲ " ಎಂದಳು.

" ನಿನಗೆ ಬೇಕಾದನ್ನು ಮತ್ತು ಬೇಕಾದಷ್ಟನ್ನು ಆರಿಸಿಕೋ "ಎಂದ ವರ್ಗಿಸ್.

" ಇದು ತಲೆ ನೋವಿನ ಕೆಲಸ. ಇರಲಿ, ನಾನು ಆ ಮೇಲೆ ಆ ಕೆಲಸ ಮಾಡುತ್ತೇನೆ.ಈಗ್ಗೆ ಇಷ್ಟು ಸಾಕು.ಯಾಕೆ ಬೀರು ಬೇಡವೇ?" ಎಂದಳು.

"ಈಗ ರಾತ್ರಿ ಒಂಭತ್ತು ಘಂಟೆ ನಾನು ಬೀರು ಕುಡಿದು ಹೋಗಿ, ಫಾದರ್ ಗೆ ಗೊತ್ತಾದರೆ ಬೇಸರ ಮಾಡಿಕೊಳ್ಳಬಹುದು. ನಾನು ಬರುತ್ತೇನೆ.ಮತ್ತೆ ನಿನಗೆ ಬೇಕೂ ಅಂದರೆ ನನ್ನ ಲ್ಯಾಪ್ ಟಾಪನ್ನು ಇಲ್ಲಿಯೇ ಬಿಟ್ಟು ಹೋಗುತ್ತೇನೆ"ಎನ್ನುತ್ತಾ ಮೇಲಕ್ಕೆ ಎದ್ದ ವರ್ಗಿಸ್.

"ಏನೂ, ಫಾದರ್ ಬೀರು ಕುಡಿಯುವುದಕ್ಕೆ ಅಡ್ಡಿ ಮಾಡುತ್ತಾರಾ ? ನಂಬಲಿಕ್ಕೆ ಆಗಲ್ಲ" ಎನ್ನುತ್ತಾ ಅವನನ್ನು ದಿಟ್ಟಿಸಿ ನೋಡಿದಳು.

"ಇದು ನಾನೇ ಮಾಡಿಕೊಂಡ ನಿರ್ಬಂಧ" ಎಂದ ವರ್ಗಿಸ್ ನಗುತ್ತಾ.

"ಅದು ಹೇಗೆ?"

" ನಾನು ಇಲ್ಲಿಗೆ ಬಂದ ಹೊಸತರಲ್ಲಿ ಒಂದು ರಾತ್ರಿ ನಾನು ಫಾದರ್ ಜೊತೆಗೆ ಊಟಕ್ಕೆ ಕುಳಿತಾಗ ಫಾದರ್ ನನಗೆ ಬೀರು ಆಫರ್ ಮಾಡಿದರು.ಅವರ ಗ್ಲಾಸಿನಲ್ಲೂ ಬೀರು ಇಟ್ಟುಕೊಂಡಿದ್ದರು.ಆಗ ನಾನು ನನಗೆ ಬೀರಿನ ಅಭ್ಯಾಸ ಇಲ್ಲ ಎಂದು ಹೇಳಿ ನಿರಾಕರಿಸಿದ್ದೆ. ಬಳ್ಳಾರಿಯಲ್ಲಿ ಇದ್ದಾಗ ನಾನು ಯಾವತ್ತೂ ಬೀರು ಕುಡಿದಿರಲಿಲ್ಲ.ಇಲ್ಲಿಗೆ ಬಂದ ಮೇಲೆ ಕ್ರಮೇಣವಾಗಿ ನಮ್ಮ ಕಂಪನಿಯ ಪಾರ್ಟಿಗಳಲ್ಲಿ ಬೀರು ಕುಡಿಯತೊಡಗಿದೆ, ನನ್ನ ಸಹದ್ಯೋಗಿಗಳು ಚುಡಾಯಿಸುವುದನ್ನು ತಪ್ಪಿಸಿಕೊಳ್ಳಲು. ಆದರೆ ಒಬ್ಬನೇ ಇದ್ದಾಗ ಎಂದೂ ಬೀರು ಕುಡಿಯುವುದಿಲ್ಲ.ಒಳ್ಳೆಯ ಕಂಪನಿ ಇದ್ದಾಗ ಮಾತ್ರ ಒಂದು ಬಾಟಲ್ ಬೀರ್ ಅಷ್ಟ,.ಸೋಷಿಯಲ್ ಡ್ರಿಂಕಿಂಗ್. ಈಗ ನಾನು ಬೀರು ಕುಡಿದು ಹೋದರೆ ಅವರಿಗೆ ಗೊತ್ತಾಗಿ, ಕದ್ದು ಕುಡಿಯುತ್ತಾನೆ ಅಂತ ಬೇಸರ ಮಾಡಿಕೊಳ್ಳಬಹುದು. ಒಂದು ದಿನ ನಾನು ಅವರ ಜೊತೆಯಲ್ಲಿ ಸಂದರ್ಭ ನೋಡಿ ಬೀರು ಕುಡಿದರೆ ಆಗುತ್ತೆ. ಆದರೆ ನನಗೆ ಕಾಫಿ, ಟೀ ಕುಡಿಯುವಾಗ ಆಗುವ ಖುಷಿ ಬೀರು ಕುಡಿಯುವಾಗ ಆಗುವುದಿಲ್ಲ.ಪ್ರಾಯಶಃ ನಾನು ಇನ್ನೂ ಹಳೆಯ ಕಾಲದವನು ಅಂದುಕೊಳ್ಳಬಹುದು ನೀನು"ಎಂದು ನಕ್ಕ.

ಅವನ ಹತ್ತಿರಕ್ಕೆ ಬಂದ ದಿತಿ ಅವನ ಲ್ಯಾಪ್ ಟಾಪ್ ಬ್ಯಾಗನ್ನು ಕಿತ್ತುಕೊಂಡು,

" ಈ ರಾತ್ರಿ ನೀನು ಇಲ್ಲಿಯೇ ಹಾಲ್ಟು ಮಾಡು. ಬೀರು ಬೇಡವಾದರೆ ನಿನಗೆ ಕಾಫಿ ಮಾಡಿಕೊಡುತ್ತೇನೆ.ನೀನು ಇದ್ದರೆ ಈ ಪ್ರಬಂಧ ಸಿದ್ಧಪಡಿಸಲು ಸಹಾಯವಾಗುತ್ತದೆ,ಪ್ಲೀಜ್..." ಎಂದು "ಫಾದರ್ ಅದಕ್ಕೂ ನಿಷೇಧ ಹಾಕಿದ್ದಾರಾ?" ಎಂದು ನಗುತ್ತಾ ಆ ಬ್ಯಾಗನ್ನು ಎತ್ತಿಕೊಂಡು ಡೈನಿಂಗ್ ಟೇಬಲ್ ಮೇಲೆ ಇರಿಸಿದಳು.

" ಹಾಗೇನು ಇಲ್ಲ, ಒಂದು ಫೋನ್ ಮಾಡಿ ಹೇಳಿದರೆ, 'ಆಯ್ತು 'ಅನ್ನುತ್ತಾರೆ.ಅದೇನು ಅವರಿಗೆ ಹೊಸತು ಅಲ್ಲ. ನಾನು ಆಗಾಗ್ಗೆ ಕಂಪನಿಯ ಪ್ರಾಜೆಕ್ಟುಗಳಿಗೆ ಸಹದ್ಯೋಗಿಗಳ ಜೊತೆಗೆ ಚರ್ಚಿಸಲು ರಾತ್ರಿ ಅವರ ರೂಮುಗಳಲ್ಲಿ ತಂಗುತ್ತೇನೆ. ಅದು ಅವರಿಗೆ ಗೊತ್ತು .ಆದರೆ ನಾನು ಈಗ ಇಲ್ಲಿ ತಂಗುವ ಅವಶ್ಯಕತೆ ಇದೆಯಾ?"ಎಂದ .

" ನೀನು ಇದ್ದರೆ ನಾನು ಈ ರಾತ್ರಿಯೇ ನನ್ನ ಪ್ರಬಂಧವನ್ನು ಪೂರ್ತ ಮಾಡಬಹುದು, .ಮತ್ತೆ ಹಾಗೆಯೇ ಮಾತನಾಡುತ್ತಾ ನಿನ್ನ ಮನೆ ಊರು ವಿಷಯಗಳನ್ನು ತಿಳಿದುಕೊಳ್ಳುವ ಕುತೂಹಲವೂ ಇದೆ, ನಿನಗೆ ಅಭ್ಯಂತರ ಇಲ್ಲದಿದ್ದರೆ"ಎಂದಳು.

"ಆಯ್ತು ಫಾದರ್ ಗೆ ಫೋನ್ ಮಾಡುತ್ತೇನೆ ಇರು" ಎಂದು ವರ್ಗಿಸ್ ಮೊಬೈಲ್ ಎತ್ತಿಕೊಂಡ.

===0===

ಅವರು ಹತ್ತಿರದ ಹೋಟೆಲಿಗೆ ಹೋಗಿ ಒಂದಿಷ್ಟು ಅದು ಇದು ಚಾಟ್ ತಿಂದು ಮತ್ತೆ ಬಂದು ಕುಳಿತರು. ಬರುವಾಗ ದಿತಿ ಅಲ್ಲಿಂದ ಚಿಪ್ಸ್, ಗೋಡಂಬಿ ಇತ್ಯಾದಿ ತಿನಿಸುಗಳನ್ನು ಪಾರ್ಸೆಲ್ ತಂದಳು. ಮತ್ತೆ ದಿತಿ ತನ್ನ ಪ್ರಬಂಧದಲ್ಲಿ ಮಗ್ನಳಾದಳು. ವರ್ಗಿಸ್ ಅವಳು ಕೇಳುವ ಮಾಹಿತಿಯನ್ನು ಇಂಟರ್ ನೆಟ್ಟಿನಿಂದ ಹುಡುಕಿ ತೆಗೆದು ಪ್ರಿಂಟ್ ಮಾಡಿಕೊಡುತ್ತಿದ್ದ. ದಿತಿ ತನ್ನ ಪ್ರಬಂಧವನ್ನು ಸಿದ್ಧಪಡಿಸಿ ಮುಗಿಸಿದಾಗ ಸಮಯ ರಾತ್ರಿ ಎರಡು ಘಂಟೆಯಾಗಿತ್ತು.

" ಉಶ್ಯಪ್ಪಾ, ಕೊನೆಗೂ ಇದು ಒಂದು ರೂಪಕ್ಕೆ ಬಂದು ಈಗ ನಾನು ಹಗುರಾದೆ," ಎಂದು ನಿಟ್ಟುಸಿರು ಬಿಟ್ಟು, "ನೀನು ಬಾರದಿದ್ದರೆ ಇದು ಇವತ್ತಿಗೆ ಆಗದೆ ನನ್ನ ತಲೆ ತಿನ್ನುತ್ತಿತ್ತು.ನಿನಗೆ ಬರೀ ಥ್ಯಾಂಕ್ಸ್ ಹೇಳಿದರೆ ಆಗುವುದಿಲ್ಲ. ಐ ಓ ಯು ಮಚ್ ಮೋರ್" ಎನ್ನುತ್ತಾ ಅವನನ್ನು ಹಗ್ ಮಾಡಿದಳು. ಸಂಕೋಚಗೊಂಡ ವರ್ಗಿಸ್,

" ನಿನಗೆ ಯಾವಾಗ ಬೇಕಾದರೂ ನಾನು ಬಂದು ಸಹಾಯ ಮಾಡುತ್ತೇನೆ, ಆದರೆ ವಾರಾಂತ್ಯಗಳಲ್ಲಿ ಮಾತ್ರ" ಎಂದು ವಾಚು ನೋಡಿ,"ನಾನು ಹೊರಡುತ್ತೇನೆ" ಎಂದ. ಅವನು ಬೈಕಿನಲ್ಲಿ ಬಂದಿದ್ದ.

" ಇಷ್ಟು ರಾತ್ರಿಯಲ್ಲಿ ಯಾಕೆ ಹೋಗುತ್ತೀಯಾ, ಬೆಳಿಗ್ಗೆ ಹೋದರೆ ಆಯ್ತು.ನಾಳೆ ಹೇಗೂ ಭಾನುವಾರ. ಬೆಳಗ್ಗೆ ಒಮ್ಮೆ ಇದನ್ನು ಚೆಕ್ ಮಾಡೋಣ," ಎಂದಳು ದಿತಿ. ಅವಳ ಅಪಾರ್ಟುಮೆಂಟು ಎರಡು ಬೆಡ್ ರೂಮಿನದಾಗಿತ್ತು. ಅವಳ ಒತ್ತಾಯಕ್ಕೆ ಮತ್ತು ಅಷ್ಟು ಸರಿ ರಾತ್ರಿಯಲ್ಲಿ ಅವನು ಎಂದೂ ಚರ್ಚ್ ಮನೆಗೆ ಹೋಗಿರಲಿಲ್ಲವಾಗಿ ವರ್ಗಿಸ್ ಆ ರಾತ್ರಿ ಅಲ್ಲಿಯೇ ತಂಗಿದ.

ಕಿಂಗ್ ಆಫ್ ಕಿಂಗ್ಸ್ ಚರ್ಚಿನ ಕಾಂಪೌಂಡಿನಲ್ಲಿ ಇದ್ದ ದೊಡ್ಡ ಬಂಗಲೆಯ ಕೆಳಗೆ ಒಂದು ಕೋಣೆ, ಅಡುಗೆ ಕೋಣೆ, ಡೈನಿಂಗ್ ಹಾಲ್ ಮತ್ತು ಪ್ರಾರ್ಥನಾ ಮಂದಿರ ಇದ್ದವು. ಆ ಕೋಣೆ ಫಾದರ್ ಕ್ರಿಸ್ಟೋಫರ್ ಅವರದ್ದು. ಮೊದಲ ಮಹಡಿಯಲ್ಲಿ ನಾಲಕ್ಕು ಕೋಣೆಗಳು ಇದ್ದು ಅಲ್ಲಿ ನಾಲಕ್ಕು ಜನ ಚರ್ಚಿನ ಸಿಸ್ಟರ್ಸ್ ವಾಸಿಸುತ್ತಿದ್ದರು. ಎರಡನೇ ಮಹಡಿಯಲ್ಲೂ ನಾಲಕ್ಕು ಕೋಣೆಗಳು ಇದ್ದವು.ಅವು ಅತಿಥಿಗಳಿಗೆಂದು ಮೀಸಲಿಟ್ಟ ಕೋಣೆಗಳು. ಅದರಲ್ಲಿ ಒಂದು ಕೋಣೆಯಲ್ಲಿ ವರ್ಗಿಸ್ ನೆಲೆಸಿದ್ದ. ಮೂರು ಕೋಣೆಗಳು ಸುಮಾರಿಗೆ ಸದಾ ಖಾಲಿಯೇ ಇರುತ್ತಿದ್ದವು. ಆಗಾಗ್ಗೆ ಬರುತ್ತಿದ್ದ ಅತಿಥಿಗಳು ಅಲ್ಲಿ ತಂಗುತ್ತಿದ್ದರು.

===0===

ಆ ಭಾನುವಾರ ಬೆಳಗ್ಗೆ ಎಂಟು ಗಂಟೆಯಾದರೂ ರಾತ್ರಿ ಎರಡೂವರೆಯಲ್ಲಿ ಮಲಗಿದ್ದ ವರ್ಗಿಸ್ ಮತ್ತು ದಿತಿ ಹಾಸಿಗೆಯಿಂದ ಎದ್ದಿರಲಿಲ್ಲ. ಕಾಲಿಂಗ್ ಬೆಲ್ ಶಬ್ಧಕ್ಕೆ ವರ್ಗಿಸ್ ಗೆ

ಎಚ್ಚರವಾಗಿ ಎದ್ದು ಬಾಗಿಲು ತೆರೆದಾಗ ಅಲ್ಲಿ ಜಯಕೀರ್ತಿ ನಿಂತಿದ್ದ.ಕೈಯಲ್ಲಿ ಊಟದ ಬಾಕ್ಸ್ ಇತ್ತು.ಅದರಲ್ಲಿ ಇಡ್ಲಿ,ವಡೆ ಸಾಂಬಾರ್ ಮತ್ತು ಕಾಯಿ ಚಟ್ನಿ ಇತ್ತು. ಆಗಾಗ್ಗೆ ಕೀರ್ತಿ ಹೀಗೆ ಭಾನುವಾರ ಬೆಳಗ್ಗೆ ದಿತಿಗೆ ಬೆಳಗಿನ ತಿಂಡಿಯನ್ನು ತಂದು ಕೊಡುತ್ತಿದ್ದ.ಒಮ್ಮೊಮ್ಮೆ ಶನಿವಾರ ರಾತ್ರಿಯ ಊಟವನ್ನೂ ತರುತ್ತಿದ್ದ. ಕೀರ್ತಿಯ ಹೋಟೆಲ್ ಗೂ ದಿತಿಯ ಅಪಾರ್ಟುಮೆಂಟಿಗೂ ಹತ್ತು ಮೈಲಿ ದೂರ ಇದ್ದು, ದಿತಿ ಅಲ್ಲಿಗೆ ಅಪರೂಪಕ್ಕೆ ಹೋಗುತ್ತಿದ್ದಳು ಅಷ್ಟೇ.

"ಗುಡ್ ಮಾರ್ನಿಂಗ್" ಎಂದ ವರ್ಗಿಸ್.

"ಇದೇನು ನೀವು ಇಲ್ಲಿ ? ' ಎನ್ನುತ್ತಾ ಒಳಕ್ಕೆ ಬಂದ ಜಯಕೀರ್ತಿ ಡೈನಿಂಗ್ ಟೇಬಲ್ ಮೇಲೆ ತಾನು ತಂದ ಬಾಕ್ಸುಗಳನ್ನು ಇಟ್ಟು,

"ದಿತೀ...?" ಎಂದು ಕೂಗಿದ. ದಿತಿ ಬಾತ್ ರೂಮಿನಿಂದ ಅಲ್ಲಿಗೆ ಬಂದು ಕೀರ್ತಿಯನ್ನು ನೋಡಿ "ಗುಡ್ ಮಾರ್ನಿಂಗ್ " ಎಂದಳು.

"ನಿನಗೆ ಇಡ್ಲಿ ವಡೆ ತಂದಿದ್ದೇನೆ. ಏನು ಎದ್ದದ್ದು ಇಷ್ಟು ಲೇಟು?" ಎಂದು ಅವಳನ್ನು ಪ್ರಶ್ನಾರ್ಥಕವಾಗಿ ನೋಡಿದ. ಅಷ್ಟರಲ್ಲಿ ವರ್ಗಿಸ್ ಬಾತ್ ರೂಮಿಗೆ ಹೋಗಿದ್ದ.

" ರಾತ್ರಿ ನಾವು ಲೇಟಾಗಿ ಮಲಗಿದೆವು. ನನ್ನ ಅಸೈನ್ ಮೆಂಟಿಗೆ ವರ್ಗಿಸನ್ನು ಬರ ಹೇಳಿದ್ದೆ.ಅದು ಮುಗಿಯುವ ಹೊತ್ತಿಗೆ ರಾತ್ರಿ ಎರಡು ಗಂಟೆಯಾಗಿತ್ತು.ಅದಕ್ಕೇ ವರ್ಗಿಸ್ ಇಲ್ಲಿಯೇ ತಂಗಿದ" ಎನ್ನುತ್ತಾ ಅವನು ತಂದಿದ್ದ ಲಂಚ್ ಬಾಕ್ಸನ್ನು ಬಿಚ್ಚುತ್ತಾ,"ನಿನ್ನ ತಿಂಡಿ ಆಯ್ತಾ?" ಎಂದಳು.

" ಇನ್ನೂ ಇಲ್ಲ, ಒಟ್ಟಿಗೆ ಮಾಡಿದರೆ ಆಯ್ತು ಅಂತ ಬಂದೆ"ಎಂದ ಜಯಕೀರ್ತಿ.

"ಓಹ್, ಹತ್ತು ಇಡ್ಲಿ ಮತ್ತು ನಾಲಕ್ಕು ವಡೆ ಇವೆ, ಮೂವರಿಗೂ ಆಗುತ್ತದೆ. ಇರು ಸಾಂಬಾರ್ ಬಿಸಿ ಮಾಡುತ್ತೇನೆ" ಎನ್ನುತ್ತಾ ಕಿಚನ್ನಿಗೆ ಹೋದಳು.ವರ್ಗಿಸ್ ಬಾತ್ ರೂಮಿನಿಂದ ಬಂದವನೇ ತನ್ನ ಹೆಲ್ಮೆಟ್ ಎತ್ತಿಕೊಂಡು,

"ದಿತೀ, ಬರುತ್ತೇನೆ, ಬೈ "ಎಂದು ಕೂಗಿ ಹೇಳಿದ.ಕಿಚನ್ನಿನಿಂದ ಹೊರಗೆ ಬಂದ ದಿತಿ,

"ಇರು, ಕೀರ್ತಿ ಇಡ್ಲಿ ವಡೆ ತಂದಿದ್ದಾನೆ.ತಿಂಡಿ ಮಾಡಿ ಹೋಗೀಯಂತೆ" ಎಂದಳು.ಅದಕ್ಕೆ ವರ್ಗಿಸ್,

"ಇಲ್ಲ, ನನಗೆ ಆಗಲೇ ಚರ್ಚಿಗೆ ತಡವಾಗಿದೆ.ಇವತ್ತು ಭಾನುವಾರದ ಪ್ರೇಯರ್, ತಪ್ಪಿಸುವಂತಿಲ್ಲ" ಎನ್ನುತ್ತಾ ಕೀರ್ತಿಗೆ ಬೈ ಹೇಳಿ ಅವಳ ಮಾತುಗಳಿಗೆ ಕಾಯದೆ, ಬಾಗಿಲು ತೆರೆದು ಹೊರಟು ಹೋದ.

" ಅವನನ್ನು ಯಾಕೆ ರಾತ್ರಿ ಇಲ್ಲಿ ಉಳಿಸಿಕೊಂಡೆ?" ಅವನು ಹೋದ ಮೇಲೆ ಕೀರ್ತಿ ಆಕ್ಷೇಪದ ಧ್ವನಿಯಲ್ಲಿ ಕೇಳಿದ.

"ಆಗಲೇ ಹೇಳಿದೆನಲ್ಲ, ನನ್ನ ಸೆಮಿನಾರ್ ಬುಧವಾರ ಇದೆ. ಲ್ಯಾಪ್ ಟಾಪ್ ಹ್ಯಾಂಗ್ ಆಗಿತ್ತು. ಅದಕ್ಕೇ ಅವನಿಗೆ ಫೋನ್ ಮಾಡಿ ಬರಹೇಳಿದ್ದೆ"ಎನ್ನುತ್ತಾ ಡೈನಿಂಗ್ ಟೇಬಲ್ ಮೇಲೆ ತಟ್ಟೆ ಬಟ್ಟಲುಗಳನ್ನು ಇಟ್ಟು ಇಡ್ಲಿ ಮತ್ತು ವಡೆಗಳನ್ನು ಬೇರೆ ಬೇರೆ ತಟ್ಟೆಗಳಲ್ಲಿ ಹಾಕಿ,

"ತೆಗೆದುಕೋ, ಸಾಂಬಾರು ಬಿಸಿ ಮಾಡಿದ್ದೇನೆ" ಎಂದು ತಾನೂ ಚಮಚೆ ಹಿಡಿದು

ತಿನ್ನ ತೊಡಗಿದಳು.ಕೀರ್ತಿ ಅವಳನ್ನೇ ದಿಟ್ಟಿಸಿ ನೋಡುತ್ತಾ,

"ನನಗೆ ಫೋನ್ ಮಾಡಿದ್ದರೆ ನಾನೇ ಬಂದು ನಿನ್ನ ಲ್ಯಾಪ್ ಟಾಪ್ ರೆಡಿ ಮಾಡಿಸಿಕೊಡುತ್ತಿದ್ದೆ.ಅಪರಿಚಿತನಾದ ಅವನಿಗೆ ಯಾಕೆ ಫೋನು ಮಾಡಿದೆ?" ಎಂದ ತಾನೂ ತಟ್ಟೆಗೆ ಇಡ್ಲಿ ವಡೆ ಹಾಕಿಕೊಳ್ಳುತ್ತಾ.

" ನೀನು ನನ್ನ ಸಮಯಕ್ಕೆ ಬರಲು ಎಲ್ಲಿ ಆಗುತ್ತಿತ್ತು? ಸುಮ್ಮನೇ ಮಾತಾಡಬೇಡ. ಮತ್ತೆ ಬರೀ ಲ್ಯಾಪ್ ಟಾಪ್ ಅಲ್ಲ, ಅವನು ನನ್ನ ಪ್ರಬಂಧದ ತಯಾರಿಯಲ್ಲೂ ಸಹಾಯ ಮಾಡಿದ. ಅವೆಲ್ಲಾ ನಿನಗೆ ಮಾಡಲು ಆಗುತ್ತಿರಲಿಲ್ಲ.ಮತ್ತೆ ಅವನೇನು ನನಗೆ ಅಪರಿಚಿತನಲ್ಲ. ಈಗ ಅವನು ನನಗೆ ಒಳ್ಳೆಯ ಸ್ನೇಹಿತ" ಎಂದಳು.

" ಆದರೂ ನೀನು ಹೀಗೆ ನಮ್ಮೆಲ್ಲರ ಕಣ್ಣು ತಪ್ಪಿಸಿ, ಅವನೊಡನೆ ಸಲುಗೆಯಿಂದ ಇರುವುದು ಸರಿಯಲ್ಲ" ಎಂದ ಕೀರ್ತಿ.

"ಏಯ್, ಏನೇನೋ ಮಾತಾಡಬೇಡ, ಸೋದರ ಮಾವನ ಮಗ ಅಂತ ವಿಪರೀತ ಸಲುಗೆ ತಗೊಳ್ತಾ ಇದ್ದೀಯಾ. ನಾನು ಯಾರ ಕಣ್ಣು ತಪ್ಪಿಸಿ ಏನೂ ಮಾಡುತ್ತಿಲ್ಲ. ಹಾಗೇನಾದರೂ ನಾನು ದಾರಿ ತಪ್ಪಿದರೆ ಸರಿ ಮಾಡಲು ನನ್ನ ಅಪ್ಪ ಅಮ್ಮ ಇದ್ದಾರೆ.ನಿನಗೆ ಆ ಜವಾಬ್ದಾರಿ ಬೇಡ. ಇದೆ ಮೊದಲು ಇದೇ ಕೊನೆ, ಇನ್ನೆಂದೂ ಈ ರೀತಿ ಮಾತಾಡಬೇಡ. ನನಗೆ ಇಷ್ಟವಾಗಲ್ಲ" ಎಂದು, "ಇರು ಕಾಫಿ ಬಿಸಿಗೆ ಇಡುತ್ತೇನೆ" ಎನ್ನುತ್ತಾ ತಟ್ಟೆ ಎತ್ತಿಕೊಂಡು ಕಿಚನ್ ಒಳಕ್ಕೆ ಹೋದಳು.

===o===

ಆ ದಿನದಿಂದ ಜಯಕೀರ್ತಿಗೆ ಮನಃಶಾಂತಿ ಕದಡಿ, ಸದಾ ಒಳಗೊಳಗೇ ಕುದಿಯುತ್ತಿದ್ದ. ತನ್ನ ಸೋದರತ್ತೆಯ ಮಗಳಾದ ದಿತಿಯನ್ನು ಮದುವೆಯಾಗುವುದು ತನ್ನ ಹಕ್ಕು ಎಂದು ಭಾವಿಸಿದ್ದ ಅವನಿಗೆ, ಅವಳು ವರ್ಗಿಸ್ ಜೊತೆಗೆ ಅಷ್ಟು ಸಲಿಗೆಯಿಂದ ಇರುವುದು ಎಷ್ಟೂ ಇಷ್ಟವಾಗಲಿಲ್ಲ.ಭಾರತದ ಸಾಮಾಜಿಕ ಪರಿಸರವಾಗಿದ್ದರೆ, ತನ್ನ ಅಪ್ಪ ಮತ್ತು ತಾತರ ಮೂಲಕ ಇವಳನ್ನು ತನ್ನ ದಾರಿಗೆ ತರಬಹುದಿತ್ತು.ಆದರೇ ಲಂಡನ್ನಿನ ಈ ಇಂಗ್ಲೀಷ್ ಸಮಾಜದ ವಾತಾವರಣದಲ್ಲಿ ಅದು ಕಷ್ಟ.ಹೀಗೆಯೇ ಬಿಟ್ಟರೆ ದಿತಿ ತನ್ನ ಕೈ ತಪ್ಪಿ ಹೋಗಬಹುದು. ಏನು ಮಾಡಲಿ, ಅವಳ ಅಂದರೆ ತನ್ನ ಭಾವಿ ಪತ್ನಿಯಾಗುವವಳ, ಈ ಸ್ವಚ್ಛಂದ ವರ್ತನೆಗಳಿಗೆ ಹೇಗೆ ಕಡಿವಾಣ ಹಾಕುವುದು ಎಂದು ತನ್ನೊಳಗೇ ಪೇಚಾಡುತ್ತಿದ್ದ.ಒಂದು ಶನಿವಾರ ರಾತ್ರಿ ಹ್ಯಾರಿಸ್ ಜೊತೆ ತನ್ನ ಖಾಸಗಿ ರೂಮಿನಲ್ಲಿ ಕುಳಿತು ಗಾಂಜಾ ಸೇವಿಸುತ್ತಾ ಅವನಲ್ಲಿ ತನ್ನ ಈ ಸಮಸ್ಯೆಯನ್ನು ಹೇಳಿಕೊಂಡ.

" ನೀನು ಅವಳನ್ನು ಪ್ರೀತಿಸುತ್ತೀಯಾ?" ಹ್ಯಾರಿಸ್ ಗಾಂಜಾದ ಹೊಗೆ ಬಿಡುತ್ತಾ ಕೇಳಿದ.

" ನೀನೂ ಸರಿಯಾಗಿಯೇ ಕೇಳುತ್ತಿಯಾ, ಪ್ರೀತಿ ಇಲ್ಲವಾದರೆ ನಾನು ಯಾಕೆ ನಿನ್ನ ಹತ್ತಿರ ಅವಳ ವಿಚಾರ ಪ್ರಸ್ತಾಪಿಸುತ್ತಿದ್ದೆ? ಏನೋ ಸಲಹೆ ಕೊಡುತ್ತೀಯಾ ಎಂದರೆ ನೀನು ಹೀಗಾ ಕೇಳುವುದು?"ಎಂದ, ಅವನು ಬಿಟ್ಟ ಹೊಗೆಯನ್ನು ತನ್ನ ಹೊಗೆಯಿಂದ ದಟ್ಟಗೊಳಿಸುತ್ತಾ.

" ಹಾಗಲ್ಲಾ ಕಣಯ್ಯಾ, ಮೊದಲು ನೀನು, ನಿನಗೇ ಸ್ಪಷ್ಟ ಆಗಬೇಕು.ಒಬ್ಬ ಹುಡುಗಿಯನ್ನು ಮೆಚ್ಚುವುದೇ ಬೇರೆ, ಇಷ್ಟಪಡುವುದೇ ಬೇರೆ, ಮತ್ತೆ ಪ್ರೀತಿಸುವುದೇ ಬೇರೆ, ಮದುವೆಯಾಗುವುದೇ ಬೇರೆ. ಅದಕ್ಕೆ ಕೇಳಿದೆ ' ಎಂದ ವರ್ಗಿಸ್. ಅದು ಕೀರ್ತಿಗೆ ಸ್ಪಷ್ಟ

ಆಗಲಿಲ್ಲ.

" ನೀನು ಹೇಳುವುದು ಏನು ನನಗೆ ಗೊತ್ತಾಗುತ್ತಿಲ್ಲ" ಎಂದ ಜಯಕೀರ್ತಿ.

"ದಿತಿ ಯಾರು ಹೇಳು?"

" ಇದೇನು ಹೀಗೆ ಕೇಳುತ್ತಿದ್ದೀಯಾ , ದಿತಿ ನನ್ನ ಸೋದರತ್ತೆಯ ಮಗಳು."

"ನಿನ್ನ ಕುಟುಂಬದ ಹಿನ್ನೆಲೆ ಸ್ವಲ್ಪ ಬಿಡಿಸಿ ಹೇಳುತ್ತೀಯಾ?"

"ಯಾಕೆ?"

" ಅದು ನನಗೆ ಗೊತ್ತಿಲ್ಲ ಮತ್ತು ನಿನಗೆ ಸೂಕ್ತ ಸಲಹೆ ಕೊಡಬೇಕಾದರೆ ನಾನು ನಿನ್ನ ಕುಟುಂಬದ ವಿಷಯ ತಿಳಿದಿದ್ದರೆ ಒಳ್ಳೆಯದು, ಅದಕ್ಕೇ"

" ಆಯ್ತು ಕೇಳು, ದಿತಿ ಡಾಕ್ಟರ್ ಭಾರತಿ ಮತ್ತು ಡಾಕ್ಟರ್ ಭೂಷಣ ಅವರ ಮಗಳು. ಭಾರತಿ ನನ್ನ ಅಪ್ಪನ ತಂಗಿ. ನನಗೆ ಸೋದರತ್ತೆ ಆಗಬೇಕು. ಅವಳ ಅಪ್ಪ ಬರ್ಮಿಂಗ್ ಹ್ಯಾಮ್ ಯೂನಿವರ್ಸಿಟಿಯಲ್ಲಿ ಪ್ರೊಫೆಸರ್. ಅಮ್ಮ ಕ್ವೀನ್ ಎಲಿಜಬೆತ್ ಆಸ್ಪತ್ರೆಯಲ್ಲಿ(QUEEN ELIZABETH HOSPITAL) ಡಾಕ್ಟರ್ ಆಗಿದ್ದಾರೆ."

"ದಿತಿ ಅವರಿಗೆ ಒಬ್ಬಳೇ ಮಗಳೇ?"

" ಅವರಿಗೆ ಇನ್ನೊಬ್ಬ ಮಗಳು ಇದ್ದಾಳೆ, ಅವಳ ಹೆಸರು ಅದಿತಿ. ಇಬ್ಬರೂ ಟ್ವಿನ್ಸ್ ."

" ಐ ಸೀ, ಅದಿತಿನೂ ಇಲ್ಲಿಯೇ ಅಂದರೆ ಯೂಕೇ ನಲ್ಲಿ ಇದ್ದಾಳೆಯೋ?"

" ಇಲ್ಲ, ಅದಿತಿ ಬೆಂಗಳೂರಿನಲ್ಲಿ ಇದ್ದಾಳೆ."

" ಅಲ್ಲಿ ಕಾಲೇಜು ಸೇರಿದ್ದಾಳೆಯೋ? '

" ಅಲ್ಲಿ ನನ್ನ ದೊಡ್ಡಮ್ಮ ನ ಮನೆಯಲ್ಲಿ ಇದ್ದಾಳೆ. ಮತ್ತೆ ಅಲ್ಲಿನ ಮೆಡಿಕಲ್ ಕಾಲೇಜಿನಲ್ಲಿ ಎಂ.ಬಿ.ಬಿ.ಎಸ್. ಮಾಡಿ ಈಗ ಪಿಜಿ ಮಾಡುತ್ತಿದ್ದಾಳೆ" ಎಂದು ಎದ್ದು ಹೋಗಿ ಕಪಾಟಿನಲ್ಲಿ ಇದ್ದ ಫ್ಯಾಮಿಲಿ ಆಲ್ಬಂ ತಂದು ಹ್ಯಾರಿಸ್ ಕೈಯಲ್ಲಿ ಕೊಟ್ಟು,

" ನೋಡು ಇದರಲ್ಲಿ ದಿತಿ ಮತ್ತು ಅದಿತಿಯೂ ಮಿಕ್ಕ ಬಂಧುಗಳು ಮತ್ತು ಮಿತ್ರರು ಜೊತೆಯಲ್ಲಿ ಇದ್ದಾರೆ" ಎಂದ.

ಹ್ಯಾರಿಸ್ ಆಲ್ಬಂ ಹಿಡಿದು ಒಂದೊಂದೇ ಪೇಜುಗಳಲ್ಲಿ ಇದ್ದ ಫೋಟೋಗಳನ್ನು ನೋಡತೊಡಗಿದ. ಈಗ ಅವರು ಹುಕ್ಕಾ ಸೇದುವುದನ್ನು ನಿಲ್ಲಿಸಿದರು. ಕೀರ್ತಿ ಸಹ ವಿಷಯದಲ್ಲಿ ಮಗ್ನನಾಗಿ ಆಲ್ಬಂ ನಲ್ಲಿ ಇರುವವರ ಪರಿಚಯ ಹೇಳತೊಡಗಿದ. ಇಬ್ಬರೂ ಆಗಲೇ ನಿಶೆಯಲ್ಲಿ ಇದ್ದರೂ ಜಾಗ್ರುತಿ ಕಳೆದುಕೊಳ್ಳಬಾರದು ಎನ್ನುವ ಎಚ್ಚರದಲ್ಲಿ ಇದ್ದರು.

"ಇವಳೇ ಅದಿತಿ, ದಿತಿಯ ತಂಗಿ"ಎಂದ.

"ಇಬ್ಬರೂ ಒಂದೇ ತರಹ ಇದ್ದಾರೆ, ಅವಳಿ ಮಕ್ಕಳು ತಾನೇ?"

"ಹೌದು ಇಬ್ಬರದ್ದೂ ಒಂದೇ ವಯಸ್ಸು. ಒಂದೆರಡು ನಿಮಿಷಗಳ ಅಂತರದಲ್ಲಿ ಹುಟ್ಟಿದವರು. ಮೊದಲ ಮಗುವಿಗೆ ದಿತಿ ಅಂತ ಎರಡನೆಯವಳಿಗೆ ಅದಿತಿ ಅಂತ ಹೆಸರು ಇಟ್ಟಿದ್ದಾರೆ" ಎಂದ ಜಯಕೀರ್ತಿ. ಇಬ್ಬರ ಫೋಟೋಗಳನ್ನು ದಿಟ್ಟಿಸಿ ಹೋಲಿಸಿ ನೋಡಿದ ಹ್ಯಾರಿಸ್,

" ಇವರಿಬ್ಬರಲ್ಲಿ ದಿತಿ ಯಾರು ಅದಿತಿ ಯಾರು ಅಂತ ಪ್ರತ್ಯೇಕಿಸಿ ಗುರುತು ಹಿಡಿಯುವುದು ಆಗುವುದಿಲ್ಲ. ಅಷ್ಟೊಂದು ಹೋಲಿಕೆ ಇದೆ. ಒಬ್ಬ ವ್ಯಕ್ತಿಯದೇ ಎರಡೂ ಫೋಟೋಗಳು ಅನ್ನಿಸುತ್ತದೆ. ನೀನು ಹೇಳಿದ ಮೇಲೆಯೇ ಇವು ಬೇರೆ ಬೇರೆ ಎನ್ನುವುದು ಗೊತ್ತಾಗುವುದು" ಎಂದ ಹ್ಯಾರಿಸ್.

"ಹೌದು, ಯಾಕೆ ಅಂದರೆ ಅವರು ಬರೀ ಟ್ವಿನ್ಸ್ ಅಲ್ಲ, ಐಡೆಂಟಿಕಲ್ ಟ್ವಿನ್ಸ್" ಎಂದು ನಕ್ಕ ಜಯಕೀರ್ತಿ.

"ಹಾಗೆಂದರೆ ಏನು ನನಗೆ ಅರ್ಥ ಆಗಲಿಲ್ಲ" ಆಲ್ಬಮಿನಿಂದ ತಲೆ ಎತ್ತಿ ಕೇಳಿದ ಹ್ಯಾರಿಸ್.

"ಅವೆಲ್ಲಾ ವಿವರಗಳು ಈಗ ಯಾಕೆ ? ತಿಳಿಯಬೇಕು ಅಂದರೆ ಆ ಮೇಲೆ ಗೂಗಲ್ ಮಾಡಿ ನೋಡು. ಈಗ ವಿಷಯಕ್ಕೆ ಬಾ" ಎಂದ ಜಯಕೀರ್ತಿ.

"ಆಯ್ತು, ಇಫ್ ಯು ಡೋಂಟ್ ಮೈಂಡ್ ನಿನ್ನ ಕುಟುಂಬದ ವಿಷಯ ಮತ್ತಷ್ಟು ವಿವರವಾಗಿ ಹೇಳುತ್ತೀಯಾ?"

"ಇಷ್ಟು ಸಾಕು, ವಿವರುಗಳು ಯಾಕೆ ?" ಎಂದ ಕೀರ್ತಿ.

"ಯಾಕೆ ಅಂದ್ರೇ, ನಿನಗೆ ಸರಿಯಾದ ಸಲಹೆ ಮತ್ತು ಮುಂದಿನ ಕಾರ್ಯಸೂಚಿ ನೀಡಬೇಕು ಅಂದ್ರೆ ನಿಮ್ಮ ಫ್ಯಾಮಿಲಿಯ ಹಿನ್ನೆಲೆಯ ವಿವರ ಗೊತ್ತಿದ್ದರೆ ಒಳ್ಳೆಯದು ಅಲ್ವಾ?" ಎಂದು ಮತ್ತೊಮ್ಮೆ ಹೇಳಿ, ಜಯಕೀರ್ತಿಯ ಮುಖ ನೋಡಿದ. ಹ್ಯಾರಿಸ್ ವಿಷಯವನ್ನು ಅಷ್ಟು ಗಂಭೀರವಾಗಿ ತೆಗೆದುಕೊಂಡಿದ್ದಾನೋ ಅಥವಾ ಗಾಂಜಾದ ಪ್ರಭಾವದ ಲಹರಿಯೋ ಎನ್ನುವುದು ಗೊತ್ತಾಗುವಂತೆ ಇರಲಿಲ್ಲ. ಒಂದು ನಿಮಿಷ ಹ್ಯಾರಿಸ್ ಅನ್ನು ದಿಟ್ಟಿಸಿ ನೋಡಿದ ಜಯಕೀರ್ತಿ, ಏನೂ ಮಾತಾಡದೆ ಎದ್ದು ಬಾತ್ ರೂಮಿಗೆ ಹೋಗಿ ಬಂದ.

"ಕಾಫಿ ಕುಡಿಯುತ್ತೀಯಾ ?" ಹ್ಯಾರಿಸ್ ನನ್ನು ಕೇಳಿದ.

"ಇಷ್ಟು ಹೊತ್ತಲ್ಲಿ ಯಾಕೆ ಮಾಡುತ್ತೀಯಾ, ಬೇಡ ಬಿಡು"

"ಹೊಸತಾಗಿ ಮಾಡಬೇಕಿಲ್ಲ, ಫ್ಲಾಸ್ಕಿನಲ್ಲಿ ಇದೆ"

"ಹಾಗಿದ್ದರೆ ಕೊಡು" ಎನ್ನುತ್ತಾ ಎದ್ದು ನಿಂತ ಹ್ಯಾರಿಸ್, ಆಲ್ಬಂ ಮುಚ್ಚಿ. ಕೀರ್ತಿ ಎರಡು ಕಪ್ಪಿನಲ್ಲಿ ಕಾಫಿ ತಂದು ಅವನಿಗೆ ಒಂದು ಲೋಟ ಕೊಟ್ಟು ತಾನೂ ಕುಡಿಯುತ್ತಲೇ ಅವನ ಮುಂದೆ ನಿಂತು,

" ನನ್ನದು ಸೌತ್ ಇಂಡಿಯಾದಲ್ಲಿನ ತಮಿಳುನಾಡಿನ ತಂಜಾವೂರು. ನನ್ನತಾತ ವರದರಾಜ್ ಅಯ್ಯಂಗಾರ್ ಅಂತ. ಅವರು ಆರು ಸಲ ಎಂ.ಎಲ್.ಎ. ಯಾಗಿ ಚುನಾಯಿತರಾಗಿದ್ದ ಪ್ರಸಿದ್ಧ ಪ್ರಭಾವಿ ವ್ಯಕ್ತಿಗಳು.ಅವರಿಗೆ ಇಬ್ಬರು ಮಕ್ಕಳು. ದೊಡ್ಡ ಮಗ ಲಕ್ಷ್ಮಿ ನರಸಿಂಹ ಅವರು ನನ್ನ ತಂದೆ. ಎರಡನೆಯ ಮಗಳು ಭಾರತಿ , ದಿತಿ ಮತ್ತು ಅದಿತಿಯರ ತಾಯಿ. ಅವರಿಬ್ಬರೂ ನನ್ನ ನೀಸ್ ಗೊತ್ತಾಯ್ತಾ?"ಎಂದ.

"ಗೊತ್ತಾಯ್ತು ,ಮತ್ತೆ ಅದಿತಿ ಬೆಂಗಳೂರಿನಲ್ಲಿ ನಿನ್ನ ದೊಡ್ಡಮ್ಮನ ಮನೆಯಲ್ಲಿ ಇದ್ದಾಳೆ ಎಂದೆ. ಅದು ಹೇಗೇ? ಭಾರತಿಗೆ ಅಕ್ಕ ಇದ್ದಾಳಾ ?" ಎಂದ.

"ಅಕ್ಕ ಅಂದರೆ ಖಾಸ ಅಕ್ಕ ಅಲ್ಲ,ಕಜಿನ್ ಸಿಸ್ಟರ್. ಹೇಗೆ ಅಂದರೆ ನನ್ನ ತಾತ ಮತ್ತು ನನ್ನ ದೊಡ್ಡಮ್ಮ ಅನುರಾಧಾರ ತಂದೆ ಕಜಿನ್ ಬ್ರದರ್ಸ್, ಗೊತ್ತಾಯ್ತೇ? "

"ಸರಿಯಾಗಿ ಗೊತ್ತಾಗಲಿಲ್ಲ. ಇರಲಿ ಬಿಡು, ಅದೆಲ್ಲಾ ಬೇಡ. ಅದಿತಿ ಇರುವುದು ಬೆಂಗಳೂರಿನ ತನ್ನ ದೊಡ್ಡಮ್ಮನ ಮನೆಯಲ್ಲಿ, ಆ ದೊಡ್ಡಮ್ಮ ನಿನ್ನ ಆಂಟಿ ಭಾರತಿಗೆ ಕಜಿನ್ ಸಿಸ್ಟರ್. ಸರಿಯಾ?" ಎಂದ

"ಸರಿ" ಎಂದ ಕೀರ್ತಿ.

"ಮತ್ತೆ ಡಾಕ್ಟರ್ ಭಾರತಿಯವರ ಗಂಡ ಮತ್ತು ಅನುರಾಧ ರವರ ಗಂಡ ಯಾರು? ಅವರ ಮತ್ತು ನಿಮ್ಮ ಸಂಬಂಧ ಹೇಗೇ?"

" ಅವರಿಬ್ಬರೂ ಅಂದರೆ ನನ್ನ ಆಂಟಿ ಭಾರತಿಯ ಗಂಡ ಡಾಕ್ಟರ್ ಭೂಷಣ ಮತ್ತು ಇನ್ನೊಬ್ಬ ಆಂಟಿ ಅನುರಾಧಾ ಅವರ ಗಂಡ ಡಾಕ್ಟರ್ ನಿಜಗುಣಿ ಖಾಸ ಅಣ್ಣ- ತಮ್ಮಂದಿರು. ಗೊತ್ತಾಯ್ತಾ?" ಎಂದ. ಹ್ಯಾರಿಸ್ ಗೆ ಸ್ಪಷ್ಟವಾಗಿರಲಿಲ್ಲ.

"ಥ್ಯಾಂಕ್ಸ್ ಫಾರ್ ಶೇರಿಂಗ್. ನನಗೆ ಇಷ್ಟೇ ಸಾಕು . ದಿತಿ ಮತ್ತು ಅದಿತಿ ನಿನ್ನ ಆಂಟಿಯ ಮಕ್ಕಳು. ನೀನು ದಿತಿಯನ್ನು ಪ್ರೀತಿಸುತ್ತೀಯ ಅಥವಾ ಅವಳನ್ನು ಮದುವೆ ಆಗಬೇಕು ಅಂತ ಇದ್ದೀಯಾ. ಸರೀ,ಇದರಲ್ಲಿ ನನಗೆ ಯಾವ ಸಮಸ್ಯೆಯೂ ಕಾಣುತ್ತಿಲ್ಲವಲ್ಲ?" ಎಂದು," ಯಾಕೆ ದಿತಿಗೆ ಯಾರಾದರೂ ಬಾಯ್ ಫ್ರೆಂಡ್ ಇದ್ದಾರಾ ?" ಎಂದು ಜಯಕೀರ್ತಿಯ ಮುಖ ನೋಡಿದ.

"ಅದೇ ಈಗ ಬಂದಿರುವ ಫಜೀತಿ" ತಲೆಯ ಮೇಲೆ ಕೈ ಹೊತ್ತುಕೊಂಡು ಹೇಳಿದ ಕೀರ್ತಿ.

"ಏನು ಫಜೀತಿ, ಅವಳು ಯಾರನ್ನಾದರೂ ಇಷ್ಟಪಟ್ಟಿದ್ದಾಳಾ?" ಎಂದ ಹ್ಯಾರಿಸ್.

" ನೀನು ಅನುಮಾನಿಸಿದಂತೆ ಅವಳಿಗೆ ಒಬ್ಬ ಫ್ರೆಂಡು ಇದ್ದಾನೆ. ನೀನು ಹೇಳುವ ಬಾಯ್ ಫ್ರೆಂಡೋ ಅಥವಾ ಬರೀ ಫ್ರೆಂಡೋ ಎನ್ನುವುದು ಇನ್ನೂ ಗೊತ್ತಾಗುತ್ತಿಲ್ಲ" ಎಂದ ಕೀರ್ತಿ .

"ಯಾರು ಅವರು ?" ಎಂದ ಹ್ಯಾರಿಸ್. ಕೀರ್ತಿ ಆ ದಿನ ಬಸ್ ಸ್ಟಾಪ್ ಹತ್ತಿರ ನಡೆದ ಘಟನೆಯಿಂದ ತಾನು ಜಾನ್ ವರ್ಗಿಸನ್ನು ದಿತಿಯ ಅಪಾರ್ಟುಮೆಂಟಿನಲ್ಲಿ ನೋಡಿದ್ದರವರೆಗೆ ನಡೆದ ಘಟನೆಗಳನ್ನು ಹೇಳಿದ. ಸ್ವಲ್ಪ ಹೊತ್ತು ಯೋಚಿಸಿದ ಹ್ಯಾರಿಸ್,

"ಆ ವರ್ಗಿಸ್ ಯಾರು ಎಂದು ಒಮ್ಮೆ ತೋರಿಸು. ಅವನು ಯಾವತ್ತೂ ನಿನ್ನ ಮತ್ತು ದಿತಿಯ ಮಧ್ಯೆ ಬಾರದಂತೆ ಮಾಡುತ್ತೇನೆ" ಎಂದ ಗಂಭೀರವಾಗಿ.

"ಏನು ಮಾಡುತ್ತೀಯಾ?" ಸ್ವಲ್ಪ ಆತಂಕದಿಂದಲೇ ಕೇಳಿದ ಕೀರ್ತಿ.

"ಅದೆಲ್ಲಾ ಆ ಮೇಲೆ ಹೇಳುತ್ತೇನೆ, ಈಗ ನನಗೆ ನಿದ್ದೆ ಬರುತ್ತಿದೆ ಮಲಗುವಾ, ಮತ್ತೆ ನನಗೆ ಒಂದಿಷ್ಟು ಹಣ ಬೇಕಿತ್ತು. ನನಗೆ ಸಂಬಳ ಬಂದ ಮೇಲೆ ಹಿಂದಿರುಗಿಸುತ್ತೇನೆ, ಕೊಡುತ್ತೀಯಾ" ಎಂದು ಕೇಳಿದ ಹ್ಯಾರಿಸ್.

"ಎಷ್ಟು ಬೇಕಿತ್ತು.? '

"ನೂರು ಪೌಂಡು"

"ಬೆಳಗ್ಗೆ ಹೋಗುವಾಗ ಕೊಡುತ್ತೇನೆ. ಹೊತ್ತಾಯ್ತು ಮಲಗುವಾ" ಎಂದ ಜಯಕೀರ್ತಿ.

===o===

"ಹಲೋ, ನನ್ನ ಹೆಸರು ದಿತಿ. ನಾನು ಇದೇ ಕಾಲೇಜಿನಲ್ಲಿ ವಿಶ್ವದ ಧರ್ಮಗಳು ಮತ್ತು ನಂಬಿಕೆ ಹಾಗೂ ಆಚರಣೆಗಳು ಎನ್ನುವ ವಿಷಯದಲ್ಲಿ ಡಿಪ್ಲೊಮಾದ ಕೊನೆಯ ವರ್ಷದ

ವಿದ್ಯಾರ್ಥಿನಿ.

ಧರ್ಮ ಅಥವಾ ಇಂಗ್ಲೀಷಿನಲ್ಲಿ ನಾವು ಹೇಳುವ ರಿಲಿಜಿಯನ್, ಇದರ ಉದ್ದೇಶ, ಮನುಷ್ಯ ತಾನು ಯಾರು, ತನ್ನ ಸ್ವರೂಪ ಏನು, ಈ ವಿಶ್ವ ಹೇಗೆ ಶುರುವಾಯ್ತು;ಅಥವಾ ಇದು ಸದಾ ಕಾಲವೂ ಇರುವುದೇ? ಅಂದರೆ ಇದು ಅನಾದಿ ಮತ್ತು ಅನಂತವೇ?ಇದನ್ನು ಸೃಷ್ಟಿಸಿರುವ ಒಂದು ಶಕ್ತಿ ಅಂದರೆ ದೇವರು ಇದ್ದಾನೆಯೋ? ಇದ್ದರೆ ಅವನನ್ನು ಯಾರು ಸೃಷ್ಟಿಸಿದರು? ಅವನು ಸ್ವಯಂಭುವೇ? ಯಾವ ಉದ್ದೇಶಕ್ಕಾಗಿ ಈ ಎಲ್ಲಾ ಸೃಷ್ಟಿ? ಅಥವಾ ಇದಕ್ಕೆ ಉದ್ದೇಶವೇ ಇಲ್ಲವೇ ಎನ್ನುವ ಮತ್ತು ಇಂಥದೇ ಜಿಜ್ಞಾಸೆಗಳಿಗೆ ಉತ್ತರ ಹುಡುಕುವುದು.

ಇಂಥ ಪ್ರಶ್ನೆಗಳನ್ನು ಹಿಡಿದು ಪ್ರಪಂಚದ ನಾನಾ ಭಾಗಗಳಲ್ಲಿ ಅನೇಕ ಧರ್ಮಗಳು ಹುಟ್ಟಿಕೊಂಡಿವೆ. ಅದರಲ್ಲಿ ಕೆಲವು ಪ್ರಮುಖ ಧರ್ಮಗಳನ್ನು ನಾನು ಇಲ್ಲಿ ಚರ್ಚಿಸಲು ಇಚ್ಛಿಸುತ್ತೇನೆ.

1.ಹಿಂದೂ ಧರ್ಮ

2. ಬೌದ್ಧ ಧರ್ಮ

3.ಇಸ್ಲಾಮ್ ಧರ್ಮ

4. ಕ್ರಿಶ್ಚಿಯಾನಿಟಿ.

5.ಟಾವೋ ಇಜಮ್.

6.ಜುದಾಯಿಸಮ್.

ಇನ್ನೂ ಅನೇಕ ಧರ್ಮಗಳು ಪ್ರಚಲಿತವಾಗಿದ್ದರೂ ಇವತ್ತಿನ ನನ್ನ ಈ ಪ್ರಬಂಧದಲ್ಲಿ ನಾನು ಈ ಆರು ಧರ್ಮಗಳ ಬಗ್ಗೆ ವಿವರಿಸಲಿದ್ದೇನೆ.ನನ್ನ ಜೊತೆಗೆ ನನ್ನ ಗೆಳೆಯರಾದ ಜಾನ್ ವರ್ಗಿಸ್ ನಿಮಗೆ ತೆರೆಯ ಮೇಲಿನ ಪ್ರೆಜೆಂಟೇಶನ್ನಿನಲ್ಲಿ, ಚಿತ್ರ ಮತ್ತಿತರರ ಮಾಹಿತಿಗಳನ್ನು ಫೋಕಸ್ ಮಾಡುತ್ತಾರೆ. ಕೊನೆಯಲ್ಲಿ ಹತ್ತು ನಿಮಿಷಗಳ ಕಾಲಾವಧಿಯ ಪ್ರಶ್ನೋತ್ತರಗಳು ಇವೆ.”

ಆ ಸೋಮವಾರ ಬೆಳಗ್ಗೆ ಹನ್ನೊಂದು ಘಂಟೆಯಲ್ಲಿ, ಅಕಾಡೆಮಿಕ್ ಕಾನ್ ಫೆರೆನ್ಸ್ ಹಾಲಿನಲ್ಲಿ, ದಿತಿ ತನ್ನ ಪ್ರಬಂಧವನ್ನು ಮಂಡಿಸುತ್ತಿದ್ದಳು.ಗುರುವಾರಕ್ಕೆ ನಿಗಧಿಯಾಗಿದ್ದ ಕಾರ್ಯಕ್ರಮ,ಅವಳ ಪ್ರೊಫೆಸರರ ಸಲಹೆಯಂತೆ ಅದರ ಮುಂದಿನ ಸೋಮವಾರಕ್ಕೆ ಮುಂದೂಡಲ್ಪಟ್ಟಿತ್ತು.

ಹೀಗೆ ಪ್ರಸ್ತಾವನೆ ಮಾಡಿ, ದಿತಿ, ಘರದೆಯ ಮೇಲೆ ಫೋಕಸ್ ಆದಂತೆ ಅಲ್ಲಿಯ ಚಿತ್ರ ಅಂಕಿ -ಅಂಶಗಳ ಸಹಿತ ಈ ಆರು ಧರ್ಮಗಳ ಬಗ್ಗೆ ಸ್ಥೂಲ ಪರಿಚಯ ಮಾಡಿಕೊಟ್ಟಳು. ಆ ಸಭೆಯಲ್ಲಿ ಸುಮಾರು ಐವತ್ತು ವಿದ್ಯಾರ್ಥಿಗಳು ಮತ್ತು ನಾಲಕ್ಕು ಬೋಧಕ ವರ್ಗದ ಪ್ರೊಫೆಸರುಗಳು ಇದ್ದರು. ಹೊರಗಿನಿಂದ ಬಂದ ಕೆಲವರಲ್ಲಿ ಜಾನ್ ವರ್ಗಿಸ್ , ಜಯಕೀರ್ತಿ ಮತ್ತು ಆಂಟೋನಿ ಹ್ಯಾರಿಸ್ ಸೇರಿದ್ದರು. ಪ್ರಬಂಧ ಮಂಡಿಸಿಯಾದ ಮೇಲೆ,

“ಈಗ ಹತ್ತು ನಿಮಿಷ ಪ್ರಶ್ನೋತ್ತರಗಳು” ಎಂದು ದಿತಿಯ ಪ್ರೊಫೆಸರ್ ಬೆಂಜಾಮಿನ್ ಮೈಕು ಹಿಡಿದು ಹೇಳಿದರು. ಆಗ ಹ್ಯಾರಿಸ್ ಎದ್ದು ನಿಂತು,

"ಈ ಧರ್ಮಗಳಲ್ಲಿ ಶ್ರೇಷ್ಠವಾದ ಧರ್ಮ ಯಾವುದು?" ಎಂದು ದಿತಿಯನ್ನು ಕೇಳಿದ. ಎಲ್ಲರೂ ಹ್ಯಾರಿಸ್ ಅತ್ತ ನೋಡಿದರು. ದಿತಿ ಉತ್ತರಿಸುವ ಮೊದಲೇ ಪ್ರೊಫೆಸರ್ ಬೆಂಜಾಮಿನ್,

"ನಿಮ್ಮ ಪರಿಚಯ ಪ್ಲೀಜ್" ಎಂದರು.

"ನನ್ನ ಹೆಸರು ಅಂಟೋನಿ ಹ್ಯಾರಿಸ್ , ನಾನು ಕಾಂಟಿನೆಂಟಲ್ ಹೋಟಲಿನ ಮೇನೇಜರ್ " ಎಂದು ಪರಿಚಯ ಮಾಡಿಕೊಂಡ.

ದಿತಿ ಮೈಕ್ ಹಿಡಿದು,

"ಪ್ರತಿಯೊಂದು ಧರ್ಮದವರೂ ತಮ್ಮ ಧರ್ಮವೇ ಶ್ರೇಷ್ಠ ಎಂದು ಭಾವಿಸುವುದು ಸಹಜ. ಆದ್ದರಿಂದ ಒಂದು ಧರ್ಮವನ್ನು ಇನ್ನೊಂದು ಧರ್ಮದ ಜೊತೆಗೆ ಹೋಲಿಸಿ ಯಾವುದು ಉತ್ತಮ ಎನ್ನುವ ಪ್ರಶ್ನೆಯೇ ಸಂಗತವಲ್ಲ ಎನ್ನುವುದು ನನ್ನ ಅಭಿಪ್ರಾಯ ' ಎಂದಳು. ಮತ್ತೆ ಎದ್ದು ನಿಂತ ಹ್ಯಾರಿಸ್,

" ನಾನು ನಿಮ್ಮ ವೈಯಕ್ತಿಕ ಅಭಿಪ್ರಾಯ ಕೇಳಲಿಲ್ಲ,ಅಕಾಡೆಮಿಕ್ಕಾಗಿ ಯಾವ ಧರ್ಮವನ್ನು ನೀವು ಶ್ರೇಷ್ಠ ಧರ್ಮ ಎನ್ನುತ್ತೀರಿ?" ಎಂದು ಕೇಳಿದ.

ಸಭೆಯಲ್ಲಿ ಧ್ವನಿಗಳು ಎದ್ದು, ಸ್ವಲ್ಪ ಹೊತ್ತು ಸುಮ್ಮನೇ ಇದ್ದ ದಿತಿ, ಮೌನ ಆವರಿಸಿದ ಮೇಲೆ ಹ್ಯಾರಿಸ್ ಕಡೆಗೆ ತಿರುಗಿ,

" ಈ ಜಗತ್ತಿನ ತಾಯಂದಿರಲ್ಲಿ ಯಾವ ತಾಯಿ ನಿಮಗೆ ಹೆಚ್ಚು ಶ್ರೇಷ್ಠ ಅನ್ನಿಸುತ್ತೆ?" ಎಂದು ಹ್ಯಾರಿಸ್‌ನತ್ತಾ ನೇರ ನೋಡುತ್ತಾ ಕೇಳಿದಳು.

"ನನ್ನ ತಾಯಿ ನನಗೆ ಎಲ್ಲಾ ತಾಯಿಯರಿಗಿಂತ ಶ್ರೇಷ್ಠ ಅನ್ನಿಸುತ್ತೆ, ನನಗೆ" ಎಂದ.

"ನಿಮ್ಮ ಪ್ರಶ್ನೆಗೆ ನೀವೇ ಉತ್ತರ ಕೊಟ್ಟಿದ್ದೀರಿ," ನಸುನಗುತ್ತಾ ದಿತಿ ಹೇಳಿದಾಗ, ಎಲ್ಲಾ ಶ್ರೋತೃಗಳೂ ಚಪ್ಪಾಳೆ ತಟ್ಟಿ ಮೆಚ್ಚುಗೆ ಸೂಚಿಸಿದರು.

ಅಷ್ಟರಲ್ಲಿ ಇನ್ನೊಬ್ಬ ಶ್ರೋತೃ ಮೈಕ್ ಹಿಡಿದು, " ಇಸ್ಲಾಮಿನಲ್ಲಿ ಅಣ್ಣ ತಮ್ಮನ ಮಕ್ಕಳು ಮದುವೆ ಆಗುತ್ತಾರೆ.ಹಿಂದೂಗಳಲ್ಲೂ ಇದು ಸಮ್ಮತವೋ? ಮದುವೆಯ ವಿಚಾರದಲ್ಲಿ ವಿವಿಧ ಧರ್ಮಗಳಲ್ಲಿ ಬೇರೆ ಬೇರೆ ಕಾನೂನುಗಳು ಯಾಕೆ ಇವೆ?" ಎಂದ .

"ಹಿಂದೂ ಧರ್ಮದಲ್ಲಿ ಅಣ್ಣ-ತಮ್ಮನ ಮಕ್ಕಳನ್ನು ಅಣ್ಣ -ತಂಗಿ ಎಂದು ಪಡಿಗಣಿಸುತ್ತಾರೆ. ಹಾಗಾಗಿ ಅಣ್ಣ -ತಮ್ಮನ ಮಕ್ಕಳು ಮದುವೆ ಆಗುವಂತೆ ಇಲ್ಲ ಮತ್ತು ಅದು ಹಿಂದೂ ವಿವಾಹ ಕಾನೂನಿಗೆ ವಿರೋಧ" ಎಂದಳು ದಿತಿ.

" ಆದರೆ ಹಿಂದೂಗಳಲ್ಲಿ ಅಣ್ಣ-ತಂಗಿ ಅಥವಾ ಅಕ್ಕ- ತಮ್ಮನ ಮಕ್ಕಳು ಮದುವೆ ಆಗುತ್ತಾರೆ.ಮತ್ತು ಅಣ್ಣ -ತಮ್ಮರ ಮಕ್ಕಳಂತೆ, ಅಣ್ಣ ತಂಗಿಯ ಮಕ್ಕಳು ಒಂದೇ ರಕ್ತ. ಹೀಗಾಗಿ ಅದೂ ನಿಶಿದ್ಧ ಯಾಕೆ ಅಲ್ಲ? ಮತ್ತೆ ಅಕ್ಕನ ಮಗಳನ್ನು ಮದುವೆ ಆಗ ಬಹುದಾದರೆ ಅಣ್ಣನ ಮಗಳನ್ನು ಯಾಕೆ ಮದುವೆ ಆಗಬಾರದು?"

"ವೈಜ್ಞಾನಿಕವಾಗಿ ಮತ್ತು ಮೆಡಿಕಲ್ಲಾಗಿ ಕಜಿನ್ಸ್ ಮದುವೆ ಆರೋಗ್ಯ ಕಾರಣಗಳಿಗೆ ಅಂದರೆ ಜೆನೆಟಿಕ್ ಕಾರಣಗಳಿಗೆ ಸಾಧು ಅಲ್ಲ ಎನ್ನುವ ಅಭಿಪ್ರಾಯ ಇದೆ. ಆದರೆ ಮದುವೆ ವಿಚಾರದಲ್ಲಿ ಎಲ್ಲಾ ಧರ್ಮಗಳಲ್ಲಿ ಒಂದೇ ಅಂದರೆ ಏಕರೂಪವಾದ ಕಾನೂನುಗಳು ಇಲ್ಲ.

ಒಂದೊಂದು ಧರ್ಮದಲ್ಲಿ ಭಿನ್ನವಾದ ಕಾನೂನುಗಳು ಇವೆ. ಹಿಂದೂಗಳಲ್ಲಿ ಅಕ್ಕನ ಮಕ್ಕಳನ್ನು ಮದುವೆ ಆಗಬಹುದು.ಆದರೆ ಅಣ್ಣನ ಮಕ್ಕಳನ್ನು ಮದುವೆ ಆಗುವಂತೆ ಇಲ್ಲ. ಯಾಕೆ ಎನ್ನುವ ಪ್ರಶ್ನೆ ಇಲ್ಲಿ ಸಂಗತವಲ್ಲ.ಅದು ಬಹು ಕಾಲದಿಂದ ನಡೆದುಕೊಂಡು ಬಂದಿರುವ ಪದ್ಧತಿ. ಅವರವರ ನಂಬಿಕೆಗಳು ಅವರವರಿಗೆ ಸರಿ. ಅವು ಪ್ರತಿ ಸಮಾಜದಲ್ಲಿ ಸಾವಿರಾರು ವರ್ಷಗಳಿಂದ ನಡೆದುಕೊಂಡು ಬಂದಿರುವ ಆಚರಣೆಗಳು . ಅವನ್ನು ತಾರ್ಕಿಕವಾಗಿ ಪರಿಶೀಲಿಸುವುದನ್ನು ಯಾವ ಧರ್ಮದವರೂ ಒಪ್ಪುವುದಿಲ್ಲ,"ಎಂದಳು ದಿತಿ.

"ಹಿಂದೂ ಧರ್ಮದ ಅಣ್ಣ-ತಮ್ಮನ ಮಕ್ಕಳು ಇಸ್ಲಾಂ ಗೆ ಮತಾಂತರಗೊಂಡರೆ ಆಗ ಅವರ ಮದುವೆ ಆಗಬಹುದೇ?"

"ಅವರು ಕ್ರಿಶ್ಚಿಯನ್ ಧರ್ಮಕ್ಕೆ ಮತಾಂತರ ಆದರೆ ಮದುವೆ ಆಗಲು ಚರ್ಚ್ ಒಪ್ಪಿಗೆ ನೀಡುತ್ತದೆ. ಆದರೆ ಇಸ್ಲಾಂ ಧರ್ಮಕ್ಕೆ ಮತಾಂತರವಾದರೆ ಅಲ್ಲಿ ಅದು ಸಮ್ಮತವಲ್ಲ ಎಂದು ನಾನು ತಿಳಿದಿದ್ದೇ ನೆ.ಇದನ್ನು ನಾವು ಆಯಾ ದೇಶಗಳ ಕಾನೂನುಗಳನ್ನು ನೋಡಿ ತಿಳಿಯಬೇಕು. ಮದುವೆಯ ವಿಚಾರದಲ್ಲಿ ಎಲ್ಲ ದೇಶಗಳಲ್ಲೂ ಏಕ ರೂಪದ ಕಾನೂನು ಇಲ್ಲ" ಎಂದಳು ದಿತಿ.

" ನೀವು ವೈಯಕ್ತಿಕವಾಗಿ ಹಿಂದೂ ಅಲ್ಲವೇ ?"

" ಹೌದು, ನಾನು ಹುಟ್ಟಿನಿಂದ ಹಿಂದೂವೇ ಆದರೂ ನನಗೆ ಎಲ್ಲ ಧರ್ಮಗಳ ಆಚರಣೆಗಳು ಸಮ್ಮತವೇ . ಒಂದು ಧರ್ಮದಲ್ಲಿ ಸರಿಯಾದದ್ದು ಇನ್ನೊಂದು ಧರ್ಮದಲ್ಲಿ ಯಾಕೆ ತಪ್ಪಾಗಬೇಕು ಎನ್ನುವುದು ನನ್ನ ನಿಲುವು"

"ಹಾಗಾದರೆ ಸಂದರ್ಭ ಬಂದರೆ ನೀವು ನಿಮ್ಮ ಚಿಕ್ಕಪ್ಪ ಅಥವಾ ದೊಡ್ಡಪ್ಪನ ಮಗನನ್ನು ಮದುವೆ ಆಗುತ್ತೀರಾ?"

" ನಾನು ಯಾರನ್ನು ಪ್ರೀತಿಸುತ್ತೇನೋ ಅವರನ್ನು ಮದುವೆ ಆಗುತ್ತೇನೆ. ಅದಕ್ಕೆ ಧಾರ್ಮಿಕ ಒಪ್ಪಿಗೆ ಅಥವಾ ವಿರೋಧಗಳು ಎರಡೂ ನನಗೆ ಸಮ್ಮತವಲ್ಲ" ಎಂದಳು ದಿತಿ. ಇನ್ನೊಬ್ಬ ಶ್ರೋತೃ ಪ್ರಶ್ನೆ ಕೇಳಲು ಮೇಲೆ ಹೇಳುತ್ತಿದ್ದ ಹಾಗೆ ಅಧ್ಯಕ್ಷತೆ ವಹಿಸಿದ್ದ ಪ್ರೊಫೆಸರ್,

"ಇಲ್ಲಿಗೆ ಪ್ರಶ್ನೋತ್ತರದ ವೇಳೆ ಮುಗಿಯಿತು" ಎಂದು ಹೇಳಿ ಅಂದಿನ ಕಾರ್ಯಕ್ರಮವನ್ನು ಮುಕ್ತಾಯಗೊಳಿಸಿದರು.

===o===

"ಇವರು ಆಂಟೋನಿ ಹ್ಯಾರಿಸ್ ಅಂತ. ಈ ಮೊದಲು ನಮ್ಮ ಹೋಟೆಲಿನಲ್ಲಿ ಮೇನೇಜರ್ ಆಗಿದ್ದವರು. ಈಗ ಕಾಂಟಿನೆಂಟಲ್ ಹೋಟೆಲಿನಲ್ಲಿ ಮೇನೇಜರ್ ಆಗಿದ್ದಾರೆ," ಜಯಕೀರ್ತಿ ಹ್ಯಾರಿಸ್ ನನ್ನು ಟೇಬಲ್ ಸುತ್ತಾ ಇದ್ದವರಿಗೆ ಪರಿಚಯಿಸಿದ. ಸೆಮಿನಾರ್ ಮುಗಿದ ಮೇಲೆ ಮೊದಲೇ ಹೇಳಿ ವ್ಯವಸ್ಥೆ ಮಾಡಿದ್ದ ಪ್ರಕಾರ ಅವರು ಮಧ್ಯಾಹ್ನದ ಭೋಜನಕ್ಕೆ ಜಯಕೀರ್ತಿಯ ಹೋಟೆಲಿಗೆ ಬಂದು ಸ್ಪೆಷಲ್ ರೂಮಿನ ಟೇಬಲ್ ಸುತ್ತಾ ಕುಳಿತಿದ್ದರು. ದಿತಿ ಮತ್ತು ವರ್ಗಿಸ್ ಅಲ್ಲದೆ ಡಾಕ್ಟರ್ ಭಾರತಿ ಮತ್ತು ಡಾಕ್ಟರ್ ಭೂಷಣ ಅವರೂ ಅಲ್ಲಿದ್ದರು. ಮಗಳ ಸೆಮಿನಾರಿಗೆ ಬರಲು ಅವರು ಆ ದಿನ ರಜೆ ಹಾಕಿದ್ದರು. ಆ ಟೇಬಲ್ ಸುತ್ತಾ ಆರು ಜನ ಕುಳಿತ್ತಿದ್ದರು. ದಕ್ಷಿಣ ಭಾರತದ ಸ್ಪೆಷಲ್ ಮೆನು ಹೇಳಿ ಮಾಡಿಸಿದ್ದ ಕೀರ್ತಿ. ಅವರು ಊಟ ಮಾಡುತ್ತಾ

ಮಾತಾಡುತ್ತಿದ್ದರು.

“ ನೀವು ಯಾವ ಅಳುಕು ಅಡೆತಡೆ ಇಲ್ಲದೆ ತುಂಬಾ ವಿಷದವಾಗಿ ಬೇರೆ ಬೇರೆ ಧರ್ಮಗಳ ಪರಿಚಯ ಮಾಡಿಕೊಟ್ಟಿರಿ. ಧರ್ಮಗಳ ಉಗಮ, ನಂಬಿಕೆಗಳು ಮತ್ತು ಆಚರಣೆಗಳ ಬಗೆಗೆ ಚಿತ್ರ ಸಹಿತ ಅಧಿಕೃತ ದಾಖಲೆಗಳನ್ನು ಸ್ಕ್ರೀನಿನ ಮೇಲೆ ಫೋಕಸ್ ಮಾಡಿದ್ದು ಗ್ರಹಿಕೆಗೆ ಸುಲಭವಾಗಿ ಮತ್ತು ಪರಿಣಾಮಕಾರಿಯಾಗಿತ್ತು. ಬ್ಯೂಟಿಫುಲ್ ಪ್ರಸೆಂಟೇಷನ್, ಕಂಗ್ರಾಟ್ಸ್” ಎಂದ ಹ್ಯಾರಿಸ್ .

“ಇದರಲ್ಲಿ ನನ್ನ ಶ್ರಮಕ್ಕೆ ಜಾನ್ ಕೈ ಜೋಡಿಸಿದ್ದು ಕಾರಣವಾಗಿ, ಅರ್ಧ ಕ್ರೆಡಿಟ್ ಅವರಿಗೆ ಸಲ್ಲಬೇಕು” ಎಂದಳು ದಿತಿ.

“ಜಾನ್ ಅಂದರೆ ಯಾರು ಗೊತ್ತಾಗಲಿಲ್ಲ?” ಎಂದ ಹ್ಯಾರಿಸ್.

“ವರ್ಗಿಸ್, ಜಾನ್ ವರ್ಗಿಸ್ ಪೂರಾ ಹೆಸರು”ಎಂದು ಅವನತ್ತ ಕೈ ತೋರಿದಳು ದಿತಿ. ಅವಳು ಅವನ ಮೊದಲ ಹೆಸರು ಹಿಡಿದು ಸಲುಗೆಯಿಂದ ಹೇಳಿದ್ದು ಕೀರ್ತಿಗೆ ಕಸಿವಿಸಿ ಆಯ್ತು. ಅದನ್ನು ಹ್ಯಾರಿಸ್ ಗಮನಿಸಿದ.

“ನಿಮಗೂ ಅಭಿನಂದನೆಗಳು” ಎಂದ ಹ್ಯಾರಿಸ್ ವರ್ಗಿಸ್ ಕಡೆಗೆ ಮುಖ ಮಾಡಿ.

“ಇದರಲ್ಲಿ ನನ್ನ ಪಾತ್ರ ಏನೂ ಇಲ್ಲ. ನೀವು ಶ್ರೋತೃಗಳ ಪ್ರಶ್ನೆಗಳಿಗೆ ಸಮಾಧಾನ ಹೇಳಿದ್ದು ನನಗೆ ತುಂಬಾ ಹಿಡಿಸಿತು. ಪ್ರೀತಿಗೆ ಧಾರ್ಮಿಕ ಗಡಿಗಳನ್ನು ಹಾಕಬಾರದು ಎನ್ನುವ ನಿಮ್ಮ ಅಭಿಪ್ರಾಯ ನನಗೆ ಇಷ್ಟವಾಯಿತು” ಎಂದ ವರ್ಗಿಸ್.

“ ಆದರೆ ಮದುವೆಯಾಗಲೆಂದೇ ಬೇರೊಂದು ಧರ್ಮಕ್ಕೆ ಮತಾಂತರ ಆಗುವುದನ್ನು ನಾನು ವಿರೋಧಿಸುತ್ತೇನೆ” ಭಾರತಿ ತನ್ನ ಅಭಿಪ್ರಾಯ ಹೇಳಿದಳು.

“ ಯಾಕೆ ಅದರಲ್ಲಿ ಏನು ತಪ್ಪಿದೆ?” ಎಂದ ಭೂಷಣ.

“ಇದು ನಂಬಿಕೆಯ ಪ್ರಶ್ನೆ . ಯಾವುದೇ ಧರ್ಮ ಬರೀ ಮದುವೆಗೆ ಸಂಬಂಧಪಟ್ಟದ್ದು ಅಲ್ಲ. ಧರ್ಮ ಗಹನವಾದದ್ದು.ಅದು ನಮ್ಮ ಬದುಕು ಸುಗಮವೂ ಸೌಹಾರ್ದಯುತವೂ ಮತ್ತು ಒಂದು ರಕ್ಷ ಕವಚವೂ ಆಗಿ ನಮ್ಮನ್ನು ರಕ್ಷಿಸುತ್ತೆ. ಅದನ್ನು ನಾವು ಮೀರಿದರೆ ಕ್ಷೋಭೆಗಳಿಗೆ ಒಳಗಾಗುತ್ತೇವೆ.ಆದ್ದರಿಂದ ಅದು ಅಪಾಯಕಾರಿ ಎನ್ನುವುದು ನನ್ನ ನಂಬಿಕೆ ’ ಎಂದಳು ಭಾರತಿ.

“ ಇದರಲ್ಲಿ ನನಗೆ ಯಾವ ಅಪಾಯವೂ ಕಾಣುತ್ತಿಲ್ಲ. ಒಂದುವೇಳೆ ಇದು ರಿಸ್ಕಿಯಾದರೆ ಏನಂತೆ, ನೋ ರಿಸ್ಕ್, ನೋ ಪ್ರೋಗ್ರೆಸ್ “ ಎಂದು ನಕ್ಕಳು ದಿತಿ .

“ನಾನು ಆಂಟಿಯ ಅಭಿಪ್ರಾಯವನ್ನು ಒಪ್ಪುತ್ತೇನೆ. ಸುಮ್ಮನೇ ಯಾಕೆ ರಿಸ್ಕ್ ತೆಗೆದುಕೊಳ್ಳಬೇಕು.?” ಎಂದ ಜಯಕೀರ್ತಿ.

“ಕೊನೆಗೂ ಇದು ವ್ಯಕ್ತಿಯ ಆಯ್ಕೆಯ ಸ್ವಾತಂತ್ರ್ಯ. ಇದು ಹೀಗೆ ಇರಬೇಕು ಎನ್ನುವ ಕಟ್ಟಳೆಗಳು ಸರಿ ಅಲ್ಲ. ಇನ್ನೊಬ್ಬರಿಗೆ ತೊಂದರೆ ಆಗದಂತೆ ತಮಗೆ ಬೇಕಾದಂತೆ ಬದುಕನ್ನು ರೂಪಿಸಿಕೊಳ್ಳುವ ಸ್ವಾತಂತ್ರ್ಯ ಎಲ್ಲರಿಗೂ ಇದೆ. ನೀನು ಮಾಡಿರುವುದು ಅದನ್ನೇ ಅಲ್ಲವೇ?” ಎಂದು ನಕ್ಕ ಭೂಷಣ.

ಭಾರತಿ ತನ್ನ ತಂದೆ-ತಾಯಿಗಳು ಆಯ್ಕೆ ಮಾಡಿದ್ದ ವರನನ್ನು ತಿರಸ್ಕರಿಸಿ ತನ್ನ ಇಚ್ಚೆಯ ಭೂಷಣನನ್ನು ಮದುವೆಯಾಗಿದ್ದಳು.

ಎಲ್ಲರೂ ಊಟ ಮುಗಿಸಿ ಜಯಕೀರ್ತಿಗೆ ಥ್ಯಾಂಕ್ಸ್ ಮತ್ತು ಬೈ ಹೇಳಿದರು. ಭೂಷಣ ಮತ್ತು ಭಾರತಿ ತಮ್ಮ ಕಾರಿನಲ್ಲಿ ಬರ್ಮಿಂಗ್ ಹ್ಯಾಮಿಗೆ ಹೋದರು. ದಿತಿ ತನ್ನ ಕಾರಲ್ಲಿ ವರ್ಗಿಸ್ ಜೊತೆಗೆ ಹೋದಳು.

ಅಲ್ಲಿ ಕೀರ್ತಿ ಮತ್ತು ಹ್ಯಾರಿಸ್ ಮಾತ್ರ ಉಳಿದರು.

" ಹೇಗೆ ಅನ್ನಿಸುತ್ತೆ ನಿನಗೆ ?" ಕೀರ್ತಿ ಹ್ಯಾರಿಸ್ ನನ್ನು ಕೇಳಿದ.

"ಯಾವ ವಿಚಾರದ ?" ಎಂದು ಕೀರ್ತಿಯ ಮುಖವನ್ನು ದಿಟ್ಟಿಸಿ ನೋಡುತ್ತಾ ಕೇಳಿದ.

"ಜಾನ್ ವರ್ಗಿಸ್ ವಿಚಾರ ನಾನು ಕೇಳುತ್ತಿರುವುದು" ಅಸಹನೆಯ ಧ್ವನಿಯಲ್ಲಿ ಹೇಳಿದ ಕೀರ್ತಿ.

"ಹೇಗೆ ಅಂದರೆ ಏನು ಹೇಳುವುದು? ನಾನು ಇದೇ ಮೊದಲು ಅವರನ್ನು ನೋಡಿದ್ದು. ಅವರು ಯಾವ ಚರ್ಚಿನಲ್ಲಿ ವಾಸ ಇರುವುದು.? '

"ಕಿಂಗ್ ಆಫ್ ಕಿಂಗ್ಸ್ ಚರ್ಚಿನಲ್ಲಿ."

"ಕ್ಯಾಟ್ ಫೋರ್ಡಿನಲ್ಲಿ ಇರುವುದೇ?" ಹ್ಯಾರಿಸ್ ಕೇಳಿದ.

"ಇರಬಹುದು , ನನಗೆ ಗೊತ್ತಿಲ್ಲ."

"ಗೊತ್ತಾಯ್ತು; ನಾನು ಭಾನುವಾರದ ಪ್ರಾರ್ಥನೆಗೆ ಆ ಚರ್ಚಿಗೇ ಹೋಗುವುದು.ಅಲ್ಲಿ ವಿಚಾರಿಸಿ ನೋಡುತ್ತೇನೆ" ಎಂದ ವರ್ಗಿಸ್, ಸ್ವಲ್ಪ ಹೊತ್ತು ಮಾತಾಡದೆ ಮಾಳಿಗೆಯನ್ನು ನೋಡುತ್ತಾ ಕುಳಿತ.

" ಏನು ಯೋಚಿಸ್ತಾ ಇದಿಯಾ ?" ಕೀರ್ತಿ ಕೇಳಿದ.

"ಏನು ಮಾಡಬೇಕು ಎನ್ನುವುದು ಗೊತ್ತಾಗುತ್ತಾ ಇಲ್ಲ" ಎಂದ ಹ್ಯಾರಿಸ್, "ನಾನು ಮುಂದಿನ ಭಾನುವಾರದಿಂದ ಅವನನ್ನು ಚರ್ಚಿನಲ್ಲಿ ಗಮನಿಸುತ್ತೇನೆ. ಅಲ್ಲಿ ಇರುವವರನ್ನು ಪರಿಚಯ ಮಾಡಿಕೊಂಡು ಅವನು ಹೇಗೆ ಎತ್ತ ಅಂತ ವಿಚಾರಿಸುತ್ತೇನೆ. ಮೊದಲು ನಾವು ಅವನ ಬಗೆಗೆ ಹೆಚ್ಚಿನ ಮಾಹಿತಿಗಳನ್ನು ಸಂಗ್ರಹಿಸಿ ಆ ಮೇಲೆ ಏನು ಮಾಡುವುದು ಎಂದು ಯೋಚಿಸೋಣ. ನಾನು ಮತ್ತೆ ಒಂದು ದಿನ ನಿನಗೆ ಫೋನ್ ಮಾಡಿ ಬರುತ್ತೇನೆ. ಆಗ ವಿವರವಾಗಿ ಚರ್ಚಿಸೋಣ" ಎಂದ ಹ್ಯಾರಿಸ್, ಜಯಕೀರ್ತಿ ಕೊಟ್ಟ ಹಣ ಇಸಿದುಕೊಂಡು ಹೋದ.

===o===

ಒಂದು ಶನಿವಾರ ದಿತಿ ಮತ್ತು ವರ್ಗಿಸ್ ಆಕ್ಸ್ ಫರ್ಡ್ ಗೆ ಹೋಗಿದ್ದರು. ಆಗ ಅಲ್ಲಿಗೆ ಹ್ಯಾರಿಸ್ ಸಹ ತನ್ನ ಸ್ನೇಹಿತರ ಜೊತೆಗೆ ಹೋಗಿದ್ದು ಅವರನ್ನು ಮಾತಾಡಿಸಿ ವಿಷ್ ಮಾಡಿದ . ಮಾರನೇಯ ದಿನ ಹ್ಯಾರಿಸ್ ಬರ್ಮಿಂಗ್ ಹ್ಯಾಮ್ ಹತ್ತಿರದ ಹಾರ್ಡ್ ವಿಕ್ ಕ್ಯಾಸಲ್ಲಿಗೆ ಹೋದಾಗ ಅಲ್ಲಿಗೂ ದಿತಿ ಮತ್ತು ಜಾನ್ ವರ್ಗಿಸ್ ಬಂದಿದ್ದರು.ಅವರನ್ನು ದೂರದಿಂದ ಗಮನಿಸಿದ್ದ.

ಆ ದಿನ ರಾತ್ರಿ ಹ್ಯಾರಿಸ್ ಜಯಕೀರ್ತಿಯ ರೂಮಿಗೆ ಹೋದ. ಅವರು ಗಾಂಜಾ ಸೇವಿಸುತ್ತಾ ಮಾತಾಡುವಾಗ ಹ್ಯಾರಿಸ್,

"ನಾನು ನಿನ್ನ ದಿತಿ ಮತ್ತು ವರ್ಗಿಸರನ್ನು ಒಟ್ಟಿಗೆ ನೋಡಿದೆ" ಎಂದ.

"ಯಾವಾಗ ಎಲ್ಲಿ? '

"ನಾನು ಮತ್ತು ನನ್ನ ಮಿತ್ರರು ವಾರದ ಕೊನೆ ಎಂದು ಆಕ್ಸ್ ಫರ್ಡ್ ಮತ್ತು ಹಾರ್ಡ್ ವಿಕ್ ಕ್ಯಾಸಲಿಗೆ ಹೋಗಿದ್ದೆವು.ಎರಡೂ ಕಡೆ ಅವರು ನಮಗೆ ಭೇಟಿಯಾದರು" ಎಂದ ಹ್ಯಾರಿಸ್. ಜಯಕೀರ್ತಿ ಒಂದು ದಮ್ಮು ಎಳೆದು ಹೊಗೆ ಬಿಟ್ಟು ತಾರಸಿಯ ಕಡೆಗೆ ಮುಖ ಮಾಡಿ.

" ಒಂದು ರೀತಿಯಲ್ಲಿ ಇದಕ್ಕೆಲ್ಲಾ ನಾನೇ ಕಾರಣ " ಎಂದ. ಅವನು ಲಹರಿಯಲ್ಲಿ ಇದ್ದ,

"ಅದು ಹೇಗೆ?" ಹ್ಯಾರಿಸ್ ಕೇಳಿದ.

" ಆ ದಿನ ಬಸ್ ಸ್ಟಾಪಿನಲ್ಲಿ ನಾನು ಅವಸರಿಸದೆ, ಅವನಿಗೆ ಹಲೋ ಎಂದಿದ್ದರೆ. ಪ್ರಸಂಗ ಇಲ್ಲಿಯವರೆಗೆ ಬರುತ್ತಿರಲಿಲ್ಲ" ವಿಷಾದದ ಧ್ವನಿಯಲ್ಲಿ ಹೇಳಿದ.ಹ್ಯಾರಿಸ್ ಸ್ವಲ್ಪ ಹೊತ್ತು ಸುಮ್ಮನಿದ್ದು ಹೇಳಿದ, "ಅವರು ಸ್ನೇಹವಾಗಿದ್ದರೆ ಏನಂತೆ, ಸ್ನೇಹದಿಂದ ಇದ್ದ ಮಾತ್ರಕ್ಕೆ ನೀನು ಯಾಕೆ ಏನೇನೋ ಊಹೆ ಮಾಡಿಕೊಳ್ಳುತ್ತೀಯಾ? ನಿನಗೆ ದಿತಿಯನ್ನು ಮದುವೆಯಾಗುವ ಆಸೆ ಇದ್ದರೆ,ಅವಳ ಜೊತೆಗೆ ಮಾತಾಡಿ, ಅವಳನ್ನು ಅನುನಯದಿಂದ ಒಲಿಸಿಕೊಳ್ಳಬೇಕು ಅಲ್ಲವೇ?" ಎಂದ.

"ಅನುನಯ ಅಂದರೆ ಏನು ನೀನು ಹೇಳುವುದು?ಅವಳು ನನ್ನ ಸೋದರತ್ತೆಯ ಮಗಳು. ಚಿಕ್ಕಂದಿನಿಂದಲೇ ನಾವು ಆಪ್ತರಾಗಿದ್ದೇವೆ ಗೊತ್ತಾ? ಇರಲಿ, ಅವಳ ತಂದೆ ತಾಯಿಗಳ ಹತ್ತಿರ ಮಾತಾಡಿ ನನ್ನ ಮನೋಭಿಲಾಷೆ ತಿಳಿಸಬೇಕೆಂದಿದ್ದೇನೆ.ಅದಕ್ಕೆ ಸೂಕ್ತ ಸಮಯ ಕಾಯುತ್ತಿದ್ದೇನೆ, ಮೊದಲು ಅವಳ ಪರೀಕ್ಷೆಗಳು ಮುಗಿಯಲಿ" ಎಂದ ಜಯಕೀರ್ತಿ.

"ಅವಳ ಪರೀಕ್ಷೆಗಳು ಯಾವಾಗ ಮುಗಿಯುತ್ತವೆ?" ಹ್ಯಾರಿಸ್ ಕೇಳಿದ.

"ಯಾವಾಗ ಎನ್ನುವುದನ್ನು ಮುಂದಿನ ಸಲ ಅವಳ ಮನೆಗೆ ಹೋದಾಗ ಗೊತ್ತುಮಾಡಿಕೊಳ್ಳುತ್ತೇನೆ" ಎಂದ ಜಯಕೀರ್ತಿ.

"ಆಯ್ತು ನೀನು ಮೊದಲು ಅವಳಿಗೆ ಪ್ರಪೋಜ್ ಮಾಡು ಮುಂದೆ ಏನಾಗುತ್ತದೆ ಎನ್ನುವುದನ್ನು ಆಗ ನೋಡೋಣ" ಎಂದ ಹ್ಯಾರಿಸ್.

===o===

"ಮುಂದೆ ಏನು ಮಾಡಬೇಕು ಅಂತ ಇದ್ದೀಯಾ?" ದಿತಿಯನ್ನು ಕೇಳಿದ ಜಯಕೀರ್ತಿ. ಆ ಭಾನುವಾರ ಬೆಳಗ್ಗೆ ಅವನು ದಿತಿಯ ಮನೆಗೆ ಹೋಗಿದ್ದ.ಭಾರತಿ, ಭೂಷಣ ಮತ್ತು ಇವರಿಬ್ಬರು ಡೈನಿಂಗ್ ಟೇಬಲ್ ಸುತ್ತಾ ಕುಳಿತು, ತಿಂಡಿ ಮಾಡಿದ ಮೇಲೆ , ಕಾಫಿ ಕುಡಿಯುತ್ತಿದ್ದರು. ದಿತಿಯ ಪರೀಕ್ಷೆಗಳು ಜೂನಿನಲ್ಲಿ ನಡೆದು, ಅವಳು ಪರೀಕ್ಷೆಯಲ್ಲಿ ಚೆನ್ನಾಗಿಯೇ ಮಾಡಿ ,ಡಿಸ್ಟಿಂಕ್ಷನ್ನಿನಲ್ಲಿಯೇ ಪಾಸಾಗಿದ್ದಳು.

" ಸಧ್ಯಕ್ಕೆ ಯಾವ ಪ್ಲ್ಯಾನು ಇಲ್ಲ. ಬೆಂಗಳೂರಿಗೆ ಹೋಗಿ, ಅದಿತಿಯ ಜೊತೆಗೆ ಸ್ವಲ್ಪ ದಿನ ಇದ್ದು ಬರುವಾ ಎನ್ನುವ ಯೋಚನೆಯೂ ಇದೆ. ನೋಡೋಣ"ಎಂದಳು ದಿತಿ.

"ನನಗೂ ಆಗಾಗ್ಯೆ ತಂಜಾವೂರಿಗೆ ಹೋಗಿ ಅಲ್ಲಿಯೇ ಏನಾದರೂ ಒಂದು ಉದ್ಯಮ ಮಾಡಿಕೊಂಡು ಯಾಕೆ ಇರಬಾರದು ಅನ್ನಿಸುತ್ತೆ.ಯಾಕೋ ಈ ಲಂಡನ್ ಜೀವನ ಬೋರಾಗುತ್ತಿದೆ.ನೀವು ಏನು ಹೇಳುತ್ತೀರಿ ಆಂಟೀ? ' ಭಾರತಿಯತ್ತ ನೋಡಿ ಕೇಳಿದ ಜಯಕೀರ್ತಿ.

"ನೀನು ಹೋಟೆಲ್ ಪ್ರಾರಂಭ ಮಾಡಿ ಎಷ್ಟು ವರ್ಷಗಳಾದವು?" ಭಾರತಿ ಕೇಳಿದಳು.

"ಆಯ್ತು, ಆಗಲೇ ನಾಲಕ್ಕು ವರ್ಷಗಳೇ ಆದವು."

"ಹೋಟೆಲ್ ಲಾಭದಲ್ಲಿ ನಡೆಯುತ್ತಿದೆಯಲ್ಲಾ? '

"ಅದೆಲ್ಲಾ ಸಮಸ್ಯೆ ಇಲ್ಲ ಆಂಟೀ, ಲಾಭದಲ್ಲೇ ಇದೆ.ಆದರೆ ಇಲ್ಲಿ ನನಗೆ ಲೈಫೇ ಇಲ್ಲ,ತುಂಬಾ ಬೋರು."

"ಸುಮ್ಮನೆ ಮಾತಿಗೆ ಹೇಳುತ್ತಿದೀಯಾ ಅಥವಾ ಸೀರಿಯಸ್ಸಾ?" ದಿತಿ ನಗುತ್ತಾ ಕೇಳಿದಳು.

"ಸೀರಿಯಸ್ಸಾಗೇ ಯೋಚಿಸುತ್ತಿದ್ದೇನೆ ದಿತೀ, ಅದನ್ನು ನಿಮ್ಮೆಲ್ಲರ ಜೊತೆಗೆ ಚರ್ಚೆ ಮಾಡಲೆಂದೇ ಇವತ್ತು ಬಂದಿರುವುದು," ಎಂದ ಜಯಕೀರ್ತಿ.

"ಹೋಟೆಲನ್ನು ಏನು ಮಾಡಬೇಕೆಂದಿದ್ದೀಯಾ? ಮೇನೇಜ್ ಮೆಂಟಿಗೆ ವಹಿಸುತ್ತೀಯಾ ಅಥವಾ ಲೀಸಿಗೆ ಕೊಡುತ್ತೀಯಾ?" ಭೂಷಣ ಕೇಳಿದ.

"ಅದನ್ನು ಇನ್ನೂ ನಿರ್ಧಾರ ಮಾಡಿಲ್ಲ ಅಂಕಲ್.ಆದರೆ ನನಗೆ ಲಂಡನ್‌ನ ಈ ಉದ್ಯಮ, ಇಲ್ಲಿಯ ಒಂಟಿತನದ ಬದುಕು ಸಾಕಾಗಿದೆ."

ಅದಕ್ಕೆ ಭಾರತಿ, "ನೋಡು ಕೀರ್ತಿ, ಅಪ್ಪ- ಅಮ್ಮರಿಗೆ ನೀನು ಒಬ್ಬನೇ ಗಂಡು ಮಗ.ನಿನ್ನ ತಂಗಿ ಲಕ್ಷ್ಮೀ, ಇವತ್ತಲ್ಲ ನಾಳೆ ಮದುವೆಯಾಗಿ ಹೋಗುವವಳು.ಅವಳು ಈಗ ಏನು ಓದುತ್ತಿದ್ದಾಳೆ, ಮರೆತೇ ಹೋಗಿದೆ?"ಎಂದು ಹೇಳಿದಳು

"ಲಕ್ಷ್ಮೀ ನಮ್ಮ ಕಾಲೇಜಿನಲ್ಲಿಯೇ ಕೊನೆಯ ವರ್ಷದ ಬಿ.ಬಿ.ಎಂ. " ಎಂದ ಜಯಕೀರ್ತಿ.

"ಅವಳು ನಿನಗಿಂತ ನಾಲಕ್ಕು ವರ್ಷ ಚಿಕ್ಕವಳು ಇರಬೇಕಲ್ವಾ?" ಎಂದ ಭೂಷಣ.

" ಇಲ್ಲಾ ಭೂಷಣ್, ನಮ್ಮ ದಿತಿ ಅದಿತಿ ಹುಟ್ಟಿದ ಆರು ತಿಂಗಳಿಗೇ ಲಕ್ಷ್ಮೀ ಹುಟ್ಟಿದ್ದು. ಅವಳಿಗೆ ಈಗ ಇಪ್ಪತ್ತೊಂದು ವರ್ಷಗಳು ಇರಬೇಕು.ನಿನಗೆ ಎಷ್ಟು ವರ್ಷಗಳು ಈಗ? 'ಕೀರ್ತಿಯನ್ನು ಕೇಳಿದಳು.ಈ ಮಾತುಗಳಲ್ಲಿ ಆಸಕ್ತಿ ಇಲ್ಲದ ದಿತಿ ಮೇಲಕ್ಕೆ ಎದ್ದು ತನ್ನ ರೂಮಿನತ್ತ ಹೆಜ್ಜೆ ಇಟ್ಟಳು.

"ಎಲ್ಲಿಗೆ ಹೋಗ್ತಾ ಇದ್ದೀಯಾ ದಿತಿ?" ಜಯಕೀರ್ತಿ ಕೇಳಿದ.

"ನನ್ನ ರೂಮಿಗೆ"ಎನ್ನುತ್ತಾ ಅವಳು ಮೆಟ್ಟಿಲು ಹತ್ತಿ ಮೇಲಕ್ಕೆ ಹೋದಳು.

"ಇದೇನು ಆಂಟೀ, ನಾನು ಗಂಭೀರವಾಗಿ ನನ್ನ ಭವಿಷ್ಯದ ಚರ್ಚೆ ಮಾಡ್ತಾ ಇದ್ರೆ ಹೀಗೆ ಕ್ಯಾರೆ ಅನ್ನದೆ ಎದ್ದು ಹೋದ್ಲು?" ಭಾರತಿಯತ್ತಾ ನೋಡುತ್ತಾ ಕೇಳಿದ ಜಯಕೀರ್ತಿ.

"ನಿನ್ನ ಭವಿಷ್ಯದ ವಿಷಯವನ್ನು ನೀನು, ನಮ್ಮ ಜೊತೆ ಚರ್ಚೆ ಮಾಡ್ತಾ ಇದೀಯಾ , ಅವಳ ಜೊತೆಗೆ ಅಲ್ಲವಲ್ಲಾ?" ಭೂಷಣ ನಗುತ್ತಾ ಹೇಳಿದ.

"ಈ ಚರ್ಚೆಯಲ್ಲಿ ಅವಳದೂ ಪಾತ್ರ ಇದೆ ಅಂಕಲ್ ಅದಕ್ಕೇ ಹೇಳಿದ್ದು"ಎಂದ ಜಯಕೀರ್ತಿ.

"ನೀನು ಹಾಗೆಂದು ಮೊದಲೇ ಹೇಳಿದ್ದರೆ ಕೂತಿರುತ್ತಿದ್ದಳೇನೋ ?" ಎಂದಳು ಭಾರತಿ.

"ಇರು ಕೂಗುತ್ತೇನೆ"ಎನ್ನುತ್ತಾ ಮೇಲಕ್ಕೆ ಎದ್ದ ಭೂಷಣ.

"ಬೇಡ ಅಂಕಲ್, ಈಗ ಬೇಡ. ಇನ್ನೊಮ್ಮೆ ಅವಳ ಅಭಿಪ್ರಾಯ ಕೇಳಿದರೆ ಆಯ್ತು" ಎಂದ ಜಯಕೀರ್ತಿ.ಅವನ ಈ ಮಾತಿಗೆ ಭಾರತಿ ಮತ್ತು ಭೂಷಣ ಉಬ್ಬು ಏರಿಸಿ ಮುಖ-ಮುಖ ನೋಡಿದರು.

"ನೀವು ದಿತಿಗೆ ಬಹಳ ಸಲಿಗೆ ಕೊಟ್ಟಿದ್ದೀರಿ ಆಂಟೀ ' ಜಯಕೀರ್ತಿ ಭಾರತಿಯತ್ತ ನೋಡಿ ಹೇಳಿದ.

"ಏನೋ ಹಾಗಂದರೆ" ಭಾರತಿ ಕೇಳಿದಳು.

"ಈಗ ಸ್ವಲ್ಪ ದಿನಗಳ ಕೆಳಗೆ ಅವಳು ಆ ಕ್ರಿಶ್ಚಿಯನ್ ಹುಡುಗನ ಜೊತೆ ಟೂರು ಮಾಡುತ್ತಿದ್ದಳಂತೆ." ಆಕ್ಷೇಪಣೆಯ ಧ್ವನಿಯಲ್ಲಿ ಹೇಳಿದ.

"ನೋಡು ಕೀರ್ತಿ,ನೀನು ಈ ರೀತಿ ಮಾತನಾಡುವುದು ಸೂಕ್ತ ಅಲ್ಲ" ಎಂದ ಭೂಷಣ.

"ಹೀಗೆ ಅಂದರೆ ಹೇಗೆ ಅಂಕಲ್? '

"ಅವನು ಬರೀ ಕ್ರಿಶ್ಚಿಯನ್ ಹುಡುಗ ಅಲ್ಲ, ದಿತಿಯ ಸ್ನೇಹಿತ ಮತ್ತು ಅವನ ಹೆಸರು ಜಾನ್ ವರ್ಗಿಸ್. ಇದು ನಿನಗೆ ಗೊತ್ತಿದ್ದೂ ಹಾಗೆ ಉಡಾಫೆಯಿಂದ ಮಾತಾಡಬಾರದು" ಭೂಷಣನಿಗೆ ಮೊದಲೇ ಭಾರತಿ ಹೇಳಿದಳು.

" ಸಾರಿ ಆಂಟೀ,ಆದರೂ ಅವಳು ಯಾಕೆ ಅವನ ಜೊತೆಗೆ ಸುತ್ತಬೇಕು ಎನ್ನುವುದು ನನಗೆ ಅರ್ಥವಾಗುತ್ತಿಲ್ಲ?" ಎಂದ ಕೀರ್ತಿ.

"ಯಾಕೆ ಸುತ್ತಾಡಬಾರದು ಕೀರ್ತಿ, ಅವರು ಈಗ ಸ್ನೇಹಿತರು, ಅವನು ಒಳ್ಳೆಯ ಹುಡುಗ.ಮತ್ತು ನಾವು ಇರುವುದು ಲಂಡನ್ನಿನಲ್ಲಿ, ನಿನ್ನ ತಂಜಾವೂರಿನಲ್ಲಿ ಅಲ್ಲ" ನಗುತ್ತಾ ಹೇಳಿದ ಭೂಷಣ.

"ಅವರು ಡೇಟಿಂಗಿನಲ್ಲಿ ಇದ್ದಾರೆ ಅನಿಸುತ್ತೆ ನನಗೆ" ಎಂದ ಜಯಕೀರ್ತಿ.

"ಆಯ್ತು, ಅವರು ಡೇಟಿಂಗಿನಲ್ಲೇ ಇದ್ದಾರೆ ಅಂದುಕೋ, ಏನೀಗ?" ಭಾರತಿ ಅಸಮಾಧಾನದಿಂದ ಕೇಳಿದಳು. ಆ ಅಸಮಾಧಾನ ಸಮ್ಮಿಶ್ರ ಭಾವನೆಗಳಿಂದ ಕೂಡಿತ್ತು.

"ನಾನು ದಿತಿಯನ್ನು ಮದುವೆಯಾಗ ಬೇಕು ಅಂತ ಇದ್ದೀನಿ, ಅದಕ್ಕೇ "ಎಂದ ಕೀರ್ತಿ.

ಭೂಷಣ ಭಾರತಿಯತ್ತ ನೋಡಿದ. ಅವಳು ಏನೂ ಮಾತಾಡಲಿಲ್ಲ.

"ನನ್ನ ಮನಸ್ಸಿನಲ್ಲಿ ಇರುವುದನ್ನು ನಾನು ಹೇಳಿ ಬಿಡುತ್ತೇನೆ, ಆ ಮೇಲೆ ದೈವೇಚ್ಛೆ" ಎಂದು ಪೀಠಿಕೆ ಹಾಕಿದ ಜಯಕೀರ್ತಿ,

"ನಾನು ಲಂಡನ್ನಿನ ಹೋಟೆಲ್ ಮಾರಿ ತಂಜಾವೂರಿಗೆ ಹೋಗಬೇಕೆಂದಿದ್ದೇನೆ. ನಿಮಗೆ ಗೊತ್ತಿರುವಂತೆ ಅಲ್ಲಿ ತಾತ, ಅಪ್ಪ ಗಳಿಸಿ ಇಟ್ಟ ಆಸ್ತಿ ಕೂತು ತಿಂದರೂ ಮೂರು ತಲೆಮಾರಿಗೆ ಆಗುವಷ್ಟು ಇದೆ. ಅಲ್ಲಿ ನಾನು ತೋಟ, ಕಾಲೇಜು, ಗದ್ದೆಗಳ ಮೇಲು ಉಸ್ತುವಾರಿ ನೋಡಿಕೊಳ್ಳುತ್ತಾ, ತಾತನಂತೆ ರಾಜಕೀಯ ಮಾಡಿ, ಎಮ್ಮೆಲ್ಲೆ ಮತ್ತು ಮಂತ್ರಿಯೂ ಆಗುತ್ತೇನೆ. ಏಳು ಸಲ ಎಂ.ಎಲ್.ಎ. ಆದರೂ ತಾತನನ್ನೂ ಮಂತ್ರಿಯನ್ನಾಗಿ ಮಾಡಲಿಲ್ಲ ಕಾಂಗ್ರೆಸ್ ಪಕ್ಷದವರು."

"ಅದು ಸುಳ್ಳು, " ಮಧ್ಯೆ ಬಾಯಿ ಹಾಕಿ ಅಂದಳು ಭಾರತಿ , "ಎರಡು ಸಲ ಅಪ್ಪನನ್ನು ಮಂತ್ರಿ ಮಾಡುತ್ತೇವೆ ಎಂದು ಪಕ್ಷದವರು ಆಹ್ವಾನಿಸಿದರು.ನನಗೆ ಚೆನ್ನಾಗಿ ಗೊತ್ತು. ಆದರೆ ಅಪ್ಪ,

"ನನಗೆ ಈ ಮಂತ್ರಿಗಿರಿಯ ಗೋಜಲುಗಳು ಬೇಡ, ನಾನು ತಂಜಾವೂರಿನಲ್ಲೇ ಇರುತ್ತೇನೆ, ಮದ್ರಾಸು ವಾಸ ಮತ್ತು ಅಲ್ಲಿನ ರಾಜಕೀಯದ ಗೋಜು ನನಗೆ ಬೇಡ"ಎಂದು ಬಿಟ್ಟರು. ಕೊನೆಯ ಎರಡು ಚುನಾವಣೆಯಲ್ಲಿ ಸ್ಪರ್ಧಿಸಲು ಅವರಿಗೆ ಇಷ್ಟ ಇರಲಿಲ್ಲ. ಪಾರ್ಟಿಯವರ ಒತ್ತಾಯಕ್ಕೆ ನಿಂತರು ಅಷ್ಟೇ. ಆದ್ದರಿಂದ ಅವರನ್ನು ಕಾಂಗ್ರೆಸ್ಸಿನವರು ಮಂತ್ರಿಯನ್ನಾಗಿ ಮಾಡಲಿಲ್ಲ ಅನ್ನಬೇಡ"ಎಂದಳು.

"ಹೌದಾ , ನನಗೆ ಗೊತ್ತಿರಲಿಲ್ಲ. ಆಯ್ತು, ಪಾಯಿಂಟ್ ಈಜ್, ನಾನು ಲಂಡನ್ನಿನ ಹೋಟೆಲ್ ಮಾರಿ ತಂಜಾವೂರಿಗೆ ಹೋಗುತ್ತೇನೆ. ಅದಕ್ಕೆ ಮೊದಲು ನಾನು ನಿಮ್ಮ ಹತ್ತಿರ ಖಾಸಾ ವಿಷಯ ಹಂಚಿಕೊಳ್ಳಬೇಕು"

"ಏನದು? ' ಭಾರತಿ ಕೇಳಿದಳು.

"ನಾನು ದಿತಿಯನ್ನು ಮದುವೆಯಾಗಬೇಕು ಅಂದುಕೊಂಡಿದ್ದೇನೆ.ಇದಕ್ಕೆ ನಿಮ್ಮಿಬ್ಬರ ಅನಿಸಿಕೆಗಳು ಏನು?" ಹೀಗೆ ಜಯಕೀರ್ತಿ ನೇರವಾಗಿ ಕೇಳಿದ್ದು ಭೂಷಣನಿಗೆ ಇಷ್ಟವಾಗಲಿಲ್ಲ. ಭಾರತಿ ಬಾಯಿ ಬಿಡುವ ಮೊದಲೇ ಭೂಷಣ,

"ಇದನ್ನು ಅಪ್ಪ- ಅಮ್ಮ ಮತ್ತು ತಾತರ ಜೊತೆ ಚರ್ಚೆ ಮಾಡಿದ್ದೀಯಾ?"ಎಂದ.

"ಇನ್ನೂ ಇಲ್ಲ, ನಿಮ್ಮ ಅಭಿಪ್ರಾಯ ಏನು ಎನ್ನುವುದನ್ನು ತಿಳಿದು ಅವರಿಗೆ ಹೇಳುತ್ತೇನೆ"ಎಂದ.

"ನೋಡು ಕೀರ್ತಿ, ನೀನು ದಿತಿಯನ್ನು ಇಷ್ಟಪಟ್ಟು ಅವಳನ್ನು ಮದುವೆಯಾಗುತ್ತೇನೆ ಎಂದು ಹೇಳುವುದು ನನಗೂ ಇಷ್ಟವೇ, ಆದರೆ ಅದು ಕೇವಲ ನಮ್ಮ ಇಷ್ಟದ ಮೇಲೆ ನಿರ್ಣಯವಾಗುವ ವಿಷಯ ಅಲ್ಲ" ಎಂದಳು ಭಾರತಿ.

"ಮತ್ತೆ ಯಾರು, ತಾತನ ಕೈಲಿ ಕೇಳಿಸಲೇ?"

"ಏನು ಹೀಗೆ ಮಾತಾಡುತ್ತಿದ್ದೀಯಾ? ಇದಕ್ಕೆ ಒಪ್ಪಬೇಕಾದವಳು ದಿತಿ ಅಲ್ಲವೇ? ಅವಳನ್ನು ಮಾತಾಡಿಸಿದ್ದೀಯಾ?" ಮೊನಚಾಗಿ ಕೇಳಿದಳು ಭಾರತಿ.

" ಈ ವಿಷಯ ಅವಳ ಮುಂದೆ ಇನ್ನೂ ಪ್ರಸ್ತಾಪಿಸಿಲ್ಲ.ನಿಮ್ಮ ಅಭಿಪ್ರಾಯ ತಿಳಿಯದೆ ಅವಳನ್ನು ಕೇಳುವುದು ಬೇಡ ಎಂದು ಈಗ ನಿಮ್ಮ ಅಭಿಪ್ರಾಯ ಕೇಳುತ್ತಿದ್ದೇನೆ.ಹೇಳಿ ನಿಮಗೆ ನಾನು ದಿತಿಯನ್ನು ಮದುವೆ ಆಗುವುದು ಇಷ್ಟ ಇದೆಯಾ?"ಎಂದ ಕೀರ್ತಿ.

ಭಾರತಿ ಭೂಷಣನತ್ತ ನಿರೀಕ್ಷೆಯ ನೋಟ ಬೀರಿದಳು.

"ನೋಡು ಕೀರ್ತಿ, ನಾನು ನಿನ್ನನ್ನು ಹುಡುಗನಾಗಿದ್ದ ದಿನಗಳಿಂದ ನೋಡುತ್ತಿದ್ದೇನೆ. ನನ್ನ ವೈಯಕ್ತಿಕ ಅಭಿಪ್ರಾಯ ಹೇಳುತ್ತೇನೆ ಕೇಳು. ದಿತಿಯನ್ನು ಒಪ್ಪಿಸಿಕೊಂಡು, ನೀನು ಅವಳನ್ನು ಮದುವೆಯಾಗುವುದಾದರೆ ನನಗೆ ಅದು ಖುಷಿಯ ವಿಚಾರವೇ. ಮೊದಲು ನೀನು ಅವಳ ಅಭಿಪ್ರಾಯ ತಿಳಿದುಕೋ. ಆ ಮೇಲೆ ಮತ್ತೆ ಮಾತಾಡೋಣ"ಎಂದು ಭಾರತಿಯತ್ತ ನೋಡಿದ. ಭಾರತಿ,

"ನನ್ನದೂ ಅದೇ ಅಭಿಪ್ರಾಯ . ಮೊದಲು ದಿತಿಯನ್ನು ಒಪ್ಪಿಸಿಕೋ"ಎಂದಳು ಭಾರತಿ.

===o===

"ಹಲೋ ದಿತಿ, ನಾನು ಕೀರ್ತಿ..." ಒಂದು ಶುಕ್ರವಾರ ಬೆಳಗ್ಗೆ ಜಯಕೀರ್ತಿ ತನ್ನ ಹೊಟೆಲಿನಿಂದ ದಿತಿಗೆ ಫೋನ್ ಮಾಡಿದ.

ಆ ಕಡೆಯಿಂದ ದಿತಿ, "ಹಲೋ, ಏನು ಸಮಾಚಾರ ?"ಎಂದು ಕೇಳಿದಳು.

"ನಿನ್ನ ಜೊತೆ ಒಂದು ವೈಯಕ್ತಿಕ ವಿಷಯ ಮಾತಾಡಬೇಕಿತ್ತು, ಯಾವಾಗ ಸಿಕ್ಕುತ್ತೀಯಾ?" ಎಂದ ಜಯಕೀರ್ತಿ.

"ಈ ಶನಿವಾರ , ಭಾನುವಾರ ನಾನು ಸಿಕ್ಕುವುದಿಲ್ಲ. ಅರ್ಜೆಂಟಾ?" ಎಂದಳು ದಿತಿ.

"ಯಾಕೆ, ಎಲ್ಲಿಗೆ ಹೋಗುತ್ತಿದ್ದೀಯಾ ?"

"ಅದೆಲ್ಲಾ ಯಾಕಪ್ಪ ನಿನಗೆ, ಸಿಕ್ಕುವುದಿಲ್ಲ ಅಂದರೆ ಸಿಕ್ಕುವುದಿಲ್ಲ. ವಿಷಯ ಏನು ಹೇಳು?"

"ಫೋನಿನಲ್ಲಿ ಹೇಳುವ ವಿಷಯ ಅಲ್ಲ, ಈ ದಿನ ಸಾಯಂಕಾಲ ಬಂದರೆ ಸಿಕ್ಕುತ್ತೀಯಾ? '

"ಏನೋ ಅದು ಅಷ್ಟು ಅರ್ಜೆಂಟು? ' ಸೋಮವಾರ ಸಂಜೆ ಸಿಕ್ಕೋಣ ಬಿಡು" ಎಂದಳು.

" ಆಯ್ತು, ಆದರೆ ಸೋಮವಾರ ಸಂಜೆ ಬೇಡ, ಮುಂದಿನ ಭಾನುವಾರ ಸಿಕ್ಕರೆ ಆಯ್ತು, ಸರಿಯಾ?"

"ಆಯ್ತು , ಬೇಕಿದ್ದರೆ ಬಿಡುವು ಮಾಡಿಕೊಂಡು ಒಂದು ದಿನ ನಾನೇ ನಿನ್ನ ಹೋಟೆಲ್ಲಿಗೆ ಬರುತ್ತೇನೆ ಬಿಡು"ಎಂದು ಫೋನ್ ಇಟ್ಟಳು ದಿತಿ. ಆ ಶನಿವಾರ ಅವಳು ವರ್ಗಿಸ್ ಜೊತೆ ಎಲ್ಲಿಗೋ ಹೋಗುವ ಪ್ಲಾನ್ ಹಾಕಿರಬೇಕು ಎನ್ನುವ ಅನುಮಾನ ಬಲವಾಗಿ ಹ್ಯಾರಿಸ್ ಗೆ ಫೋನ್ ಮಾಡಿದ .

"ಹಲೋ ಹ್ಯಾರಿ ಎಲ್ಲಿದ್ದೀಯ, ಅರ್ಜೆಂಟಾಗಿ ನಿನ್ನನ್ನು ನೋಡಬೇಕಿತ್ತಲ್ಲಾ?" ಎಂದಾಗ, ಹ್ಯಾರಿಸ್ ಆ ರಾತ್ರಿ ಅವನ ರೂಮಿಗೆ ಹಾಲ್ಟಿಗೆ ಬರುವುದಾಗಿ ತಿಳಿಸಿದ.

===o===

"ಅವಳು ವರ್ಗಿಸ್ ಜೊತೆಗೆ ಎಲ್ಲೋ ಪ್ರೋಗ್ರಾಮ್ ಹಾಕಿರಬೇಕು.ಆ ವರ್ಗಿಸ್ ದಿತಿಯ ತಂಟೆಗೆ ಬಾರದಂತೆ ಏನಾದರೂ ಮಾಡಬೇಕಲ್ಲ?" ಎಂದ ಜಯಕೀರ್ತಿ.

ಆ ರಾತ್ರಿ ,ಹೇಳಿದಂತೆ ಹ್ಯಾರಿಸ್ ಬಂದು, ಅವರು ಜಯಕೀರ್ತಿಯ ಖಾಸಾ ಕೋಣೆಯಲ್ಲಿ ಕುಳಿತು ಬೀರು ಕುಡಿಯುತ್ತಾ ಮಾತಾಡುತ್ತಿದ್ದರು.

"ಏನು ಮಾಡಬೇಕು ಹೇಳು?" ಎಂದ ಹ್ಯಾರಿಸ್.

"ನನಗೆ ಗೊತ್ತಾಗದೆ ಇದ್ದುದ್ದಕ್ಕೆ ಅಲ್ಲವೇ ನಾನು ನಿನ್ನನ್ನು ಕರೆದು ಕೇಳುತ್ತಿರುವುದು? ನೀನೇ ಇದಕ್ಕೆ ಸರಿಯಾದ ಉಪಾಯ ಹುಡುಕಬೇಕು"ಸಿಗರೆಟ್ ಹೊಗೆ ಬಿಡುತ್ತಾ ಹೇಳಿದ ಜಯಕೀರ್ತಿ. ಸಿಗರೆಟ್ಟಿನ ಒಳಗೆ ಗಾಂಜಾ ತುಂಬಿತ್ತು.

"ನೀನು ಮೊದಲು ದಿತಿಯ ಜೊತೆ ಮಾತಾಡಿ ಅವಳ ಮನಸ್ಸು ತಿಳಿಯಬೇಕು. ಅವಳಿಗೆ ನೀನು ಇಷ್ಟವೋ ಹೇಗೆ ಎನ್ನುವುದು ತಿಳಿಯದೆ ನಾವು ವರ್ಗಿಸ್ಸನ ತಂಟೆಗೆ ಹೋದರೆ ಅದು ನಿನಗೇ ತಿರುಗು ಬಾಣ ಆಗಬಹುದು.ಯೋಚಿಸು"ಎಂದ ಹ್ಯಾರಿಸ್.

“ದಿತಿ, ನನ್ನ ಸೋದರತ್ತೆಯ ಮಗಳು. ಅವಳು ನನ್ನನ್ನು ಇಷ್ಟ ಪಡದೆ ಇರಲಿಕ್ಕೆ, ಕಾರಣವೇ ಇಲ್ಲ.ನೀನು ಮೊದಲು ಇವರಿಬ್ಬರೂ ಪದೇ ಪದೇ ಭೇಟಿ ಆಗುವುದನ್ನು ತಪ್ಪಿಸು. ಆ ನಂತರ ಎಲ್ಲಾ ಸರಿಯಾಗಿ ಆಗುತ್ತದೆ” ಎಂದ ಜಯಕೀರ್ತಿ ಮತ್ತೆ ಹೊಗೆ ಬಿಟ್ಟು,

“ಅವಳು ನಾಳೆ ಅವನ ಜೊತೆಗೆ ಹೋಗುತ್ತಾಳೋ , ಹೋದರೆ ಎಲ್ಲಿಗೆ ಹೋಗುತ್ತಾರೆ ಎನ್ನುವುದನ್ನು ಪತ್ತೆ ಮಾಡಬೇಕಲ್ಲ?”ಎಂದ. ಹ್ಯಾರಿಸ್ ಸ್ವಲ್ಪ ಹೊತ್ತು ಸುಮ್ಮನೆ ಇದ್ದು,

”ಆಯ್ತು, ಪತ್ತೆ ಮಾಡಿ ಅವನು ಮತ್ತೆ ದಿತಿಯ ವಿಚಾರಕ್ಕೆ ಬಾರದಂತೆ ಮಾಡುತ್ತೇನೆ, ಆದರೆ ...” ಎಂದು ಜಯಕೀರ್ತಿಯ ಮುಖ ನೋಡಿದ.

.”ಅದೇನು ಹೇಳು?” ಎಂದ ಜಯಕೀರ್ತಿ.

“ಅದಕ್ಕೆ ಒಂದಿಷ್ಟು ದುಡ್ಡು ಖರ್ಚಾಗುತ್ತದೆ” ಎಂದ ಹ್ಯಾರಿಸ್.ಜಯಕೀರ್ತಿ ಅವನನ್ನು ದಿಟ್ಟಿಸಿ ನೋಡುತ್ತಾ,

”ಏನು ನಿನ್ನ ಯೋಜನೆ? ಏನು ಮಾಡಬೇಕು ಎಂದಿದ್ದೀಯಾ?”ಎಂದ.

“ಅದೆಲ್ಲ ನಿನಗೆ ಗೊತ್ತಿರದಿದ್ದರೆ ಒಳ್ಳೆಯದು”ಎಂದ ಹ್ಯಾರಿಸ್.

“ಎಷ್ಟು ಖರ್ಚಾಗಬಹುದು?” ಹ್ಯಾರಿಸ್ ಯೋಚಿಸಿ.

”ಒಂದು ಸಾವಿರ ಪೌಂಡು ಬೇಕಾದೀತು” ಎಂದ. ಮನಸ್ಸಿನಲ್ಲಿಯೇ ಗುಣು ಗುಣಿಸಿದ ಜಯಕೀರ್ತಿ, “ಆಯ್ತು ಅದೇನು ಮಾಡುತ್ತೀಯೋ ಮಾಡು, ಆದರೆ ಇದು ಪೋಲಿಸ್ ಕೇಸು ಆಗದಂತೆ ನೋಡಿಕೋ. ಬೆಳಗ್ಗೆ ಎದ್ದು ಹೋಗುವಾಗ ಹಣ ಕೊಡುತ್ತೇನೆ” ಎಂದ ಜಯಕೀರ್ತಿ. ಅವನು ವರ್ಗಿಸ್ ದಿತಿಯಿಂದ ದೂರವಾದರೆ, ಆಗ ತಾತನಿಗೆ ಹೇಳಿ ಅವಳನ್ನು ಒಪ್ಪಿಸಿಕೊಳ್ಳುವುದು ಕಷ್ಟವಾಗಲಾರದು ಎನ್ನುವುದು ಅವನ ನಂಬಿಕೆಯಾಗಿತ್ತು.

===o===

ಆ ಶನಿವಾರ ಬೆಳಗ್ಗೆ ಒಂಬತ್ತು ಘಂಟೆಗೆ ದಿತಿ ಮತ್ತು ವರ್ಗಿಸ್ ಲಂಡನ್ನಿನಿಂದ ಆಕ್ಸ್-ಫರ್ಡಿಗೆ ದಿತಿಯ ಕಾರಲ್ಲಿ ಹೋಗುತ್ತಿದ್ದರು.ದಿತಿಯೇ ಡ್ರೈವ್ ಮಾಡುತ್ತಿದ್ದಳು.

ಹ್ಯಾರಿಸ್ ನಿಯಮಿಸಿದ್ದ ಡೆಟೆಕ್ಟಿವ್ ಪಾಲ್ ಡ್ರೇಕ್ ಮತ್ತು ಅವನ ಸಂಗಡಿಗ ರಾಬರ್ಟ್, ತಮ್ಮಕಾರಲ್ಲಿ ಅವರನ್ನು ಹಿಂಬಾಲಿಸುತ್ತಿದ್ದರು. ಪಾಲ್ ತೆಳ್ಳಗೆ ಆರು ಅಡಿ ಉದ್ದದ ನೀಳ ಮುಖದ ಬುದ್ದಿವಂತ ಪತ್ತೇದಾರನಾದರೆ, ರಾಬರ್ಟ್ ದಢೂತಿಯ ಮಂದಬುದ್ಧಿಯವನಾಗಿ, ಪೈಲ್ವಾನನಂತೆ ಕಾಣುತ್ತಿದ್ದ.

ಲಂಡನ್ನಿನಿಂದ ಸುಮಾರು ಐವತ್ತು ಮೈಲು ದೂರದಲ್ಲಿದ್ದ, ಅತ್ಯಂತ ಹಳೆಯ ಯುನಿವರ್ಸಿಟಿಗಳಲ್ಲಿ ಒಂದಾದ, ಆ ವಿಶ್ವ ಪ್ರಸಿದ್ಧಿ ಸ್ಥಳವನ್ನು ದಿತಿ ನೋಡಿದ್ದರೂ, ವರ್ಗಿಸ್ ನೋಡಿರಲಿಲ್ಲವಾಗಿ,ಅವನ ಅಪೇಕ್ಷೆಯಂತೆ ಅವರು ಅಲ್ಲಿಗೆ ಹೊರಟಿದ್ದರು .ಅಷ್ಟು ದೂರ ಹೋದ ಮೇಲೆ ರಸ್ತೆ ಬದಿಯ ಒಂದು ಹೋಟೆಲ್ಲಿನ ಮುಂದೆ ಕಾರು ನಿಲ್ಲಿಸಿ, ಅವರು ಒಳಕ್ಕೆ ಹೋದರು. ಬೆಳಗ್ಗೆ ತಿಂಡಿಯನ್ನು ದಾರಿಯಲ್ಲಿ ಮಾಡಿದರೆ ಆಯ್ತು ಎಂದು ಕಾಫಿಯನ್ನೂ ಕುಡಿಯದೆ ಹೊರಟಿದ್ದರು.

ಇತರೆ ಟೂರಿಸ್ಟರುಗಳ ಮಧ್ಯೆ ಅವರು ಕುಳಿತು, ದಿತಿ ಕೌಂಟರಿನ ಹತ್ತಿರ ಬ್ರೇಕ್ ಫಾಸ್ಟ್ ಆರ್ಡರ್ ಮಾಡಲು ಹೋದಳು.ಇವರನ್ನು ಹಿಂಬಾಲಿಸಿದ ಪಾಲ್ ಮತ್ತು ಅವನ ಸಂಗಡಿಗ

ತಾವೂ ಕಾರು ನಿಲ್ಲಿಸಿ, ಹೋಟೆಲ್ ಒಳಕ್ಕೆ ಹೋದರು .ಪಾಲ್ ಕಾಫಿ ತರಲು ಕೌಂಟರ್ ಹತ್ತಿರ ಹೋದ.ವರ್ಗೀಸ್ಸನ ಚಲನ ವಲನಗಳ ಮೇಲೆ ಕಣ್ಣು ಇಟ್ಟಿದ್ದ ರಾಬರ್ಟ್, ವರ್ಗೀಸ್ ಕುಳಿತಿದ್ದ ಸಾಲನ್ನು ದಾಟುತ್ತಾ, ಬೇಕೆಂದೆ ವರ್ಗೀಸ್ಸನ ಹೊರಚಾಚಿದ ಕಾಲಿಗೆ ತನ್ನ ಕಾಲು ಕೊಟ್ಟು ಮುಗ್ಗರಿಸಿ ಬಿದ್ದ. ಮೇಲಕ್ಕೆ ಎದ್ದವನೇ ವರ್ಗೀಸ್ ಕಡೆಗೆ ತಿರುಗಿದ. ವರ್ಗೀಸ್ ಈ ಆಕಸ್ಮಿಕದಿಂದ ಬೆಚ್ಚಿ, ಎದ್ದು ನಿಂತು ಅವನಿಗೆ ಏಳಲು ಕೈ ಚಾಚುತ್ತಿದ್ದ ಹಾಗೆ ಮೇಲೆದ್ದ ರಾಬರ್ಟ್, ತನ್ನ ಬಲವಾದ ಮುಷ್ಟಿಯಿಂದ ಅವನ ದವಡೆಗೆ ಬಲವಾಗಿ ಬಾರಿಸಿ,

" ಕೀಪ್ ಅವೇ ಫ್ರಂ ದಿತಿ", ಎಂದು ಪಿಸು ಧ್ವನಿಯಲ್ಲಿ ಹೇಳಿ, ಹೊರಗೆ ಹೋದ. ಆ ಏಟಿಗೆ ವರ್ಗೀಸ್ ನೆಲಕ್ಕೆ ಬಿದ್ದ. ಹಿಂದು ಮುಂದಿನ ಕುರ್ಚಿಗಳಲ್ಲಿ ಕುಳಿತಿದ್ದವರು ಗಾಬರಿಯಿಂದ ಎದ್ದು ನಿಂತರು. ಕೌಂಟರಿನ ಹತ್ತಿರ ಇದ್ದವರು ಈ ಗಲಾಟೆಗೆ ಅಲ್ಲಿಗೆ ಧಾವಿಸಿದರು. ದಿತಿ ತಾನೂ ಅಲ್ಲಿಗೆ ಬಂದು,

"ಓ ಗಾಡ್, ಏನಾಯ್ತು?" ಎಂದು ಬಾಗಿ ವರ್ಗೀಸನನ್ನು ಏಳಿಸಲು ಹೋದಳು. ಆದರೆ ಆ ಬಲವಾದ ಹೊಡೆತಕ್ಕೆ ಪ್ರಜ್ಞೆ ತಪ್ಪಿದ್ದ ವರ್ಗೀಸ್, ಮೇಲಕ್ಕೆ ಏಳಲಿಲ್ಲ. ಯಾರೋ ಅಂಬುಲೆನ್ಸಿಗೆ ಫೋನ್ ಮಾಡಿ ಎಂದು ಹೇಳಿದರು.ಹೋಟೆಲಿನ ಒಬ್ಬ ಪರಿಚಾರಿಕೆ ತನ್ನ ಮೊಬೈಲಿನಿಂದ ಪೋಲಿಸ್ -ಗೆ ಫೋನ್ ಮಾಡಿದಳು.

ಪೋಲಿಸ್ ಜೀಪು ಬರುವ ಮೊದಲೇ ಪಾಲ್ ಮತ್ತು ರಾಬರ್ಟ್ ಆ ಜಾಗ ಖಾಲಿ ಮಾಡಿ, ಲಂಡನ್ ಕಡೆಗೆ ಕಾರು ಚಲಾಯಿಸಿದ್ದರು.

===o===

" ಇದು ಹಲ್ಲೆಯ ಕೇಸು ತರಹ ಕಾಣುತ್ತೆ , ಆದ್ದರಿಂದ ಇದನ್ನು ಎಂ.ಎಲ್.ಸಿ.(ಮೆಡಿಕೋ ಲೀಗಲ್ ಕೇಸು) ಕೇಸು ಎಂದು ದಾಖಲಿಸಿ" ಎಂದರು ಜಾನ್ ವರ್ಗೀಸನನ್ನು ಪರೀಕ್ಷಿಸಿದ ಡ್ಯೂಟಿ ಡಾಕ್ಟರ್. ವರ್ಗೀಸನನ್ನು ಆಕ್ಸ್-ಫರ್ಡು ಯೂನಿವರ್ಸಿಟಿ ಆಸ್ಪತ್ರೆಗೆ ದಾಖಲಿಸಿದ್ದರು. ಅವನ ಮುಖ ಊದಿಕೊಂಡಿತ್ತು. ಎಕ್ಸ್ ರೇ ಮಾಡಿದಾಗ, ಎಡ ದವಡೆಯ ಮೂರು ಹಲ್ಲುಗಳು ಮುರಿದಿದ್ದವು. ಅಷ್ಟರಲ್ಲಿ ವರ್ಗೀಸ್ ಗೆ ಪ್ರಜ್ಞೆ ಬಂದಿತ್ತು.ದಂತ ವೈದ್ಯರು ಬಂದು ಮುರಿದ ಹಲ್ಲುಗಳನ್ನು ರಿಪೇರಿ ಮಾಡಿ, ರಕ್ತಸ್ರಾವವನ್ನು ನಿಲ್ಲಿಸಿ, ಅವನಿಗೆ ಒಂದೆರಡು ಇಂಜೆಕ್ಷನ್ ಕೊಟ್ಟು, ಆಸ್ಪತ್ರೆಗೆ ದಾಖಲಾಗುವ ಅವಶ್ಯಕತೆ ಇಲ್ಲ ಎಂದು ತಮ್ಮ ಅಭಿಪ್ರಾಯ ಹೇಳಿದರು.

"ಏನಾಯ್ತು ಎಂದು ಹೇಳುತ್ತೀರಾ?" ವರ್ಗೀಸನನ್ನು ಪೋಲಿಸ್ ಸಾರ್ಜೆಂಟ್ ಕೇಳಿದ.

"ನಾನು ಕುಳಿತ್ತಿದ್ದ ಕುರ್ಚಿಯಿಂದ ಎದ್ದು ಬಾತ್ ರೂಮಿನ ಕಡೆಗೆ ಹೋಗುವಾಗ ಎದುರಿಗೆ ಬಂದ ಒಬ್ಬ ದಢೂತಿ ವ್ಯಕ್ತಿಗೆ ಕಾಲು ತೊಡರಿಸಿ, ಕೆಳಕ್ಕೆ ಬೀಳುವಾಗ, ಮೇಜಿನ ತುದಿಗೆ ಮುಖಬಡಿದು ಏಟಾಗಿದೆ. ಇದು ನನ್ನ ಅವಸರದಿಂದ ಆದ ಆಕಸ್ಮಿಕ ಘಟನೆ. ಇದರಲ್ಲಿ ಯಾರ ತಪ್ಪೂ ಇಲ್ಲ" ಎಂದ. ಆದರೆ ಅದು ಕೈಮುಷ್ಟಿಯಿಂದ ಗುದ್ದಿದ ಬಲವಾದ ಏಟಿನಿಂದ ಆಗಿರಬೇಕು ಎನ್ನುವ ಬಲವಾದ ಅನುಮಾನ,ಅವನನ್ನು ಪರೀಕ್ಷಿಸಿದ ಡಾಕ್ಟರಿಗೆ ಇದ್ದರೂ ಸಹ, ಸ್ವತಃ ಹಲ್ಲೆಗೆ ಒಳಗಾದ ವ್ಯಕ್ತಿಯೇ, ತಾನೇ ಮಾಡಿಕೊಂಡದ್ದು ಎಂದು ಹೇಳಿದ್ದರಿಂದ, ಸುಮ್ಮನೇ ಇದ್ದರು. ಅದು ಪೋಲಿಸ್ ಕೇಸು ಆಗಲಿಲ್ಲ.ಪೋಲಿಸರು ಅವನಿಂದ ಒಂದು ಹೇಳಿಕೆ ಪಡೆದು ಯಾವ ಕೇಸು ದಾಖಲಿಸದೆ ಬಿಟ್ಟರು.

===o===

" ನೀನು ಪೋಲಿಸ್ ಹತ್ತಿರ ಯಾಕೆ ಸುಳ್ಳು ಹೇಳಿದೆ?" ದಿತಿ ವರ್ಗಿಸನ ಊದಿದ ದವಡೆಯ ಮೇಲೆ ಐಸ್ ಪ್ಯಾಕನ್ನು ಇಡುತ್ತಾ ಕೇಳಿದಳು, ಅವರು ಲಂಡನ್ನಿಗೆ ಮರಳಿ ದಿತಿಯ ಅಪಾರ್ಟುಮೆಂಟಿನಲ್ಲಿ ಕುಳಿತಿದ್ದರು.

"ಏನು ಸುಳ್ಳು ಹೇಳಿದೆ? ಅದು ಆದದ್ದೆ ಹಾಗೆ" ನರಳುತ್ತಾ ಹೇಳಿದ ವರ್ಗಿಸ್.

" ನಾನು ಕಾಫಿಯ ಕಪ್ ಹಿಡಿದುಕೊಂಡು ಬರುತ್ತಿದ್ದೆ,ಆಗ ಒಬ್ಬ ದಢೂತಿ ಮನುಷ್ಯ ನಿನ್ನ ಮುಖಕ್ಕೆ ಮುಷ್ಠಿಯಿಂದ ಗುದ್ದಿದ್ದನ್ನು ನಾನೇ ನೋಡಿದೆ. ಹೀಗಿದ್ದೂ ನೀನು ಪೋಲಿಸರ ಮುಂದೆ ಅದನ್ನು ಯಾಕೆ ಹೇಳಲಿಲ್ಲ?"ಎಂದಳು ದಿತಿ.

ವರ್ಗಿಸ್ ಅವಳ ಕೈ ಹಿಡಿದು,

"ಪ್ಲೀಜ್, ನಾವೂ ಇದನ್ನು ಒಂದು ಇಶ್ಯೂ ಮಾಡುವುದು ಬೇಡ. ಆದದ್ದು ಆಗಿ ಹೋಯ್ತು.ಅದನ್ನು ಮರೆತು ಬಿಡೋಣ" ಎಂದ.

"ಯಾಕೆ ಹೀಗಾಗುತ್ತಿದೆ? ಇದರ ಹಿಂದೆ ಏನೋ ಸಂಚು ಇರಬೇಕು. ನಿನಗೆ ಆಗದವರು ಯಾರಾದರೂ ಇದ್ದಾರೆಯೋ?"

"ಇದ್ದರೂ ಇರಬಹುದು, ನನಗೆ ಗೊತ್ತಿಲ್ಲ. ಆದರೆ ನಾವು ಈ ವಿಚಾರ ದೊಡ್ಡದು ಮಾಡುವುದು ಬೇಡ" ಎಂದ ವರ್ಗಿಸ್.

" ನೀನು ಹಿಂದಿನ ಸಲ ಏಟು ಬಿದ್ದಾಗಲೂ ಹೀಗೆಯೇ ಹೇಳಿದ್ದೆ. ಹೀಗೆ ಇದ್ದರೆ ಜಗತ್ತು ನಿನ್ನನ್ನು ತುಳಿದು ಹೊಸಕಿ ಹಾಕಿಬಿಡುತ್ತದೆ, ಗೊತ್ತಾ? ಅತಿಯಾದ ಒಳ್ಳೆಯತನ, ಸದ್ಗುಣವೇನೂ ಅಲ್ಲ; ಒಮ್ಮೊಮ್ಮೆ ಅದು ಹೇಡಿತನ ಆಗುತ್ತದೆ. ಇರಲಿ, ನಿನಗೆ ಹೊಡೆದನಲ್ಲ ಆ ವ್ಯಕ್ತಿಯ ಪರಿಚಯ ನಿನಗೆ ಇದೆಯಾ?"

" ಮೊದಲನೆಯದಾಗಿ ಒಳ್ಳೆಯತನ ಹೇಡಿತನವಲ್ಲ; ಅದು ಒಂದು ಅಪೇಕ್ಷಣೀಯ ಸದ್ಗುಣ. ಗಾಂಧೀಜಿ ಯಾವತ್ತು ಯಾರಿಗೂ ತಿರುಗಿ ಹೊಡೆಯಲಿಲ್ಲ ಎಂದು ಓದಿದ್ದೇವೆ. ಯೇಸು ದೇವರು, 'ಯಾರಾದರೂ ನಿನ್ನ ಎಡಗೆನ್ನೆಗೆ ಹೊಡೆದರೆ,ಅವರಿಗೆ ಬಲಗೆನ್ನೆ ಕೊಡು 'ಎಂದು ಶಾಂತಿಯ ಮಂತ್ರ ಹೇಳಿದ್ದಾರೆ. ಬೇರೆಯವರನ್ನು ನಾವು ಮೆಚ್ಚಿಸಬೇಕಾದದ್ದು ಇಲ್ಲ. ಹಾಗೆಯೇ ಅವರ ನಿಂದೆಗಳಿಂದ ನಾವು ವಿಚಲಿತರಾಗಬಾರದು ಎನ್ನುವುದು ನನ್ನ ನಿಲುವು. ಅದನ್ನು ಯಾರಾದರೂ ಹೇಡಿತನ ಎಂದು ಭಾವಿಸಿದರೆ, ಆಯ್ತು ಬಿಡು ,ನಾನು ಹೇಡಿಯಂತಲೇ ಅಂದುಕೊಳ್ಳಲಿ.ಆದರೆ ನೀನು ನನ್ನನ್ನು ಹೇಡಿ ಅಂದುಕೊಳ್ಳದಿದ್ದರೆ ಆಯ್ತು" ಎಂದು ನೋವಿನಲ್ಲೂ ನಸುನಕ್ಕು. "ನನಗೆ ಏಟು ಕೊಟ್ಟ ಆ ಪುಣ್ಯಾತ್ಮ ಯಾರು ಎನ್ನುವುದು ಗೊತ್ತಿಲ್ಲ.ಅವನನ್ನು ಈ ಹಿಂದೆ ಎಲ್ಲಿಯೂ ನೋಡಿಲ್ಲ"ಎಂದ.

"ಆಯ್ತು ಬಿಡು 'ನನಗೆ ಬೇಕಿರುವುದು ವರ್ಗಿಸ್ ನ ಸ್ನೇಹ; ಏಸುಕ್ರಿಸ್ತನ ತರ ಇರುವವರ ಸ್ನೇಹ ಅಪಾಯಕಾರಿ ಮತ್ತು ನನಗೆ ಅದು ಬೇಕಾಗಿಲ್ಲ. ಸುಮ್ಮ ಸುಮ್ಮನೇ ಯಾರೂ ಇನ್ನೊಬ್ಬರಿಗೆ ಹಾಗೆ ಹೊಡೆಯುವುದಿಲ್ಲ.ಅದರ ಹಿಂದೆ ಏನೋ ಕಾರಣ ಇರುತ್ತದೆ, ನಾನು ಆ ಕಾರಣವನ್ನು ಪತ್ತೆ ಮಾಡುತ್ತೇನೆ" ದೃಢವಾಗಿ ಹೇಳಿದಳು ದಿತಿ.

" ನನಗೆ ಇದೆಲ್ಲ ಬೇಕಿಲ್ಲ. ನನಗೇ ಬೇಡವಾದದ್ದು ನಿನಗೇಕೆ ಬೇಕು? ಪ್ಲೀಜ್ ಈ ವಿಷಯ ಇಷ್ಟಕ್ಕೆ ಬಿಡೋಣ" ಎಂದು ದಿತಿಯ ಕೈ ಹಿಡಿದು ಹೇಳಿದ ವರ್ಗಿಸ್ . ಅವನ ಈ ಶಾಂತ ಮತ್ತು ಸಹನೆಯ ಮಾತುಗಳು ದಿತಿಗೆ ಅವನಲ್ಲಿನ ಆಸಕ್ತಿಯನ್ನು ಹೆಚ್ಚಿಸಿದರೂ, ಅವನು ಹೀಗೆ ಸುಮ್ಮನೆ ಇದ್ದರೆ ಮುಂದೆ ಒಂದು ದಿನ ಹೆಚ್ಚಿನ ತೊಂದರೆಗಳಿಗೆ ಗುರಿಯಾಗಬಹುದು ಅನ್ನಿಸಿ, ಅವನ ಮುಂದೆ ಸುಮ್ಮನೇ ಇದ್ದರೂ,ತನ್ನೊಳಗೆ, ಇದು ಏನು , ಯಾಕೆ? ಇದರ ಹಿಂದೆ ಯಾರು ಇದ್ದಾರೆ ಎನ್ನುವುದನ್ನು ಪತ್ತೆ ಮಾಡಲೇಬೇಕು ಎಂದು ನಿರ್ಧರಿಸಿದಳು.

===೦===

ಮಾರನೆಯ ಬೆಳಗ್ಗೆ ಹತ್ತು ಗಂಟೆಯ ಸುಮಾರಿಗೆ, ದಿತಿ, ತಾವು ಭೇಟಿ ಕೊಟ್ಟಿದ್ದ ಆ ರಸ್ತೆ ಬದಿಯ ಹೋಟೆಲ್ಲಿಗೆ ಒಬ್ಬಳೇ ಕಾರುಡ್ರೈವ್ ಮಾಡಿಕೊಂಡು ಹೋದಳು.ಅಲ್ಲಿಯ ಮೇನೇಜರರನ್ನು ಭೇಟಿಯಾಗಿ, ತಾನು ಬಂದ ಉದ್ದೇಶ ಹೇಳಿದಳು. ಅವಳ ಕೋರಿಕೆಯಂತೆ ಅವರು ಹಿಂದಿನ ದಿನದ ಸಿ.ಸಿ.ಟಿ.ವಿ.ಯ ದೃಶ್ಯಾವಳಿಗಳನ್ನು ಅವಳಿಗೆ ತೋರಿಸಿದರು.ದೃಶ್ಯಗಳ ಜೊತೆಗೆ ಧ್ವನಿಯೂ ರೆಕಾರ್ಡ್ ಆಗಿತ್ತು. 'ಕೀಪ್ ಅವೇ ಫ್ರಂ ದಿತಿ" ಎನ್ನುವ ಮೆತ್ತನೆಯ ಧ್ವನಿಯನ್ನು ಮತ್ತೆ- ಮತ್ತೆ ಕೇಳಿಸಿಕೊಂಡಳು. ದಿತಿಗೆ ಥಟ್ಟನೆ 'ಇದು ಕೀರ್ತಿಯ ಕೃತ್ಯ 'ಎಂದು ಅನ್ನಿಸಿತು.ಆ ದೃಶ್ಯಾವಳಿ ಮತ್ತು ಧ್ವನಿಯನ್ನು ತನ್ನ ಪೆನ್ ಡ್ರೈವಿನಲ್ಲಿ ರೆಕಾರ್ಡ್ ಮಾಡಿಕೊಳ್ಳಲು ಕೇಳಿದಾಗ, ಆ ಮೇನೇಜರ್ ಅದಕ್ಕೆ ಒಪ್ಪಲಿಲ್ಲ.

" ಇದು ಹಲ್ಲೆ ಕೇಸು; ನಾನು ಪೋಲಿಸ್ ಗೆ ದೂರು ಕೊಡಲು ಈ ಸಾಕ್ಷ್ಯ ಬೇಕು.ಪ್ಲೀಜ್ ಹೆಲ್ಪ್ ಮಿ" ಎಂದಳು ದಿತಿ.ಅದಕ್ಕೆ ಆ ಮೇನೇಜರ್,

"ವೃಥಾ ಪೋಲಿಸ್ ಕೇಸಲ್ಲಿ ನಾನೇಕೆ ಸಿಕ್ಕಿಕೊಳ್ಳಲಿ? ಪೋಲಿಸರೇ ಬಂದು ಕೇಳಿದರೆ ಮಾತ್ರ ನಾನು ಇದನ್ನು ತೋರಿಸುತ್ತೇನೆ, ಸಾರಿ "ಎಂದುಬಿಟ್ಟ.

" ಆಯ್ತು, ಪೊಲಿಸ್ ಬರುತ್ತಾರೆ. ಅಲ್ಲಿಯವರೆಗೆ ದಯವಿಟ್ಟು ಇದನ್ನು ಅಳಿಸಬೇಡಿ" ಎಂದು ವಿನಂತಿಸಿಕೊಂಡಳು ದಿತಿ. ಅದಕ್ಕೆ ಆ ಮೇನೇಜರ್ ಒಪ್ಪಿದ.

ದಿತಿ ಈ ಸಂಗತಿಯನ್ನು ವರ್ಗಿಸ್ ಗೆ ಹೇಳಲಿಲ್ಲ. ಜಯಕೀರ್ತಿಯನ್ನು ವಿಚಾರಣೆಗೆ ಒಳಪಡಿಸಬೇಕು ಎಂದು ನಿರ್ಧರಿಸಿದಳು. ಕೀರ್ತಿಯ ಈ ಅವಿವೇಕದ ದಬ್ಬಾಳಿಕೆಯ ವರ್ತನೆಗೆ, ಅವನಿಗೆ ತಕ್ಕ ಪಾಠ ಕಲಿಸಬೇಕು ಎಂದು ದೃಢ ನಿರ್ಧಾರ ಮಾಡಿದಳು. ಹೋಟೆಲ್ ಮೇನೇಜರರ ಹತ್ತಿರ ಪೋಲಿಸ್ ಗೆ ದೂರು ಕೊಡುತ್ತೇನೆ ಎಂದು ಹೇಳಿದ್ದರೂ, ಅವಳಿಗೆ ದೂರು ಕೊಡುವ ಉದ್ದೇಶ ಇರಲಿಲ್ಲ. ವರ್ಗಿಸ್ಸಿಗೆ ಇದಾವುದನ್ನು ತಿಳಿಸದೆ, ತಾನೇ ನಿಭಾಯಿಸಬೇಕು ಎಂದು ನಿರ್ಧರಿಸಿದಳು.

===೦===

"ಹಲೋ ಗುಡ್ ಮಾರ್ನಿಂಗ್" ದಿತಿ ಮತ್ತು ವರ್ಗಿಸ್ ಇಬ್ಬರೂ ಒಟ್ಟಿಗೇ ಜಯಕೀರ್ತಿಗೆ ವಿಶ್ ಮಾಡಿದರು.ಆ ಘಟನೆ ನಡೆದ ಒಂದು ವಾರದ ನಂತರದ ಶನಿವಾರ ಬೆಳಗ್ಗೆ, ಅವರಿಬ್ಬರೂ ಕೀರ್ತಿಯ ಹೋಟೆಲಿಗೆ ತಿಂಡಿಗೆ ಬಂದಿದ್ದರು.ಅವರು ಹೀಗೆ ಏಕಾಏಕಿ ಒಟ್ಟಿಗೆ ವಿಶ್ ಮಾಡಿದಾಗ ಕ್ಯಾಶ್ ಕೌಂಟರಿನ ಕುರ್ಚಿಯಲ್ಲಿ ಕುಳಿತಿದ್ದ ಜಯಕೀರ್ತಿ, ಗಲಿಬಿಲಿಯಿಂದ ಎದ್ದು,

"ಹಲೋ ಗುಡ್ ಮಾರ್ನಿಂಗ್" ಎನ್ನುತ್ತಾ ಮೇಲೆದ್ದು ಈಚೆಗೆ ಬಂದು, ವರ್ಗಿಸನ ಕೈಕುಲುಕಿದ.

"ಶನಿವಾರ ನಿಮ್ಮಲ್ಲಿ ಚೌ ಚೌ ಬಾತ್ ಸ್ಪೆಷಲ್ ಎಂದಳು ದಿತಿ ಅದಕ್ಕೇ ಬಂದಿದ್ದೇವೆ.ಅದರ ರುಚಿ ತೋರಿಸುತ್ತೀರಾ?" ನಗುತ್ತಾ ಕೇಳಿದ ವರ್ಗಿಸ್.

ಅಷ್ಟರಲ್ಲಿ ಅವನ ಮುಖದ ಊದಲು ಸುಮಾರು ಕರಗಿತ್ತು.

"ಹೌದು ಕಣೋ, ನನಗೂ ಕೇಸರಿ ಬಾತ್ ತಿನ್ನಬೇಕು ಅನ್ನಿಸಿ ಇವನನ್ನು ಎಳೆದುಕೊಂಡು ಬಂದೆ" ಎನ್ನುತ್ತಾ ಬೇಕೂ ಅಂತಲೇ ವರ್ಗಿಸ್ಸನ ಸೊಂಟದ ಸುತ್ತಾ, ತನ್ನ ಕೈಗಳನ್ನು ಬಳಸಿ ಹೇಳಿದಳು ದಿತಿ,

" ಅದಕ್ಕೇನಂತೆ ಬನ್ನಿ, ನನ್ನ ರೂಮಲ್ಲಿ ಕುಳಿತು ಮಾತಾಡುತ್ತಾ ಕೇಸರಿ ಬಾತ್ ಸವಿಯುವಾ" ಎಂದ ಜಯಕೀರ್ತಿ, ಮೇನೇಜರನನ್ನು ಕರೆದು, ಅವನಿಗೆ ತನ್ನ ರೂಮಿಗೆ ಮೂವರಿಗೆ ಆಗುವಷ್ಟು ಬಿಸಿ ಬಿಸಿ ಖಾರಬಾತ್ ಮತ್ತು ಕೇಸರಿ ಬಾತ್ ಕಳಿಸುವಂತೆ ಸೂಚಿಸಿದ. ಆ ಮೂವರು ಮೊದಲ ಮಹಡಿಯ ಅವನ ಖಾಸಾ ರೂಮಿನತ್ತ ನಡೆದರು. ಅಲ್ಲಿಯ ಪುಟ್ಟ ಡೈನಿಂಗ್ ಟೇಬಲ್ ಸುತ್ತಾ ಕುಳಿತರು.

ಹ್ಯಾರಿಸ್ ಆ ಘಟನೆಯ ದಿನವೇ, ಜಯಕೀರ್ತಿಯನ್ನು ಭೇಟಿ ಮಾಡಿ, ಇನ್ನೆಂದೂ ವರ್ಗಿಸ್ ದಿತಿಯ ಸಮೀಪಕ್ಕೆ ಹೋಗದಂತೆ ಮಾಡಿರುವುದಾಗಿ ಹೇಳಿ, ಅವನಿಂದ ಒಂದು ನೂರು ಪೌಂಡು ಹೆಚ್ಚುವರಿ ಹಣ ಇಸಿದುಕೊಂಡು ಹೋಗಿದ್ದ. ಘಟನೆಯ ವಿವರಗಳನ್ನು ಕೇಳಿದಕ್ಕೆ ಅದೆಲ್ಲಾ ಇನ್ನೊಮ್ಮೆ ಸಿಕ್ಕಾಗ ಹೇಳುವುದಾಗಿ ಹೇಳಿ ಹೋಗಿದ್ದ. ಅವನು ಬಂದಾಗ ಕೌಂಟರಿನಲ್ಲಿದ್ದ ಜಯಕೀರ್ತಿ ಆ ಹೊತ್ತಿನಲ್ಲಿ ಹೋಟೆಲಿನಲ್ಲಿ ತುಂಬಾ ರಶ್ ಇದ್ದುದರಿಂದ, ವಾಡಿಕೆಯಂತೆ ಮೇಲಿನ ತನ್ನ ರೂಮಿಗೆ ಅವನನ್ನು ಕರೆದುಕೊಂಡು ಹೋಗಿ ಕೇಳಿರಲಿಲ್ಲ. ಏನು ಮಾಡಿರಬಹುದು ಎನ್ನುವ ಆತಂಕ ಮತ್ತು ಭರವಸೆಯ ನಿರೀಕ್ಷೆಗಳಲ್ಲಿ ಇದ್ದ ಜಯಕೀರ್ತಿ, ದಿತಿಗೆ ಫೋನ್ ಮಾಡಲು ಹೆದರಿ, ಆ ವಾರವೆಲ್ಲಾ ಆತಂಕದ ನಿರೀಕ್ಷೆಯಲ್ಲಿ ಕಾಲ ಕಳೆದಿದ್ದ. ಮತ್ತೆ ರಾತ್ರಿ ಹ್ಯಾರಿಸ್ಸಿಗೆ ಅನೇಕ ಸಲ ಫೋನ್ ಮಾಡಿದ್ದರೂ ಅವನು ಫೋನ್ ಎತ್ತಿರಲಿಲ್ಲ. ಈಗ ದಿತಿ ಮತ್ತು ವರ್ಗಿಸರನ್ನು ಹೀಗೆ ಒಟ್ಟಿಗೇ, ತನ್ನ ಹೋಟೆಲಿನಲ್ಲಿ ನೋಡಿದಾಗ ಅವನಿಗೆ ಭಯದ ಜೊತೆಗೆ ಕಸಿವಿಸಿಯಾಗಿತ್ತು.

" ಯಾಕೆ ನಿಮ್ಮ ದವಡೆ ಸ್ವಲ್ಪ ಊದಿಕೊಂಡ ಹಾಗೆ ಕಾಣುತ್ತಲ್ಲಾ? ' ಜಯಕೀರ್ತಿ ವರ್ಗಿಸನನ್ನು ಕೇಳಿದ. ಅದಕ್ಕೆ ವರ್ಗಿಸ್ ನಸುನಗುತ್ತಾ 'ಜಿಮ್ಮಿನಲ್ಲಿ ಪಂಚ್-ಬ್ಯಾಗಿನ ತಿರು ಹೊಡೆತ ಅದು" ಎಂದು ನಸುನಕ್ಕ. ಆಗ ದಿತಿ,

" ನೀನು ಹೀಗೆ ಹಿಗ್ಗಾ ಮುಗ್ಗ ಹೊಡೆದರೆ ಪಂಚ್- ಬ್ಯಾಗೂ ಸಹ ನಿನಗೆ ತಿರುಗಿ ಹೊಡೆಯುತ್ತೆ, ತಿಳಿದುಕೋ" ಎಂದು ವರ್ಗಿಸ್ ಗೆ ಹೇಳಿ ಕೀರ್ತಿಯ ಕಡೆಗೆ ಮುಖ ಮಾಡಿ,

"ಏನಂತೀಯಾ ಕೀರ್ತಿ?"ಎಂದಳು. ಅವಳ ಮಾತುಗಳಲ್ಲಿನ ಕೊಂಕು ಜಯಕೀರ್ತಿಗೆ ತಟ್ಟದೇ ಇರಲಿಲ್ಲ.

" ನಿಜ, ಯಾವ ಕೆಲಸವನ್ನೇ ಆಗಲಿ ನಾವು ಸಾವಧಾನವಾಗಿಯೇ ಮಾಡಬೇಕು. ಇಲ್ಲದಿದ್ದರೆ ಇಂಥಾ ಅನಾಹುತಗಳು ಆಗುತ್ತವೆ" ಎಂದು ನಕ್ಕ. ಅಷ್ಟರಲ್ಲಿ ಹೋಟೆಲ್

ಮೇನೇಜರ್ ಅಲ್ಲಿಗೆ ತಿಂಡಿಯ ಬಾಕ್ಸುಗಳನ್ನು ಹಿಡಿದುಕೊಂಡು ಬಂದ.

"ನೀನೇ ಬಡಿಸು " ಎಂದ ಕೀರ್ತಿ.

ಮೂವರ ಮುಂದೆ ತಟ್ಟೆಗಳನ್ನು ಇರಿಸಿ, ಬಡಿಸಿ, ಗ್ಲಾಸುಗಳಲ್ಲಿ ನೀರು ತುಂಬಿ,

"ಕಾಫಿಯೋ ಟೀಯೋ ಸರ್? ' ಎಂದು ಕೇಳಿದ ಮೇನೇಜರ್. ಕೀರ್ತಿ ಅವರ ಮುಖ ನೋಡಿದಾಗ, "ನನಗೆ ಟೀ" ಎಂದ ವರ್ಗೀಸ್ ." ನೀನು ಹೀಗೆ ಯಾವಾಗಲೂ ಟೀ ಕುಡಿದರೆ ನಿನಗೆ ಅಲ್ಸರ್ ಆಗುತ್ತದೆ, ಟೀ ಬೇಡ" ಎಂದು ವರ್ಗೀಸ್-ಗೆ ಹೇಳಿದ ದಿತಿ, ಮೇನೇಜರ್ ಕಡೆಗೆ ತಿರುಗಿ "ನಮ್ಮಿಬ್ಬರಿಗೂ ಆಪಲ್ ಜ್ಯೂಸ್ ಕೊಡಿ"ಎಂದು ಹೇಳಿ ಕೀರ್ತಿಯ ಮುಖ ನೋಡಿದಳು.ಅವಳು ಹೀಗೆ ಸಲಿಗೆ ತೆಗೆದುಕೊಂಡು ವರ್ಗೀಸ್ಸನ ಪರವಾಗಿ ತಾನೇ ಟೀಯನ್ನು ಕೇನ್ಸಲ್ ಮಾಡಿ ಜೂಸ್ ಹೇಳಿದ್ದು, ಕೀರ್ತಿಗೆ ಒಂದು ಸಣ್ಣ ಆಘಾತವೇ ಆಗಿ ಅವನು,

"ನನಗೆ ಕಾಫಿ, ಸ್ಟ್ರಾಂಗ್ ಇರಲಿ" ಎಂದ.

" "ನೀವು ನಿಮ್ಮ ಬಳ್ಳಾರಿಯತ್ತ ಯಾವಾಗ ಹೋಗಿದ್ದಿರಿ?" ಏನನ್ನಾದರೂ ಮಾತಾಡಿ ತನ್ನ ಕಸಿವಿಸಿಯನ್ನು ಮರೆಮಾಚಬೇಕು ಎಂದು ಕೀರ್ತಿ, ವರ್ಗೀಸನಿಗೆ ಒಂದು ಪ್ರಶ್ನೆ ಹಾಕಿದ. ವರ್ಗೀಸ್ ಬಾಯಿ ಬಿಡುವ ಮೊದಲೇ ದಿತಿ,

" ಈ ಖಾರಾಬಾತ್ ಹೆಸರಿಗೆ ತಕ್ಕಂತೆ ತುಂಬಾ ಖಾರವಾಗಿಯೇ ಇದೆ. ಇದನ್ನು ಪೂರಾ ತಿನ್ನಲು ನನ್ನ ಕೈಯಲ್ಲಿ ಆಗಲ್ಲಪ್ಪಾ" ಎನ್ನುತ್ತಾ ದಿತಿ, ತನ್ನ ತಟ್ಟೆಯಲ್ಲಿದ್ದ ಖಾರಾಬಾತನ್ನು ವರ್ಗೀಸ್ಸನ ತಟ್ಟೆಗೆ ಸುರಿಯತೊಡಗಿದಳು.

"ಇದೇನು ಮಾಡುತ್ತಿರುವೆ ನೀನು? ' ಎಂದ ವರ್ಗೀಸ್.

" ಬಳ್ಳಾರಿಯಲ್ಲಿ ಬಿಸಿಲು ಜಾಸ್ತಿ, ಅದಕ್ಕೆ ನಾವು ಖಾರ ಜಾಸ್ತಿ ತಿನ್ನುತ್ತೇವೆ ಎಂದು ನೀನು ಹೇಳಿರಲಿಲ್ಲವೇ? ಏನಂತೆ ತಿನ್ನು" ಎನ್ನುತ್ತಾ ಪೂರ ಖಾರಾ ಬಾತ್ ಅವನ ತಟ್ಟೆಗೆ ಸುರಿದಳು. "ನೀನೋ, ನಿನ್ನ ರೀತಿಯೋ ಆ ದೇವರಿಗೇ ಪ್ರೀತಿ. ಟೀ ಕುಡಿದರೆ ಅಲ್ಸರ್ ಆಗುತ್ತೆ ಅಂತ ಜ್ಯೂಸ್ ಹೇಳಿ ಈಗ ಈ ಖಾರದ ಬಾತ್ ತಿನ್ನಲಿಕ್ಕೆ ಹೇಳುತ್ತಿಯಲ್ಲಾ?" ಎಂದು ನಕ್ಕ ವರ್ಗೀಸ್

."ಓ ಸಾರಿ, ಮರೆತೆ ಬಿಟ್ಟೆ, ಕೊಡಿಲ್ಲಿ" ಎಂದು ಅವನ ತಟ್ಟೆಯನ್ನು ಎತ್ತಿಕೊಂಡು ಸಿಂಕ್ ಪಕ್ಕದ ಎಂಜಲು ಡಬ್ಬಕ್ಕೆ ಸುರಿದು ಬಂದಳು.ಇದೆಲ್ಲಾ ಅವಳು ಕೀರ್ತಿಯನ್ನು ಕೆಣಕಲು ಆಡಿದ ಆಟ ಎನ್ನುವುದು, ಮುಗ್ಧ ವರ್ಗೀಸ್ಸಿಗೆ ಗೊತ್ತಾಗಲಿಲ್ಲವಾದರೂ ಕೀರ್ತಿಗೆ ಅದು ಜೋರಾಗಿಯೇ ತಟ್ಟಿತು. ತನ್ನ ಅಸಮಧಾನವನ್ನು ಕಷ್ಟದಿಂದಲೇ ನಿಯಂತ್ರಿಸಿಕೊಂಡು, ಅವರತ್ತ ತಿರುಗಿ,

"ಮಸಾಲೆ ದೋಸೆಗೆ ಹೇಳುತ್ತೇನೆ, ಇರಿ"ಎಂದು ಮೊಬೈಲ್ ಎತ್ತಿಕೊಂಡ.

"ಏನು ಬೇಡಬಿಡಿ ಸರ್" ಎಂದ ವರ್ಗೀಸ್.

" ಹೇ ,ಇಲ್ಲಿಯ ಮಸಾಲೆ ದೋಸೆ ಸೂಪರ್ ಆಗಿರುತ್ತದೆ, ತಿಂದು ನೋಡು"ಎಂದು ವರ್ಗೀಸ್ ಗೆ ಹೇಳಿ, "ನನಗೂ ಮಸಾಲೆ ಹೇಳು" ಎಂದಳು. ಕೀರ್ತಿ ಫೋನ್ ಮಾಡಿ ದೋಸೆಗೆ ಹೇಳಿದ. ಈಗ ವರ್ಗೀಸ್ ಗೆ, ಇದು ದಿತಿ ಬೇಕೂಂತಲೇ ಆಡುತ್ತಿರುವ ಆಟ ಇರಬೇಕು ಎನ್ನುವ ಅನುಮಾನ ಬಂತು.

ಅವರು ದೋಸೆ ತಿಂದು ಜೂಸ್ ಕುಡಿದ ಮೇಲೆ ವರ್ಗೀಸ್,

"ಸಾರಿ ಫಾರ್ ಲೀವಿಂಗ್ ಆರ್ಲಿ. ನನಗೆ ತುಸು ಕೆಲಸವಿದೆ" ಎನ್ನುತ್ತಾ ಎದ್ದು ನಿಂತ.

“ಇದೇನು ಇಷ್ಟುಬೇಗ ಹೊರಟೆ; ನನ್ನನ್ನು ಬಿಟ್ಟು ಹೋಗುತ್ತೀಯಾ?” ಎಂದಳು ದಿತಿ.

”ಹಾಗೆ ಬಿಟ್ಟು ಹೋಗಲು ಅವನು ನಿನ್ನನ್ನು ಕಟ್ಟಿಕೊಂಡಿದ್ದರೆ ತಾನೇ? ’ಎಂದು ನಗುತ್ತಾ ಎದ್ದು ನಿಂತ ಜಯಕೀರ್ತಿ, ತಾನೂ ಎದ್ದು “ಆಗಾಗ್ಗೆ ಬರುತ್ತಾ ಇರಿ” ಎಂದು ವರ್ಗಿಸನತ್ತ ಕೈ ಚಾಚಿ, ಅವನ ಹ್ಯಾಂಡು ಷೇಕ್ ಮಾಡಿದ. ವರ್ಗಿಸ್ ದಿತಿಯತ್ತ ಕೈಚಾಚಿದ. ಅವಳು ವರ್ಗಿಸನನ್ನು ಸಮೀಪಿಸಿ ಅವನನ್ನು ತಬ್ಬಿಕೊಂಡು, ಅವನ ತುಟಿಗಳನ್ನು ಚುಂಬಿಸಿ,

”ಟೇಕ್ ಕೇರ್” ಎಂದಳು!

ಅವಳ ಈ ಅನಿರೀಕ್ಷಿತ ವರ್ತನೆಯಿಂದ ಗಾಬರಿಯಾದ ವರ್ಗಿಸ್, ಏನು ಮಾತನಾಡದೆ ಅವಸರಿಸಿ ಇಳಿದು ಹೋದ. ದಿತಿ ಕುರ್ಚಿಯಲ್ಲಿ ಕುಳಿತು ಜಯಕೀರ್ತಿಯನ್ನು ನೋಡುತ್ತಾ,

”ನನಗೆ ಒಂದು ಕಪ್ ಸ್ಟ್ರಾಂಗ್ ಕಾಫಿ ಹೇಳು”ಎಂದಳು.

ಎದ್ದು ಅವಳ ಕೆನ್ನೆಗೆ ಬಾರಿಸಬೇಕು ಎನ್ನುವ ತನ್ನ ಕೋಪವನ್ನು ನಿಯಂತ್ರಿಸಿಕೊಂಡ ಜಯಕೀರ್ತಿ, ಅವಳನ್ನು ದಿಟ್ಟಿಸಿ ನೋಡುತ್ತಾ ಕುರ್ಚಿಯಲ್ಲಿ ಕುಳಿತ, ಏನೂ ಮಾತಾಡದೆ . ಅವನ ಈ ಸಂಕಟಕ್ಕೆ ಒಳಗೊಳಗೆ ನಗುತ್ತಿದ್ದ ದಿತಿ,

“ಯಾಕೆ ಹಾಗೆ ನೋಡುತ್ತಿದ್ದೀಯಾ, ತಿನ್ನುವಂತೆ”ಎಂದಳು.

“ಇದು ಯಾವ ಆಟ ಆಡ್ತಾ ಇದಿಯಾ ನೀನು?” ಗಂಭೀರವಾಗಿ ಕೇಳಿದ ಕೀರ್ತಿ.

“ಯಾವ ಆಟ? ನಾನೇನು ಎಳೆ ಮಗುವೇ ನಿನ್ನ ಜೊತೆ ಆಟ ಆಡಲಿಕ್ಕೆ, ನೀನೊಬ್ಬ? “ ಎನ್ನುತ್ತಾ ಮೇಲಕ್ಕೆ ಎದ್ದಳು ದಿತಿ.

“ಇರು ನಿನ್ನ ಜೊತೆಗೆ ಖಾಸಾ ಮಾತಾಡಬೇಕು ಎಂದು ನಾನು ನಿನಗೆ ಹೇಳಿರಲಿಲ್ಲವೇ? ’ಎಂದ ಜಯಕೀರ್ತಿ.

“ಆಯ್ತು, ಅದೇನು ವಿಷಯ ಹೇಳು?” ದಿತಿ ಮತ್ತೆ ಕುರ್ಚಿಯಲ್ಲಿ ಕುಳಿತಳು.

ಈಗ ಜಯಕೀರ್ತಿ ಎದ್ದು ನಿಂತು, ಡೈನಿಂಗ್ ಟೇಬಲ್ ಮೇಲೆ ತನ್ನ ಎರಡೂ ಕೈಗಳನ್ನು ಊರಿ, ಎದುರಿನ ಕುರ್ಚಿಯಲ್ಲಿ ಕುಳಿತಿದ್ದ ದಿತಿಯನ್ನು ದಿಟ್ಟಿಸಿ ನೋಡುತ್ತಾ,

“ ಅವನನ್ನು ಯಾಕೆ ತಬ್ಬಿಕೊಂಡು ಕಿಸ್ ಕೊಟ್ಟೆ, ಅದೂ ನನ್ನ ಕಣ್ಮುಂದೆ? ನಾನು ನಿನ್ನ ಸೋದರ ಮಾವನ ಮಗ. ನನ್ನ ಮುಂದೆಯೇ ಅವನನ್ನು ಹಾಗೇ ತಬ್ಬಿಕೊಂಡೆಯಲ್ಲಾ, ನಿನಗೆ ಹೇಳುವವರು ಕೇಳುವವರು ಯಾರು ಇಲ್ಲವೇ?” ಹಲ್ಲು ಕಚ್ಚುತ್ತಾ ಕೇಳಿದ.

“ನನಗೆ ತಬ್ಬಿಕೊಳ್ಳಬೇಕು ಅನಿಸ್ತು, ತಬ್ಬಿಕೊಂಡೆ, ಏನೀಗ?” ದಿತಿ ತಾನೂ ಎದ್ದುನಿಂತು, ಮೇಜಿನ ಮೇಲೆ ಕೈಗಳನ್ನು ಊರಿ, ದೃಢವಾಗಿ ಅವನನ್ನು ಎದುರಿಸಿದಳು.

“ಅವನು ಯಾರೂಂತ ಹಾಗೆ ತಬ್ಬಿಕೊಂಡೆ?” ಅವನ ಈ ಮಾತುಗಳಿಂದ ಕೆರಳಿದರೂ, ಒಮ್ಮೆ ಇದು ಇತ್ಯರ್ಥವಾಗಿ ಬಿಡಲಿ ಎನ್ನುವ ಕಾರಣಕ್ಕೆ ದಿತಿ, ತನ್ನ ಕೋಪವನ್ನು ಅದುಮಿಕೊಂಡು,

”ಅವನು ನನ್ನ ಬೆಸ್ಟ್ ಫ್ರೆಂಡ್. ಅವನ ಜೊತೆಗೆ ನಾನು ಹೇಗೆ ನಡೆದುಕೊಳ್ಳಬೇಕು ಎನ್ನುವುದಕ್ಕೆ ನನಗೆ ನಿನ್ನ ಗೈಡ್-ಲೈನು ಬೇಕಿಲ್ಲ. ಅಪ್ಪ -ಅಮ್ಮ ನೇ ನನ್ನನ್ನು ಪ್ರಶ್ನಿಸುತ್ತಿಲ್ಲ.ಹೀಗಿರುವಾಗ ನೀನು ಯಾವೂರ ದಾಸಯ್ಯ ನನ್ನನ್ನು ಈ ರೀತಿ ಜಬರದಸ್ತಿನಿಂದ ಕೇಳಲಿಕ್ಕೆ?” ಜೋರು ಧ್ವನಿಯಲ್ಲೇ ಕೇಳಿದಳು.

“ನಾನು ನಿನ್ನ ಸೋದರ ಮಾವನ ಮಗ ಕಣೇ. ನಿನ್ನನ್ನು ಮದುವೆಯಾಗಲಿರುವ ನಿನ್ನ ಭಾವೀ ಪತಿ.” ಕೀರ್ತಿ ಸಂಬಂಧದ ಬಂಧವನ್ನು ಎತ್ತಿ ಹಿಡಿದು ಜೋರು ಮಾಡಿದ.

”ಓಹೋಹೋ, ಭಾವೀಪತಿ, ಆಹ್ಹಹಾ!” ದಿತಿ, ಎರಡೂ ಕೈಗಳಿಂದ ಹೊಟ್ಟೆ ಹಿಡಿದು ಕೊಂಡು ಜೋರಾಗಿ ನಗುತ್ತಾ, ಕುರ್ಚಿಯಲ್ಲಿ ಕುಳಿತಳು.

ಕೀರ್ತಿ ಅವಳ ಪಕ್ಕಕ್ಕೆ ಧಾವಿಸಿ ನಗುತ್ತಿದ್ದ ಅವಳನ್ನು ಎತ್ತಿ ನಿಲ್ಲಿಸಿ, “ಯೂ ಸ್ಪಾಯಿಲ್ಡ್ ಬ್ರ್ಯಾಟ್” ಎನ್ನುತ್ತಾ, ತನ್ನ ಬಲಗೈ ಯಿಂದ ಅವಳ ಎಡ ಕೆನ್ನೆಗೆ ಜೋರಾಗಿಯೇ ಬಾರಿಸಿದ.

ಎದ್ದು ನಿಂತ ದಿತಿ,

”ಯೂ ಷಿಟ್! , ಹೌ ಡೇರ್ ಯು ಸ್ಲ್ಯಾಪ್ ಮಿ?”ಎಂದು ಕಿರುಚಿ, ಅವನನ್ನು ಹಿಂದಕ್ಕೆ ತಳ್ಳಿ, ತನ್ನ ಬ್ಯಾಗ್ ಎತ್ತಿಕೊಂಡು ದಡಬಡಾಂತ ಮೆಟ್ಟಿಲುಗಳನ್ನು ಇಳಿದು ಹೊರಗೆ ಹೋಗಿ ಕಾರು ಚಲಾಯಿಸಿಕೊಂಡು ತನ್ನ ಅಪಾರ್ಟ್ ಮೆಂಟಿಗೆ ಹೋದಳು. ಅವಳು ತಳ್ಳಿದ ರಭಸಕ್ಕೆ ಜಯಕೀರ್ತಿಯ ತಲೆ ಗೋಡೆಗೆ ಬಡಿದು ಬುಗುಟು ಬಂದು, ಅವನು ನೆಲಕ್ಕೆ ಕುಸಿದು ಕುಳಿತು ಬಿಟ್ಟ.

===o===

“ನೋಡು ಅರ್ಜೆಂಟು ಒಂದು ಸಾವಿರ ಪೌಂಡು ಕೊಡು, ಜಾಮೀನಿಗೆ ಕಟ್ಟಲು ಬೇಕು” ಮಂಗಳವಾರ ಬೆಳಗ್ಗೆ ಹೋಟೆಲಿನ ಕೌಂಟರಿನಲ್ಲಿ ಕುಳಿತಿದ್ದ ಕೀರ್ತಿಯನ್ನು ಡಿಮಾಂಡ್ ಮಾಡಿ ಕೇಳಿದ ಹ್ಯಾರಿಸ್.

“ಮೇಲೆ ಹೋಗಿ ಮಾತಾಡೋಣ ಬಾ” ಎಂದು ಹೇಳಿ, ಜಯಕೀರ್ತಿ ಅವನನ್ನು ತನ್ನ ರೂಮಿಗೆ ಕರೆದುಕೊಂಡು ಹೋದ. ನಡೆದದ್ದು ಇಷ್ಟು, ದಿತಿ ವರ್ಗಿಸನ ಮೇಲೆ ಆದ ಹಲ್ಲೆಗೆ, ವರ್ಗಿಸ್ಸನನ್ನು ಒಪ್ಪಿಸಿ, ಪೋಲಿಸರಿಗೆ ದೂರು ಕೊಡಿಸಿದ್ದಳು. ಆದರೆ ಇದರ ಹಿಂದೆ ಜಯಕೀರ್ತಿಯ ಕೈವಾಡ ಇರಬಹುದು ಎನ್ನುವ ಸಂಶಯವನ್ನು ಹೇಳಿರಲಿಲ್ಲ.

ಆ ಕಾಫಿ ಕೆಫೆಯ ಸಿ.ಸಿ.ಟಿ.ವಿ ಯ ಸಾಕ್ಷ್ಯವನ್ನು ಆಧರಿಸಿ ಪೋಲಿಸರು ರಾಬರ್ಟನನ್ನು ಬಂಧಿಸಿದ್ದರು. ಅದರಲ್ಲಿ ಪಾಲ್ ಇರಲಿಲ್ಲವಾದ್ದರಿಂದ, ಅವನನ್ನು ಬಂಧಿಸಿರಲಿಲ್ಲ.

ಪಾಲ್ -ನಿಂದ ವಿಷಯ ತಿಳಿದ ಹ್ಯಾರಿಸ್, ಪೋಲಿಸ್ ಸ್ಟೇಷನ್ನಿಗೆ ಹೋದಾಗ, ರಾಬರ್ಟ್ ತನ್ನನ್ನು ಈ ಕೇಸಿನಿಂದ ಬಿಡುಗಡೆ ಮಾಡದೆ ಹೋದರೆ ಹ್ಯಾರಿಸನನ್ನು ಇದರಲ್ಲಿ ಸಿಲುಕಿಸುವ ಬೆದರಿಕೆ ಹಾಕಿದ್ದ. ಹ್ಯಾರಿಸ್ ಪಾಲ್ ಗೆ ಒಂದು ಸಾವಿರ ಪೌಂಡುಗಳನ್ನು ಕೊಟ್ಟಿದ್ದ. ಪಾಲ್ ಅದರಲ್ಲಿ ಡೇವಿಡ್ ಗೆ ಐದು ನೂರು ಪೌಂಡ್ ಕೊಟ್ಟಿದ್ದ.

ಯಾವ ಸ್ವಂತ ಸಂಪಾದನೆ ಇಲ್ಲದ ರಾಬರ್ಟ್ ಸಣ್ಣಪುಟ್ಟ ಕಳ್ಳತನ ಮತ್ತು ಇಂಥ ಅಪರಾಧಗಳ ಮೂಲಕವೆ ಹೊಟ್ಟೆಪಾಡು ನೋಡಿಕೊಳ್ಳುತ್ತಿದ್ದ. ಅವನಿಗೆ ಜೈಲು ಹೊಸತೇನೂ ಆಗಿರಲಿಲ್ಲ. ಅವನ ಕೋರಿಕೆ ಮತ್ತು ಬೆದರಿಕೆಗಳಿಗೆ ಹೆದರಿ ಹ್ಯಾರಿಸ್ ಒಬ್ಬ ಲಾಯರನ್ನು ಭೇಟಿಯಾದಾಗ, ಅವರು ಒಂದು ಸಾವಿರ ಪೌಂಡು ಕೊಟ್ಟರೆ ಬೇಲು ಕೊಡಿಸುವುದಾಗಿ ಹೇಳಿದ್ದರು. ಪಾಲ್ ಇದರ ಸಂಪೂರ್ಣ ಜವಬ್ದಾರಿಯನ್ನು ಹ್ಯಾರಿಸ್ಸಿಗೆ ವಹಿಸಿ, ತಾನೂ ಈ ಕೇಸಿನಿಂದ ಹೊರಗೆ ಉಳಿದಿದ್ದ. ಅಂದರೆ ಪೋಲಿಸ್ ಮತ್ತು ಲಾಯರ್ ತಂಟೆಗೆ ಹೋಗದೆ ಇದನ್ನು ಹ್ಯಾರಿಸ್ಸಿಗೆ ವಹಿಸಿ, ಡೇವಿಡ್ ನನ್ನು ಬಿಡುಗಡೆ ಮಾಡಿಸಿ, ಅವನನ್ನು

ಸಮಾಧಾನಗೊಳಿಸುವ ಜವಾಬ್ದಾರಿಯನ್ನು ಹ್ಯಾರಿಸ್ಸಿಗೆ ಬಿಟ್ಟಿದ್ದ ಸೂಕ್ತ ಎಚ್ಚರಿಕೆಯೊಡನೆ.

" ನಾನು ನಿನಗೆ ಇದು ಪೋಲಿಸ್ ಕೇಸು ಆಗದಂತೆ ನೋಡಿಕೋ ಎಂದು ಮೊದಲೇ ಹೇಳಿರಲಿಲ್ಲವೇ?" ಜಯಕೀರ್ತಿ ಜೋರು ಮಾಡಿದ.

"ಹೌದು ಹೇಳಿದ್ದೆ. ನಾನೂ ಸಹ ಪಾಲ್-ಗೆ ಹಾಗೆ ಹೇಳಿದ್ದೆ. ಆ ರಾಬರ್ಟ್ ಗೆ ಬುದ್ಧಿ ಕಡಿಮೆ. ಬರೀ ಮೈ ಬೆಳೆಸಿಕೊಂಡಿದ್ದಾನೆಯಷ್ಟೇ.ಅವನಿಗೆ ಈ ಸೂಕ್ಷ್ಮಗಳು ಅರ್ಥವಾಗುವುದಿಲ್ಲ. ಏನು ಮಾಡುವುದು ಇಂಥಾ ವಿಷಯಗಳಲ್ಲಿ ಇವು ಅನಿರೀಕ್ಷಿತವೇನು ಅಲ್ಲ" ಎಂದ ಹ್ಯಾರಿಸ್,ಏನೇನು ನಡೆಯಿತು ಎನ್ನುವುದನ್ನು ವಿವರಿಸಿದ

. ಜಯಕೀರ್ತಿಗೆ ಸಿಟ್ಟು ಬಂದು,

"ನೋಡು ಹ್ಯಾರಿಸ್, ನೀನು ನನಗೆ ಆಪ್ತನಾಗಿದ್ದುದರಿಂದ ನಾನು ನಿನ್ನನ್ನು ನಂಬಿದೆ. ಆದ್ದರಿಂದ ನೀನು ಕೇಳಿದ ಒಂದು ಸಾವಿರ ಪೌಂಡು ಕೊಟ್ಟೆ. ಹೀಗೆ ಗೂಂಡಾಗಿರಿ ಮಾಡಿಸುತ್ತೀಯಾ ಎನ್ನುವುದು ಗೊತ್ತಿದ್ದರೆ, ನಾನು ಇದಕ್ಕೆ ಒಪ್ಪಿಗೆ ಕೊಡುತ್ತಿರಲಿಲ್ಲ. ಆದ್ದರಿಂದ ಇದು ನಿನ್ನ ಜವಾಬ್ದಾರಿ. ನಿನ್ನ ಅಜಾಗರೂಕತೆಗೆ ನಾನೇಕೆ ದಂಡ ಕೊಡಲಿ?" ಎಂದು "ನನಗೆ ಕೌಂಟರಿನಲ್ಲಿ ಕೆಲಸವಿದೆ" ಎನ್ನುತ್ತಾ ಮೇಲಕ್ಕೆ ಎದ್ದ. ಹ್ಯಾರಿಸ್,

"ಇರು ಸ್ವಲ್ಪ. ಇದನ್ನು ಇತ್ಯರ್ಥ ಮಾಡದೇ ಹೋಗಬೇಡ. ನೀನು ಏನನ್ನು ನಿರೀಕ್ಷಿಸಿದ್ದೆ? ವರ್ಗಿಸನನ್ನು ಬೆದರಿಸಿ ಅವನು ದಿತಿಯ ತಂಟೆಗೆ ಹೋಗದಂತೆ ಮಾಡುವುದು ಹೇಗೆ ಅಂತ ಅಲ್ಲವೇ? ಬೆದರಿಕೆ ಹಾಕು ಎಂದಷ್ಟೆ ನಾನು ಪಾಲ್-ಗೆ ಹೇಳಿದ್ದೆ. ಅಕಸ್ಮಾತ್ತಾಗಿ ಈ ರೀತಿ ಆಗಿದೆ. ನೀನು ಹಣ ಕೊಡದಿದ್ದರೆ ನಿನಗೆ ಇನ್ನೂ ಹೆಚ್ಚಿನ ತೊಂದರೆಯಾಗುತ್ತದೆ. ಈಗಿನ ಬರೀ ಸಾವಿರವಷ್ಟೇ ಅಲ್ಲ. ನೀನು ನಿನ್ನ ದಿತಿಗೆ ಹೇಳಿ, ಈ ದೂರನ್ನು ವಾಪಾಸು ಪಡೆಯುವಂತೆ ಮಾಡಬೇಕು. ಇಲ್ಲವಾದರೆ ರಾಬರ್ಟ್ ಜೈಲಿಗೆ ಹೋಗಬೇಕಾಗುತ್ತದೆ. ಅಂತಹ ಸಂದರ್ಭ ಬಂದಾಗ, ಅವನು ಮತ್ತು ಪಾಲ್, ನನ್ನನ್ನು ಮತ್ತು ಆ ಮೂಲಕ ನಿನ್ನನ್ನೂ ಆರೋಪಿಗಳನ್ನಾಗಿ ಮಾಡಬಹುದು. ವಿಚಾರಿಸಿ ನೋಡು" ಎಂದ ಹ್ಯಾರಿಸ್.

"ಏನು, ನನಗೆ ಬೆದರಿಕೆ ಹಾಕುತ್ತಿದ್ದೀಯಾ?" ಜಯಕೀರ್ತಿ ಹ್ಯಾರಿಸ್ಸನ ಕೊರಳ ಪಟ್ಟಿಹಿಡಿದು ಕೇಳಿದ. ಹ್ಯಾರಿಸ್,

"ನಾನು ಬೆದರಿಕೆ ಹಾಕುತ್ತಿಲ್ಲ. ಇದು ನಿನ್ನ ಕೆಲಸ ಆದ್ದರಿಂದ ನಿನ್ನ ಜವಾಬ್ದಾರಿ ಅಲ್ಲವೇ? ನೀನು ಹಣ ಕೊಟ್ಟು ಕೇಸನ್ನು ವಾಪಾಸು ಪಡೆದರೆ ನಿನಗೆ ಒಳ್ಳೆಯದು. ನಿಧಾನವಾಗಿ ಯೋಚಿಸು. ದುಡುಕಿ ಮಾತಾಡಬೇಡ. ಇದನ್ನು ನಾನೂ ಸಹ ನಿರೀಕ್ಷಿಸಿರಲಿಲ್ಲ.ಪ್ಲೀಜ್ ಅರ್ಥ ಮಾಡಿಕೋ" ಎನ್ನುತ್ತಾ ಲಿಕರ್ ಕ್ಯಾಬಿನೆಟ್ ಕಡೆಗೆ ನಡೆದು, ಅಲ್ಲಿದ್ದ ಬೀರ್ ಬಾಟಲ್ ಎತ್ತಿಕೊಂಡು ಕುಡಿಯುತ್ತಾ ಸೋಫಾದ ಮೇಲೆ ಕುಳಿತ. ಅವನ ಮಾತುಗಳಿಗೆ ಜಯಕೀರ್ತಿ ಕುಸಿದು ಕುರ್ಚಿಯಲ್ಲಿ ಕುಳಿತು, ಹ್ಯಾರಿಸ್ಸನನ್ನೇ ದಿಟ್ಟಿಸಿ ನೋಡತೊಡಗಿದ. ಸ್ವಲ್ಪ ಹೊತ್ತು ಇಬ್ಬರೂ ಏನೂ ಮಾತಾಡಲಿಲ್ಲ.

"ನಾನು ಇನ್ನು ಒಂದು ಗಂಟೆ ಬಿಟ್ಟು ಬರುತ್ತೇನೆ, ಅಷ್ಟರಲ್ಲಿ ನೀನು ಒಂದು ನಿರ್ಣಯಕ್ಕೆ ಬಾ" ಎಂದ ಹ್ಯಾರಿಸ್ ಸೋಫಾದಿಂದ ಎದ್ದು ಮೆಟ್ಟಲಿಳಿದು ಹೊರಕ್ಕೆ ಹೋದ.

ಜಯಕೀರ್ತಿ ಆಕಾಶವೇ ಕಳಚಿಬಿದ್ದವನಂತೆ ಸೋಫಾದಲ್ಲಿ ಒರಗಿ, ಯೋಚಿಸ ತೊಡಗಿದ.ತಾನು ದಿತಿಯನ್ನು ಅನುನಯದಿಂದ ಒಲಿಸಿಕೊಳ್ಳಬೇಕಿತ್ತು. ಆಗದಿದ್ದರೆ ಅವಳ ತಂಟೆಗೆ ಹೋಗಬಾರದಿತ್ತು. ಈ ಹ್ಯಾರಿಸ್ ಹತ್ತಿರ ಹೇಳಬಾರದಿತ್ತು. ಈಗ ದಿತಿಯ ಜೊತೆಗೆ ಮರ್ಯಾದೆ ಮತ್ತು ಹಣವನ್ನು ಕಳೆದುಕೊಳ್ಳುವ ಪ್ರಸಂಗ ಬಂತು. ದಿತಿ ನನ್ನ ಸೋದರತ್ತೆಯ ಮಗಳು. ಹೀಗೆ ಮಾಡಬಹುದು ಎನ್ನುವ ಚೂರು ಕಲ್ಪನೆಯೂ ನನಗೆ ಇರಲಿಲ್ಲ.ನಾನು ಇಷ್ಟವಿಲ್ಲದಿದ್ದರೆ ಹಾಗೆ ನೇರವಾಗಿ, ಜೋರಾಗಿ ಹೇಳಿದ್ದರೆ ಸಾಕಿತ್ತು.ನನಗಿಂತ ಆ ಕ್ರಿಶ್ಚಿಯನ್ ಹುಡುಗನೇ ಅವಳಿಗೆ ಮುಖ್ಯವಾಗಿಬಿಟ್ಟ. ಇರಲಿ,ಇನ್ನು ಮೇಲಾದರೂ ನಾನು ಇದನ್ನು ಸೂಕ್ಷ್ಮವಾಗಿ ನಿಭಾಯಿಸಬೇಕು. ತಪ್ಪು ನನ್ನದೇ. ಇಷ್ಟಾದ ಮೇಲೆ ನಾನು ಇನ್ನು ಈ ದೇಶದಲ್ಲಿ ಇರಬಾರದು. ಈ ಹೋಟೆಲನ್ನು ಮಾರಿ ತಂಜಾವೂರಿಗೆ ಹೋಗುತ್ತೇನೆ. ಅಲ್ಲಿ ಕಾಲೇಜಿನ ಆಡಳಿತ, ತೋಟ, ಗದ್ದೆಗಳ ಜೊತೆಗೆ ರಾಜಕೀಯವನ್ನೂ ಮಾಡಿಕೊಂಡು ಇರುತ್ತೇನೆ.ತಾತ ಆರೇಳು ಸಲ ಎಂ.ಎಲ್,ಎ. ಆಗಿದ್ದರಂತೆ ಅವರ ಹೆಸರಿನ ಬಲದಿಂದ ನಾನೂ ಎಂ.ಎಲ್. ಎ. ಆಗುತ್ತೇನೆ.ನನ್ನ ಕಣ್ಮುಂದೆಯೇ ಯಾವ ಎಗ್ಗೂ ಇಲ್ಲದೆ ಅವನನ್ನು ಅಪ್ಪಿಕೊಂಡು ಮುತ್ತು ಕೊಟ್ಟಳಲ್ಲಾ; ಇಂಥಾ ಚೆಲ್ಲಾಟದ ಹುಡುಗಿ ನನಗೆ ಬೇಕಾ? ಹಾಳಾಗಿ ಹೋಗಲಿ. ನಾನು ತಂಜಾವೂರಿಗೆ ಹೋಗಿ ಅಪ್ಪ- ಅಮ್ಮ ತಾತ ಹೇಳಿದಂತೆ ಕೇಳಿಕೊಂಡು ಇದ್ದುಬಿಡುತ್ತೇನೆ. ಆಂಟಿಗೆ ಇವಳ ಸ್ವಚ್ಚಂದ ವರ್ತನೆಯ ಸುಳಿವು ಇರುವಂತೆ ಕಾಣುತ್ತಿಲ್ಲ. ಯಾವುದಕ್ಕೂ ಅವರಿಗೂ ಒಂದು ಮಾತು ಹೇಳಿಬಿಡಬೇಕು. ಅವಳು ಹೀಗೇ ಎನ್ನುವುದು ಗೊತ್ತಿದ್ದೂ ನಾನು ಇದನ್ನು ಅವರ ಗಮನಕ್ಕೆ ತಾರದಿದ್ದರೆ ತಪ್ಪಾಗುತ್ತದೆ..."

ಹೀಗೆ ನಾನಾ ರೀತಿಯಲ್ಲಿ ಪರಿಭಾವಿಸಿದ ಜಯಕೀರ್ತಿ, ದಿತಿ ತಾನೇ ಒಪ್ಪಿ ಬಂದರೂ ಅವಳನ್ನು ಮದುವೆಯಾಗಬಾರದು ಎನ್ನುವ ಅಂತಿಮನಿರ್ಣಯಕ್ಕೆ ಬಂದ.

===o===

"ದಿತಿ , ನಾನು ಲಂಡನ್ ಬಿಟ್ಟು ತಂಜಾವೂರಿಗೆ ಹೋಗುತ್ತಿದ್ದೇನೆ.ಇಲ್ಲಿಯ ಬದುಕು ನನಗೆ ಇಷ್ಟವಾಗಲಿಲ್ಲ.ಹೋಟೆಲ್ ವ್ಯವಹಾರವೂ ನನಗೆ ಹಿಡಿಸುತ್ತಿಲ್ಲ. ಏನೋ ನೀವೆಲ್ಲಾ ಇದ್ದೀರಲ್ಲಾ ಎಂದು ಬಂದೆ. ನನಗೆ ನಿನ್ನನ್ನು ಮದುವೆಯಾಗುವ ಆಸೆ ಇತ್ತು. ಆದರೆ ನಿನಗೆ ಅದು ಇಷ್ಟವಿಲ್ಲ ಎನ್ನುವುದು ನನಗೆ ಮನವರಿಕೆಯಾಗಿದೆ.ನನ್ನನ್ನು ನಂಬು, ವರ್ಗಿಸ್ ಗೆ ಆ ರೀತಿ ಆದದ್ದಕ್ಕೆ ನನಗೂ ವಿಷಾದವಿದೆ. ಆದರೆ ಅದು ನನ್ನ ಉದ್ದೇಶವಾಗಿರಲಿಲ್ಲ.ಈಗ ಅದೆಲ್ಲಾ ಚರ್ಚೆ ಮಾಡುವುದು ನೋವಿನ ಸಂಗತಿಯಾಗಿ, ಅದು ಬೇಡ. ಏನೋ ಅಚಾತುರ್ಯವಾಯ್ತು. ಈಗ ನೀನು ಪೋಲಿಸರಿಗೆ ಕೊಟ್ಟಿರುವ ದೂರನ್ನು ವಾಪಾಸು ತೆಗೆದು ಕೋ. ಈಗಾಗಲೇ ನನಗೆ ಸಾಕಷ್ಟು ಅವಮಾನ ನೋವು ಆಗಿದೆ. ಮತ್ತಷ್ಟು ನೋವು ಮಾಡಬೇಡ. ಪ್ಲೀಜ್ , ನಾನು ಲಂಡನ್ ಬಿಟ್ಟು ಹೋಗುವ ಮುನ್ನ ನೀನು ನನಗೆ ಇದೊಂದು ಉಪಕಾರ ಮಾಡು" ಜಯಕೀರ್ತಿ ದಿತಿಯ ಅಪಾರ್ಟ್ ಮೆಂಟಿನಲ್ಲಿ ಕುಳಿತು ಹೀಗೆ ಹೇಳಿದಾಗ ದಿತಿ,

"ನೀನೇನ ವರ್ಗಿಸ್ ಗೆ ಹೊಡೆಸಿದ್ದು?" ಎಂದು ಕೇಳಿದಳು.

" ಮತ್ತೆ ಆ ಸುದ್ದಿ ಎತ್ತಬೇಡ. ಆಗಲೇ ನಾನು ನಿನಗೆ, ಅದು ನನ್ನ ಉದ್ದೇಶವಾಗಿರಲಿಲ್ಲ ಎಂದು ಹೇಳಿದ್ದೇನೆ.ಇದು ಒಂದು ಅನುದ್ದೇಶದ ಅಚಾತುರ್ಯ. ಅದನ್ನು ನಾವಿಬ್ಬರೂ ಮರೆತು

ಬಿಡೋಣ" ಎಂದು ಅವಳಿಗೆ ಹೇಳಿದ.

" ಆಯ್ತು ನೀನು ಇಷ್ಟು ಹೇಳುತ್ತೀ ಅಂದ ಮೇಲೆ ನಾನು ನನ್ನ ಲಾಯರಿಗೆ ಹೇಳಿ ಕೇಸು ವಾಪಾಸು ತೆಗೆದುಕೊಳ್ಳುತ್ತೇನೆ. ಮತ್ತೆ ನೀನು ನನ್ನನ್ನು ಕಾರಣವಾಗಿಟ್ಟುಕೊಂಡು ಲಂಡನ್ ಬಿಟ್ಟು ಹೋಗಬೇಕಾದ್ದಿಲ್ಲ.ನಿನ್ನದೇ ಆದ ಕಾರಣಗಳಿಗೆ ನೀನು ಹೋಗುತ್ತಿದ್ದರೆ, ಅದು ನಿನ್ನ ವೈಯಕ್ತಿಕ ವಿಚಾರ. ಇನ್ನೆಂದೂ ನೀನು ನನ್ನ ತಂಟೆಗೆ ಬರಬೇಡ" ಎಂದು ನಿರ್ಭಾವದಿಂದ ಹೇಳಿದ ದಿತಿ, "ಈಗ ನಾನು ಬರ್ಮಿಂಗ್-ಹ್ಯಾಮ್ ಮನೆಗೆ ಹೋಗಬೇಕು" ಎನ್ನುತ್ತಾ ಕಾರಿನ ಕೀ ಎತ್ತಿಕೊಂಡಳು.

===o===

ಮೊದಲೇ ದೂರು ಕೊಡಲು ಇಷ್ಟ ಇರದ ವರ್ಗೀಸ್, ದಿತಿಯ ಒತ್ತಾಯಕ್ಕೆ ದೂರಿಗೆ ಸಹಿ ಹಾಕಿದ್ದ. ಈಗ ದಿತಿ ಹೇಳಿದಂತೆ ತನ್ನ ದೂರನ್ನು ವಾಪಾಸು ಪಡೆದ. ವರ್ಗೀಸ್ ಸ್ವಭಾವತ: ಮುಗ್ಧ ಮತ್ತು ಭಯಸ್ತನಾಗಿದ್ದ. ಬಡತನದಲ್ಲಿ ಬೆಳೆದ ಅವನು ಯಾವಾಗಲೂ ಶ್ರೀಮಂತ ವಾತಾವರಣ ಮತ್ತು ಜನರಿಂದ ದೂರವಾಗಿ ತನ್ನ ಪಾಡಿಗೆ ತಾನು ಇರುತ್ತಿದ್ದ. ಬಳ್ಳಾರಿಯ ಕೌಲು ಬಜಾರಿನ ಹೆಂಚಿನ ಮನೆಯಲ್ಲಿ ಬೆಳೆದಿದ್ದ ಅವನಿಗೆ, ತನ್ನ ಅಪ್ಪ ಯಾರು ಎನ್ನುವುದೇ ಗೊತ್ತಿರಲಿಲ್ಲ . ತಾಯಿಯನ್ನು ಕೇಳಿದಾಗ ಆಕೆ , 'ಸಂದರ್ಭ ಬಂದಾಗ ತಿಳಿಸುತ್ತೇನೆ. ನಾನಾಗಿಯೇ ಹೇಳುವವರೆಗೆ ನೀನು ನನ್ನನ್ನು ಮತ್ತೆ ಕೇಳಬೇಡ 'ಎಂದಿದ್ದಳು.ಚರ್ಚಿನ ಶಾಲೆಯಲ್ಲಿ ಗುಮಾಸ್ತೆ ಕೆಲಸದಲ್ಲಿ ಇದ್ದ ಅವಳನ್ನು ಕ್ರೈಸ್ತ ಧರ್ಮಕ್ಕೆ ಮತಾಂತರಗೊಳಿಸಿದ್ದರು,ಫಾದರ್ ಜೋಷುವಾ. ಅವಳಿಗೆ ಚರ್ಚ್ ಶಾಲೆಯ ಹಿಂಭಾಗದ ಮನೆಗಳಲ್ಲಿ ಒಂದು ಮನೆಯನ್ನು ವಾಸಕ್ಕೆ ಕೊಟ್ಟಿದ್ದರು.ಓದಿನಲ್ಲಿ ಚುರುಕಾಗಿದ್ದ ವರ್ಗೀಸನ ಶಿಕ್ಷಣದ ವೆಚ್ಚವನ್ನು ಚರ್ಚ್ ವಹಿಸಿಕೊಂಡಿತ್ತು.ಅವನು ಬಿ.ಇ ಯಲ್ಲಿ ಎರಡನೇ ರ್ಯಾಂಕ್ ಪಡೆದು, ಬೆಂಗಳೂರಿನಲ್ಲಿ ಎಂ.ಬಿ.ಎ ಗೆ ಸೇರಿಕೊಂಡು ಅಲ್ಲೂ ಮೂರು ಚಿನ್ನದ ಮೆಡಲುಗಳೊಡನೆ ಉತ್ತೀರ್ಣನಾಗಿದ್ದ. ಕ್ಯಾಂಪಸ್ ಸಂದರ್ಶನದಲ್ಲಿ ಅವನಿಗೆ ವೇವ್ಸ್ ಅಂಡ್ ವೇವ್ಸ್ ಸಾಫ್ಟ್ ವೇರ್ ಕಂಪನಿಯಲ್ಲಿ ಕೆಲಸ ಸಿಕ್ಕು, ಬೆಂಗಳೂರು ಆಫೀಸಿನಲ್ಲಿ ಎರಡು ವರ್ಷಗಳು ಕೆಲಸ ಮಾಡಿದ ಮೇಲೆ ಕಂಪನಿಯನರು ಅವನನ್ನು ಲಂಡನ್ ಆಫೀಸಿಗೆ ವರ್ಗ ಮಾಡಿದ್ದರು. ಯಾರ ತಂಟೆಗೂ ಹೋಗದೇ ತನ್ನ ಪಾಡಿಗೆ ತಾನು ಇರುತ್ತಿದ್ದ ವರ್ಗೀಸ್ ಗೆ ದಿತಿಯ ಪರಿಚಯ ಮತ್ತು ಸ್ನೇಹ ಒಂದು ಹೊಸ ಅನುಭವವಾಗಿ ಅವನು ಉಲ್ಲಸಿತವಾಗಿದ್ದ. ಅವಳ ಧೈರ್ಯಕ್ಕೆ ಮತ್ತು ನೇರ ನಡೆ-ನುಡಿಗಳಿಗೆ ಅವನು ಅವಳಿಗೆ ಶರಣು ಹೋಗಿದ್ದ. ಇಂಥಾ ಒಂದು ರಕ್ಷಣಾತ್ಮಕ ಬಂಧ ಅವನಿಗೆ ಅಗತ್ಯವಾಗಿತ್ತು. ಹೀಗಾಗಿ ಅವನು ದಿತಿಯ ಸ್ನೇಹದಲ್ಲಿ ಸಂಭ್ರಮಿತನಾಗಿಯೇ ಇದ್ದ. ಯೌವನದ ಉತ್ಸಾಹವೂ ಸೇರಿ, ಅವನು ಒಂದು ಸೊಗಸಿನ ಲೋಕದಲ್ಲಿ ವಿಹರಿಸುತ್ತಿದ್ದ. ಒಮ್ಮೊಮ್ಮೆ ದ್ವಿತಿಯ ವರ್ತನೆ ಅತಿರೇಕದ್ದು ಅನ್ನಿಸಿದರೂ, ಕಾಲಕ್ಕೆ ತಕ್ಕಂತೆ ಇದ್ದಾಳೆ.ನಾನೂ ಅವಳಂತೆಯೇ ಭಯರಹಿತನಾಗಿ ಇರುವುದನ್ನು ಕಲಿಯಬೇಕು ಅಂದುಕೊಳ್ಳುತ್ತಿದ್ದ.ಆದರೆ ಅಪ್ಪ ಯಾರು,ಎಲ್ಲಿ ಎನ್ನುವುದೇ ಗೊತ್ತಿಲ್ಲದೇ ಅವನು ಶಾಲೆಯಲ್ಲಿ ತನ್ನ ಸಹಪಾಠಿ ಮತ್ತು ಸಂಗಾತಿಗಳಿಂದ ನಿಂದನೆ ಅಪಹಾಸ್ಯಗಳಿಗೆ ಒಳಗಾಗಿದ್ದ. ಹೀಗಾಗಿ ಅವನು ಸದಾ ಎಲ್ಲರಿಂದ ದೂರವಾಗಿ,ಒಂಟಿಯಾಗಿ ಇರುವುದರಲ್ಲಿ

ನೆಮ್ಮದಿ ಕಾಣುತ್ತಿದ್ದ.ತನಗೆ ಕೆಲಸ ಸಿಕ್ಕು ಬೆಂಗಳೂರಿಗೆ ಹೋಗುವಾಗ ತನ್ನ ತಾಯಿಯನ್ನೂ ಜೊತೆಗೆ ಕರೆದುಕೊಂಡು ಹೋಗಲು ಬಯಸಿದ್ದ. ಆದರೆ ಅವನ ತಾಯಿ ಜೆಸ್ಸಿಕಾ ಒಪ್ಪಿರಲಿಲ್ಲ. ತನ್ನ ತಂದೆಯ ಬಗೆಗೆ ಅವನು ಫಾದರ್ ಜೋಷುವಾ ಅವರನ್ನು ಕೇಳಿದಾಗ ಅವರು,

'ನಾವೆಲ್ಲರೂ ದೇವರ ಮಕ್ಕಳೇ; ಮನುಷ್ಯ ದೇವರ ಸೃಷ್ಟಿಗೆ ನೆಪ ಮಾತ್ರ.ನೀನು ಆ ವಿಷಯಕ್ಕೆ ತಲೆ ಕೆಡಿಸಿಕೊಳ್ಳಬೇಡ ' ಎಂದಿದ್ದರು ಅಷ್ಟೇ.ಮೊದಲೇ ನೊಂದಿದ್ದ ತಾಯಿಯನ್ನು ಮತ್ತೆ ಮತ್ತೆ ಪ್ರಶ್ನಿಸಿ ನೋಯಿಸುವ ಇಷ್ಟ ಇಲ್ಲದ ವರ್ಗಿಸ್, ತಾನೂ ಕಾಲಕ್ಕೆ ಶರಣಾಗಿ ಸುಮ್ಮನೇ ಇದ್ದ. ಚರ್ಚಿನ ಶಾಲೆಯ ಕೆಲಸ ಮತ್ತು ಪ್ರಾರ್ಥನೆಗಳಲ್ಲಿ ಸದಾ ತನ್ನನ್ನು ತೊಡಗಿಸಿಕೊಂಡಿದ್ದ ಜೆಸ್ಸಿಕಾ ಬಳ್ಳಾರಿಯ ಚರ್ಚ್ ಬಿಟ್ಟು ಬೇರೆ ಎಲ್ಲಿಗೂ ಹೋಗದೆ, ಅಲ್ಲಿಯೇ ತನ್ನ ಬದುಕನ್ನು, ಬದುಕಿನ ಸಾರ್ಥಕತೆಯನ್ನು ಕಂಡುಕೊಳ್ಳುತ್ತಿದ್ದಳು.ಅವಳಿಗೆ ಮದರ್ ಥೆರೆಸಾ ಆದರ್ಶವಾಗಿ ತಾನೂ ಸದಾ ಬಿಳಿಯ ಸೀರೆ ಧರಿಸಿಕೊಂಡು ಒಂದು ರೀತಿಯ ಸೇವಾ ಭಾವದಲ್ಲಿ ಫಾದರ್ ಜೋಷುವಾ ವಹಿಸಿದ್ದ ಕೆಲಸಗಳನ್ನು ದೇವರ ಅಪ್ಪಣೆ ಎಂದು ಭಾವಿಸಿ ತಲ್ಲೀನತೆಯಿಂದ ಮಾಡುತ್ತಾ ನೆಮ್ಮದಿಯಾಗಿಯೇ ಇದ್ದಳು. ಹುಟ್ಟುವ ಮೊದಲೇ ಅನಾಥವಾಗಿದ್ದ ಮಗುವನ್ನು ಗರ್ಭದಲ್ಲಿ ಧರಿಸಿ, ಹತಾಶಳಾಗಿ ಆತ್ಮಹತ್ಯೆ ಮಾಡಿಕೊಳ್ಳಲು ಹೊರಟಿದ್ದ ತನ್ನನ್ನು ರಕ್ಷಿಸಿ, ಆಸ್ಪತ್ರೆಗೆ ಸೇರಿಸಿ ಹೆರಿಗೆಯ ಎಲ್ಲಾ ವೈದ್ಯಕೀಯ ವೆಚ್ಚಗಳನ್ನು ಭರಿಸಿದ್ದಲ್ಲದೇ, ತನಗೆ ವಾಸಕ್ಕೆ ಮನೆ ಮತ್ತು ಉದ್ಯೋಗ ಕೊಟ್ಟಿದ್ದ ಫಾದರ್ ಜೋಷುವಾ, ಅವಳ ಪಾಲಿಗೆ ಜೀವಂತ ದೈವವೇ ಆಗಿದ್ದರು.ಮಗ ಓದಿನಲ್ಲಿ ಚುರುಕಾಗಿದ್ದು ಚರ್ಚಿನ ಸಹಾಯ ಹಸ್ತದಿಂದ ಅವನು ಉನ್ನತ ಹುದ್ದೆ ಹಿಡಿದಿರುವುದು ಅವಳ ಬದುಕನ್ನು ಸಾರ್ಥಕಗೊಳಿಸಿದ್ದರೂ ಅವನ ಮದುವೆಯ ವಿಷಯದಲ್ಲಿ ಅವಳು ಸದಾ ಆತಂಕದಲ್ಲಿ ಇದ್ದಳು.

===0===

"ಇದೇನು ಇದ್ದಕ್ಕಿದ್ದ ಹಾಗೆ ಈ ನಿರ್ಧಾರ ಮಾಡಿದೆ?" ಭೂಷಣ ಜಯಕೀರ್ತಿಯನ್ನು ಕೇಳಿದ. ಆ ಭಾನುವಾರ ಬೆಳಗ್ಗೆ ಜಯಕೀರ್ತಿ, ಡಾಕ್ಟರ್ ಭಾರತಿಯ ಮನೆಯಲ್ಲಿ ಕುಳಿತು, ಬೆಳಗಿನ ತಿಂಡಿಯನ್ನು ಅವರೆಲ್ಲರೂ ಅಂದರೆ ಭಾರತಿ, ಭೂಷಣ,ದಿತಿ ಮತ್ತು ಜಯಕೀರ್ತಿ ಮಾಡುತ್ತಿದ್ದರು. ಬೆಳಗ್ಗೆಯ ತಿಂಡಿಗೆ ಬರುತ್ತೇನೆ ಎಂದು ಜಯಕೀರ್ತಿ ಹಿಂದಿನ ದಿನವೇ ಭಾರತಿಗೆ ಫೋನ್ ಮಾಡಿ ತಿಳಿಸಿದ್ದ. ಆ ದಿನಕ್ಕೆ ವರ್ಗಿಸನ ಪೋಲಿಸ್ ಕೇಸು ಘಟನೆ ನಡೆದು ಆಗಲೇ ಒಂದು ತಿಂಗಳು ಆಗಿತ್ತು.

ಜಯಕೀರ್ತಿ ದಿತಿಯತ್ತ ಮುಖ ಮಾಡಿದ. ಅದು ಗಮನಕ್ಕೆ ಬಂದೂ ಅದನ್ನು ಅಲಕ್ಷಿಸಿದ ದಿತಿ , ತನ್ನ ತಿಂಡಿಯ ಕಡೆಗೆ ಗಮನ ಕೊಟ್ಟಳು.

"ಇಲ್ಲಿ ನಾನು ಅಂದುಕೊಂಡಂತೆ ಏನೂ ನಡೆಯುತ್ತಿಲ್ಲ. ನಿಮ್ಮೊಬ್ಬರಲ್ಲಿ ನಾನೂ ಒಂದಾಗಿ, ನಿಮ್ಮ ಜೊತೆಯಲ್ಲಿ ಬದುಕು ಕಟ್ಟಿಕೊಳ್ಳಬೇಕು ಎಂದು ಬಂದೆ. ನನ್ನ ನಿರೀಕ್ಷೆಗಳು ಹುಸಿಯಾಗಿ ನಾನು ಮತ್ತೆ ನನ್ನ ಬೇರುಗಳನ್ನು ಹುಡುಕಿಕೊಂಡು ತಂಜಾವೂರಿಗೆ ಹೋಗುತ್ತಿದ್ದೇನೆ" ಎಂದ ಜಯಕೀರ್ತಿ.

ಅದಕ್ಕೆ ಭೂಷಣ,

" ಯಾಕೆ ಕೀರ್ತಿ , ನಿನಗೆ ನಾವು ಯಾವ ಅನುಕೂಲ ಬೇಕಾದರೂ ಮಾಡಿಕೊಡುತ್ತೇವೆ, ಇಲ್ಲೇ ನಮ್ಮ ಜೊತೆಗೇ ಇರು. ನಾನು ನಿನಗೆ ಮೊದಲಿನಿಂದಲೂ ಮನೆಯಲ್ಲೇ ಇದ್ದು ಓಡಾಡು ಎಂದರೂ, ನೀನು ಕೇಳದೆ, ನಿನ್ನ ಹೋಟೆಲಿನಲ್ಲಿ ಉಳಿದು ಬಿಟ್ಟೆ. ಈಗಲಾದರೂ ಏನು ಬಾ, ನಮ್ಮೊಟ್ಟಿಗೇ ಇರು. ಮಹಡಿ ಮೇಲೆ ಇರುವ ಮೂರು ರೂಮುಗಳಲ್ಲಿ ನಿನಗೆ ಬೇಕಾದ ರೂಮಿನಲ್ಲಿ ಇರು" ಎಂದ.

"ಹೌದು, ಇಲ್ಲಿಗೇ ಬಂದು ಬಿಡು. ಮತ್ತೆ ನಿನಗೆ ಬಿಸಿನೆಸ್ಸಿಗೆ ಹಣ ಬೇಕಿದ್ದರೆ ಕೊಡುತ್ತೇನೆ. ನಾವೆಲ್ಲಾ ಇಲ್ಲಿ ಇರುವುದು ಯಾಕೆ? ಕಷ್ಟದಲ್ಲಿ ಸಹಾಯವಾಗದಿದ್ದರೆ ಆ ಸಂಬಂಧಗಳಿಗೆ ಯಾವ ಬೆಲೆ? ಏನಂತೀಯಾ ದಿತೀ?"ಎಂದಳು ಭಾರತಿ, ದಿತಿಯ ಕಡೆಗೆ ಮುಖ ಮಾಡಿ.

ಅವರಿಬ್ಬರ ಮಧ್ಯೆ ಮನಸ್ತಾಪ ನಡೆದಿರಬಹುದು ಎನ್ನುವ ಅನುಮಾನ ಇತ್ತು.ಅದಕ್ಕೇ ಕೀರ್ತಿ ಈ ಮಾತುಗಳನ್ನು ಆಡುತ್ತಿರಬೇಕು ಎಂದು ಅಂದಾಜಿಸಿದ್ದಳು ಭಾರತಿ. ಅಮ್ಮನ ಮಾತುಗಳ ಕಡೆಗೆ ಗಮನ ಕೊಡದೆ ಇಡ್ಲಿ-ವಡೆ ತಿನ್ನುತ್ತಿದ್ದ ದಿತಿ,

"ಏನು ಹೇಳಿದೆಯಮ್ಮಾ ? ' ಎಂದು ಕೇಳಿದಳು.

"ಕೀರ್ತಿ ಲಂಡನ್ ಬಿಟ್ಟು ತಂಜಾವೂರಿಗೆ ಹೋಗುತ್ತಾನಂತೆ, ಕೇಳಿಸಕೊಂಡ್ಯಾ?"

"ಅದಕ್ಕೇ? '

"ಅದಕ್ಕೆ ಅಂದರೆ ಏನು ದಿತಿ ? ಅವನು ಈ ರೀತಿ ದಿಢೀರು ನಿರ್ಧಾರ ಮಾಡಿದ್ದು ನಿನಗೆ ಏನೂ ಅನ್ನಿಸೋಲ್ವೇ?"

ದಿತಿ ಏನ್ನನ್ನಾದರೂ ಹೇಳುವ ಮೊದಲೇ ಜಯಕೀರ್ತಿ,

"ಅವಳಿಗೆ ಈಗ ಪ್ರಪಂಚ ಅಂದರೆ ವರ್ಗಿಸ್ ಅಷ್ಟೇ. ಅವಳಿಗೆ ಯಾವ ಸುದ್ದಿಯಲ್ಲೂ ಆಸಕ್ತಿ ಇಲ್ಲ ಬಿಡಿ ಆಂಟೀ?"ಎಂದು ದಿತಿಯ ಕಡೆಗೆ ಮುಖ ತಿರುಗಿಸಿದ.

"ಆಯ್ತಪ್ಪಾ ನನಗೆ ವರ್ಗಿಸ್ಸೇ ಪ್ರಪಂಚ ಅಂದುಕೋ ಅದರಿಂದ ಏನೀಗ?" ಅವನನ್ನು ದಿಟ್ಟಿಸಿ ನೋಡುತ್ತಾ ಕೇಳಿದಳು ದಿತಿ.

" ಅವನು ನಿನಗೆ ಎಷ್ಟರ ಮಟ್ಟಿಗೆ ಇಷ್ಟ ಎನ್ನುವುದನ್ನು ನಾನು ಆಂಟಿಗೆ ಹೇಳಲೇ?" ಬೆದರಿಸಿದ ಕೀರ್ತಿ.

"ಆಯ್ತು, ನೀನು ವರ್ಗಿಸ್ ನನಗೆ ಎಷ್ಟು ಇಷ್ಟ ಎನ್ನುವುದನ್ನು ಹೇಳು: ನಾನೂ ಸಹ, ನಿನಗೆ ವರ್ಗಿಸ್ ಕಂಡರೆ ಎಷ್ಟರ ಮಟ್ಟಿಗೆ ಇಷ್ಟ, ಎನ್ನುವುದನ್ನು ಹೇಳುತ್ತೇನೆ, ಆಗಬಹುದೇ?" ಎಂದು ಅವನಿಗೆ ಸವಾಲು ಹಾಕಿದಳು. ಇದುವರೆಗೂ ಸುಮ್ಮನೆ ಇದ್ದ ಭೂಷಣ,

"ಅದೇನು ಎನ್ನುವುದನ್ನು ನೀವು ಬಿಡಿಸಿ ಹೇಳಿದರೆ ನಮಗೆ ವಿಷಯ ಏನೂಂತ ಗೊತ್ತಾದೀತು. ಹೀಗೆ ಸುಮ್ಮನೆ ಗುಮ್ಮನೆ ಮಾತಾಡಿದರೆ ಏನೂಂತ

ಅರ್ಥೈಸುವುದು?"ಎಂದು ಅವರಿಬ್ಬರನ್ನೂ ಉದ್ದೇಶಿಸಿ ಮಾತಾಡಿದ. ಕೀರ್ತಿಗೆ ದಿತಿಯ ಬೆದರಿಕೆ ತಟ್ಟಿತ್ತಾಗಿ ಅವನು ಅವಳು ವರ್ಗಿಸನನ್ನು ಆಲಂಗಿಸಿ ಮುತ್ತುಕೊಟ್ಟ ವಿಚಾರವನ್ನು ಹೇಳಬೇಕು ಎಂದುಕೊಂಡು ಬಂದವನು ಅದನ್ನು ಹೇಳಿದರೆ ತಾನು ಹ್ಯಾರಿಸ್ ಮೂಲಕ ಮಾಡಿಸಿದ ಆಕ್ರಮಣವನ್ನು ಹೇಳಿಬಿಡುತ್ತಾಳೆ ಎನ್ನುವ ಭಯಕ್ಕೆ,

“ನೋಡು ದಿತಿ ನಾನು ನಿನ್ನ ಶತ್ರು ಅಲ್ಲ, ಸೋದರ ಮಾವನ ಮಗ. ನಾನು ಏನೇ ಮಾತಾಡಿದರೂ ನನಗೆ ನನ್ನ ಸೋದರತ್ತೆಯ ಮಗಳು ಸದಾ ಸುಖಿಯಾಗಿರಬೇಕು ಎನ್ನುವ ಆಕಾಂಕ್ಷೆ ಇದ್ದೇ ಇರುತ್ತದೆ. ನೀನು ವರ್ಗಿಸನ್ನು ಇಷ್ಟ ಪಡುವುದಕ್ಕೆ ನಾನೇಕೆ ವಿರೋಧಿಸಲಿ? ಆದರೆ ಅದಕ್ಕೆ ಒಂದು ಲಕ್ಷ್ಮಣ ರೇಖೆ ಬೇಡವೇ? ನಿನ್ನದು ಅತಿರೇಕದ ವರ್ತನೆ ಎಂದು ನಿನಗೇ ಅನ್ನಿಸಿಲ್ಲವೇ ಹೇಳು? ನಿನ್ನದು ಸಹಜವಾದ ಸಾಮಾಜಿಕ ನಡವಳಿಕೆಯೇ?” ಎಂದ.

ದಿತಿ ಅವನ ಮಾತುಗಳಿಗೆ ತಕ್ಷಣ ಪ್ರತಿಕ್ರಿಯಿಸದೆ ಅವನನ್ನೇ ದಿಟ್ಟಿಸಿ ನೋಡತೊಡಗಿದಳು. ಈಗ ಭೂಷಣ ತಡೆಯಲಾರದೆ,

“ ನೋಡಿ ,ನೀವಿಬ್ಬರೂ ಹೀಗೆ ಮುಸಕಿನ ಗುದ್ದಾಟ ಮಾಡುವುದು ಬೇಡ. ನಾನೇ ನೇರ ವಿಷಯಕ್ಕೆ ಬರುತ್ತೇನೆ”ಎಂದು ದಿತಿಯ ಕಡೆಗೆ ತಿರುಗಿ,

“ ನೋಡು ದಿತಿ , ಕೀರ್ತಿಗೆ ನಿನ್ನನ್ನು ಮದುವೆಯಾಗುವ ಇಚ್ಛೆ ಇದೆ. ಅದಕ್ಕೆ ನಿನ್ನ ಅಭಿಪ್ರಾಯ ಏನು ಎನ್ನುವುದನ್ನು ಈಗಲೇ ಹೇಳಿಬಿಡು” ಎಂದು ದಿತಿಯನ್ನು ಕೇಳಿಯೇ ಬಿಟ್ಟ.

ಭಾರತಿ ಭೂಷಣನ ಮಾತಿಗೆ ಮಾತು ಸೇರಿಸುತ್ತಾ,

“ಹೌದು ಅವನು ಈ ಇಚ್ಛೆಯನ್ನು ಈ ಹಿಂದೆಯೇ ನಮ್ಮಿಬ್ಬರ ಮುಂದೆ ವ್ಯಕ್ತಪಡಿಸಿದ್ದ. ಇದಕ್ಕೆ ನೀನೂ ಒಪ್ಪಿದರೆ ನಮ್ಮ ಅಭ್ಯಂತರ ಏನೂ ಇಲ್ಲ.ಇವತ್ತು ಅದು ತೀರ್ಮಾನವಾಗಿ ಬಿಡಲಿ, ಹೇಳು ನಿನ್ನ ಇಚ್ಛೆ ಏನು ?” ಎಂದಳು. ಹೀಗೆ ಅಪ್ಪ- ಅಮ್ಮ ಇಬ್ಬರೂ ಒಟ್ಟಿಗೇ ತಮಗೆ ಈ ಸಂಬಂಧದ ಬಗೆಗೆ ಯಾವ ತಕರಾರು ಇಲ್ಲ ಎಂದದ್ದು ಕೀರ್ತಿಗೆ ಖುಷಿಯಾಯ್ತು.

ಅವನು ದಿತಿಯ ಮುಖ ನೋಡಿದ . ದಿತಿಗೆ ಇದು ಅನಿರೀಕ್ಷತವಾಗಿತ್ತು . ಅಪ್ಪ- ಅಮ್ಮ ಒಟ್ಟಿಗೇ ಈ ವಿಚಾರವನ್ನು ಗಂಭೀರ ಮಟ್ಟದ ಚರ್ಚೆ ಗೆ ಒಳಪಡಿಸಿದ್ದು ಅವಳಿಗೆ ಇಷ್ಟವಾಗಲಿಲ್ಲ. ಆದರೆ ತಾನೂ ತನಗೆ ಅನ್ನಿಸಿದ್ದನ್ನು ಹೇಳಿ ಮೂವರಿಗೂ ಬೇಸರ ಮಾಡುವ ಇಚ್ಛೆ ಇಲ್ಲದೆ, ಸುಮ್ಮನೇ ಚಮಚೆಯನ್ನು ತಟ್ಟೆಗೆ ಸಣ್ಣದಾಗಿ ಬಡಿಯುತ್ತಾ, ಇವರೆಲ್ಲರ ಕಣ್ಣು ತಪ್ಪಿಸಿ ತಲೆ ಬಾಗಿ ಮೌನವಾಗಿ ಕುಳಿತಳು. ಸ್ವಲ್ಪ ಹೊತ್ತು ಯಾರೂ ಮಾತಾಡಲಿಲ್ಲ. ಭಾರತಿ ಎದ್ದು ಎಲ್ಲರ ಮುಂದೆ ಕಾಫಿಯ ಲೋಟಾ ಇಟ್ಟು ತಾನೂ ಕಾಫಿ ಗುಟುಕರಿಸತೊಡಗಿದಳು. ದಿತಿ ಮಾತ್ರ ಕಾಫಿಯನ್ನು ಮುಟ್ಟದೆ ಮೇಲಕ್ಕೆ ಎದ್ದು,

”ನಾನು ನನ್ನ ಫ್ರೆಂಡ್ ನೋಡಲು ಹೋಗುತ್ತೇನೆ” ಎಂದು ಮೆಟ್ಟಿಲುಗಳ ಕಡೆಗೆ ಹೊರಟಳು.

“ಎಲ್ಲಿಗೇ?” ಭಾರತಿ ಕೂಗಿ ಕೇಳಿದಳು

. “ಲಂಡನ್ನಿಗೆ” ಎಂದು ಬೇಗ-ಬೇಗ ಮೆಟ್ಟಿಲುಗಳನ್ನು ಹತ್ತಿ ತನ್ನ ರೂಮಿಗೆ ಹೋದ ದಿತಿ, ಸ್ವಲ್ಪ ಹೊತ್ತಿನಲ್ಲೇ ಮೆಟ್ಟಿಲು ಇಳಿದು ಬಂದಳು.ಕೈಯಲ್ಲಿ ತನ್ನ ಬ್ಯಾಗು ಮತ್ತು ಕಾರಿನ ಕೀ ಹಿಡಿದು. ಕೊನೆಯ ಮೆಟ್ಟಿಲು ಹತ್ತಿರ ಹೋದ ಭೂಷಣ,

“ನೀನು ಮಧ್ಯಾಹ್ನದ ಊಟ ಮಾಡಿಕೊಂಡು ಎಂದಿನಂತೆ ನಾಳೆ ಬೆಳಗ್ಗೆಯೇ ಹೋದೀಯಂತೆ, ಕೊಡಿಲ್ಲಿ ನಿನ್ನ ಬ್ಯಾಗು” ಎಂದು ಅವಳ ಕೈಯಲ್ಲಿ ಇದ್ದ ಬ್ಯಾಗು ಇಸಿದುಕೊಂಡು, ಅವಳನ್ನು ಭುಜ ಹಿಡಿದು ಕರೆದುಕೊಂಡು ಬಂದು, ಕುರ್ಚಿಯ ಮೇಲೆ ಕೂಡಿಸಿ,

"ನೋಡು ದಿತೀ, ನಿನ್ನ ಓದು ಮುಗಿದಿದೆ.ಇನ್ನೂ ನೌಕರಿಗೆ ಸೇರಿಲ್ಲ.ಆದ್ದರಿಂದ ನಾನು ನಿನ್ನ ಸ್ವಾತಂತ್ರ್ಯಕ್ಕೆ ಅಡ್ಡಿ ಬರುತ್ತೇನೆ ಎಂದು ತಿಳಿಯಬೇಡ.ಹೇಳು ಕೀರ್ತಿಯನ್ನು ಮದುವೆಯಾಗುತ್ತೀಯಾ?" ಎಂದು ಕೇಳಿದ.

ದಿತಿ ತಾಯಿಯನ್ನು ಬೇಕಾದರೆ ಆಲಕ್ಷಿಸಿ ಹೋಗುವಂಥಾ ಹುಡುಗಿಯಾಗಿದ್ದರೂ, ಅಪ್ಪನ ವಿಚಾರದಲ್ಲಿ ಅವಳು ಹಾಗೆ ಮಾಡುವಂತೆ ಇರಲಿಲ್ಲ. ಯಾವತ್ತೂ ತನ್ನ ಪರ ವಹಿಸಿ ಮಾತಾಡುತ್ತಿದ್ದ ಮತ್ತು ತನ್ನ ಎಲ್ಲಾ ಇಚ್ಛೆಗಳನ್ನೂ ಅಮ್ಮ ವಿರೋಧಿಸಿದರೂ ಆಕೆಯನ್ನು ಒಪ್ಪಿಸಿ ಪೂರೈಸುತ್ತಾ ಬಂದಿರುವ ತಂದೆಯ ಬಗೆಗೆ ಅವಳಿಗೆ ಗಾಢವಾದ ಅಭಿಮಾನ ಇತ್ತು. ತಾನು ಲಂಡನ್ ನಲ್ಲಿ ಅಪಾರ್ಟುಮೆಂಟಿನಲ್ಲಿ ಇದ್ದು ಕಾಲೇಜಿಗೆ ಹೋಗುತ್ತೇನೆ ಎಂದಾಗ ಅಮ್ಮಅದನ್ನು ಪ್ರಬಲವಾಗಿ ವಿರೋಧಿಸಿ ಎರಡು ದಿನ ಆಸ್ಪತ್ರೆಗೆ ರಜೆ ಹಾಕಿ ಒಂದು ರೀತಿಯ ಧರಣಿಯನ್ನೇ ಮಾಡಿದ್ದಳು, ಯಾರ ಜೊತೆಗೂ ತಿಂಡಿ-ಊಟಕ್ಕೂ ಕೂಡದೆ, ಮಾತುಗಳನ್ನೂ ಆಡದೆ. ಅಂಥಾ ಅಮ್ಮನ ಆ ಹಠವನ್ನು ಹೇಗೆ ಅಪ್ಪ ನಿವಾರಿಸಿ ಅಮ್ಮನನ್ನು ಒಪ್ಪಿಸಿದ್ದರೋ ದಿತಿಗೆ ಗೊತ್ತಿರಲಿಲ್ಲ.ಕೊನೆಗೆ ಪ್ರತಿ ವಾರದ ಕೊನೆಗೆ ಬಂದು ಎರಡು ದಿನ ಇದ್ದು ಹೋಗಬೇಕು ಎನ್ನುವ ಷರತ್ತು ಹಾಕಿ ಒಪ್ಪಿದ್ದಳು ಭಾರತಿ. ಕಾರಿನ ವಿಚಾರದಲ್ಲೂ ಅವಳ ಮಾತೇ ನಡೆಯುವಂತೆ ನೋಡಿಕೊಂಡಿದ್ದ ಭೂಷಣ.

" ನಾನು ಈಗ ಕೆಲಸ ಹುಡುಕುತ್ತೇನೆ, ಇನ್ನೂ ನಾಕಾರು ವರ್ಷಗಳು ನನ್ನ ಮದುವೆ ಸುದ್ದಿಯನ್ನು ಎತ್ತಬೇಡಿ. ನನಗೇ ಹಾಗೆ ಮದುವೆ ಆಗಬೇಕು ಅನ್ನಿಸಿದರೆ ಆಗ ಹೇಳುತ್ತೇನೆ" ಎಂದಳು.

" ನಿನ್ನ ಮದುವೆಯನ್ನು ಈಗಲೇ ಮಾಡಬೇಕು ಎಂದು ಇಲ್ಲಿ ಯಾರೂ ತುದಿಗಾಲಿನಲ್ಲಿ ನಿಂತಿಲ್ಲ ದಿತೀ. ನಿನಗೆ ಯಾವಾಗ ಇಷ್ಟವಾಗುತ್ತೋ ಅವಾಗಲೇ ನಿನ್ನ ಮದುವೆ . ಆದರೆ ನಿನಗೆ ಕೀರ್ತಿ ಇಷ್ಟವೇ ,ಇಲ್ಲವೇ ಎನ್ನುವುದನ್ನಷ್ಟೇ ನಾವು ಕೇಳುತ್ತಿರುವುದು." ಎಂದಳು ಭಾರತಿ. ಹೀಗೆ ಅನ್ನುತ್ತಲೇ ಅವಳಿಗೆ ತನ್ನ ತಂದೆ ವರದರಾಜ ಅಯ್ಯಂಗಾರರು ತನ್ನ ಮದುವೆಯ ಸಂದರ್ಭದಲ್ಲೂ ತನ್ನನ್ನು ಹೀಗೆ ಕೇಳಿದ್ದು ಥಟ್ಟನೆ ನೆನಪಾಯ್ತು.

ಭಾರತಿಯ ಮದುವೆ ಕೊಯಮತ್ತೂರಿನ ಡಾಕ್ಟರ್ ನಾರಾಯಣ ಅವರ ಜೊತೆಗೆ ನಿಶ್ಚಯವಾಗಿತ್ತು. ಆದರೆ ಭಾರತಿಗೆ ಅದು ಇಷ್ಟವಾಗದೆ ಭೂಷಣನನ್ನು ಮದುವೆಯಾಗಿದ್ದಳು.

"ನನಗೆ ಯಾವಾಗ ಮದುವೆಯಾಗಬೇಕು ಎಂದು ಅನ್ನಿಸುತ್ತೋ ಆಗ ನಾನು ನನಗೆ ಯಾರು ಇಷ್ಟ ಎನ್ನುವುದನ್ನು ಹೇಳುತ್ತೇನೆ. ಈಗ ನೀವು ನನಗೆ ಬಲವಂತ ಮಾಡಬೇಡಿ," ಎಂದಳು ದಿತಿ.

" ಅವಳಿಗೆ ಆ ಕ್ರಿಸ್ಚಿಯನ್ ಹುಡುಗನೇ ಇಷ್ಟ ಎಂದು ಕಾಣುತ್ತೆ,ಹೋಗಲಿ ಬಿಡಿ ಅಂಕಲ್" ಎಂದ ಜಯಕೀರ್ತಿ. ಅವನ ಮಾತುಗಳಿಗೆ ಕೆರಳಿದ ದಿತಿ,

" ಒಂದು ವೇಳೆ ನಾನು ಜಾನ್ ವರ್ಗಿಸನನ್ನು ಮದುವೆಯಾದರೂ ಆದೇನು, ಅದು ನನ್ನ ಇಷ್ಟ. ಆದರೆ ನೀನು ಯಾವತ್ತು ನನ್ನ ಆಯ್ಕೆಯಾಗಿರುವುದಿಲ್ಲ ಚೆನ್ನಾಗಿ ನೆನಪಿನಲ್ಲಿ ಇಟ್ಟುಕೋ" ಎಂದವಳೇ ಅಪ್ಪನ ಕೈಯಿಂದ ಕಾರಿನ ಕೀ ಕಿತ್ತುಕೊಂಡು ಹೊರಗೆ ಹೋದಳು.

ಕಾರು ಚಲಿಸಿದ ಶಬ್ದ ಮರೆಯಾದ ಮೇಲೆ ಭೂಷಣ ಕೀರ್ತಿಯತ್ತ ತಿರುಗಿ, " ಸಾರಿ ಫಾರ್ ದಟ್"ಎಂದ.

ಭಾರತಿ, " ನೀನು ಅವಳನ್ನು ಒಲಿಸಿ ಒಪ್ಪಿಸಿದ್ದರೆ ಮದುವೆಯಾಗಬಹುದಿತ್ತು. ನನ್ನ ಕಾಲದಲ್ಲೇ ನಾನು, ನನಗೆ ನಿಶ್ಚಯವಾಗಿದ್ದ ಮದುವೆಯನ್ನು ಮುರಿದು, ಭೂಷಣ ಅವರನ್ನು ಮದುವೆಯಾದೆ. ಹೀಗಿರುವಾಗ ನನ್ನ ಮಗಳು ನಾನು ಹೇಳಿದವನನ್ನು ಮದುವೆಯಾಗುತ್ತಾಳೆಯೇ?" ಎಂದು ನಗುತ್ತಾ ಕೇಳಿದಳು.

"ಆಯ್ತು ಆಂಟೀ, ನನಗೂ ಮನವರಿಕೆಯಾಗಿದೆ, ಅವಳಿಗೆ ನಾನು ಇಷ್ಟವಿಲ್ಲ ಅಂತ. ದಿತಿಯನ್ನು ಮದುವೆಯಾಗುವ ಆಸೆ ಇತ್ತು ನಿಜ. ಆದರೆ ಅವಳು ಆ ಕ್ರಿಶ್ಚಿಯನ್ ಹುಡುಗನನ್ನು ತುಂಬಾ ಹಚ್ಚಿಕೊಂಡಿದ್ದಾಳೆ. ಅವಳು ಅವನನ್ನೇ ಮದುವೆಯಾಗುತ್ತಾಳೆ ಎಂದು ನನಗೆ ಅನ್ನಿಸುತ್ತದೆ. ನನಗೆ ಗೊತ್ತಿರುವ ಈ ವಿಚಾರವನ್ನು ನಿಮಗೆ ತಿಳಿಸಿದ್ದೇನೆ. ನಾಳೆ ಅವಳು ಆ ಹುಡುಗನನ್ನು ಮದುವೆಯಾಗುತ್ತೇನೆ ಎಂದರೆ ಅದು ನಿಮಗೆ ಷಾಕ್ ವಿಚಾರ ಆಗಬಾರದು ಎನ್ನುವ ಕಾರಣಕ್ಕಷ್ಟೇ ನಾನು ನಿಮಗೆ ಇದನ್ನು ತಿಳಿಸುತ್ತಿದ್ದೇನೆ" ಎಂದ ಜಯಕೀರ್ತಿ," ಬರುತ್ತೇನೆ" ಎಂದು ಅವರಿಗೆ ಹೇಳಿ, ತನ್ನ ಕಾರು ಚಲಾಯಿಸಿಕೊಂಡು ಹೊರಟು ಹೋದ. ನಿರೀಕ್ಷೆಯ ಪ್ರಕಾರ ಅಂದು ಭಾನುವಾರವಾದ್ದರಿಂದ ಅವರೆಲ್ಲಾ ಒಟ್ಟಿಗೆ ಹೊರಗೆ ಹೋಗಿ, ಸುತ್ತಾಡಿಕೊಂಡು ಬಂದು, ರಾತ್ರಿಯ ಊಟವನ್ನು ಮಾಡಿ ಹೋಗಬೇಕಿತ್ತು.ಆದರೆ ದಿತಿ ಮತ್ತು ಕೀರ್ತಿ ಹೀಗೆ, ಒಂದು ವಿಷಾದದ ವಾತಾವರಣ ಸೃಷ್ಟಿಸಿ ದಿಢೀರ್ ಅಂತ ಹೋಗಿದ್ದು ಇಬ್ಬರಿಗೂ ಬೇಸರವಾಗಿತ್ತು. ಭಾರತಿ ಭೂಷಣನನ್ನು,

"ಕೀರ್ತಿಯ ಅನುಮಾನದಂತೆ ದಿತಿ ಆ ವರ್ಗಿಸನನ್ನು ಮದುವೆಯಾಗಲು ಇಷ್ಟಪಟ್ಟರೆ ಏನು ಮಾಡುವುದು ಭೂಷಣ್?" ಎಂದಳು.

"ಹಾಗೆ ಒಂದು ವೇಳೆ ಅವಳು ಅವನನ್ನು ಇಷ್ಟಪಟ್ಟರೆ ನಿನಗೆ ಏನು ಅನ್ನಿಸುತ್ತದೆ ಹೇಳು?" ಎಂದ.

"ಏನೋಪ್ಪ ಈ ಜಮಾನದ ಹುಡುಗಿಯರು ನಮ್ಮ ಮಾತು ಕೇಳುತ್ತಾರೆಯೇ? ಹಾಗೊಂದು ವೇಳೆ ಅವಳು ಇಷ್ಟಪಟ್ಟು ನಾವು ಬೇಡ ಎಂದರೆ ಬಿಡುತ್ತಾರೆಯೇ? ಆದ್ದರಿಂದ ಅವಳು ಇಷ್ಟಪಟ್ಟವನನ್ನು ನಾವೂ ಇಷ್ಟಪಡದೆ ನಮಗೆ ಬೇರೆ ದಾರಿ ಇಲ್ಲ ಅನಿಸುತ್ತೆ ನನಗೆ. ನಿನಗೆ ಹೇಗೆ ಅನ್ನಿಸುತ್ತೆ?" ಎಂದು ಕೇಳಿದಳು. ಸ್ವಲ್ಪ ಹೊತ್ತು ಕಣ್ಣು ಮುಚ್ಚಿ ಕುಳಿತಿದ್ದ ಭೂಷಣ,

"ನನಗೆ ಇದು ಇಷ್ಟವಾಗುವುದಿಲ್ಲ.ಹಾಗೊಮ್ಮೆ ಅವಳು ಆ ಹುಡುಗನನ್ನು ಇಷ್ಟ ಪಟ್ಟರೆ ನಾನು ಅದನ್ನು ವಿರೋಧಿಸಬೇಕಾಗುತ್ತದೆ" ಎಂದು ಹೇಳಿ, "ನನಗೆ ಸ್ವಲ್ಪ ವಿಶ್ರಾಂತಿ ಬೇಕು, ಮತ್ತೆ ಈ ವಿಚಾರವನ್ನು ನಾವು ಅವಳಾಗಿಯೇ ಪ್ರಸ್ತಾಪಿಸುವವರಗೂ ಚರ್ಚಿಸುವುದು ಬೇಡ" ಎಂದು ತನ್ನ ರೂಮಿನತ್ತ ನಡೆದ.

ಅವನ ಈ ಮಾತುಗಳು ಮತ್ತು ವರ್ತನೆ ಭಾರತಿಗೆ ಅನಿರೀಕ್ಷಿತವಾಗಿತ್ತು. ಇದುವರೆಗೂ ಯಾವಾಗಲೂ ಮಗಳನ್ನು ವಹಿಸಿಕೊಂಡು ಅವಳು ಹೇಳಿದ್ದಕ್ಕೆಲ್ಲಾ ಸಪೋರ್ಟು ಮಾಡುತ್ತಿದ್ದ ಭೂಷಣ, ಈಗ ಆ ವಿಚಾರದಲ್ಲಿ ಹೀಗೆ ನಿರಾಕರಣೆ ಮಾಡಿದ್ದು ಭಾರತಿಗೆ ಅಚ್ಚರಿಯ ವಿಚಾರವಾಗಿತ್ತು.

ಈಗ ಆ ಸುದ್ದಿ ಮತ್ತೆ ಎನ್ನುವುದು.ಬೇಡ. ದಿತಿ ಇದನ್ನು ಒಂದು ವೇಳೆ ಪ್ರಸ್ತಾಪಿಸಿದರೆ ಆಗ ನೋಡೋಣ ಎಂದು ತಾನೂ ಅಂದುಕೊಂಡು ಸುಮ್ಮನಾದಳು.

===0===

ಜಯಕೀರ್ತಿ ಲಂಡನ್ ನ ತನ್ನ ಹೊಟೆಲನ್ನು ಲೀಜಿಗೆ ಕೊಟ್ಟು, ಈಗ ತಂಜಾವೂರಿಗೆ ಬಂದಿದ್ದಾನೆ. ಅವನ ಜೊತೆಗೆ ರಾಮಲಿಂಗಂ ಸಹ ಮರಳಿದ್ದಾನೆ. ಅವನು ತಂಜಾವೂರು ಬಿಟ್ಟು ಲಂಡನ್ನಿಗೆ ಹೋಗಿ ವ್ಯವಹಾರದಲ್ಲಿ ತೊಡಗಿದ್ದು ಆ ಮನೆಯಲ್ಲಿ ಯಾರಿಗೂ ಇಷ್ಟವಿರಲಿಲ್ಲ.ಹೀಗಾಗಿ ಅವನು ವಾಪಾಸು ಬಂದದ್ದು ಎಲ್ಲರಿಗೂ ಅಂದರೆ ಕೀರ್ತಿಯ ಅಪ್ಪ ಲಕ್ಷ್ಮೀ ನರಸಿಂಹ, ತಾಯಿ ಪಂಕಜಾಕ್ಷಿ, ತಾತ ವರದರಾಜ ಅಯ್ಯಂಗಾರರಿಗೆ ಖುಷಿಯಾಗಿತ್ತು.ಇಪ್ಪತ್ತು ಎಕರೆ ಭತ್ತ ಬೆಳೆಯುವ ಗದ್ದೆ, ಒಂದು ತೆಂಗಿನ ತೋಟ, ವರದರಾಜ ಕಾಲೇಜು ಮತ್ತು ಬಾಡಿಗೆ ಬರುವ ಛತ್ರ, ಹೋಟೆಲುಗಳ ಒಡೆಯರಾಗಿದ್ದ ಅವರಿಗೆ ಯಾವತ್ತೂ ಹಣಕಾಸಿನ ತೊಂದರೆ ಬರುವ ಸಾಧ್ಯತೆ ಇರಲಿಲ್ಲ. ಅಪ್ಪನಿಗೆ ಅರವತ್ತು ವರ್ಷಗಳು ಅಮ್ಮನಿಗೆ ಐವತ್ತೇಳು ವರ್ಷಗಳು ಮತ್ತು ತಾತನಿಗೆ ಎಂಭತ್ತೆರಡು ವರ್ಷಗಳಾಗಿದ್ದವು. ಜಯಕೀರ್ತಿ ತಂಜಾವೂರಿನಲ್ಲಿ ನೆಲೆಸುವುದು ಅವರೆಲ್ಲರ ಬಯಕೆ ಮತ್ತು ಅಗತ್ಯವಾಗಿತ್ತು.

ಲಂಡನ್ನಿನಿಂದ ವಾಪಾಸು ಬಂದ ಜಯಕೀರ್ತಿ, ಒಂದು ರೀತಿಯಲ್ಲಿ ಹೊಸ ಮನುಷ್ಯನೇ ಆಗಿದ್ದ.ದಿತಿಯ ವಿಷಯದಲ್ಲಿ ಆದ ಅವಮಾನ ಅವನನ್ನು ನೋಯಿಸಿತ್ತು. ಜಾನ್ ವರ್ಗಿಸ್ಸನ ಹಲ್ಲೆ ಪ್ರಕರಣದಲ್ಲಿ, ಹ್ಯಾರಿಸ್ ಅವನಿಂದ ಸುಮಾರು ಹಣವನ್ನು ಒಂದು ರೀತಿಯ ಬ್ಲಾಕ್-ಮೇಲ್ ಮಾಡಿ ಕಿತ್ತುಕೊಂಡಿದ್ದ. ಇದೆಲ್ಲದರಿಂದ ಜಿಗುಪ್ಸಿತನಾದ ಜಯಕೀರ್ತಿ ತಂಜಾವೂರಿಗೆ ಬಂದ ಮೇಲೆ ಯಾವ ಹೊಸ ಉದ್ಯೋಗದಲ್ಲೂ ತೊಡಗಿಸಿಕೊಳ್ಳದೆ , ಅಪ್ಪ ಹೇಳಿದಂತೆ ಕೇಳಿಕೊಂಡು ಇದ್ದುಬಿಟ್ಟ.ಅವನು ವಾಪಾಸು ಬಂದ ಸುದ್ದಿ ತಿಳಿದು ಅವನ ಮಿತ್ರರು ಬಂದು ಭೇಟಿಯಾಗಿ ಅವನಿಗೆ ನಾನಾ ರೀತಿಯ ಸಲಹೆಗಳನ್ನು ನೀಡಿದರು. ಕಾಂಗ್ರೆಸ್ಸಿನ ಮುಖಂಡರು ಬಂದು ಯುವ ಕಾಂಗ್ರೆಸ್ಸಿಗೆ ನಾಯಕನಾಗುವಂತೆ ಅವನನ್ನು ಹುರಿದುಂಬಿಸಿದರು. ಜಿಲ್ಲಾ ಕಾಂಗ್ರೆಸ್ ಅಧ್ಯಕ್ಷರು ಅವನ ತಾತನನ್ನು ಭೇಟಿಯಾಗಿ ಕೀರ್ತಿಯನ್ನು ರಾಜಕೀಯದಲ್ಲಿ ತೊಡಗಿಸುವಂತೆ ಮನವಿ ಮಾಡಿದರು.ಹೀಗೆ ಕಾಲಕ್ರಮದಲ್ಲಿ ಜಯಕೀರ್ತಿ ತಂಜಾವೂರು ಜಿಲ್ಲೆಯ ಯುವ ಕಾಂಗ್ರೆಸ್ಸಿನ ಅಧ್ಯಕ್ಷನಾಗಿ ತನ್ನನ್ನು ರಾಜಕೀಯದಲ್ಲಿ ತೊಡಗಿಸಿಕೊಂಡು ಬಿಜಿಯಾದ. ಆಗರ್ಭ ಶ್ರೀಮಂತಿಕೆ ಮತ್ತು ಜಯಕೀರ್ತಿ ತಾತನ ಜನಪ್ರಿಯತೆ ಬಳಸಿಕೊಂಡು ಅವನನ್ನು ತಮ್ಮ ಪಕ್ಷದಲ್ಲಿ ಸೇರಿಸಿಕೊಳ್ಳುವುದು ಕಾಂಗ್ರೆಸ್ಸಿಗೆ, ಚಾಣಾಕ್ಷ ನಡಿಗೆಯಾಗಿತ್ತು.

===o===

ಜಯಕೀರ್ತಿ ಲಂಡನ್ ಬಿಟ್ಟು ಹೋದ ಒಂದು ತಿಂಗಳಲ್ಲೇ ಜಾನ್ - ಜಾನ್ ವರ್ಗಿಸ್ ಸಹ ಲಂಡನ್ ಬಿಟ್ಟು ಇಂಡಿಯಾಕ್ಕೆ ಬಂದು ಬಿಟ್ಟ. ಅವನಿಗೆ ಬೆಂಗಳೂರಿನ ಇನ್ಫೋಸಿಸ್ ಕಂಪನಿಯಲ್ಲಿ ಕೆಲಸ ಸಿಕ್ಕಿತ್ತು.ವಯಸ್ಸಾದ ತನ್ನ ತಾಯಿಯನ್ನು ನೋಡಿಕೊಳ್ಳಲು ಅನುಕೂಲವಾಗುತ್ತದೆ ಎಂದು ವರ್ಗಿಸ್ ಇನ್ಫೋಸಿಸ್ ಕಂಪನಿಗೆ ಅರ್ಜಿ ಹಾಕಿ, ಆನ್ ಲೈನ್ ಸಂದರ್ಶನದಲ್ಲಿ ಕೆಲಸ ಪಡೆದಿದ್ದ.

" ಇದೇನು ಇದ್ದಕ್ಕಿದ್ದ ಹಾಗೆ ಇಂಡಿಯಾಕ್ಕೆ ಹೊರಟು ಬಿಟ್ಟೆ, ನನಗೆ ಯಾವ ಮುನ್ಸೂಚನೆಯನ್ನೂ ಕೊಡದೆ?" ದಿತಿ ವರ್ಗಿಸ ನನ್ನು ಕೇಳಿದಳು. ಅವರು ಆ ಶನಿವಾರ ಸಂಜೆ ದಿತಿಯ ಅಪಾರ್ಟುಮೆಂಟಿನ ರೂಮಿನಲ್ಲಿ ಕುಳಿತಿದ್ದರು.

"ನನಗೆ ಅಲ್ಲಿ ಉದ್ಯೋಗ ದೊರೆತ ಮೇಲೆ ನಿನಗೆ ಹೇಳಿದರೆ ಆಯ್ತು ಎಂದು ಸುಮ್ಮನಿದ್ದೆ. ಇನ್ಫೋಸಿಸ್‌ನಲ್ಲಿ ನೌಕರಿ ಸಿಕ್ಕುವ ಭರವಸೆ ಇರಲಿಲ್ಲ. ನನ್ನ ಮಮ್ಮಿಗೂ ವಯಸ್ಸಾಗಿದೆ. ಅವರನ್ನು ನಾನು ನೋಡಿಕೊಳ್ಳಬೇಕು" ಎಂದ ವರ್ಗಿಸ್. ಅವರಿಬ್ಬರೂ ಬೀರು ಕುಡಿಯುತ್ತಾ ಚಿಪ್ಸ್ ತಿನ್ನುತ್ತಾ ಮಾತಾಡುತ್ತಿದ್ದರು.

" ಇಂಡಿಯಾಕ್ಕೆ ಹೋದಮೇಲೆ ನಿನ್ನ ಪ್ರೋಗ್ರಾಮ್ ಏನು?" ಬೀರು ಗುಟುಕರಿಸುತ್ತಾ ಕೇಳಿದಳು ದಿತಿ.

" ಬೆಂಗಳೂರಿನಲ್ಲಿ ಇನ್ಫೋಸಿಸ್ ಹತ್ತಿರದ ಒಂದು ಅಪಾರ್ಟುಮೆಂಟನ್ನು ಬಾಡಿಗೆಗೆ ಹಿಡಿದು ನನ್ನ ಅಮ್ಮನನ್ನು ನನ್ನ ಜೊತೆಗೆ ಇರಿಸಿಕೊಳ್ಳುತ್ತೇನೆ. ಅವರು ಬದುಕಿನ ಉದ್ದಕ್ಕೂ ನೋವು ಅನುಭವಿಸಿದ್ದಾರೆ. ಕೊನೆಯ ಕಾಲದಲ್ಲಾದರೂ ನಾನು ಅವರನ್ನು ಚೆನ್ನಾಗಿ ನೋಡಿಕೊಂಡು ಖುಶಿ ಕೊಡಲು ನಿರಧರಿಸಿದ್ದೇನೆ" ಎಂದ ವರ್ಗಿಸ್.

" ನೀನು ನಿನ್ನ ಮನೆಯ ಸುದ್ದಿಯನ್ನು ಹೆಚ್ಚು ಹೇಳಲಿಲ್ಲ. ನಿನಗೆ ಅಭ್ಯಂತರ ಇಲ್ಲದಿದ್ದರೆ ನಿನ್ನ ಮನೆಯ ಸುದ್ದಿಯನ್ನು ಹಂಚಿಕೊಳ್ಳುತ್ತೀಯಾ?" ಎಂದು ಕೇಳಿದಳು ದಿತಿ.

" ಹಂಚಿಕೊಳ್ಳುವಂಥಾ ಯಾವ ವಿಶೇಷವೂ ಇಲ್ಲ. ನನ್ನ ಅಮ್ಮ ಜೀವನದಲ್ಲಿ ಸಾಕಷ್ಟು ನೊಂದಿದ್ದಾರೆ. ಅವರು ನನ್ನನ್ನು ಬಹಳ ಕಷ್ಟ ಗಳ ನಡುವೆ ಬೆಳೆಸಿದ್ದಾರೆ. ನನ್ನಅಮ್ಮ ನನಗೆ ದೇವರು. ನನ್ನ ಅಪ್ಪ ಯಾರು ಎನ್ನುವುದು ನನಗೆ ಗೊತ್ತಿಲ್ಲ. ಅವರು ನನಗೆ ಇದುವರೆಗೂ ಹೇಳಿಲ್ಲ. ಕೇಳಿದರೆ ಸುಮ್ಮನೆ ಅಳುತ್ತಾರೆಯಾಗಿ ನಾನು ಮತ್ತೆ ಮತ್ತೆ ಕೇಳುವ ಗೋಜಿಗೆ ಹೋಗಿಲ್ಲ. ಲಂಡನ್ನಿನಲ್ಲಿ ಕೆಲಸ ಸಿಕ್ಕಾಗ ನನಗೆ ಅಮ್ಮನನ್ನು ಬಿಟ್ಟುಬರಲು ಇಷ್ಟವಿಲ್ಲದೆ ಈ ನೌಕರಿಯೇ ಬೇಡ, ಇಂಡಿಯಾದಲ್ಲೇ ಉದ್ಯೋಗ ಹುಡುಕಿಕೊಳ್ಳುತ್ತೇನೆ ಎಂದು ಈ ನೌಕರಿಯನ್ನು ನಿರಾಕರಿಸಿದ್ದೆ. ಆದರೆ ಫಾದರ್ ಜೋಷುವಾ ಅವರ ಒತ್ತಾಯ ಮತ್ತು ಅಮ್ಮನ ಹಠಕ್ಕೆ ಇಲ್ಲಿಗೆ ಬಂದು ಸೇರಿದೆ.ಈಗ ನನಗೆ ಇನ್ಫೋಸಿಸ್ ನಲ್ಲಿ ಇದಕ್ಕಿಂತ ಉತ್ತಮ ಸಂಬಳದ ನೌಕರಿ ಸಿಕ್ಕಿರುವುದು ನನಗೆ ತುಂಬಾ ಖುಷಿಯಾಗಿದೆ, ಮತ್ತೆ ಅಮ್ಮನ ಜೊತೆಗೆ ಇರುತ್ತೇನೆ ಎಂದು" ಎಂದ ವರ್ಗಿಸ್.

"ನಿನ್ನ ತಂದೆಯ ವಿಚಾರ ನಿನಗೆ ಏನೂ ಗೊತ್ತಿಲ್ಲವೇ? ' ದಿತಿ ಕೇಳಿದಳು.

" ಆಗಲೇ ಹೇಳಿದೆನಲ್ಲ, ನನ್ನ ತಂದೆ ನಾನು ಹುಟ್ಟುವ ಮೊದಲೇ ನಿಧನರಾಗಿದ್ದರಂತೆ. ಆದರೆ ಅವರ ವಿವರಗಳನ್ನು ಅಂದರೆ ಹೇಗಿದ್ದರು, ಅವರ ಹೆಸರು ಏನು ಮತ್ತು ಅವರು ಏನು ಉದ್ಯೋಗ ಮಾಡಿಕೊಂಡು ಇದ್ದರು ಮತ್ತು ಅವರು ಹೇಗೆ ನಿಧನರಾದರು ಎನ್ನುವ ಯಾವ ವಿವರಗಳೂ ನನಗೆ ಗೊತ್ತಿಲ್ಲ. ನನ್ನ ಅಮ್ಮ ಸಿಂಗಲ್ ಮದರ್ ಆಗಿ ನನ್ನನ್ನು ಪಾಲಿಸಿ, ಪೋಷಿಸಿದ್ದಾರೆ" ಎಂದ ವರ್ಗಿಸ್. ದಿತಿ ಮತ್ತೆ ಅವನ ಮನೆಯ ಸುದ್ದಿ ಕೇಳಲಿಲ್ಲ.

ಅವನ ಹಿನ್ನೆಲೆ ಏನೇ ಇದ್ದರೂ ಒಳ್ಳೆಯ ಶಾಂತ ಸ್ವಭಾವದ ಅವನನ್ನು ದಿತಿ ಮೆಚ್ಚಿಕೊಂಡಿದ್ದಳು ಹೀಗಾಗಿ ಅವನ ಹಿನ್ನೆಲೆ ಅವಳಿಗೆ ಸಂಗತ ಅನ್ನಿಸಲಿಲ್ಲ. ಮತ್ತೆ ಅವನ

ಅಮ್ಮನನ್ನು ನೋಡಿ ಮಾತಾಡಿಸಬೇಕು ಅಂದುಕೊಂಡಳು. ಮನೆಯಲ್ಲಿ ತನ್ನ ಮದುವೆ ಪ್ರಸ್ತಾಪ ಮಾಡಿದ ಮೇಲೆ ದಿತಿಗೆ ಇದ್ದಕ್ಕಿದ್ದ ಹಾಗೆ ವರ್ಗಿಸನನ್ನು ಯಾಕೆ ಮದುವೆಯಾಗಬಾರದು ಎನ್ನುವ ವಿಚಾರ ತಲೆಯೊಳಗೆ ಹೊಕ್ಕು, ಸೌಮ್ಯ ಸ್ವಭಾವದ ಅವನು ತನ್ನ ಮೇಲೆ ಯಾವತ್ತೂ ಜೋರು ಮಾಡಲಿಕ್ಕಿಲ್ಲ ಅನ್ನಿಸಿ, ಅವನನ್ನೇ ಮದುವೆಯಾದರೆ ಹೇಗೆ ಎಂದು ಅನೇಕ ಸಲ ಯೋಚಿಸಿದ್ದಳು. ನೇರ ಮಾತುಗಳನ್ನು ಆಡದೆ ಅವನ ಇಂಗಿತ ತಿಳಿದುಕೊಳ್ಳಬೇಕೆಂದು, ಅವನನ್ನು ಆ ದಿನ ಬರ ಹೇಳಿದ್ದಳು.

ಖಾಲಿಯಾದ ಬೀರು ಬಾಟಲುಗಳನ್ನು ಅತ್ತ ಸರಿಸಿ,

" ಈಗ ಊಟ ಮಾಡೋಣವೇ ? ' ಎಂದಳು.

"ಸಮಯ ಎಷ್ಟು? ' ಎನ್ನುತ್ತಾ ತನ್ನ ವಾಚು ನೋಡಿದ ವರ್ಗಿಸ್,

" ಓಹೋ, ಆಗಲೇ ಒಂಭತ್ತು ಗಂಟೆ. ನನಗೆ ತಡವಾಯ್ತು, ನಾನು ಬರುತ್ತೇವೆ" ಎನ್ನುತ್ತಾ ಮೇಲಕ್ಕೆ ಎದ್ದ. ಅವನನ್ನು ಸಮೀಪಿಸಿದ ದಿತಿ ಅವನನ್ನು ತಬ್ಬಿಕೊಂಡು, "ಪ್ಲೀಜ್, ಇವತ್ತು ನೀನು ಇಲ್ಲಿಯೇ ಹಾಲ್ಟ್ ಮಾಡು. ಮತ್ತೆ ಯಾವಾಗ ಸಿಕ್ಕುತ್ತಿಯೋ ಗೊತ್ತಿಲ್ಲ" ಎಂದಳು. ವರ್ಗಿಸ್, "ಆಯ್ತು ಇರು, ಫಾದರ್ ಗೆ ಫೋನ್ ಮಾಡಿ ಹೇಳಿಬಿಡುತ್ತೇನೆ" ಎನ್ನುತ್ತಾ ತನ್ನ ಮೊಬೈಲ್ ಫೋನನ್ನು ಎತ್ತಿಕೊಂಡ.

" ಊಟಕ್ಕೆ ಚಿಕನ್ ಬಿರಿಯಾನಿ ಆರ್ಡರ್ ಮಾಡುತ್ತೇನೆ" ಎಂದಳು ದಿತಿ.

"ಅಯ್ಯಯ್ಯೋ, ನಾನು ಯಾವತ್ತೂ ಮಾಂಸಾಹಾರ ತಿಂದಿಲ್ಲ. ನನಗೆ ಅನ್ನ ತಿಳಿ ಸಾರು ಸಾಕು" ಎಂದ ವರ್ಗಿಸ್.

" ಆದಿನ ನನ್ನೊಟ್ಟಿಗೆ ಎಗ್ ಆಮ್ಲೆಟ್ ತಿಂದೇ?" ಎಂದಳು ದಿತಿ.

" ಎಗ್ ಈಜ್ ಮೈ ಅಪ್ಪರ್ ಲಿಮಿಟ್ " ಎಂದು ನಕ್ಕ ವರ್ಗಿಸ್.

" ನೀನೆಂಥಾ ಕ್ರಿಶ್ಚಿಯನ್?" ಎಂದು ನಕ್ಕಳು ದಿತಿ.

"ನೀನೂ ಎಂಥಾ ಅಯ್ಯಂಗಾರಿ?" ಎಂದು ನಕ್ಕ ವರ್ಗಿಸ್.

"ಒಂದು ನಿಮಿಷ , ಇವತ್ತು ಬರಲು ಆಗಲ್ಲ ಎಂದು ಫಾದರ್ ಗೆ ಫೋನ್ ಮಾಡಿ ಹೇಳುತ್ತೇನೆ" ಎನ್ನುತ್ತಾ ವರ್ಗಿಸ್ ಮೊಬೈಲು ಹಿಡಿದು ರೂಮಿನಿಂದ ಹಾಲಿಗೆ ಹೋದ.

ರಾತ್ರಿ ಅವನು ತಂಗುತ್ತಾನೆ ಎನ್ನುವ ಖುಷಿಯಲ್ಲಿ ದಿತಿ ಇಬ್ಬರಿಗೂ ಸೌತ್ ಇಂಡಿಯನ್ ಊಟವನ್ನು, ಫೋನ್ ಎತ್ತಿಕೊಂಡು ಆರ್ಡರ್ ಮಾಡಿದಳು.

==o===

2

ಭಾಗ ಎರಡು

ಅದಿತಿ

ಅತ್ತ ದಿತಿ ಲಂಡನ್ನನಲ್ಲಿ ತನ್ನ ಕೊನೆಯ ವರ್ಷದ ಡಿಗ್ರಿ ಓದುತ್ತಿರುವಾಗ ಅವಳ ಟ್ವಿನ್ ಸಿಸ್ಟರ್ ಅದಿತಿ ಇತ್ತ ಬೆಂಗಳೂರಿನಲ್ಲಿ ಎಂ.ಬಿ.ಬಿ.ಎಸ್. ಮುಗಿಸಿ ಎಮ್. ಎಸ್. ರಾಮಯ್ಯ ಮೆಡಿಕಲ್ ಕಾಲೇಜಿನಲ್ಲಿ ಪಿ.ಜಿ. -ಗೆ ಸೇರಿದ್ದಳು. ಮೈಸೂರಿನಲ್ಲೂ ಸೀಟು ಸಿಕ್ಕುವಂತಿದ್ದರೂ ಅವಳ ತಾಯಿ ಭಾರತಿ, ಬರ್ಮಿಂಗ್-ಹ್ಯಾಮಿನಿಂದ ಫೋನ್ ಮಾಡಿ, ಮೈಸೂರಿನಲ್ಲಿ ಸೇರು ಎಂದು ಸಲಹೆ ಮಾಡಿದ್ದರೂ ಅವಳು ಬೆಂಗಳೂರು ಬಿಡುವ ಇಚ್ಛೆ ಇಲ್ಲದೆ ಅಲ್ಲಿಯೇ ಸೇರಿದ್ದಳು.

ಅದಿತಿಯನ್ನು ದಿತಿಯ ತಂಗಿ ಎಂದು ಕರೆಯುವುದು ಅಷ್ಟು ಸಮಂಜಸ ಅಲ್ಲ. ಒಂದೆರಡು ನಿಮಿಷಗಳ ಅಂತರದಲ್ಲಿ ಜನಿಸಿದ ಅವಳು ದಿತಿಗಿಂತ ಯಾವುದರಲ್ಲೂ ಕಡಿಮೆ ಇರಲಿಲ್ಲ. ಇಬ್ಬರೂ ತಾಯಿಯಂತೆ ರೂಪಸಿಯುರು ಮತ್ತು ಚುರುಕು ಬುದ್ಧಿಯವರು ಆಗಿದ್ದರು. ದಿತಿ, ಭಾರತಿ-ಭೂಷಣರ ಜೊತೆಗೆ ಇರಲು ನಿರ್ಧರಿಸಿದ್ದರೆ, ಅದಿತಿ ಬೆಂಗಳೂರಿನ ತನ್ನ ದೊಡ್ಡಮ್ಮಮತ್ತು ದೊಡ್ಡಪ್ಪರ ಜೊತೆ ಇರಲು ನಿರ್ಧರಿಸಿದ್ದಳು.

ದಿತಿ ಮತ್ತು ಅದಿತಿ ಐದು ವರ್ಷದವರಾಗಿದ್ದಾಗ ಭೂಷಣ ಮತ್ತು ಭಾರತಿ ಬರ್ಮಿಂಗ್ ಹ್ಯಾಮ್ ನಿಂದ ಒಮ್ಮೆ ಬೆಂಗಳೂರಿಗೆ ಬಂದು ಇದ್ದರು. ಭಾರತಿಯ ಅಕ್ಕ ಅನುರಾಧಾ ಮತ್ತು ಭೂಷಣನ ಅಣ್ಣ ನಿಜಗುಣಿಗೆ ಮಕ್ಕಳು ಇರಲಿಲ್ಲವಾಗಿ, ಅವರು ದಿತಿ ಮತ್ತು ಅದಿತಿ ಇಬ್ಬರಲ್ಲಿ ಒಬ್ಬರನ್ನು ದತ್ತು ಪಡೆದುಕೊಳ್ಳುವ ಇಚ್ಛೆಯನ್ನು ಭಾರತಿ ಭೂಷಣ ರ ಮುಂದೆ ಪ್ರಸ್ತಾಪಿಸಿದ್ದರು. ಇದಕ್ಕೆ ಭಾರತಿ ಮತ್ತು ಭೂಷಣ ಸಮ್ಮತಿಸಿದ್ದರು.

ಬೆಂಗಳೂರಿನಲ್ಲಿ ಯಾರು ಇರುತ್ತೀರಿ ಮತ್ತು ಬರ್ಮಿಂಗ್ ಹ್ಯಾಮಿ ನಲ್ಲಿ ಯಾರು ಇರುತ್ತೀರಿ ಎಂದು ಐದು ವರ್ಷಗಳ ದಿತಿ ಮತ್ತು ಅದಿತಿಯನ್ನು ಕೇಳಿದಾಗ,

“ ನಾನು ದೊಡ್ಡಮ್ಮ ನ ಜೊತೆಗೆ ಇರುತ್ತೇನೆ” ಎಂದು ಅನುರಾಧಳ ತೊಡೆ ಏರಿದ್ದಳು, ಅದಿತಿ.

ಅನುರಾಧಾ ಮತ್ತು ನಿಜಗುಣಿ ಇಬ್ಬರೂ ಮಲ್ಲೇಶ್ವರಂ ಕಾಲೇಜಿನಲ್ಲಿ ಉದ್ಯೋಗದಲ್ಲಿ ಇದ್ದರು . ಅನುರಾಧಾ ಕಾಲೇಜಿನ ಪ್ರಿನ್ಸಿಪಾಲ್ ಆಗಿದ್ದರೆ ನಿಜಗುಣಿ ಪ್ರೊಫೆಸರ್ ಆಗಿದ್ದ. ತಾತ-ಮುತ್ತಾತರ ಕಾಲದಿಂದ ಬಂದ, ತನ್ನ ಪಾಲಿಗೆ ದೊರಕಿದೆ ಮಲ್ಲೇಶ್ವರಂ ಹನ್ನೆರಡನೆಯ

ಕ್ರಾಸಿನಲ್ಲಿ ಇದ್ದ ಮನೆಯನ್ನು ಕೆಡವಿ, ಅಲ್ಲಿ ಆಧುನಿಕವಾದ ಎರಡು ಅಂತಸ್ತುಗಳ ಮನೆಯನ್ನು ಕಟ್ಟಿಸಿದ್ದಳು ಅನುರಾಧಾ. ಹಾಲಿನ ಒಳಭಾಗದ ಬಲ ಮೂಲೆಯಲ್ಲಿ ಮೆಟ್ಟಿಲುಗಳನ್ನು ಇರಿಸಿ ಅಲ್ಲಿಂದ ಮೊದಲ ಮಹಡಿಗೆ ಹೋಗಲು ಅವಕಾಶ ಕಲ್ಪಿಸಿದ್ದಳು.ಮೊದಲ ಮಹಡಿಯಲ್ಲಿ ಮೂರು ಗೆಸ್ಟ್ ರೂಮುಗಳುಇದ್ದವು. ಮನರಂಜನೆಯ ಟಿ.ವಿ.ಕೋಣೆ ಮಿನಿ ಥೇಟರಿನಂತೆ ಇತ್ತು. ಇದಲ್ಲದೆ ಒಂದು ಸ್ಪೋರ್ಟ್ಸ್ ರೂಮು ಇದ್ದು ಅಲ್ಲಿ ಟೇಬಲ್-ಟೆನ್ನಿಸ್ ಟೇಬಲ್ ಇತ್ತು.ಎಲ್ಲಾ ರೂಮುಗಳಲ್ಲೂ ಆಧುನಿಕ ಪೀಠೋಪಕರಣಗಳು ಇದ್ದವು. ಅದಿತಿಗೆ ಎರಡನೇ ಮಹಡಿಯಲ್ಲಿ ಒಂದು ವಿಶಾಲವಾದ ಖಾಸಾ ಕೋಣೆ ಇದ್ದು, ಅಲ್ಲಿ ಅವಳ ವ್ಯಾಸಂಗಕ್ಕೆ ಅಗತ್ಯವಾದ ಎಲ್ಲಾ ಸೌಲಭ್ಯಗಳೂ ಇದ್ದವು.

ಅನುರಾಧಾಳ ತಂದೆ ಮತ್ತು ತಾಯಿ ವಯೋ ಸಹಜ ಖಾಯಿಲೆಗಳಿಂದ ನಿಧನರಾಗಿ, ಅವಳ ಅಣ್ಣ ಅಮೆರಿಕಾದಲ್ಲಿ ಡಾಕ್ಟರಾಗಿ ನೆಲೆಸಿದ್ದ. ಅನುರಾಧಾಳ ತಂದೆ ಇದ್ದಾಗಲೇ ಆ ಮನೆಯನ್ನು ಅವಳ ತಂದೆ ಅನುರಾಧಾಳ ಹೆಸರಿಗೆ ಬರೆದುಕೊಟ್ಟಿದ್ದರು, ಇದಕ್ಕೆ ಅವಳ ಅಣ್ಣ ಒಪ್ಪಿ ಸಹಿ ಮಾಡಿದ್ದ. ತಾನೂ ಅನುರಾಧಾಗೆ ಅಗತ್ಯ ಬಿದ್ದರೆ ಹಣಕಾಸಿನ ಸಹಾಯ ಮಾಡುವ ಅನುಕೂಲ ಮತ್ತು ಮನಃಸ್ಥಿತಿಯವನಾಗಿದ್ದ.

ಅದಿತಿ ಓದಿನಲ್ಲಿ ಚುರುಕಾಗಿದ್ದು ಬೆಂಗಳೂರಿನಲ್ಲಿ ತನ್ನ ಎಂ.ಬಿ.ಬಿ.ಎಸ್. ಮುಗಿಸಿ ತನ್ನ ಪಿ.ಜಿ ಗೆ ಸೇರಿಕೊಂಡಿದ್ದಳು. ಮೊದಲ ಎಂ.ಬಿ.ಬಿ.ಎಸ್ ನಿಂದಲೇ, ಅವಳ ಸಹಪಾಠಿ ಪ್ರಸಾದ್, ಓದಿನಲ್ಲಿ ಅವಳ ಪ್ರತಿಸ್ಪರ್ಧಿಯಾಗಿದ್ದ. ಈ ಇಬ್ಬರಲ್ಲಿ, ಒಬ್ಬರು ಕಾಲೇಜಿಗೇ ಮೊದಲ ದರ್ಜೆಯಲ್ಲಿ ಪಾಸಾದರೆ ಇನ್ನೊಬ್ಬರು ಎರಡನೆಯ ಸ್ಥಾನ ಪಡೆಯುತ್ತಿದ್ದರು. ಆ ಎರಡೂ ಸ್ಥಾನಗಳನ್ನು ಅವರು ಬೇರೆ ಯಾರಿಗೂ ಬಿಟ್ಟು ಕೊಟ್ಟಿರಲಿಲ್ಲ. ಹೀಗಾಗಿ ಅವರು ಸಹಜವಾಗಿಯೇ ಸ್ನೇಹಿತರೂ ಆಗಿದ್ದರು.

===o===

ಪ್ರಸಾದ ಹುಣಸೂರು ಹತ್ತಿರದ ರತ್ನಪುರಿ ಕಾಲೋನಿಯ ಅರಸಯ್ಯ ದಂಪತಿಗಳ ಮಗನಾಗಿದ್ದ. ಅರಸಯ್ಯ ಹುಣಸೂರಿನ ಎಂ.ಎಲ್ ಜವರೇಗೌಡರ ಜಮೀನಿನಲ್ಲಿ ವಾಸ ಇದ್ದು, ಅವರ ಜಮೀನುಗಳನ್ನು ನೋಡಿಕೊಂಡು ಇದ್ದರು. ಅವರಿಗೆ ಜಮೀನಿನಲ್ಲೇ ಮನೆ ಕಟ್ಟಿಸಿ ಕೊಟ್ಟಿದ್ದರು ಜವರೇಗೌಡರು. ಅರಸಯ್ಯನವರ ಒಬ್ಬನೇ ಮಗ ಪ್ರಸಾದ, ಓದಿನಲ್ಲಿ ಚುರುಕಾಗಿದ್ದು, ಜವರೇಗೌಡರು ಅವನ ವಿದ್ಯಾಭ್ಯಾಸದ ಸಂಪೂರ್ಣ ಹೊಣೆಯನ್ನು ಹೊತ್ತಿದ್ದರು, ಅರಸಯ್ಯ ಅವರ ಜಮೀನಿನ ವ್ಯವಸಾಯದ ಹೊಣೆ ಹೊತ್ತಂತೆ.

ಕಲಾವತಿ ಜವರೇಗೌಡರ ಒಬ್ಬಳೇ ಮಗಳು. ಅವಳು ಪ್ರಸಾದನ ವಯಸ್ಸಿನವಳೇ ಆಗಿ ಇಬ್ಬರೂ ಒಂದೇ ಶಾಲೆಯಲ್ಲಿ ಓದುತ್ತಿದ್ದರು. ತನ್ನ ಮನೆಯಿಂದ ಎರಡು ಫರ್ಲಾಂಗ್ ದೂರದಲ್ಲಿನ ಜಮೀನಿನ ಮನೆಗೆ ಕಲಾವತಿ ಬಾಲ್ಯದಲ್ಲಿ ಪ್ರತಿದಿನ ಎನ್ನುವಂತೆ ಹೋಗಿ ಪ್ರಸಾದನ ಜೊತೆಗೆ ಆಟವಾಡುತ್ತಿದ್ದಳು, ತಾಯಿ ಜಯಮ್ಮನ ವಿರೋಧವನ್ನು ಲೆಕ್ಕಿಸದೆ.

"ಮಕ್ಕಳು ಆಟ ಆಡಿಕೊಂಡು ಇರಲಿ ಬಿಡು, ನಿನಗೇನು ಕಷ್ಟ?" ಎಂದು ಜವರೇಗೌಡರು ಹೆಂಡತಿಗೆ ಹೇಳಿದ್ದರು, ಅವಳು ಅದಕ್ಕೆ ಆಕ್ಷೇಪ ಮಾಡಿದಾಗ. ಅದಕ್ಕೆ ಜಯಮ್ಮ,

"ಇವತ್ತು ಸಣ್ಣವರು, ನಾಳೆ ದೊಡ್ಡವರು. ಇವರು ಹೀಗೆ ಒಟ್ಟಿಗೇ ಬೆಳೆಯುವುದು ನನಗೆ ಇಷ್ಟವಾಗುವುದಿಲ್ಲ" ಎಂದಿದ್ದರು. ಅದಕ್ಕೆ ಜವರೇಗೌಡರು,

"ನೀನೋ, ನಿನ್ನ ಅನುಮಾನಗಳೋ ಅ ದೇವರಿಗೆ ಪ್ರೀತಿ" ಎಂದು ನಕ್ಕು ಸುಮ್ಮನಾಗಿದ್ದರು.

ಒಮ್ಮೆ ಕಲಾವತಿ ಎಂಟು ವರ್ಷದವಳಿದ್ದಾಗ, ತೋಟದ ಬಾವಿಯ ಮೆಟ್ಟಿಲುಗಳನ್ನುಇಳಿಯುವಾಗ,ಹೆಜ್ಜೆ ತಪ್ಪಿ ನೀರಿಗೆ ಬಿದ್ದು ಬಿಟ್ಟಿದ್ದಳು.ಅಲ್ಲಿಯೇ ಇದ್ದ, ಈಜು ಗೊತ್ತಿದ್ದ ಪ್ರಸಾದ ಕೂಡಲೇ ಬಾವಿಗೆ ಹಾರಿ ಅವಳನ್ನು ಮೇಲಕ್ಕೆ ತಂದು, ಅವಳ ಹೊಟ್ಟೆಯ ನೀರನ್ನು ಅಮುಕಿ ತೆಗೆದು, ಬಾಯಿಗೆ ಬಾಯಿ ಇಟ್ಟು ಉಸಿರು ಹುಯ್ದು,ಅವಳನ್ನು ರಕ್ಷಿಸಿದ್ದ. ಈ ವಿಷಯ ಗಂಭೀರವಾಗಿ,ಜವರೇಗೌಡರು ಅಂದಿನಿಂದ ಮಗಳು ತೋಟದ ಮನೆಗೆ ಹೋಗುವುದನ್ನು ನಿಷೇಧಿಸಿದ್ದರು. ಸ್ವಜಾತಿಯ ಹುಡುಗ ಹಾಗೆ ಮಾಡಿದ್ದರೆ ಪ್ರಶಂಸೆಗೆ ಒಳಗಾಗುತ್ತಿದ್ದ ಆ ಕ್ರಿಯೆ,ಒಬ್ಬ ದಲಿತ ಹುಡುಗ ಮಾಡಿದ್ದು ಖಂಡನೆಗೆ ಒಳಗಾಗುವ ಈ ಮನ:ಸ್ಥಿತಿ, ಸಾಮಾಜಿಕ ನಡೆವಳಿಕೆಗಳು ಒಂದು ವಿಪರ್ಯಾಸವೇ ಸರಿ. ಚಿಕ್ಕಂದಿನಿಂದಲೇ ಪ್ರಸಾದನಿಗೆ ತನ್ನ ಪರಿಸರದ ಜನರು ತನ್ನನ್ನು ಜಾತಿ ಹಿಡಿದು ಮೂದಲಿಸುತ್ತಿದ್ದ ಅನುಭವವಾಗಿ,ಯಾಕೆ ಹೀಗೆ, ತಾವೇನು ತಪ್ಪು ಮಾಡಿದ್ದೇವೆ ಎಂದು ಚಿಂತಿಸುತ್ತಿದ್ದ. ತನ್ನತಂದೆಯನ್ನು ಒಂದು ದಿನ,

" ಯಾಕಪ್ಪಾ ಶಾಲೆಯಲ್ಲಿ ಯಾರೂ ನನ್ನ ಜೊತೆಗೆ ಆಟ ಆಡಲು ಬರುವುದಿಲ್ಲ? ನೀನು ಎಸ್ಸಿ ,ನಿನ್ನ ಜೊತೆ ಆಟ ಆಡಬಾರದು ಎಂದು ಅಪ್ಪ – ಅಮ್ಮ ಹೇಳಿದ್ದಾರೆ ಅಂತಾರೆ. ನಾನು ಓದುವುದರಲ್ಲಿ ಕ್ಲಾಸಿಗೆ ಫಸ್ಟ್ ಆದರೂ ನನಗೆ ಯಾರು ಸ್ನೇಹಿತರು ಇಲ್ಲ. ಎಸ್ಸಿ ಅಂದರೆ ಏನಪ್ಪಾ? " ಎಂದು ತಂದೆ ಅರಸಯ್ಯ ನನ್ನು ಕೇಳಿದ್ದ. ಅದಕ್ಕೆ ಅರಸಯ್ಯ,

" ನೋಡು ಕೂಸು ಈ ಜಾತಿಗಳನ್ನು ದೇವರು ಮಾಡಿದ್ದು ಅನ್ನುತ್ತಾರೆ, ನನಗೆ ಗೊತ್ತಿಲ್ಲ. ನಿನ್ನ ಪಾಡಿಗೆ ನೀನು ಓದಿಕೊಂಡು ಇರು.ನೀನು ಚೆನ್ನಾಗಿ ಓದಿ ಡಾಕ್ಟರ್ ಆಗು. ಅಗ ಎಲ್ಲರೂ ನಿನ್ನನ್ನು ಹುಡುಕಿಕೊಂಡು ಬರುತ್ತಾರೆ" ಎಂದು ಸಮಾಧಾನ ಹೇಳಿದ್ದರು. ಅದಕ್ಕೆ ಆ ಹುಡುಗ,

" ನಾನು ಡಾಕ್ಟರ್ ಆದ ಮೇಲೂ ಎಸ್ಸಿಯಂತ ನನ್ನನ್ನು ದೂರ ಮಾಡುವುದಿಲ್ಲವೇ?" ಎಂದು ಕೇಳಿದ್ದ. ಅದಕ್ಕೆ,

"ನೀನು ದೊಡ್ಡ ಡಾಕ್ಟರ್ ಆಗಿ ಬೆಂಗಳೂರಿನಂತ ದೊಡ್ಡ ನಗರಗಳಲ್ಲಿ ಇದ್ದರೆ ಆಗ ಯಾರಿಗೂ ನೀನು ಎಸ್ಸೀಯಂತ ಗೊತ್ತಾಗಲ್ಲ. ಗೊತ್ತಾದರೂ ನೀನು ದೊಡ್ಡ ಡಾಕ್ಟರ್ ಆಗಿದ್ದರೆ ನಿನ್ನನ್ನು ದೂರ ಮಾಡುವುದಿಲ್ಲ" ಎಂದಿದ್ದರು. ಆಗಲೇ ಪ್ರಸಾದ ತಾನು ಚೆನ್ನಾಗಿ ಓದಿ ಡಾಕ್ಟರಾಗಬೇಕು., ದೊಡ್ಡ, ಬಹಳ ದೊಡ್ಡ ಡಾಕ್ಟರ್ ಆಗಬೇಕು ಎಂದು,ಕಲ್ಲಿನಲ್ಲಿ ಗೆರೆ ಕೊರೆದಂತೆ,ತನ್ನಲ್ಲಿ ತಾನೇ ಸಂಕಲ್ಪ ಮಾಡಿಕೊಂಡು,ಸತತವಾಗಿ ಓದುತ್ತಿದ್ದ, ಹಗಲು ರಾತ್ರಿ ಎನ್ನದೆ. ಅವನ ಜೊತೆಯಲ್ಲಿ ಪಿ.ಯು.ಸಿ ವರೆಗೆ ಹುಣಸೂರಿನಲ್ಲೇ ಓದಿದ ಕಲಾವತಿ,ತನ್ನ ಪಿ.ಯು.ಸಿ ಆದ ಮೇಲೆ ತನಗೆ ಸೈನ್ಸು ಕಷ್ಟ ಎಂದು ಮತ್ತು ತಾನು ಲಾಯರ್ ಆಗಬೇಕು ಎಂದು,ಮೈಸೂರಿನ ಜೆ.ಎಸ್. ಎಸ್. ಲಾ ಕಾಲೇಜು ಸೇರಿದ್ದಳು.

"ನೀನು ಡಾಕ್ಟರಾಗಿ ಬಾ, ನಾನು ಲಾಯರ್ ಆಗುತ್ತೇನೆ. ಯಾವುದೇ ಪೇಷೆಂಟು ನಿನ್ನ ಮೇಲೆ ಮೆಡಿಕಲ್ ನೆಗ್ಲಿಜೆನ್ಸ್ ಕೇಸು ಹಾಕಿದರೆ ನಾನು ನಿನ್ನನ್ನು ರಕ್ಷಿಸುತ್ತೇನೆ" ಎಂದು ಪ್ರಸಾದನಿಗೆ ಮೆಡಿಕಲ್ ಸೀಟು ಸಿಕ್ಕಾಗ ನಗುತ್ತಾ ಹೇಳಿದ್ದಳು.

ಅದಕ್ಕೆ ಪ್ರಸಾದ್, " ಈಗಲೇ ಒಂದು ಒಪ್ಪಂದ ಮಾಡಿಕೊಳ್ಳೋಣ. ನಿನಗೆ ಏನೇ ಖಾಯಿಲೆಯಾದರೂ, ನಾನು ನಿನಗೆ ಫ್ರೀಯಾಗಿ ಟ್ರೀಟು ಮಾಡುತ್ತೇನೆ. ಮತ್ತೆ ನನ್ನ ಯಾವುದೇ ಕೇಸುಗಳಿಗೆ ನೀನು ನನಗೆ ಚಾರ್ಜು ಮಾಡಬಾರದು" ಎಂದು ನಕ್ಕಿದ್ದ. ಅದಕ್ಕೆ ಕಲಾವತಿ,

" ಆಯ್ತು " ಎಂದು ಅವನ ಕೈ ಮೇಲೆ ಕೈ ಹಾಕಿ ಪ್ರಾಮಿಸ್ ಮಾಡಿದ್ದಳು.

ಪ್ರಸಾದ ಪಿ.ಯು.ಸಿ ಯನ್ನು ಪ್ರಥಮ ದರ್ಜೆಯಲ್ಲಿ ಪಾಸಾದ. ಆಗ ಅವನಿಗೆ ಅವನ ತಂದೆ ಅರಸಯ್ಯ, ಟಿ.ಸಿ.ಹೆಚ್. ಸೇರುವಂತೆ ಹೇಳಿದ್ದ. ಒಂದು ವರ್ಷದ ಟಿ.ಸಿ.ಎಚ್ ಪಾಸು ಮಾಡಿಕೊಂಡು ಬಂದು ಹುಣಸೂರಿನ ಸುತ್ತಾ ಮುತ್ತಾ ಯಾವುದಾದರೂ ಸ್ಕೂಲಿನಲ್ಲಿ ಟೀಚರ್ ಆದರೆ ಸಾಕು, ಅದೇ ನಮ್ಮ ಸೌಭಾಗ್ಯ ಎನ್ನುವ ಅಭಿಪ್ರಾಯದಲ್ಲಿ ಇದ್ದರು ಅವರು. ಆದರೆ ಪ್ರಸಾದ ಈ ಹಿಂದೆ ಅರಸಯ್ಯ ಡಾಕ್ಟರ್ ಆಗು ಎಂದು ಹೇಳಿದ್ದನ್ನು ಅಪ್ಪನಿಗೆ ನೆನಪಿಸಿದ.

"ಹೌದು ಕೂಸು, ಮಾತಿಗೆ ಹಾಗೆ ಹೇಳಿದ್ದೆ. ಆದರೆ ಅಂಥಾ ದೊಡ್ಡ ಓದು ಓದಿಸಲು ನನ್ನಿಂದ ಎಲ್ಲಾದೀತು? ನಮ್ಮ ಕೈಗೆ ನಿಲುಕುವುದನ್ನಷ್ಟೇ ನಾವು ಹಿಡಿಯಬೇಕು" ಎಂದು ಹೇಳಿದ್ದ.

ಈ ವಿಷಯ ಕಲಾವತಿಗೆ ತಿಳಿದು, ಅವಳು ತನ್ನ ತಂದೆಗೆ ಹೇಳಿ ಅವರು ಪ್ರಸಾದನ ಶಿಕ್ಷಣದ ವೆಚ್ಚವನ್ನು ನೋಡಿಕೊಳ್ಳುವಂತೆ ಒಪ್ಪಿಸಿದ್ದಳು. ಧಣಿಯ ಮಾತಿಗೆ ಅರಸಯ್ಯ ಖುಷಿಯಿಂದಲೇ ಒಪ್ಪಿಕೊಂಡಿದ್ದ. ಹೀಗೆ ಪ್ರಸಾದನಿಗೆ ಬೆಂಗಳೂರು ಮೆಡಿಕಲ್ ಕಾಲೇಜಿನಲ್ಲಿ ಮೆರಿಟ್ ಸೀಟು ಸಿಕ್ಕು, ಜವರೇಗೌಡರೇ ಅವನನ್ನು ಬೆಂಗಳೂರಿಗೆ ಕರೆದುಕೊಂಡು ಹೋಗಿ ಫೀಸು ಕಟ್ಟಿ ಸೇರಿಸಿದ್ದರಲ್ಲದೆ, ಅವನನ್ನು ಮೆಡಿಕಲ್ ಕಾಲೇಜು ಹಾಸ್ಟೆಲ್ಲಿಗೂ ಸೇರಿಸಿ ಅಗತ್ಯವಾದ ಎಲ್ಲ ಸೌಲಭ್ಯಗಳನ್ನೂ ಒದಗಿಸಿ ಕೊಟ್ಟಿದ್ದರು.ಆಗ, ಬೇಡ ಎಂದರೂ ಕೇಳದೆ, ಕಲಾವತಿ ತಾನೂ ಅವರ ಜೊತೆಗೆ ಬೆಂಗಳೂರಿಗೆ ಹೋಗಿದ್ದಳು. ಅರಸಯ್ಯ ಅತ್ಯಂತ ನಿಷ್ಠೆಯಿಂದ ಜವರೇಗೌಡರ ಜಮೀನುಗಳನ್ನು ನೋಡಿಕೊಳ್ಳುತ್ತಿದ್ದರಿಂದ ಜವರೇಗೌಡರಿಗೆ ಕೃಷಿಯಲ್ಲಿ ವರ್ಷಕ್ಕೆ ಲಕ್ಷಾಂತರ ರೂಪಾಯಿಗಳ ಆದಾಯವಿತ್ತು. ಅದರಲ್ಲಿ ಒಂದು ಪಾಲನ್ನು ಪ್ರಸಾದನಿಗೆ ಮೀಸಲು ಇಡುವುದು ಅವರಿಗೆ ಒಂದು ರೀತಿಯ ಇನ್ಶೂರೆನ್ಸ್ ಆಗಿತ್ತು.

"ನಾನು ಲಾಯರ್ ಆಗುವ ಹೊತ್ತಿಗೆ ಚೆನ್ನಾಗಿ ಓದಿ ನೀನು ಡಾಕ್ಟರಾಗಿ ಬಾ. ಆಗಾಗ್ಗೆ ಫೋನ್ ಮಾಡುತ್ತಿರು" ಎಂದಿದ್ದಳು ಕಲಾವತಿ, ಪ್ರಸಾದನನ್ನು ಬೆಂಗಳೂರಿನಲ್ಲಿ ಬೀಳ್ಕೊಡುವ ಮುನ್ನ.

"ನೀನೂ ಎಲ್ಲೂ ಫೇಲಾಗದೆ ನನಗಿಂತ ಮೊದಲೇ ಲಾಯರ್‌ರಾಗಿ ಬಾ" ಎಂದು ಪ್ರಸಾದ್ ಕಲಾವತಿಗೆ ಹೇಳಿದ್ದ ಅವರಿಬ್ಬರ ಬಾಲ್ಯದಲ್ಲೇ ಚಿಗುರು ಒಡೆದ ಪ್ರೀತಿಯ ಬಂಧ, ದಿನಗಳು ಕಳೆದಂತೆ ಗಾಢವಾಗುತ್ತಾ ಹೋಗಿತ್ತು.

===o===

" ಹಲೋ ಅನಾಟಮಿ ಮತ್ತು ಫಿಜಿಯಾಲಜಿ ಎರಡರಲ್ಲೂ ತರಗತಿಗೆ ಪ್ರಥಮ ಸ್ಥಾನ ಪಡೆದದ್ದಕ್ಕೆ ಕಂಗ್ರಾಜುಲೇಷನ್ಸ್. ನನ್ನ ಹೆಸರು ಅದಿತಿ, ನಾನು ನಿಮ್ಮ ಕ್ಲಾಸ್-ಮೇಟ್" ಎಂದು ಅದಿತಿ ಪ್ರಸಾದನಿಗೆ ಹಸ್ತಲಾಘವ ನೀಡಿದ್ದಳು. ಅವರು ಮೊದಲ ಸಲ ಮಾತಾಡಿದ್ದರು. ಅದಿತಿಯೇ ಕ್ಯಾಂಟೀನಿನಲ್ಲಿ ಅವನನ್ನು ಮಾತಾಡಿಸಿದ್ದಳು.

" ಥ್ಯಾಂಕ್ ಯೂ.... ನಿಮ್ಮ ಗುರುತು ಯಾರಿಗೆ ಇಲ್ಲ? ಕಾಲೇಜಿನ ಸೌಂದರ್ಯ ರಾಣಿ ಸ್ಪರ್ಧೆಯಲ್ಲಿ ವಿಜೇತರಾದವರು ಅಲ್ಲವೇ ನೀವು?" ಎಂದು ನಗುತ್ತಾ, ಅವಳ ಹಸ್ತಲಾಘವ ಸ್ವೀಕರಿಸಿ,

"ತರಗತಿಯ ಎರಡನೇ ಸ್ಥಾನ ಪಡೆದ ನಿಮಗೂ ಅಭಿನಂದನೆಗಳು" ಎಂದಿದ್ದ ಪ್ರಸಾದ.

"ಥ್ಯಾಂಕ್ಯೂ" ಎಂದ ಅದಿತಿ, "ರೂಪ ನನ್ನ ಸಾಧನೆಯಲ್ಲ. ಆದರೆ ಓದಿನಲ್ಲಿ ತರಗತಿಗೇ ಫಸ್ಟ್ ಆಗಬೇಕು ಅಂದುಕೊಂಡಿದ್ದ ನನಗೆ, ನೀವು ಒಂದು ಷಾಕ್ ಕೊಟ್ಟಿದ್ದೀರಿ. ಬನ್ನಿ ಹತ್ತಿರದ ಕಾಫೀಡೇ ಗೆ ಹೋಗಿ ಕಾಫಿ ಕುಡಿಯುವಾ, ನಾನೇ ನಿಮಗೆ ಕಾಫಿ ಕೊಡಿಸುತ್ತೇನೆ" ಎಂದು ಅವರಿಬ್ಬರೂ ಮೆಡಿಕಲ್ ಕಾಲೇಜಿನ ಎದುರಿಗೆ ಇದ್ದ ರಸ್ತೆಯಾಚೆಯ ಕಾಫಿಡೇ ಕಡೆಗೆ ನಡೆದಿದ್ದರು. ಹೀಗೆ ಅದುವರೆಗೂ ಪರಸ್ಪರ ಮಾತಾಡದೆ ಇದ್ದ ಪ್ರಸಾದ ಮತ್ತು ಅದಿತಿ, ಪರಸ್ಪರರಿಗೆ ಓದಿನಲ್ಲಿ ಸ್ಪರ್ಧೆ ಕೊಡುತ್ತಾ ಹತ್ತಿರದ ಗೆಳೆಯರಾಗಿದ್ದರು,ವ್ಯಾಸಂಗದ ಆರಂಭದ ವರ್ಷಗಳಲ್ಲಿ.

===o===

"ಕಂಗ್ರಾಜುಲೇಷನ್ಸ್, ಕೊನೆಗೂ ಜಾಕ್-ಪಾಟನ್ನೇ ಹೊಡೆದುಬಿಟ್ಟೆರಿ" ಪ್ರಸಾದ ಅದಿತಿಗೆ ಹಸ್ತಲಾಘವ ಕೊಟ್ಟು ಹೇಳಿದ. ಕೊನೆಯ ಎಂ.ಬಿ.ಬಿ.ಎಸ್. ಪರೀಕ್ಷೆಯಲ್ಲಿ ಡಿಸ್ಟಿಂಕ್ಷನ್ನಿನಲ್ಲಿ ಪಾಸಾಗಿದ್ದಳು ಅದಿತಿ. ಪ್ರಥಮ ದರ್ಜೆಯಲ್ಲಿ ಪಾಸಾಗಿದ್ದ ಪ್ರಸಾದ ಐದು ಅಂಕಗಳಿಂದ ಡಿಸ್ಟಿಂಕ್ಷನ್ನಿಂದ ವಂಚಿತನಾಗಿದ್ದ.

"ಥ್ಯಾಂಕ್ಸ್, ಜಸ್ಟ್ ಲಕ್ಕಿ ಅಷ್ಟೇ. ಮತ್ತೆ ಮುಂದೆ ಏನು ಮಾಡಬೇಕು ಅಂತ ಇದ್ದೀರಿ?" ಎಂದಳು ಅದಿತಿ.

" ಪೀಜಿಗೆ ಓದುತ್ತೇನೆ, ಸೀಟು ಸಿಕ್ಕರೆ ಎಂ.ಎಸ್. ಮಾಡುವ ಆಸೆ ಇದೆ . ಮುಂದಿನ ನಿಮ್ಮ ಆಯ್ಕೇ?" ಪ್ರಸಾದ ಕೇಳಿದ . ಅವರಿಬ್ಬರೂ ಕಾಫಿಡೇಯ ತಮ್ಮ ಮಾಮೂಲಿ ಸೀಟಿನಲ್ಲಿ ಕುಳಿತು ಮಾತಾಡುತ್ತಿದ್ದರು.

" ನಾನು ಸಹ ಪಿಜಿ ಎಂಟ್ರೆನ್ಸಿಗೆ ಓದುತ್ತೇನೆ. ಮತ್ತೆ ನೀವು ಇಲ್ಲೇ ಇದ್ದು ಓದುತ್ತೀರೋ ಅಥವಾ..." ಎನ್ನತ್ತಿದ್ದ ಹಾಗೆ,

"ಇಲ್ಲ ನಾನು ಹುಣಸೂರಿನ ನಮ್ಮ ತೋಟದ ಮನೆಯಲ್ಲಿ ಕುಳಿತು ಓದುತ್ತೇನೆ" ಎಂದ ಪ್ರಸಾದ್.

"ಯಾಕೆ ಇಲ್ಲೇ ಇದ್ದು ಓದಿದರೆ ನೀವು ಕೋಚಿಂಗ್ -ಕ್ಲಾಸಿಗೆ ಸೇರಬಹುದು. ಮತ್ತೆ ನಾವು ಆಗಾಗ್ಗೆ, ನಾವು ಓದಿದ್ದನ್ನು ಒಬ್ಬರಿಗೆ ಒಬ್ಬರು ಶೇರ್ ಮಾಡಿ ಒರೆ ಹಚ್ಚಬಹುದು. ನೀವು ನನಗೆ ಸಾಥ್ ಕೊಟ್ಟರೆ ನನಗೂ ಹೆಲ್ಪಾಗುತ್ತದೆ, ಯೋಚನೆ ಮಾಡಿ" ಎಂದು ಹೇಳಿದ ಅದಿತಿ,

" ನೀವು ಒಮ್ಮೆ ನಮ್ಮ ಮನೆಗೆ ಬರಬೇಕು. ಈ ಭಾನುವಾರ ಬೆಳಗ್ಗೆ ತಿಂಡಿಗೆ ನಮ್ಮ ಮನೆಗೆ ಬನ್ನಿ. ನಿಮಗೆ ನನ್ನ ತಂದೆ-ತಾಯಿಯ ಪರಿಚಯ ಮಾಡಿಸುತ್ತೇನೆ" ಎಂದಳು .

" ನಿಮ್ಮ ಮನೆ ಎಲ್ಲಿ ಬರುತ್ತದೆ?" ಪ್ರಸಾದ ಕೇಳಿದ.

ಮಲ್ಲೇಶ್ವರಂ ಹನ್ನೆರಡನೇ ಕ್ರಾಸಿನಲ್ಲಿ ಬಲದಿಂದ ಐದನೇ ಮನೆ. ಮನೆಯ ಮುಂದೆ 'ಅಕಾರಣ " ಅಂತ ಮನೆಯ ಹೆಸರು ಇದೆ.

"ಅದೇನು ಅಕಾರಣ ಅಂತ ಹೆಸರು ಇಟ್ಟಿದ್ದಾರೆ ನಿಮ್ಮ ಅಪ್ಪ?" ನಗುತ್ತಾ ಕೇಳಿದ ಪ್ರಸಾದ.

" ಯಾಕೆ ಅಂತ ನನಗೂ ಗೊತ್ತಿಲ್ಲ, ನೀವು ಹೇಗೂ ಬರುತ್ತೀರಲ್ಲ ಆಗ ಅವರನ್ನೇ ಕೇಳೀರಂತೆ. ಒಂಭತ್ತು ಗಂಟೆಗೆಲ್ಲಾ ತಪ್ಪದೇ ಬನ್ನಿ" ಎಂದು ಒತ್ತಾಯಿಸಿದಳು ಅದಿತಿ.

" ಆಯ್ತು , ಬರುತ್ತೇನೆ, ನಿಮಗೆ ಅಭ್ಯಂತರ ಇಲ್ಲದಿದ್ದರೆ ನಿಮ್ಮ ಫೋನ್ ನಂಬರ್ ಕೊಡುತ್ತೀರಾ?" ಎಂದ ಪ್ರಸಾದ.

"ಶೂರ್" ಎಂದು ಅದಿತಿ ಅವನಿಗೆ ತನ್ನ ಫೋನ್ ನಂಬರ್ ಕೊಟ್ಟು ಅವನ ಫೋನ್ ನಂಬರನ್ನು ತನ್ನ ಮೊಬೈಲಿನಲ್ಲಿ ಸೇವ್ ಮಾಡಿಕೊಂಡಳು.

===o===

"ಇವರು ನನ್ನ ಡ್ಯಾಡಿ, ಮಲ್ಲೇಶ್ವರಂ ಕಾಲೇಜಿನಲ್ಲಿ ಪ್ರೊಫೆಸರ್" ಎಂದು ನಿಜಗುಣಿಯನ್ನು ಪ್ರಸಾದನಿಗೆ ಪರಿಚಯಿಸಿದ ಅದಿತಿ, "ಇವರ ಹೆಸರು ಪ್ರಸಾದ್ ಅಂತ ಡ್ಯಾಡಿ, ನಮ್ಮ ಕಾಲೇಜಿನ ಮೋಸ್ಟ್ ಬ್ರಿಲಿಯಂಟ್ ಸ್ಟೂಡೆಂಟ್ " ಎಂದು ತನ್ನ ಡ್ಯಾಡಿಗೆ ಪ್ರಸಾದನನ್ನು ಪರಿಚಯಿಸಿದಳು.ಅವಳನ್ನು ಅಧಿಕೃತವಾಗಿ ದತ್ತು ತೆಗೆದುಕೊಂಡಿರದಿದ್ದರೂ ಅದಿತಿ ತನ್ನ ದೊಡ್ಡಪ್ಪ ನಿಜಗುಣಿಯನ್ನು ಡ್ಯಾಡಿ ಅಂತಲೂ ಮತ್ತು ದೊಡ್ಡಮ್ಮ ಅನುರಾಧಾಳನ್ನು ಮಮ್ಮಿ ಎಂತಲೂ ಕರೆಯುತ್ತಿದ್ದಳು.

" ನಮಸ್ಕಾರ ಸರ್, ಕಾಲೇಜಿಗೇ ಮೊದಲನೆಯವರಾಗಿ,ಆರು ಗೋಲ್ಡು ಮೆಡಲ್ ತೆಗೆದುಕೊಂಡವರು ನಿಮ್ಮ ಮಗಳು. ಸುಳ್ಳೇ ನನಗೆ ಕಾಂಪ್ಲಿಮೆಂಟ್ ಕೊಡುತ್ತಿದ್ದಾರೆ" ಎಂದು ನಿಜಗುಣಿಯ ಹಸ್ತಲಾಘವ ಸ್ವೀಕರಿಸುತ್ತಾ ನಕ್ಕ ಪ್ರಸಾದ.

"ಬ್ರಿಲಿಯನ್ಸ್ ಈಜ್ ನಾಟ್ ಮೆಜರ್ಡ್ ಬೈ ಮೆಡಲ್ಸ್" (ಪ್ರತಿಭೆಯನ್ನು ಮೆಡಲ್ ಗಳಿಂದ ಅಳೆಯಲಾದೀತೇ?) ಎಂದು ನಕ್ಕ ನಿಜಗುಣಿ, " ಕೂಡಿ " ಎನ್ನುತ್ತಾ ತಾವೂ ಸೋಫಾದಲ್ಲಿ ಕುಳಿತರು.

"ಇವರು ನನ್ನ ಮಮ್ಮಿ ಅನುರಾಧಾ, ಮಲ್ಲೇಶ್ವರಂ ಕಾಲೇಜಿನಲ್ಲಿ ಪ್ರಿನ್ಸಿಪಾಲರು."

"ನಮಸ್ಕಾರ ಮೇಡಂ" ಎಂದು ಸೋಫಾದಿಂದ ಮೇಲಕ್ಕೆ ಎದ್ದು ಕೈ ಮುಗಿದ ಪ್ರಸಾದ್.

ಮಾತಿನಂತೆ ಪ್ರಸಾದ ಆ ಭಾನುವಾರ ಬೆಳಗ್ಗೆ ಅದಿತಿಯ ಮನೆಗೆ ಬಂದಿದ್ದ.

" ನಮಸ್ಕಾರ, ಕೂಡಿ. ನಿಮ್ಮದು ಹುಣಸೂರು ಎಂದು ಹೇಳಿದಳು ಅದಿತಿ. ಹುಣಸೂರು ಎಂದರೆ ನಮಗೆ ನೆನಪಾಗುವುದು ದೇವರಾಜ ಅರಸರು. ಅವರು ನಿಮಗೆ ಪರಿಚಿತರೇ?" ಎಂದಳು.

" ಪರಿಚಿತರು ಎಂದರೆ ನಿಮ್ಮ ಹಾಗೆಯೇ ನಾನೂ ಅವರ ಬಗೆಗೆ ಮಾಧ್ಯಮಗಳ ಮೂಲಕ ತಿಳಿದಿರುವುದು ಅಷ್ಟೇ. ಅವರ ನೇರ ಪರಿಚಯ ಇಲ್ಲ ಮೇಡಂ. ಅವರು ಹೋದ ಮೇಲೆ ಈಗ ಜವರೇಗೌಡ ಎನ್ನುವವರು ಹುಣಸೂರಿನ ಎಂ.ಎಲ್.ಎ. ಆಗಿದ್ದಾರೆ. ನನ್ನ ತಂದೆ ಅವರ ಜಮೀನಿನಲ್ಲಿ ಮೇನೇಜರರಾಗಿ, ಅವರ ಹೊಲ, ತೋಟಗಳನ್ನು ನೋಡಿಕೊಳ್ಳುತ್ತಿದ್ದಾರೆ."

ಅಷ್ಟರಲ್ಲಿ ಅವರ ಮುಂದೆ ಇಡ್ಲಿ- ಚಟ್ನಿಯ ತಟ್ಟೆಗಳು ಬಂದವು.

" ತಿಂಡಿ ಮಾಡಿ " ಎಂದ ಅನುರಾಧಾ ಕಾಫಿ ಕಾಯಿಸಲು ಕಿಚನ್ ಒಳಗೆ ಹೋದರು. ಮೂವರೂ ಮಾತಾಡುತ್ತಾ ತಿಂಡಿ ಮಾಡಿದರು. ಕಾಫಿ ಕುಡಿದಾದ ಮೇಲೆ ಅದಿತಿ ಪ್ರಸಾದನನ್ನು ಎರಡನೇ ಮಹಡಿಯ ತನ್ನ ವ್ಯಾಸಂಗದ ಕೋಣೆಗೆ ಕರೆದುಕೊಂಡು ಹೋದಳು. ಅಲ್ಲಿಯ ಅವಳ ಸುಸಜ್ಜಿತವಾದ ಕೊಠಡಿಯನ್ನು ನೋಡಿ ಪ್ರಸಾದ,

" ಓದಿಕೊಳ್ಳಲು ಚೆನ್ನಾಗಿದೆ ನಿಮ್ಮ ಕೋಣೆ " ಎನ್ನುತ್ತಾ ಪುಸ್ತಕಗಳನ್ನು ಇರಿಸಿದ್ದ ಗೋಡೆಯ ಕಪಾಟಿನ ಹತ್ತಿರ ಹೋಗಿ, ಅವುಗಳನ್ನು ಪರಿಶೀಲಿಸಿ,

"ಎಲ್ಲಾ ಮೆಡಿಕಲ್ ಪುಸ್ತಕಗಳನ್ನೂ ಇಟ್ಟಿದ್ದೀರಾ, ಭೇಷ್" ಎಂದ.

" ಯಾಕೆ ನಿಮ್ಮ ಹತ್ತಿರವೂ ಇಷ್ಟೇ ಪುಸ್ತಕಗಳೂ ಇರಬೇಕಲ್ಲಾ? ' ಎಂದಳು.

" ತೀರಾ ಅಗತ್ಯವಾದ ಪುಸ್ತಕಗಳನ್ನು ಮಾತ್ರ ನಾನು ಕೊಂಡಿದ್ದೇನೆ. ಮಿಕ್ಕಂತೆ ಲೈಬ್ರರಿಯಲ್ಲಿ ಕುಳಿತು ಓದುತ್ತಿದ್ದೆ. ಆನ್ ಲೈನಿನಲ್ಲಿ ಓದುವುದು ಕಿರಿ-ಕಿರಿ ಅನ್ನಿಸಿ ಯಾವ ಸಾಫ್ಟ್ -ವೇರುಗಳನ್ನು ನಾನು ಕೊಂಡಿಲ್ಲ. ಮತ್ತೆ ನನಗೆ ಬೇಕಾದರೆ ಇಲ್ಲಿಯ ಪುಸ್ತಕಗಳನ್ನು ಎರವಲು ಪಡೆಯಬಹುದೇ?" ಎಂದ.

" ನೀವು ಯಾವ ಪುಸ್ತಕ ಬೇಕಾದರೂ ಎತ್ತಿಕೊಳ್ಳಿ. ಒಂದು ಸಲಹೆ ನೀವು ಇಲ್ಲಿಗೇ ಬಂದು ನಾವು ಕಂಬೈಂಡ್ ಸ್ಟಡಿ ಮಾಡಿದರೆ ಹೇಗೆ ? ' ಎಂದಳು.

" ಅದಕ್ಕೆ ನಿಮ್ಮ ಮಮ್ಮಿ -ಡ್ಯಾಡಿಯ ಅಭ್ಯಂತರ ಇಲ್ಲವೇ?"

"ಚೆನ್ನಾಗಿ ಕೇಳುತ್ತೀರಿ, ನನ್ನ ಓದಿಗೆ ಅನುಕೂಲವಾಗುವ ಎಲ್ಲವನ್ನೂ ನನ್ನ ಮಮ್ಮಿ ಡ್ಯಾಡಿ ಮಾಡಿಕೊಡುತ್ತಾರೆ. ಬೇಕೆಂದರೆ ಅವರ ಕೈಯಲ್ಲೇ ಹೇಳಿಸಲೇ? 'ಎಂದಳು.

" ಬೇಡ ,ಬೇಡ ನೀವು ಹೇಳಿದಂತೆ ನಾನು ಆಗಾಗ್ಗೆ ಬರುತ್ತೇನೆ. ಇಷ್ಟೊಂದು ಪುಸ್ತಕಗಳು ನನ್ನ ಹತ್ತಿರ ಇಲ್ಲ. ಇಲ್ಲಿಗೆ ಬಂದರೆ ನನಗೂ ಅನುಕೂಲ" ಎಂದ.

"ಒಂದು ಕೆಲಸ ಮಾಡುವಾ, ನೀವು ರಾತ್ರಿ ಇಲ್ಲಿಗೆ ಹಾಲ್ಟಿಗೆ ಬಂದು ಬಿಡಿ, ನಿಮಗೆ ಅಭ್ಯಂತರ ಇಲ್ಲದಿದ್ದರೆ" ಎಂದಳು ಅದಿತಿ.

ಮಾರನೆಯ ದಿನದಿಂದಲೇ ಅದಿತಿಯ ಮನೆಗೆ ಪ್ರಸಾದ ಬರಲು ಪ್ರಾರಂಭಿಸಿ ಅವರು ರಾತ್ರಿ ಎರಡು-ಮೂರು ಘಂಟೆಗಳವರೆಗೆ ಓದು- ಚರ್ಚೆಗಳಲ್ಲಿ ನಿರತರಾಗಿ ಮೂರು ತಿಂಗಳ ಅಂತರದಲ್ಲಿ ಇದ್ದ ಪರೀಕ್ಷೆಗೆ ಸಿದ್ಧತೆಗಳನ್ನು ನಡೆಸತೊಡಗಿದರು.

"ಅದಕ್ಕೇನಂತೆ,ಒಟ್ಟಿಗೆ ಓದಿಕೊಳ್ಳಿ" ಎಂದಿದ್ದಳು ಅನುರಾಧಾ. ರಾತ್ರಿಯ ಊಟ ಮಾಡಿಯೇ ಬರುತ್ತಿದ್ದ ಪ್ರಸಾದ, 'ಇಲ್ಲಿಯೇ ಒಟ್ಟಿಗೆ ನಮ್ಮ ರೂಮಿನಲ್ಲೇ ಊಟ ಮಾಡಿದರೆ ಆಯ್ತು ' ಎಂದ ಅದಿತಿಯ ಮಾತಿಗೆ ಒಪ್ಪದೆ.

===o===

"ನಾನು ಪ್ರಸಾದನನ್ನು ಮದುವೆ ಆಗಬೇಕು ಅಂದುಕೊಂಡಿದ್ದೇನೆ,ಅದಕ್ಕೆ ನಿಮ್ಮ ಅಭಿಪ್ರಾಯವೇನು?" ಒಂದು ಬೆಳಗ್ಗೆ ಅದಿತಿ ಇದ್ದಕ್ಕಿದ್ದ ಹಾಗೆ ತನ್ನ ಅಭಿಪ್ರಾಯವನ್ನು ದಿಢೀರ್ ಎಂದು ವ್ಯಕ್ತಪಡಿಸಿದಾಗ, ವಿಚಲಿತಳಾದ ಅನುರಾಧಾ ನಿಜಗುಣಿಯ ಮುಖ ನೋಡಿದಳು. ಆ ಬೆಳಗ್ಗೆ ಮೂವರೂ ಬೆಳಗಿನ ಉಪಾಹಾರ ಸೇವಿಸುತ್ತಾ ಕುಳಿತಿದ್ದರು. ಅದಿತಿ ತನ್ನ ಸ್ನಾತಕೋತ್ತರ ಪದವಿಯ ಪ್ರವೇಶದ ಪರೀಕ್ಷೆಗಳನ್ನು ಮುಗಿಸಿ ಫಲಿತಾಂಶಕ್ಕೆ ಕಾಯುತ್ತಿದ್ದಳು. ಪ್ರಸಾದ ಹುಣಸೂರಿನ ತನ್ನ ಮನೆಗೆ ಹೋಗಿದ್ದ.

"ಯಾವ ಪ್ರಸಾದ?" ನಿಜಗುಣಿ ಕೇಳಿದ.

"ಅದೇ,ನನ್ನ ಕ್ಲಾಸ್-ಮೇಟ್ ಮತ್ತು ನನ್ನ ಜೊತೆಯಲ್ಲಿ, ನಮ್ಮ ಮನೆಗೆ ಬಂದು ಓದುತ್ತಿದ್ದ ಡಾಕ್ಟರ್ ಪ್ರಸಾದ."

"ಇದೇನು ಯಾವ ಹಿಂದೂ ಮುಂದೂ ಇಲ್ಲದೆ ದಿಢೀರ್ ಅಂತ ತೀರ್ಮಾನಿಸಿದ್ದೀಯಾ?" ಅನುರಾಧಾ ಕೇಳಿದಳು.

" ಇದನ್ನು ನಾನು ಇನ್ನೂ ತೀರ್ಮಾನಿಸಿಲ್ಲ, ನನ್ನ ಅನ್ನಿಸಿಕೆ ಹೇಳಿದ್ದೇನೆ ಅಷ್ಟೇ. ತೀರ್ಮಾನಿಸಬೇಕಾದವರು ನೀವು," ಎಂದಳು ಅದಿತಿ.

" ಇದು ಗಂಭೀರವಾದ ವಿಷಯ. ಇದನ್ನು ನಾವೆಲ್ಲರೂ ಒಟ್ಟಿಗೆ ಕುಳಿತು ಚರ್ಚಿಸಿ ನಿರ್ಧರಿಸ ಬೇಕು" ನಿಜಗುಣ ತನ್ನ ಅಭಿಪ್ರಾಯ ಹೇಳಿದ. ನಾವೆಲ್ಲರೂ ಎಂದರೆ ಯಾರು-ಯಾರು ಡ್ಯಾಡ್?"ಎಂದಳು ಅದಿತಿ.

"ಭಾರತಿ-ಭೂಷಣ, ಮತ್ತು ನಿನ್ನ ತಾತ ,ಎಲ್ಲರೂ ಸೇರಿ ಚರ್ಚಿಸೋಣ. ಸಮಯ ಬರಲಿ. ಅವರು ಬರ್ಮಿಂಗ್-ಹ್ಯಾಮಿನಿಂದ ಬೆಂಗಳೂರಿಗೇ ಬಂದು ನೆಲೆಸುತ್ತಾರಂತೆ. ಹಾಗೆಂದು ಭಾರತಿ ನನಗೆ ಫೋನ್ ಮಾಡಿ ತಿಳಿಸಿದ್ದಾಳೆ. ಈಗ ದಿತಿಗೂ ಸಹ ಬೆಂಗಳೂರಿನಲ್ಲೇ ಉದ್ಯೋಗ ಸಿಕ್ಕಿದೆಯಂತೆ. ಅವರೆಲ್ಲಾ ಬರಲಿ. ದಿತಿಯ ಮದುವೆಯ ವಿಷಯವನ್ನೂ ಮಾತಾಡುವುದು ಇದೆ. ಸಾಧ್ಯವಾದರೆ ನಿಮ್ಮಿಬ್ಬರ ಮದುವೆಯನ್ನು ಒಟ್ಟಗೇ ಮಾಡುವ ಇರಾದೆ ಇದೆ" ಎಂದಳು ಅನುರಾಧ.

"ಒಟ್ಟಿಗೇ ಯಾಕೆ ಮಾಡಬೇಕು?" ಅದಿತಿ ಕೇಳಿದಳು.

"ಅದು ನಿನ್ನ ತಾತನ ಅಪೇಕ್ಷೆ. ಅವರಿಗೆ ಈಗಾಗಲೇ ಎಂಬತ್ತು ಎರಡು ವರ್ಷಗಳು. ಭಾರತಿ-ಭೂಷಣ ಮತ್ತು ದಿತಿ ಇಲ್ಲಿಗೆ ಬಂದ ಮೇಲೆ ನಾವೆಲ್ಲರೂ ಒಮ್ಮೆ ತಂಜಾವೂರಿಗೆ ಹೋಗೋಣ,ತಾತನನ್ನ ನೋಡಲಿಕ್ಕೆ. ಆಗ ಅಲ್ಲಿ ಮದುವೆ ವಿಚಾರ ಚರ್ಚಿಸೋಣ,ಏನಂತೀಯಾ?"

"ಆಯ್ತು ಮಮ್ಮೀ ಹಾಗೇ ಮಾಡೋಣ. ಮತ್ತೆ ದಿತಿಗೆ, ಇಲ್ಲೇ ಬೆಂಗಳೂರಿನಲ್ಲಿಯೇ, ಉದ್ಯೋಗ ಸಿಕ್ಕಿರುವುದು ನನಗೆ ಈಗ ಗೊತ್ತಾಯ್ತು. ಬಹಳ ಖುಷಿಯ ಸುದ್ದಿ. ಅವರೆಲ್ಲರನ್ನೂ ನೋಡಿ ಸುಮಾರು ವರ್ಷಗಳೇ ಆದವು. ಮತ್ತೆ ಕೀರ್ತಿ ಈಗ ಲಂಡನ್ ಬಿಟ್ಟುಬಂದು ತಂಜಾವೂರಿನಲ್ಲಿಯೇ ನೆಲೆಸಿದ್ದಾನಂತೆ. ಅವನನ್ನೂ ನೋಡಿದ ಹಾಗಾಯ್ತು. ಒಳ್ಳೇ ಐಡಿಯಾ" ಎಂದು ನಕ್ಕಳು.

===o===

ದಿತಿಯೂ ಸಹ ಬೆಂಗಳೂರಿನ ಇನ್ಫೋಸಿಸ್ ನಲ್ಲಿ ಮಾನವ ಸಂಪನ್ಮೂಲಗಳ ವಿಭಾಗದಲ್ಲಿ ಅರ್ಜಿ ಹಾಕಿ ನೌಕರಿ ಪಡೆದಿದ್ದಳು. ಅವಳು ಬೆಂಗಳೂರಿಗೆ ಬಂದು ನೆಲೆಸಲು ನಿರ್ಧಾರ ಮಾಡುವಲ್ಲಿ ಜಾನ್ ವರ್ಗಿಸನ ಜೊತೆಯಲ್ಲಿ ಇರಬೇಕು ಎನ್ನುವುದು ಮುಖ್ಯವಾಗಿತ್ತು. ಅವರಿಬ್ಬರೂ ಮದುವೆ ಆಗುವುದೆಂದು, ಅವನು ಲಂಡನ್ ಬಿಡುವ ಮೊದಲು, ಬೀಳ್ಕೊಡುಗೆಯ ಆ ರಾತ್ರಿ ಇಬ್ಬರೂ ಚರ್ಚಿಸಿ ನಿರ್ಧಾರಕ್ಕೆ ಬಂದಿದ್ದರು.

ಜಯಕೀರ್ತಿ ಲಂಡನ್ ಬಿಟ್ಟು ಹೋಗಿದ್ದು, ಈಗ ದಿತಿಯೂ ಸಹ ಬೆಂಗಳೂರಿಗೆ ಹೋಗುತ್ತಿರುವುದು, ಭಾರತಿ – ಭೂಷಣ್ ಅವರಿಗೆ ತಾವೂ ಯಾಕೆ ಬೆಂಗಳೂರಿನಲ್ಲಿ ನೆಲೆಸಬಾರದು ಎನ್ನುವ ಆಲೋಚನೆಗಳಿಗೆ ಒಳಗು ಮಾಡಿತ್ತು.

===o===

ಪಿ.ಜಿ. ಎಂಟ್ರೆನ್ಸ್ ಪರೀಕ್ಷೆಯ ರಿಸಲ್ಟುಗಳು ಬಂದು ಇಬ್ಬರೂ ಮುನ್ನೂರನೇ ರ್ಯಾಂಕಿನ ಒಳಗೆ ಇದ್ದು ಅವರಿಗೆ ಯಾವ ಕಾಲೇಜಿನಲ್ಲಿಯಾದರೂ ಯಾವ ಕೋರ್ಸನ್ನಾದರೂ ಆಯ್ದುಕೊಳ್ಳುವ ಮೆರಿಟ್ ಬಂದಿತ್ತು ಅದಿತಿ ಮತ್ತು ಪ್ರಸಾದರಿಗೆ.

"ಕಂಗ್ರಾಟ್ಸ್, ಮತ್ತೆ ಯಾವ ಕೋರ್ಸನ್ನು ಎಲ್ಲಿ ಆರಿಸಿಕೊಳ್ಳಬೇಕೂಂತಿದಿಯಾ? ' ಕಲಾವತಿ ಪ್ರಸಾದನನ್ನು ಕೇಳಿದಳು. ಈಗ ಕಲಾವತಿ ತನ್ನ ಎಲ್. ಎಲ್. ಬಿ. ಯನ್ನು ಪಾಸಾಗಿ, ಬಾರ್ ಕೌನ್ಸಿಲ್ ಪರೀಕ್ಷೆಯಲ್ಲೂ ಪಾಸಾಗಿ, ಹೆಸರು ನೋಂದಾಯಿಸಿ, ಮೈಸೂರಿನಲ್ಲಿಯೇ ತನ್ನ ಲಾ ಪ್ರ್ಯಾಕ್ಟೀಸ್ ಪ್ರಾರಂಭಿಸಿದ್ದಳು. ಕೋರ್ಟಿಗೆ ಸಮೀಪದ ಗೀತಾ ರಸ್ತೆಯಲ್ಲಿನ ಮೂರು ರೂಮುಗಳ ಒಂದು ಅಪಾರ್ಟುಮೆಂಟನ್ನು ಕೊಂಡಿದ್ದರು ಜವರೇಗೌಡರು ಅವಳಿಗಾಗಿ. ತನ್ನ ಅಪಾರ್ಟುಮೆಂಟಿನ ರೂಮಿನಲ್ಲಿ ಪ್ರಸಾದನನ್ನು ಬರ ಹೇಳಿ ಅವರು ಮಾತಾಡುತ್ತಾ ಕುಳಿತಿದ್ದರು ಆ ಭಾನುವಾರ ಬೆಳಗ್ಗೆ.

"ನನಗೆ ಜನರಲ್ ಸರ್ಜರಿಯ ಎಂ.ಎಸ್ . ಕೋರ್ಸಿಗೆ ಸೇರುವ ಇಷ್ಟ ಇದೆ. ಅದು ಸಿಕ್ಕರೆ ಸೇರುತ್ತೇನೆ" ಎಂದ ಪ್ರಸಾದ.

"ಮುನ್ನೂರನೇ ಸ್ಥಾನದಲ್ಲಿ ಇರುವ ನಿನಗೆ ಸಿಕ್ಕೇ ಸಿಕ್ಕುತ್ತದೆ. ಮತ್ತೆ ಯಾವಾಗ ನಿನ್ನ ಕೌನ್ಸೆಲಿಂಗ್ ? '

" ಆಗಸ್ಟು ಐದನೇ ತಾರೀಕು; ಇನ್ನೂ ಹತ್ತು ದಿನಗಳು ಇವೆ" ಎಂದ ಪ್ರಸಾದ.

" ಆಯ್ತು , ನಿನಗೆ ಯಾವ ಊರಿನಲ್ಲಿ ಬೇಕಾದರೂ ಸೀಟು ಸಿಕ್ಕುತ್ತೆ ಅಂದುಕೋ, ಆಗ ಎಲ್ಲಿ ಸೇರುತ್ತೀಯಾ? '

" ಬೆಂಗಳೂರಿನಲ್ಲಿಯೇ ಸೇರಬೇಕು ಅಂದುಕೊಂಡಿದ್ದೇನೆ."

"ಬೆಂಗಳೂರೇ ಯಾಕೆ? ಊರಿಗೆ ಹತ್ತಿರವಾಗಿ ಮತ್ತೆ ನನಗೂ ಹತ್ತಿರವಾಗಿ, ನೀನು ಮೈಸೂರನ್ನು ಯಾಕೆ ಆಯ್ಕೆ ಮಾಡಿಕೊಳ್ಳಬಾರದು?" ಎಂದು ಕೇಳಿದಳು ಕಲಾವತಿ.,

" ಬೆಂಗಳೂರಿನಲ್ಲಿ ನನ್ನ ಕ್ಲಾಸ್- ಮೇಟ್ ಅದಿತಿ ಅಂತ ಇದ್ದಾಳೆ. ತುಂಬಾ ಜಾಣೆ. ನಾನು ಅವಳ ಜೊತೆಗೆ ಕಂಬೈಂಡ್ ಸ್ಟಡಿ ಮಾಡಿದ್ದರಿಂದಲೇ ನನಗೆ ಇಷ್ಟು ಉತ್ತಮ ದರ್ಜೆ ಸಿಕ್ಕಿದ್ದು.ಅಲ್ಲಿಯಾದರೆ ನನಗೆ ಅವಳು ಓದಲಿಕ್ಕೆ, ಚರ್ಚೆ ವಿಚಾರ ವಿನಿಮಯಗಳಿಗೆ ಸಿಕ್ಕುತ್ತಾಳೆಯಾಗಿ ಬೆಂಗಳೂರಿನ ಕಾಲೇಜು ಸೇರಿದರೆ ನನ್ನ ಓದಿಗೆ ಹೆಚ್ಚು

ಸಹಾಯವಾಗುತ್ತದೆ ಎಂದು, ಅಷ್ಟೇ" ಎಂದ.

" ಅವಳನ್ನು ನೀನು ಲವ್ ಮಾಡ್ತಾ ಇದ್ದೀಯಾ?" ಅವನನ್ನು ದಿಟ್ಟಿಸಿ ನೋಡುತ್ತಾ ಕೇಳಿದಳು ಕಲಾವತಿ.

" ಇದೇನು, ಇದ್ದಕ್ಕಿದ್ದ ಹಾಗೇ ಹೀಗೇ ಕೇಳ್ತಾ ಇದ್ದೀಯಾ ?"ನಸು ನಗುತ್ತಾ ಕೇಳಿದ.

"ಹೇಳು, ನೀನು ಅವಳನ್ನು ನಿಜವಾಗಲೂ ಲವ್ ಮಾಡ್ತಾ ಇದ್ದೀಯಾ ? ಯಾಕೆ ಕೇಳುತ್ತಿದ್ದೇನೆ ಎಂದರೆ, ನಾನು ಚಿಕ್ಕಂದಿನಿಂದಲೂ ನಿನ್ನನ್ನು ಇಷ್ಟಪಡುತ್ತಿದ್ದೇನೆ. ನಿನ್ನ ಹತ್ತಿರ ನನಗೆ ಯಾವ ಸಂಕೋಚ ನೇರವಾಗಿ ಹೇಳುತ್ತೇನೆ, ಕೇಳು; ನಾನು ನಿನ್ನನ್ನೇ ಮದುವೆಯಾಗಬೇಕು ಎಂದು ಅಂದುಕೊಂಡಿದ್ದೇನೆ. ಅದಕ್ಕೆ ನಿನ್ನ ಅಭಿಪ್ರಾಯ ಏನು ಹೇಳು?" ಎನ್ನುತ್ತಾ ಅವನ ಎರಡು ಕೈ ಗಳನ್ನು ಹಿಡಿದಳು.

ಪ್ರಸಾದ ರೋಮಾಂಚಿತನಾಗಿ, ಏನೂ ಮಾತಾಡದೆ, ಅವಳ ಕೈಯನ್ನು ಚುಂಬಿಸಿ,

"ನನಗೂ ನೀನು ಎಂದರೆ ಇಷ್ಟ. ಆದರೆ ಇದು ಸಾಧ್ಯವೇ? ' ಎಂದ.

" ಇದು ಅಂದರೆ ಯಾವುದು?"

" ನೋಡು, ಇಲ್ಲಿ ನಮ್ಮ ಮಧ್ಯೆ ಜಾತಿ ಮತ್ತು ಅಂತಸ್ತುಗಳ ಬಹು ದೊಡ್ಡ ಅಡ್ಡಗೋಡೆ ಇದೆ. ಆದ್ದರಿಂದ ನಮ್ಮ ಮದುವೆ ಸಾಧ್ಯವೇ? ಇದಕ್ಕೆ ನಿನ್ನ ಅಪ್ಪ ಅಮ್ಮ ಖಂಡಿತಾ ಒಪ್ಪಲಾರರು, ಏನು ಹೇಳುತ್ತೀಯಾ?"

ಕಲಾವತಿ ಎದ್ದುನಿಂತು ಅವನನ್ನು ಆಲಂಗಿಸಿಕೊಂಡು,

" ನಾನು-ನೀನು ಇಷ್ಟಪಟ್ಟರೆ, ಆಗ ಅಪ್ಪ- ಅಮ್ಮರೂ ಒಪ್ಪಲೇ ಬೇಕಾಗುತ್ತದೆ. ಅವರನ್ನು ಒಪ್ಪಿಸುವ ಜವಬ್ದಾರಿ ನನಗೆ ಬಿಡು. ನೀನು ಆ ನಿನ್ನ ಕ್ಲಾಸ್- ಮೇಟ್ ನ್ನು ಪ್ರೀತಿಸುತ್ತಿದ್ದರೆ, ಈಗಲೇ ಹೇಳಿಬಿಡು" ಎಂದಳು.

"ಇಲ್ಲಪ್ಪಾ , ಅವಳು ನನ್ನ ಬೆಸ್ಟ್ ಫ್ರೆಂಡ್ ಅಷ್ಟೇ. ನನಗೆ ಅದಿತಿಯ ಬಗೆಗೆ ಆ ಭಾವನೆಗಳು ಇಲ್ಲ."

" ಅವಳ ಜಾತಿ ಯಾವುದು?"

"ನನಗೆ ಗೊತ್ತಿಲ್ಲ, ಆದರೆ ಅವರ ನಡತೆಗಳ ರೀತಿ ನೀತಿ ನೋಡಿದರೆ ಬ್ರಾಹ್ಮಣರು ಇರಬೇಕು ಅನ್ನಿಸುತ್ತೆ. ಯಾವ ಜಾತಿಯಾದರೆ ಏನು ಬಿಡು, ನಾನೇನು ಅವಳನ್ನು ಮದುವೆಯ ದೃಷ್ಟಿಯಲ್ಲಿ ಯಾವತ್ತೂ ನೋಡಿಲ್ಲ. ಮತ್ತೆ ನನ್ನ ಎಂ.ಎಸ್ .ಇನ್ನೂ ಮೂರು ವರ್ಷಗಳು ಇದೆ. ಆ ಮೇಲೆಯೇ ಮದುವೆಯ ವಿಚಾರ . ಈಗ ಯಾಕೆ ಆ ಮಾತುಗಳು?"

" ನೊ, ನೋ, ನೋ ಇದು ಈಗಲೇ ಇತ್ಯರ್ಥ ಆಗಬೇಕು. ನಿನಗೆ ನನ್ನನ್ನೇ ಮದುವೆಯಾಗುವ ಇಷ್ಟ ಇದ್ದರೆ, ಹಾಗೆಂದು ಪ್ರಾಮಿಸ್ ಮಾಡು " ಎಂದಳು ಕಲಾವತಿ.

" ಇದೇನು ಕಲಾ ಹೀಗೆ ಮಾತಾಡುತ್ತಿದ್ದೀಯಾ? ಅದಕ್ಕೆ ನಿನ್ನ ಅಪ್ಪ- ಅಮ್ಮ ಖಂಡಿತಾ ಒಪ್ಪುವುದಿಲ್ಲ. ಇದು ನಿನಗೆ ಗೊತ್ತಿದ್ದೂ ಅದು ಹೇಗೆ ನನ್ನನ್ನು ನೀನು ಮದುವೆಯಾಗಲು ಇಷ್ಟಪಡುತ್ತೀಯೋ ನನಗೆ ಅರ್ಥವಾಗುತ್ತಿಲ್ಲ" ಎಂದ.

" ನೋಡು ಪ್ರಸಾದ, ನನಗೆ ಈ ಜಾತಿಗಳಲ್ಲಿ ನಂಬಿಕೆ ಇಲ್ಲ, ಮತ್ತೆ ಅಂತಸ್ತುಗಳ ಪ್ರಶ್ನೆ, ನಿನ್ನ ತಂದೆ ಮತ್ತು ನನ್ನ ತಂದೆಯ ಅಂತಸ್ತುಗಳ ಮಧ್ಯೆ ಅಂತರ ಇದ್ದಿರಬಹುದು. ಆದರೆ

ನಮ್ಮಿಬ್ಬರ ಅಂತಸ್ತುಗಳ ಮಧ್ಯೆ ಅಂತಹ ಅಂತರ ಇಲ್ಲವಲ್ಲ? ನಾನು ಲಾಯರ್ ಮತ್ತು ನೀನು ಎಂ.ಎಸ್ ಮಾಡಿ ಪ್ರಸಿದ್ಧ ಸರ್ಜನ್ ಆಗುತ್ತೀಯಾ. ಹಾಗೆ ನೋಡಿದರೆ ನನಗಿಂತ ದೊಡ್ಡದೇ ಆಗಿರುತ್ತದೆ ನಿನ್ನ ಅಂತಸ್ತು" ಎಂದು ನಕ್ಕಳು. ಪ್ರಸಾದನಿಗೆ ಖುಷಿಯಾಗಿ ಏನೂ ಮಾತಾಡದೆ ಅವಳನ್ನು ತಬ್ಬಿಕೊಂಡ.

===o===

ಕಲಾವತಿಯ ಇಷ್ಟದಂತೆ ಪ್ರಸಾದ ಮೈಸೂರು ಮೆಡಿಕಲ್ ಕಾಲೇಜು ಸೇರಿದ. ಚಿಕ್ಕಂದಿನಿಂದಲೂ ಕಲಾವತಿಯ ಆಕರ್ಷಣೆಯಲ್ಲಿ ಅವಳ ಕನಸು ಕಾಣುತ್ತಿದ್ದ ಪ್ರಸಾದ, ಜಾತಿ ಮತ್ತು ಅಂತಸ್ತುಗಳ ಕಾರಣವಾಗಿ, ಅದು ಈ ಜನ್ಮದಲ್ಲಿ ಆಗದ್ದು ಎಂದುಕೊಂಡು, ತನ್ನ ಅನಿಸಿಕೆಗಳನ್ನು ಯಾರ ಮುಂದೆಯೂ ಬಾಯಿ ಬಿಟ್ಟಿರಲಿಲ್ಲ. ಈಗ ಕಲಾವತಿಯೇ ಅವನನ್ನು ಪ್ರೀತಿಸುತ್ತೇನೆ ಮತ್ತು ಮದುವೆ ಆಗಲು ಬಯಸುತ್ತೇನೆ ಎಂದು ಹೇಳಿದ್ದು ,ಅವನ ಮುಂದೆ ಹೊಸತೊಂದು ಖುಷಿಯ ಲೋಕವೇ ಕಾಣಿಸಿಕೊಂಡು, ಸಂಭ್ರಮಿತನಾದ.

===o===

ಅತ್ತ ಅದಿತಿ ಬೆಂಗಳೂರಿನ ರಾಮಯ್ಯ ಮೆಡಿಕಲ್ ಕಾಲೇಜಿನಲ್ಲಿ ಎಂ.ಡಿ.

(ಪೀಡಿಯಾಟ್ರಿಕ್ಸ್) ಸೇರಿಕೊಂಡಳು.

ಒಂದು ದಿನ ಬೆಳಗ್ಗೆ ಪ್ರಸಾದ ಹೂವು-ಹಣ್ಣುಗಳನ್ನು ಹಿಡಿದು ಅದಿತಿಯ ಮನೆಗೆ ಬಂದ, ಅವಳನ್ನು ಬೀಳ್ಕೊಳ್ಳಲು. ಅವರಿಬ್ಬರೂ ಕಾಫಿ ಕುಡಿದಾದ ಮೇಲೆ ಅದಿತಿಯ ಕೋಣೆಯಲ್ಲಿ ಕುಳಿತು ಮಾತಾಡುತ್ತಿದ್ದರು. ಆ ಮನೆಗೆ ಪ್ರಸಾದ ಬಂದು ಹೋಗುವುದು ರೂಢಿಯಾಗಿ, ನಿಜಗುಣಿ ಮತ್ತು ಅನುರಾಧ ಅವನನ್ನು ಮನೆಯಲ್ಲಿ ಒಬ್ಬ ಎಂದು ಪರಿಗಣಿಸಿ, ಅವನು ಬಂದಾಗ ಬರೀ "ಹೈ" ಎನ್ನುತ್ತಿದ್ದರು. ಅವನು ಮೆಟ್ಟಿಲು ಹತ್ತಿ ನೇರ ಅದಿತಿಯ ಕೋಣೆಗೆ ಹೊಗುತ್ತಿದ್ದ.

"ನೀವು ಬೆಂಗಳೂರಿನಲ್ಲಿಯೇ ಸೇರುತ್ತೀರಿ ಅಂದುಕೊಂಡಿದ್ದೆ, ಮೈಸೂರಿನಲ್ಲಿ ಸೇರಿ ನನಗೆ ನಿರಾಶೆ ಮಾಡಿದಿರಿ" ಎಂದಳು ಅದಿತಿ.

" ಸಾರಿ, ನನಗೂ ಇಲ್ಲಿಯೇ ಸೇರುವ ಇಷ್ಟ ಇದ್ದರೂ, ಅನಿವಾರ್ಯವಾಗಿ ಮೈಸೂರಿನಲ್ಲಿ ಸೇರಬೇಕಾಗಿ ಬಂತು" ಎಂದ ಪ್ರಸಾದ.

" ಅಂಥಾ ಅನಿವಾರ್ಯತೆ ಏನು ಎಂದು ಕೇಳಬಹುದೇ? ' ಎಂದಳು ಅದಿತಿ.

"ನಾನು ನಿಮಗೆ ಈ ಹಿಂದೆ ನನ್ನ ವಿಚಾರ ಹೇಳಿರಲಿಲ್ಲ. ಈಗ ಹೇಳುತ್ತೇನೆ ಕೇಳಿ. ನಾವು ಮತ್ತೆ ಯಾವಾಗ ಭೇಟಿಯಾಗುತ್ತೇವೆಯೋ ಗೊತ್ತಿಲ್ಲ. ನನ್ನ ತಂದೆ ಹುಣಸೂರಿನ ಎಂ.ಎಲ್. ಎ. ಜವರೇಗೌಡ ಎನ್ನುವವರ ಜಮೀನಿನ ಮೇನೇಜರರು. ನಾವು ಎಸ್.ಸಿ.ಗಳು..."

"ಎಸ್.ಸಿ.ಅಂದರೆ ಏನು?"

" ಷೆಡ್ಯೂಲ್ಡ್ ಕ್ಯಾಸ್ಟ್ ಅಂತ, ಅಂದರೆ ನಾವು ದಲಿತರು ಅಂದರೆ ಈ ಹಿಂದೂ ಸಮಾಜ ನಮ್ಮನ್ನು ಮುಟ್ಟಿಸಿಕೊಳ್ಳುವುದಿಲ್ಲ"

"ಯಾಕೆ ಮುಟ್ಟಿಸಿಕೊಳ್ಳುತ್ತಿಲ್ಲಾ? ನೀವು ನಮ್ಮ ಮನೆಗೆ ಬಂದಿರಲ್ಲವೇ? ನಮ್ಮ ಜೊತೆ ತಿಂಡಿ ಮಾಡಿದಿರಿ ಮತ್ತೆ ನಮ್ಮ ಮನೆಯಲ್ಲೇ ತಂಗಿದ್ದೀರಲ್ಲಾ? ನನ್ನ ಅಪ್ಪ-ಅಮ್ಮ ನಿಮ್ಮ

ಜೊತೆಗೆ ಸಹಾಜವಾಗಿಯೇ ಇದ್ದಾರಲ್ಲಾ? ಯಾಕೆ ಈ ರೀತಿ ಹೇಳುತ್ತೀರಿ?" ಎಂದಳು ಅಸ್ಪೃಶ್ಯತೆಯ ಗಾಳಿ-ಗಂಧ ಗೊತ್ತಿಲ್ಲದ ಮುಗ್ಧ ಅದಿತಿ. ಅವಳ ಮಾತಿಗೆ ನಕ್ಕ ಪ್ರಸಾದ,

"ಬೆಂಗಳೂರಿನಂತ ದೊಡ್ಡ ಸಿಟಿಯಲ್ಲಿ ಜಾತಿಗಳ ಲೆಕ್ಕಾಚಾರ ಇರುವುದಿಲ್ಲ. ಸಿಟಿಗಳಲ್ಲಿ ಎಲ್ಲರಿಗೂ ಅರ್ಥವಾಗುವ ಮತ್ತು ಎಲ್ಲರಿಗೂ ಮುಖ್ಯವಾದ ಭಾಷೆ , ಹಣ ಒಂದೇ. ಆದರೆ ಹಳ್ಳಿ ಮತ್ತು ಪಟ್ಟಣಗಳಲ್ಲಿ ಜಾತಿಯ ಆಧಾರದ ಮೇಲೆಯೇ ವ್ಯವಹಾರ ಸಂಬಂಧಗಳು ನಡೆಯುವುದು. ಈ ಜಾತಿಗಳು ಹಿಂದೂ ಧರ್ಮಕ್ಕೆ ತಗಲಿರುವ ವಿಷಮ ಕಾಯಿಲೆಗಳು. ಅದರಲ್ಲೂ ದಲಿತ ಅಥವಾ ಅಸ್ಪೃಶ್ಯ ಎನ್ನುವ ಕಲ್ಪನೆ ಕುಷ್ಟ ರೋಗಕ್ಕಿಂತಲೂ ಭಯಾನಕವಾದದ್ದು. ನಿಮ್ಮ ತಂದೆ-ತಾಯಿಗಳಿಗೆ ನಾನು ಅಸ್ಪೃಶ್ಯ ವರ್ಗಕ್ಕೆ ಸೇರಿದವನು ಎನ್ನುವುದು ಗೊತ್ತಿರಲಾರದು" ಎಂದವನು, "ಅವರಿಗೆ ಇರಲಿ,ನಿನಗೆ ಗೊತ್ತಿತ್ತೇ ಹೇಳು?" ಎಂದನು.

"ಇಲ್ಲ, ಗೊತ್ತಿರಲಿಲ್ಲ. ನಮ್ಮಪ್ಪ ಲಿಂಗಾಯತ ಮತ್ತು ಅಮ್ಮ ಐಯಂಗಾರಿ ಎಂದು ಮಾತ್ರ ಗೊತ್ತು. ಹಣ್ಣುಗಳಲ್ಲಿ ನಾನಾ ಜಾತಿಯ ಹಣ್ಣುಗಳು ಇರುವಂತೆ ಹಿಂದೂ ಧರ್ಮದಲ್ಲಿ ಈ ಜಾತಿಗಳು ಇರಬಹುದು ಎಂದು ತಿಳಿದಿದ್ದೆ. ಆದರೆ ಮುಟ್ಟಲೂ ಅನರ್ಹರು ಎನ್ನುವ ಜಾತಿಯ ಬಗೆಗೆ ನನಗೆ ಈಗಲೇ ಗೊತ್ತಾದದ್ದು" ವಿಷಾದದ ನಗೆಯಲ್ಲಿ ಹೇಳಿದಳು ಅದಿತಿ.

" ಕೆಲವು ಪ್ರಜ್ಞಾವಂತರು ಈ ಜಾತಿಗಳನ್ನು ಮೀರಿದ್ದಾರೆ. ಆದರೂ ನಾನು ಇಂಥಾ ಜಾತಿಗೆ ಸೇರಿದವನು ಎನ್ನುವುದು ನಿಮ್ಮ ತಂದೆ-ತಾಯಿಗಳಿಗೆ ಗೊತ್ತಿದ್ದರೆ, ಅವರು ನನ್ನನ್ನು ಮನೆಯೊಳಗೆ ಸೇರಿಸುತ್ತಿದ್ದರೇ ಎನ್ನುವ ಅನುಮಾನ ನನಗೆ ಇದೆ..."

"ಪ್ಲೀಜ್,ಹಾಗೆ ಅನ್ನಬೇಡ. ನನ್ನ ಮಮ್ಮಿ-ಡ್ಯಾಡಿ ಅಂಥವರು ಅಲ್ಲ" ಅದಿತಿ ಅವನನ್ನು ಅರ್ಧದಲ್ಲೇ ತಡೆದಳು. ಅವನು ತನ್ನ ಜಾತಿಯ ವಿವರಣೆ ಕೊಟ್ಟದ್ದು ಅವಳಿಗೆ ನೋವಾಗಿತ್ತು. ಬುದ್ಧಿವಂತನೂ ಸ್ನೇಹಿಯೂ ಆಗಿದ್ದ ಅವನನ್ನು ತಾನು ಒಳಗೊಳಗೇ ಪ್ರೀತಿಸುತ್ತಿದ್ದು, ಅವನನ್ನು ಮದುವೆಯಾಗುವ ಇಚ್ಛೆಯಲ್ಲಿದ್ದ ಅವಳಿಗೆ ಅವನ ಮಾತುಗಳು ಸಹಜವಾಗಿಯೇ ನೋವು ಮಾಡಿದ್ದವು.

"ಸಾರಿ,ನಾನು ನಿಮ್ಮ ತಂದೆ-ತಾಯಿಗಳ ಕುರಿತು ಈ ಮಾತುಗಳನ್ನು ಆಡಲಿಲ್ಲ. ಈ ಜಾತಿಯ ಲೆಕ್ಕಾಚಾರಗಳು ಪ್ರಜ್ಞಾಪೂರಕವಾಗಿ ಬಹಳಷ್ಟು ಹಿಂದುಗಳಲ್ಲಿ ಕೆಲಸ ಮಾಡಿದರೆ, ಇತರರಲ್ಲಿ ಅಪ್ರಜ್ಞಾಪೂರಕವಾಗಿ ಪ್ರಭಾವ ಬೀರುತ್ತವೆ. ಹಿಂದೂಗಳಲ್ಲಿ ಒಂದು ಜಾತಿ ಇನ್ನೊಂದು ಜಾತಿಗಿಂತ ಕೀಳು ಅಥವಾ ಶ್ರೇಷ್ಠ ಎನ್ನುವ ನಂಬಿಕೆ ಮತ್ತು ಆಚರಣೆಗಳು ಇವೆ. ಇದು ಸಾವಿರಾರು ವರ್ಷಗಳಿಂದ ದಟ್ಟವಾಗಿಯೇ ಆಚರಣೆಯಲ್ಲಿ ಇರುವ ಅನಿಷ್ಟ ಸಂಸ್ಕಾರ. ಈ ಪ್ರಭಾವದಿಂದ ಹೊರಬರುವುದು ಅಷ್ಟು ಸುಲಭವಲ್ಲ. ಇದನ್ನು ನಾನು ಅನುಭವಿಸಿಯೇ ತಿಳಿದಿದ್ದೇನೆ. ವಿವರಗಳನ್ನು ಕೇಳಿದರೆ ನಿಮಗೆ ನೋವಾಗುತ್ತದೆ ಆದ್ದರಿಂದ ಅದು ಬೇಡ" ಎಂದು ಮಾತು ಮುಗಿಸಿದ್ದ.

===O===

3

ಭಾಗ ಮೂರು

ದಿತಿ-ಅದಿತಿ

ಈಗ ದಿತಿ ಲಂಡನ್ ಬಿಟ್ಟು ಬೆಂಗಳೂರಿನಲ್ಲಿ ಇದ್ದಾಳೆ. ಬೆಂಗಳೂರಿನ ಇನ್ಫೋಸಿಸ್ ಕಂಪನಿಯ ಮಾನವ ಸಂಪನ್ಮೂಲದ ವಿಭಾಗದಲ್ಲಿ ಕಾರ್ಯ ನಿರ್ವಹಿಸುತ್ತಿದ್ದಾಳೆ. ತಾನು ಜಾನ್ ವರ್ಗಿಸ್ಸನ ಜೊತೆಗೆ ಇರಬೇಕು ಎಂದೇ ಲಂಡನ್ನಿನಲ್ಲಿ ಉದ್ಯೋಗ ಹುಡುಕದೆ, ಇನ್ಫೋಸಿಸ್-ನಲ್ಲಿ ಅರ್ಜಿ ಹಾಕಿ ಕೆಲಸ ಪಡೆದಿದ್ದಳು.

ಮಗಳು ಹೀಗೆ ಬೆಂಗಳೂರಿಗೆ ಹೋಗುತ್ತಿರುವುದು ಮತ್ತು ಜಯಕೀರ್ತಿ ಈಗಾಗಲೇ ತಂಜಾವೂರಿಗೆ ಮರಳಿರುವುದು, ಭಾರತಿ ಮತ್ತು ಭೂಷಣರನ್ನು ತಾವೂ ಬೆಂಗಳೂರಿಗೆ ಬಂದರೆ ಎಲ್ಲ ರೀತಿಯಿಂದಲೂ ಅನುಕೂಲ ಎಂದು ಚರ್ಚಿಸಿ ,ಆ ನಿರ್ಧಾರಕ್ಕೆ ಬಂದಿದ್ದರು.

ತಮ್ಮ, ಅಲ್ಲಿಯ ನೌಕರಿಗೆ ರಾಜೀನಾಮೆ ಕೊಟ್ಟು, ಆ ಪ್ರಕ್ರಿಯೆಗಳ ನಂತರ ಮತ್ತು ತಾವು ವಾಸಿಸುತ್ತಿದ್ದ ಸ್ವಂತ ಮನೆಯನ್ನು ಮಾರಿ ಅವರು, ಬೆಂಗಳೂರಿನ ಜಯನಗರದ ಐದನೇ ಬ್ಲಾಕಿನಲ್ಲಿ ಒಂದು ಭವ್ಯವಾದ ಎರಡು ಅಂತಸ್ತುಗಳ , ಐದು ಬೆಡ್-ರೂಮುಗಳ ಮನೆಯನ್ನು ಕೊಂಡು ಅಲ್ಲಿಗೆ ತಮ್ಮ ಬದುಕನ್ನು ಸ್ಥಳಾಂತರಿಸಿದ್ದರು. ಆದರೆ ದಿತಿಗೆಂದು ಕೊಂಡಿದ್ದ ಲಂಡನ್ ಅಪಾರ್ಟಮೆಂಟನ್ನು ಮಾರದೆ , ಬಾಡಿಗೆಗೂ ಕೊಡದೆ ಹಾಗೆಯೇ ಉಳಿಸಿಕೊಂಡಿದ್ದರು, ತಾವು ಲಂಡನ್ನಿಗೆ ಬಂದರೆ ಆಗ ಇರಲಿಕ್ಕೆ ಆದೀತು ಎನ್ನುವ ಯೋಚನೆಯಲ್ಲಿ.

ಈಗ ಭೂಷಣ, ತನ್ನ ಹಳೆಯ ಕಾಲೇಜ್ ನ್ಯಾಷನಲ್ ಕಾಲೇಜಿನಲ್ಲಿ ಮತ್ತೆ ಇಂಗ್ಲಿಷ್ ಪ್ರೊಫೆಸರಾಗಿ ಸೇರಿಕೊಂಡಿದ್ದಾನೆ. ಈಗ ಅವನಿಗೆ ಐವತ್ತೆರಡು ವರ್ಷಗಳು ಮತ್ತು ಭಾರತಿಗೆ ಐವತ್ತ ಒಂದು ವರ್ಷಗಳು. ಭಾರತಿಗೆ ಬೆಂಗಳೂರಿನ ಒಂದಲ್ಲ ಇನ್ನೊಂದು ಆಸ್ಪತ್ರೆಯಲ್ಲಿ ಅವಕಾಶ ಸಿಕ್ಕುವಂತೆ ಇದ್ದರೂ ಆಕೆ ಯಾವುದೇ ಆಸ್ಪತ್ರೆಗೂ ಸೇರದೇ , ವಿಶ್ರಾಂತ ಜೀವನದಲ್ಲಿ ನೆಮ್ಮದಿಯಾಗಿ ಇರಲು ನಿರ್ಧರಿಸಿದ್ದಳು.

ಅವರು ಸುಮಾರು ಇಪ್ಪತ್ತು ವರ್ಷಗಳಿಗೂ ಹೆಚ್ಚು ಕಾಲ ಬರ್ಮಿಂಗ್-ಹ್ಯಾಮಿನಲ್ಲಿ ಮಾಡಿದ ದುಡಿಮೆಯ ಹಣ, ಸಾಕಷ್ಟು ಉಳಿತಾಯವಾಗಿ ಎರಡು ಕೋಟಿ ರೂಪಾಯಿ ಬೆಲೆಯ ಬಂಗಲೆಯನ್ನು ಖರೀದಿಸಿದ ನಂತರವೂ ಅನೇಕ ಕೋಟಿ ರೂಪಾಯಿಗಳು ಅವರ ಹತ್ತಿರ

ಇತ್ತು. ಆ ಹಣದ ಒಂದಿಷ್ಟು ಭಾಗವನ್ನು ತಂಜಾವೂರಿನಲ್ಲಿ ,ಒಂದು ಹತ್ತು ಎಕರೆಯ ತೋಟವನ್ನು, ಅಲ್ಲಿರುವ ಬಂಗಲೆ ಸಹಿತ ಕೊಂಡಿದ್ದರು, ಭಾರತಿಯ ಅಣ್ಣ ನರಸಿಂಹನ ಮೂಲಕ. ಮತ್ತು ಅವನ ಮೂಲಕವೇ ಬ್ಯಾಂಕಿನಲ್ಲಿ ಸಾಕಷ್ಟು ಹಣವನ್ನು ಠೇವಣಿ ಇಟ್ಟಿದ್ದರು. ಒಟ್ಟಿನಲ್ಲಿ ಅವರು ಆರ್ಥಿಕವಾಗಿ ಸಮೃದ್ಧರಾಗಿದ್ದರು. ಈಗ ದಿತಿಯೂ ಅವರ ಜೊತೆಯಲ್ಲೇ ಇದ್ದಾಳೆ.

ಒಂದು ವಾರದ ಕೊನೆಯ ಶನಿವಾರ ಬೆಳಗ್ಗೆ , ಭಾರತಿ-ಭೂಷಣ ಮತ್ತು ದಿತಿ ಮಲ್ಲೇಶ್ವರಂನ ಅನುರಾಧಾಳ ಮನೆಗೆ ಬಂದರು. ಹಿಂದಿನ ದಿನವೇ ಹೇಳಿದ್ದರಿಂದ ಅನುರಾಧಾ ಅಲ್ಲಿಯೇ ತಿಂಡಿಗೆ ಬರುವಂತೆ ಹೇಳಿ,ಒಪ್ಪಿದ್ದರು.

ಹಿಂದಿನ ದಿನವೇ ಇಡ್ಲಿಗೆ ರುಬ್ಬಿ, ಉದ್ದಿನ ವಡೆ ಕರಿಯಲು ಸಿದ್ಧತೆಗಳನ್ನು ಮಾಡಿಕೊಂಡಿದ್ದಳು ಅನುರಾಧಾ.

"ಈಗ ನೀನು ಇನ್ಫೋಸಿಸ್ ಕಂಪನಿಯ ಸೇರಿದ್ದೀಯಂತೆ ಹೌದೇ?" ನಿಜಗುಣ ದಿತಿಯನ್ನು ಕೇಳಿದ.

"ಹೌದು ಅಂಕಲ್, ಒಳ್ಳೆಯ ಅಫರ್ ಕೊಟ್ಟರು ಸೇರಿಕೊಂಡೆ."

"ಮನಸ್ಸು ಮಾಡಿದ್ದರೆ ನಿನಗೆ ಲಂಡನ್ನಿನಲ್ಲಿಯೇ ಕೆಲಸ ಸಿಕ್ಕುತ್ತಿತ್ತು ಅಲ್ಲವೇ?" ಅದಿತಿ ಕೇಳಿದಳು.

ಅನುರಾಧಾ-ನಿಜಗುಣಿ,ಭಾರತಿ-ಭೂಷಣ ಮತ್ತು ದಿತಿ ಅದಿತಿ ಎಲ್ಲರೂ ಅನುರಾಧಾಳ ಮನೆಯಲ್ಲಿ ಡೈನಿಂಗ್ ಟೇಬಲ್ ಸುತ್ತಾ ಕುಳಿತು ಇಡ್ಲಿ-ವಡೆ ಉಪಾಹಾರ ಮಾಡುತ್ತಿದ್ದರು. ಮನೆಯ ಅಡುಗೆಯವಳು ಅವರಿಗೆಲ್ಲಾ ಬಡಿಸುತ್ತಿದ್ದಳು.

"ಹೌದು ಸಿಕ್ಕುತ್ತಿತ್ತು, ಆದರೆ ನನ್ನ ಅದೃಷ್ಟ ನನ್ನನ್ನು ಇಲ್ಲಿಗೆ ಎಳೆದು ತಂದಿದೆ" ಎಂದು ನಸು ನಕ್ಕಳು ದಿತಿ.

"ಏನೇ ಹಾಗೆ ಅಂದರೆ?" ಅದಿತಿ ಕೇಳಿದಳು.

"ಕಬೀರ ಏನು ಹೇಳುತ್ತಾನೆ ಗೊತ್ತಾ?" ಎಂದಳು ದಿತಿ.

"ಅದು ಯಾರಪ್ಪಾ ಕಬೀರ, ನಿನ್ನ ಬಾಯ್ ಫ್ರೆಂಡಾ?" ಎಂದು ನಕ್ಕಳು ಅದಿತಿ. ಅಲ್ಲಿದ್ದ ಎಲ್ಲರೂ ಈ ಅವಳಿ ಸೋದರಿಯರ ಆತ್ಮೀಯ ಸಂಭಾಷಣೆಯನ್ನು ಆಸಕ್ತಿಯಿಂದ ಕೇಳುತ್ತಿದ್ದರು. ಅದಿತಿಯ ಮಾತಿಗೆ ಎಲ್ಲರೂ ನಕ್ಕು, ದಿತಿ ಏನು ಹೇಳುತ್ತಾಳೋ ಎಂದು ಅವಳ ಕಡೆಗೆ ಗಮನ ಹರಿಸಿದರು.

"ನೀನೊಂದು ಪೆದ್ದು, ಕಬೀರ ಯಾರು ಎನ್ನುವುದು ಗೊತ್ತಿಲ್ಲವೇ ನಿನಗೆ?" ದಿತಿ ಛೇಡಿಸಿದಳು.

"ನೀನು ಎಂದಾದರೂ ಪರಿಚಯ ಮಾಡಿಸಿದ್ದರೆ ತಾನೇ ಗೊತ್ತಾಗುವುದು?" ಸವಾಲು ಹಾಕಿದಳು ಅದಿತಿ. ಈಗ ನಿಜಗುಣಿ ನಗು ತಡೆಯಲಾಗದೆ,

" ಕಬೀರದಾಸ ಹದಿನೈದನೇ ಶತಮಾನದ ಶ್ರೇಷ್ಠ ಸಂತ ಕಣಮ್ಮಾ" ಎಂದ.

"ಹೌದೇ, ನನಗೆ ಗೊತ್ತಿರಲಿಲ್ಲ. ಆಯ್ತು ಏನು ಹೇಳುತ್ತಾನೆ ನಿನ್ನ ಕಬೀರ?" ದಿತಿಯ ಕಡೆಗೆ ತಿರುಗಿ ಕೇಳಿದಳು.

" ಮೊದಲು ಕಬೀರ ಯಾರು ಎನ್ನುವುದನ್ನು ಹೇಳುತ್ತೇನೆ ಕೇಳು. ಅಂಕಲ್ ಹೇಳಿದಂತೆ ಕಬೀರದಾಸರು ಶ್ರೇಷ್ಠ ಸಂತರು ಆಗಿದ್ದರು. ಅಷ್ಟೇ ಅಲ್ಲ,ಸಮಾಜ ಸುಧಾರಕರು ಹಾಗೂ ಕವಿಗಳು ಆಗಿದ್ದರು. ಬರೀ ಎರಡು ಸಾಲುಗಳಲ್ಲಿ ಅವರು ಬದುಕಿನ ಸಾರವನ್ನು ಸಂಗ್ರಹಿಸಿದ್ದಾರೆ. ಅವರ ವಚನಗಳನ್ನು ನಮ್ಮ ಸರ್ವಜ್ಞನ ಅಥವಾ ತಮಿಳಿನ ತಿರುಕ್ಕುರಳ್ ನಂತೆ, ಜನಪ್ರಿಯವಾದ ಹಿತ ವಚನಗಳು. ಕಬೀರನ ಬರಹಗಳು ಬರೀ ಎರಡು ಸಾಲಿನವು. ಅವಕ್ಕೆ ದೋಹ ಅಂದರೆ ಎರಡು ಸಾಲಿನ ವಚನ ಎನ್ನುತ್ತಾರೆ. ಕಬೀರ ಹಿಂದೂ-ಮುಸ್ಲಿಮ್ ಮತ್ತು ಸಿಕ್ಕರು ಈ ಮೂರೂ ಧರ್ಮದವರಿಗೂ ಪೂಜನೀಯ ಸಂತ ಕವಿಯಾಗಿದ್ದಾನೆ. ಬರೀ ಹೆಣ ಕೊಯ್ದರೆ ಆಗಲಿಲ್ಲ,ಇಂತಹದೆಲ್ಲಾ ಗೊತ್ತು ಮಾಡಿಕೊಂಡಿರ ಬೇಕು ಗೊತ್ತಾ?" ಎಂದು ಅದಿತಿಯನ್ನು ಛೇಡಿಸಿದಳು.

" ಆಯ್ತಮ್ಮಾ, ಆಯ್ತು, ನನಗೆ ಗೊತ್ತಿಲ್ಲ. ನಾನೇನು ನಿನ್ನಂತೆ ಧರ್ಮಗಳನ್ನು ಕಾಲೇಜಿನಲ್ಲಿ ವ್ಯಾಸಂಗ ಮಾಡಿಲ್ಲ,ಗೊತ್ತು ಮಾಡಿಕೊಳ್ಳಲಿಕ್ಕೆ. ಇರಲಿ, ಈಗಲಾದರೂ ಹೇಳು ನಿನ್ನ ಕಬೀರ ಏನು ಹೇಳುತ್ತಾನೆ?" ಎಂದು ನಸು ನಕ್ಕಳು.

" 'ದಾನೇ ದಾನೇ ಪರ ಲಿಖಾ ಹೈ ಖಾನೆವಾಲೆಕಾ ನಾಮ್ ' ಎನ್ನುವುದು ಕಬೀರನ ಒಂದು ವಚನ~

"ಏನು ಹಾಗೆಂದರೇ?"

" ಅನ್ನದ ಅಗಳು-ಅಗಳಿನ ಮೇಲೂ ತಿನ್ನುವವರ ಹೆಸರು ಬರೆದಿರುತ್ತೆ, ಎನ್ನುತ್ತಾನೆ ಕಬೀರ, ಗೊತ್ತಾ?" ಎನ್ನುತ್ತಿದ್ದ ಹಾಗೆಯೇ ಅದಿತಿ, ದಿತಿಯ ತಟ್ಟೆಯಲ್ಲಿನ ಒಂದು ವಡೆಯನ್ನು ಎತ್ತಿ, ಬಾಯಿಯೊಳಗೆ ಇಟ್ಟುಕೊಂಡು,

" ನೋಡು, ನೀನು ತಿನ್ನಬೇಕಿದ್ದ ವಡೆಯನ್ನು ನಾನು ತಿಂದು ಬಿಟ್ಟೆ. ಅದು ಕಬೀರನ ಹೇಳಿಕೆಗೆ ವಿರುದ್ಧವಲ್ಲವೇ?" ಎಂದು ನಕ್ಕಳು.

" ಅಯ್ಯೋ ಪೆದ್ದೇ, ಅದರ ಮೇಲೆ ನಿನ್ನ ಹೆಸರು ಇತ್ತು, ಅದಕ್ಕೇ ಅದು ನನ್ನ ತಟ್ಟೆಯಲ್ಲಿ ಇದ್ದರೂ ನನಗೆ ದಕ್ಕಲಿಲ್ಲ ಗೊತ್ತಾ?" ಗಂಭೀರವಾಗಿಯೇ ಹೇಳಿದಳು ದಿತಿ.

" ದಿತಿ ಹೇಳುವುದು ನಿಜ ಕಣಮ್ಮಾ , ಅದರ ಮೇಲೆ ನಿನ್ನ ಹೆಸರೇ ಇದ್ದದ್ದು" ಎಂದ ನಿಜಗುಣಿ.

"ಆಯ್ತಪ್ಪಾ, ನೀವು ಇಬ್ಬರೂ ಹೇಳುತ್ತೀರಿ ಎಂದ ಮೇಲೆ ನಾನು ಒಪ್ಪಿಕೊಳ್ಳಲೇ ಬೇಕು. ಈಗ ಹೇಳು, ಆ ಮಾತಿಗೂ ನೀನು ಲಂಡನ್ ಬಿಟ್ಟು ಬೆಂಗಳೂರಿನಲ್ಲಿ ಉದ್ಯೋಗ ಪಡೆಯುವುದಕ್ಕೂ ಏನು ಸಂಬಂಧ?" ಎಂದು ದಿತಿಯನ್ನು ಕೆಣಕಿದಳು ಅದಿತಿ.

"ಅದು, ನಿನಗೆ ಮುಂದೆ ಸಾವಕಾಶವಾಗಿ ಗೊತ್ತಾಗುತ್ತದೆ ಅವಸರ ಮಾಡಬೇಡ," ಎಂದು "ಆಂಟೀ ಕಾಫಿ ಇಲ್ಲವೇ?" ಎಂದಳು ಅನುರಾಧಾಳತ್ತ ತಿರುಗಿ.

"ಬರುತ್ತೆ ಇರು, " ಎನ್ನುತ್ತಿದ್ದ ಹಾಗೇ ಎಲ್ಲರಿಗೂ ಕಾಫಿ ತಂದು ಇಟ್ಟಳು ಅಡುಗೆಯವಳು.

ದಿತಿಯ ಗೂಢವಾದ ಮಾತುಗಳು ಅನುರಾಧಾ-ನಿಜಗುಣರಿಗೂ ಅರ್ಥವಾಗದೆ, ಒಬ್ಬರ ಮುಖ ಒಬ್ಬರು ನೋಡಿದರೆ, ಭಾರತಿ-ಭೂಷಣರಿಗೆ ಅದು ವರ್ಗಿಸ್ ಕುರಿತದ್ದೆ ಎನ್ನುವ ಅನುಮಾನ ಬಲವಾಗಿ ಪರಸ್ಪರರನ್ನು ಅರ್ಥಗರ್ಭಿತವಾಗಿ ನೋಡಿ, ಹುಬ್ಬು ಏರಿಸಿದರು.

ದಿತಿ ಮತ್ತು ಅದಿತಿ ತಿಂಡಿಯಾದ ಮೇಲೆ ಮಹಡಿಯಲ್ಲಿದ್ದ ಟಿ.ವಿ.ರೂಮಿಗೆ ಹೋದರು. ಅನುರಾಧಾ ಮತ್ತು ಭಾರತಿ ಹಿತ್ತಲಲ್ಲಿನ ಮರದ ಕೆಳಗಿನ ಕುರ್ಚಿಗಳಲ್ಲಿ ಕುಳಿತು ಮಾತಿನಲ್ಲಿ ತೊಡಗಿದರೆ , ಭೂಷಣ ಮತ್ತು ನಿಜಗುಣರು ಭಾಷ್ಯಂ ಪಾರ್ಕಿನತ್ತ ನಡೆದರು.

= ==o===

“ಏನು ನಿನ್ನ ಆ ಮಾತುಗಳ ಅರ್ಥ?: ಅದಿತಿ,ದಿತಿಯನ್ನು ಕೇಳಿದಳು. ಅವರಿಬ್ಬರೂ ಟಿವಿ.ರೂಮಿನ ಸೋಫಾದಲ್ಲಿ ಕುಳಿತು, ಒಂದು ಮುವ್ವೀ ಹಾಕಿದ್ದರೂ ಅದನ್ನು ಅಷ್ಟಾಗಿ ಗಂಭೀರವಾಗಿ ನೋಡುತ್ತಿರಲಿಲ್ಲ.

“ನೀನು ಯಾರನ್ನಾದರೂ ಪ್ರೀತಿಸಿದ್ದೀಯಾ?” ದಿತಿ ,ಅದಿತಿಯನ್ನು ಕೇಳಿದಳು.

“ಹೌದು, ಅದು ನಿನಗೆ ಹೇಗೆ ಗೊತ್ತಾಯ್ತು?” ಅಚ್ಚರಿಯಿಂದ ಕೇಳಿದಳು ಅದಿತಿ.

“ಮರೆತು ಬಿಟ್ಟಿಯಾ , ನಾವಿಬ್ಬರೂ ಅವಳಿ-ಜವಳಿ ಮಕ್ಕಳಲ್ಲವೇ? ಅದಕ್ಕೇ ಕೇಳಿದೆ” ನಸು ನಕ್ಕಳು ದಿತಿ.

“ಹಾಗಿದ್ದರೆ,ನೀನೂ ಯಾರನ್ನಾದರೂ ಪ್ರೀತಿಸುತ್ತಿರಬೇಕು. ಯಾರೇ ಅದು?” ಎಂದಳು ಅದಿತಿ.

ದಿತಿ, ತನ್ನ ಮತ್ತು ಜಾನ್ ವರ್ಗಿಸನ ಸ್ನೇಹದ ವಿಚಾರ ಹೇಳಿ,” ನಾನು ಅವನನ್ನೇ ಮದುವೆ ಆಗುವುದು” ಎಂದಳು.

“ಅವನು ಕ್ರಿಸ್ಟಿಯನ್ ಅನ್ನುತ್ತೀಯಾ, ಅದಕ್ಕೆ ನಮ್ಮ ಹಿರಿಯರು ಒಪ್ಪುತ್ತಾರೆಯೇ?” ಎಂದಳು ಅದಿತಿ.

“ಅದೆಲ್ಲಾ ಆ ಮೇಲೆ; ಈಗ ಹೇಳು, ನೀನು ಪ್ರೀತಿಸುವ ಹುಡುಗ ಯಾರು?” ಎಂದಳು ದಿತಿ.

“ನಿನ್ನಂತೆ ನನ್ನದು ಕಗ್ಗಂಟಿನ ಪ್ರೀತಿಯೇ” ಎಂದು ನಕ್ಕಳು ಅದಿತಿ.

“ಹಾಗೆಂದರೇ?”

ಅದಿತಿ ತಾನು ಪ್ರೀತಿಸುತ್ತಿರುವ ಪ್ರಸಾದನ ಬಗೆಗ ಹೇಳಿ,

“ಅವನು ತುಂಬಾ ಬುದ್ಧಿವಂತ ಮತ್ತು ಒಳ್ಳೆಯ ಹುಡುಗ. ಆದರೆ ಅವನು ತಾನು ಅಸ್ಪೃಶ್ಯ ಜಾತಿಗೆ ಸೇರಿದವನು ಎಂದು ಹೇಳುತ್ತಾನೆ. ಹಾಗೊಂದು ಜಾತಿ ಹಿಂದೂ ಧರ್ಮದಲ್ಲಿ ಇದೆ ಎನ್ನುವುದೇ ನನಗೆ ಗೊತ್ತಿರಲಿಲ್ಲ. ನೀನು ಧರ್ಮಗಳ ಬಗೆಗೆ ಓದಿ ತಿಳಿದವಳು. ಅದು ಏನು ಎನ್ನುವುದನ್ನು ಬಿಡಿಸಿ ಹೇಳು?” ಎಂದಳು ಅದಿತಿ.

“ನಿನ್ನ ಕೇಸು ನನ್ನದಕ್ಕಿಂತಲೂ ಕ್ಲಿಷ್ಟಕರವಾದಾದ್ದು. ಅಸ್ಪೃಶ್ಯರು ಎಂದರೆ ಏನು ಎನ್ನುವುದನ್ನು ಹೇಳುತ್ತೇನೆ ಕೇಳು” ಎಂದು, ಚಾತುರ್ವರ್ಣಗಳ ಬಗೆಗೆ ತಿಳಿಸಿ , ಕೊನೆಗೆ ಈ ಐದನೆಯ ಅಂದರೆ ಪಂಚಮರ ಬಗೆಗೆ ಸಾವಿರಾರು ವರ್ಷಗಳಿಂದ ನಡೆಯುತ್ತಾ ಬಂದಿರುವ ಶೋಷಣೆಯನ್ನು ಹೇಳಿದಳು. ಅವಳು ಮನುಸ್ಮೃತಿಯ ಮಾತುಗಳನ್ನಲ್ಲದೇ ಡಾಕ್ಟರ್ ಬಿ.ಆರ್. ಅಂಬೇಡಕರ್ ಅವರ ಬಗೆಗೂ ಹೇಳಿ,

“ ಆ ಹುಡುಗನ ಜೊತೆಗೆ ಮದುವೆಯನ್ನು ಮನೆಯಲ್ಲಿ ಅಪ್ಪ-ಅಮ್ಮರು ಒಂದು ಪಕ್ಷ ಒಪ್ಪಿದರೂ, ತಾತ ಖಂಡಿತಾ ಈ ಮದುವೆಗೆ ಒಪ್ಪಲಾರರು. ಇರಲಿ, ನೀನು ಅವನಿಗೆ ನಿನ್ನ ಈ

ಇಚ್ಛೆಯನ್ನು ತಿಳಿಸಿದ್ದೀಯಾ?" ಎಂದು ಕೇಳಿದಳು.

"ಇನ್ನೂ ಇಲ್ಲ; ಆದರೆ ಅಪ್ಪ-ಅಮ್ಮಗೆ ಒಂದು ಸಲ ಹೇಳಿದ್ದೆ" ಎಂದಳು.

"ಅವರಿಗೆ ಆ ಹುಡುಗನ ಜಾತಿಯ ಬಗೆಗೆ ಹೀಗೇ ಎಂದ ತಿಳಿಸಿದ್ದಿಯಾ?"

"ಇಲ್ಲಾ"

"ಯಾಕೆ?"

"ಆಗ ನನಗೇ ಅವನ ಜಾತಿಯ ಬಗೆಗೆ ಗೊತ್ತಿರಲಿಲ್ಲ"

"ನನ್ನ ಒಂದು ಸಲಹೆ,ಹೇಳಲೇ?"

"ಹೇಳು,ಅದೇನು?"

"ಮೊದಲು ನೀನು ಆ ಹುಡುಗನ ಜೊತೆಗೆ ಮಾತಾಡಿ,ನೀನು ಅವನಿಗೆ ಇಷ್ಟವೇ ಎನ್ನುವುದನ್ನು ಪಕ್ಕಾ ಮಾಡಿಕೋ. ಅವನಿಗೆ ಇಷ್ಟ ಎಂದಾದರೆ, ನಾವು ಮತ್ತೆ ಇದನ್ನು ಚರ್ಚಿಸೋಣ,ಏನಂತೀಯಾ?"

"ನೀನು ಹೇಳುವುದು ಸರಿಯೇ, ಆದರೆ ನಾನು ಇಷ್ಟರಲ್ಲಿಯೇ ನನ್ನ ಪೀಜಿಗೆ ಸೇರಲಿದ್ದೇನೆ. ಅದು ಮತ್ತೆ ಮೂರು ವರ್ಷಗಳ ಓದು. ಅಂದರೆ, ಅವನು ಒಪ್ಪಿದರೂ ನಾವು ಮದುವೆಗೆ ಇನ್ನೂ ಮೂರು ವರ್ಷಗಳು ಕಾಯಬೇಕು."

"ಅದೆಲ್ಲಾ ಆಮೇಲಿನ ಮಾತು. ಮೊದಲು ಅವನ ಅಭಿಪ್ರಾಯ ಏನು ಎನ್ನುವುದನ್ನು ತಿಳಿದುಕೋ. ಅದನ್ನು ತಿಳಿಯದೆ ನೀನು ಅಪ್ಪ-ಅಮ್ಮರ ಮುಂದೆ ಈ ವಿಷಯ ಪ್ರಸ್ತಾಪಿಸಬಾರದಿತ್ತು."

"ಮತ್ತೆ ನೀನು ಆ ನಿನ್ನ ಹುಡುಗನ ಅಭಿಪ್ರಾಯ ಕೇಳಿ ತಿಳಿದಿದ್ದೀಯಾ?"

"ಹೌದು, ನಮ್ಮಿಬ್ಬರಿಗೂ ಅದು ಇಷ್ಟವಾಗಿದೆ. ಮೊದ-ಮೊದಲು ಅವನು ಹಿಂಜರಿದರೂ ಕೊನೆಗೆ ಒಪ್ಪಿದ್ದಾನೆ."

"ಯಾಕೆ ಹಿಂಜರಿದಿದ್ದ?"

"ನಮ್ಮ ಮನೆಯಲ್ಲಿ ಒಪ್ಪಲಿಕ್ಕಿಲ್ಲ ಅಂತ."

"ಏನು ಅವನ ಅನುಮಾನ?"

"ಮೊದಲನೆಯದಾಗಿ,ಅಂತಸ್ತು. ಅವನು ಕೆಳ ಮಧ್ಯಮ ವರ್ಗದ ಕುಟುಂಬಕ್ಕೆ ಸೇರಿದವನು. ಅವನ ತಾಯಿ ಒಂದು ಚರ್ಚಿನ ಶಾಲೆಯಲ್ಲಿ ಟೀಚರ್ ಆಗಿದ್ದವರು. ಅವನಿಗೆ ತನ್ನ ಅಪ್ಪ ಯಾರು ಎನ್ನುವುದು ಇದುವರೆಗೂ ಗೊತ್ತಿಲ್ಲವಂತೆ. ಅಲ್ಲದೆ ಅವರು ಕ್ರಿಷ್ಚಿಯನ್ನರು."

"ಹೌದೇ, ಹಾಗಿದ್ದರೂ ನೀನು ಅವನನ್ನು ಮದುವೆಯಾಗುತ್ತೀಯಾ?"

"ಆಗುತ್ತೇನೆ, ನನಗೆ ಅವನು ಮುಖ್ಯ, ಅವನ ಹಿನ್ನೆಲೆಯಲ್ಲ. ಅವನ ಒಳ್ಳೆಯತನ ನನಗೆ ಮನದಟ್ಟಾಗಿದೆ. ಮತ್ತೆ ಅವನಿಗೆ ಮತ್ತು ನನಗೂ ಒಳ್ಳೆಯ ಉದ್ಯೋಗಗಳು ಇವೆ. ಬೇರೆ ಏನು ಬೇಕು? ನನಗಂತೂ ಇಷ್ಟು ಸಾಕು. ಇನ್ನು ತಾತನ ಪ್ರಶ್ನೆ. ಅವರು ಹಳೇ ಸಂಪ್ರದಾಯಕ್ಕೆ ಸೇರಿದವರು. ಅವರನ್ನು ಒಪ್ಪಿಸುವುದು ಸ್ವಲ್ಪ ಕಷ್ಟವಾಗಬಹುದು. ನೋಡೋಣ."

"ಅವರು ಒಪ್ಪದಿದ್ದರೆ ಏನು ಮಾಡುತ್ತೀಯಾ?"

" ಐ ವಿಲ್ ಕ್ರಾಸ್ ದ ಬ್ರಿಡ್ಜ್ ವೆನ್ ಐ ಕಮ್ ಟು ಇಟ್" ಎಂದು ನಕ್ಕಳು ದಿತಿ.

===o===

ಇತ್ತ ಭೂಷಣ ಮತ್ತು ನಿಜಗುಣ ಪಾರ್ಕಿನಲ್ಲಿ ಕುಳಿತು ಮಾತಾಡುತ್ತಿದ್ದರು.

"ಬರ್ಮಿಂಗ್-ಹ್ಯಾಮ್ ನಿಂದ ನೀನು ಬೆಂಗಳೂರಿಗೆ ಬಂದದ್ದು ನನಗೆ ಖುಷಿಯಾಗಿದೆ. ನೀನು ಇಲ್ಲಿಯೇ ಇರುವುದರಿಂದ ನನಗೆ ಒಳ್ಳೆಯ ಕಂಪನಿಯಾಯಿತು. ನೀನು ಭಾರತಿಯ ಜೊತೆಗೆ, ಭಾನುವಾರಗಳಂದು ಇಲ್ಲಿಗೆ ಬರುತ್ತಿರು" ಎಂದ.

"ನನಗೂ ಬೆಂಗಳೂರಿಗೆ ಬಂದು ಇಲ್ಲಿಯೇ ನೆಲಸಬೇಕು ಎನ್ನುವ ಇಚ್ಛೆ ಮೊದಲಿನಿಂದಲೂ ಇತ್ತು. ಈಗ ದಿತಿಯ ವಿದ್ಯಾಭ್ಯಾಸ ಮುಗಿದು, ಅವಳು ಬೆಂಗಳೂರಿನಲ್ಲಿ ಉದ್ಯೋಗ ಪಡೆದದ್ದರಿಂದ ನಾವೂ ಇಲ್ಲಿಗೇ ಬರಲು ಕಾರಣವಾಯ್ತು. ಮತ್ತೆ ಗಣಪತಿ ಈಗ ಎಲ್ಲಿದ್ದಾನೆ?" ಎಂದ.

ಗಣಪತಿ ಅವರ ಕೊನೆಯ ಸಹೋದರ.

"ಅವನು ಈಗ ಬೀದರೆಯಲ್ಲಿ ಎಸ್.ಪಿ.ಆಗಿದ್ದಾನೆ. ಬೆಂಗಳೂರಿಗೆ ಯಾವುದಾದರೂ ಡ್ಯೂಟಿಯ ಮೇಲೆ ಬಂದರೆ ಮನೆಗೆ ಬಂದು ಮಾತಾಡಿಸಿ ಹೋಗುತ್ತಾನೆ" ಎಂದು "ಜಯಕೀರ್ತಿ ಯಾಕೆ ಲಂಡನ್ ಬಿಟ್ಟ? ಉದ್ಯಮದಲ್ಲಿ ನಷ್ಟವಾಯಿತೇ?" ಎಂದು ಕೇಳಿದ.

"ಹಾಗೇನೂ ಇಲ್ಲ. ಅವನಿಗೆ ಬೋರಾಗಿ ಬಿಟ್ಟು ಬಂದ ಅಷ್ಟೇ. ಮತ್ತೆ ಅವನಿಗೆ ಈಗಾಗಲೇ ಇಪ್ಪತ್ತೆಂಟು ವರ್ಷಗಳು. ಮದುವೆಯ ವಯಸ್ಸು. ಲಂಡನ್ನಿನಲ್ಲಿ ಇರುವುದಕ್ಕಿಂತ ತಂಜಾವೂರಿನಲ್ಲಿ ಇದ್ದರೆ ಮದುವೆ ಆಗುವುದು ಸುಲಭ ಎಂದೂ ಯೋಚಿಸಿರಬೇಕು. ಅವನು ದಿತಿಯನ್ನು ಮದುವೆಯಾಗುತ್ತೇನೆ ಎಂದು ನಮ್ಮ ಮುಂದೆ ಒಮ್ಮೆ ಹೇಳಿದ್ದ. ಆದರೆ ದಿತಿ ಅವನನ್ನು ಇಷ್ಟಪಡಲಿಲ್ಲ."

"ಯಾಕೆ, ಅವನಲ್ಲಿ ಏನು ಕೊರತೆ ಇದೆ ಎಂದು ಅವನನ್ನು ನಿರಾಕರಿಸಿದಳು?"

"ಅದು ದೇವರಿಗೇ ಗೊತ್ತು," ಎಂದು ನಕ್ಕ ಭೂಷಣ.

"ಅವಳು ಬೇರೆ ಯಾರನ್ನಾದರೂ ಪ್ರೀತಿಸುತ್ತಿದ್ದಾಳೆಯೇ?" ಎಂದ ನಿಜಗುಣಿ. ಹೇಳುವುದೋ ಬೇಡವೋ ಎಂದು ಸ್ವಲ್ಪ ಹೊಯ್ದಾಡಿದ ಭೂಷಣ, ಹೇಳುವುದೇ ಸರಿ ಎಂದು ನಿರ್ಧರಿಸಿ, ಅವಳ ಮತ್ತು ಜಾನ್ ವರ್ಗಿಸ್-ರ ವಿಷಯ ಹೇಳಿ, ಅವಳು ಅವನ ಜೊತೆಗೆ ತುಂಬಾ ಸ್ನೇಹದಿಂದ ಇದ್ದಾಳೆ. ಪ್ರಾಯಶಃ ಅವನನ್ನೇ ಮದುವೆಯಾಗುವ ಇಚ್ಛೆ ಇದ್ದರೂ ಇರಬಹುದು" ಎಂದ.

"ಹಾಗೆಂದು ನಿಮ್ಮ ಮುಂದೆ ಹೇಳಿದ್ದಾಳೆಯೋ?"

"ಇನ್ನೂ ಹೇಳಿಲ್ಲ. ಆದರೆ ಆ ಹುಡುಗ ಇನ್ಫೋಸಿಸ್-ನಲ್ಲಿ ಕೆಲಸ ಸಿಕ್ಕು ಇಲ್ಲಿಗೆ ಬಂದದ್ದೇ ಕಾರಣವಾಗಿ, ಲಂಡನ್ನಿನಲ್ಲಿ ಇಷ್ಟಪಟ್ಟಿದ್ದರೆ ಸಿಕ್ಕುತ್ತಿದ್ದ ಅವಕಾಶಗಳನ್ನು ಎಕ್ಸ್-ಪ್ಲೋರ್ ಮಾಡದೆ ಇಲ್ಲಿಗೆ ಬಂದಿದ್ದಾಳೆ, ಅವನನ್ನು ಹುಡುಕಿಕೊಂಡು ಎಂದು ನನ್ನ ಅನ್ನಿಸಿಕೆ"

ಸ್ವಲ್ಪ ಹೊತ್ತು ಸುಮ್ಮನೇ ಕುಳಿತಿದ್ದ ನಿಜಗುಣಿ,

"ಒಂದುವೇಳೆ ಅವಳು ಆ ಹುಡುಗನನ್ನೇ ಮದುವೆ ಆಗುತ್ತೇನೆ ಎಂದರೆ ಏನು ಮಾಡುವುದು ಎಂದು ನೀವಿಬ್ಬರೂ ಚರ್ಚೆ ಮಾಡಿದ್ದೀರಾ?" ಎಂದು ಕೇಳಿದ.

"ಹೀಗೇ ಪ್ರಾಸಂಗಿಕವಾಗಿ ಮಾತಾಡಿದ್ದೇವೆ. ಅವಳು ಸ್ಪಷ್ಟವಾಗಿ ಅವನನ್ನೇ ಮದುವೆ ಆಗುತ್ತೇನೆ ಎಂದು ಹೇಳಿದರೆ, ಆಗ ಇದನ್ನು ಚರ್ಚಿಸಬೇಕು. ಆಗ ನಿನ್ನನ್ನು ಸಂಪರ್ಕಿಸುತ್ತೇನೆ. ಮತ್ತೆ ಅದಿತಿಯ ಮದುವೆಯ ಬಗೆಗೆ ಏನಾದರೂ ಯೋಚಿಸಿದ್ದೀರಾ?" ಎಂದು ಕೇಳಿದ ಭೂಷಣ.

"ಮುಖ್ಯವಾಗಿ ಅವಳ ವಿಚಾರ ಮಾತಾಡಲೆಂದೇ ನಾನು ಪಾರ್ಕಿಗೆ ಹೋಗೋಣ ಎಂದು ಕರೆದದ್ದು" ಎಂದ ನಿಜಗುಣ. ಆತಂಕಗೊಂಡ ಭೂಷಣ,

"ಏನು ವಿಷಯ?" ಎಂದು ಕೇಳಿದ.

"ಅವಳು ತನ್ನ ಸಹಪಾಠಿಯಾಗಿದ್ದ ಡಾಕ್ಟರ್ ಪ್ರಸಾದ ಎನ್ನುವ ಹುಡುಗನನ್ನು ಮದುವೆಯಾಗುವ ಇಚ್ಛೆಯನ್ನು ಒಮ್ಮೆ ನಮ್ಮ ಮುಂದೆ ಹೇಳಿದ್ದಾಳೆ.

"ಆ ಹುಡುಗನ ಹಿನ್ನಲೆ ಗೊತ್ತಿದೆಯಾ?"

"ಅವನು ಮೊದಲ ಎಂ.ಬಿ.ಬಿ.ಎಸ್. ನಿಂದಲೂ ಅದಿತಿಯ ಸಹಪಾಠಿ. ಪಿಜಿ ಪ್ರವೇಶ ಪರೀಕ್ಷೆಗೆ ಓದುವಾಗ ಅದಿತಿಯ ಜೊತೆಗೇ ಮನೆಗೆ ಬಂದು ಕಂಬೈಂಡ್ ಸ್ಟಡಿ ಮಾಡುತ್ತಿದ್ದರು. ಆದರೆ ಅವನ ಹಿನ್ನಲೆ ಏನು ಎನ್ನುವುದು ನನಗೆ ಗೊತ್ತಿಲ್ಲ. ಏನೋ ಲಹರಿಯಲ್ಲಿ ಹಾಗೆ ಹೇಳಿರಬೇಕು ಅಂದುಕೊಂಡಿದ್ದೇವೆ. ಅವಳು ಸೀರಿಯಸ್ಸಾಗಿ ಹೇಳಿದಾಗ ಅದೆಲ್ಲಾ ವಿಚಾರಿಸಿದರೆ ಆಯ್ತು ಎಂದು ಸುಮ್ಮನೇ ಇದ್ದೇವೆ. ನೀವೂ ಸಹ ಅವಳ ಮುಂದೆ ಈ ವಿಷಯ ಪ್ರಸ್ತಾಪ ಮಾಡುವುದು ಬೇಡ" ಎಂದನು.

===o===

ತನ್ನ ಮೊಬೈಲ್ ರಿಂಗಾಗಿ ಅನುರಾಧಾ ಫೋನ್ ಎತ್ತಿಕೊಂಡಳು.

"ಹಲೋ ಅನೂ, ನಾನು ನರಸಿಂಹ ತಂಜಾವೂರಿನಿಂದ."

"ಹಲೋ,ನರಸಿಂಹ, ಎಲ್ಲಾ ಹೇಗಿದಿರಾ?"

"ನಾವೆಲ್ಲಾ ಕ್ಷೇಮ. ಅಲ್ಲಿ ನೀವೆಲ್ಲಾ ಹೇಗಿದಿರಾ?"

"ಇತ್ತ ಕಡೆ ಎಲ್ಲರೂ ಕ್ಷೇಮ, ಮತ್ತೆ ಅಂಕಲ್ ಹೇಗಿದಾರೆ?"

"ಅವರ ವಿಚಾರಕ್ಕೇ ಫೋನ್ ಮಾಡಿದ್ದು" ಎಂದಾಗ ನರಸಿಂಹ , ಅನುರಾಧಾ,

"ಅವರಿಗೆ ಈಗ ಎಂಬತ್ತೊಂದು ಇರಬೇಕಲ್ಲಾ?" ಎಂದಳು.

" ಕಳೆದ ಸೆಪ್ಟೆಂಬರಿಗೆ ಅವರಿಗೆ ಎಂಬತ್ತೆರಡು ಆಗಿ,ಈಗ ಎಂಬತ್ತು ಮೂರು ನಡೆಯುತ್ತಿದೆ. ಅವರಿಗೆ ಬಿ.ಪಿ. ಮತ್ತು ಷುಗರ್ ಹೆಚ್ಚಾಗಿ ಅವರನ್ನು ಇಲ್ಲಿಯೇ ಸ್ಥಳೀಯ ಅನ್ನಪೂರ್ಣ ನರ್ಸಿಂಗ್ ಹೋಮಿಗೆ ಸೇರಿಸಿದ್ದೇವೆ. ಅವರು ನಿಮ್ಮನ್ನೆಲ್ಲಾ ನೋಡಬೇಕು ಎಂದರು ಅದಕ್ಕೇ ಫೋನ್ ಮಾಡಿದೆ"

"ಹೌದೇ, ಸೀರಿಯಸ್ಸಾಗಿದೆಯಾ?"

"ಹಾಗೇನು ಇಲ್ಲ, ನಾಳೆಯೇ ಡಿಸ್ಚಾರ್ಜ್ ಮಾಡುತ್ತಾರೆ. ಈಗ ಬಿ.ಪಿ. ಮತ್ತು ಷುಗರ್ ಕಂಟ್ರೋಲಿಗೆ ಬಂದಿವೆ. ಗಾಬರಿ ಆಗ ಬೇಕಾದ್ದಿಲ್ಲ."

"ಭಾರತಿಗೆ ಫೋನ್ ಮಾಡಿದ್ಯಾ?"

"ಇಲ್ಲ, ಮೊದಲು ನಿನಗೆ ಮಾಡಿದ್ದೇನೆ. ಅವಳಿಗೆ ಈಗ ಮಾಡುತ್ತೇನೆ. ನೀವೆಲ್ಲಾ ಎರಡು ದಿನಗಳ ಮಟ್ಟಿಗೆ ಬಂದು, ಅವರನ್ನು ಮಾತಾಡಿಸಿದರೆ ಅವರಿಗೆ ಖುಷಿ ಆದೀತು. ಭಾರತಿ ಮತ್ತು ಇತರರ ಜೊತೆಗೆ ಮಾತಾಡಿ ಯಾವುದಕ್ಕೂ ಫೋನ್ ಮಾಡು."

"ಆಯ್ತು ,ಮಾತಾಡುತ್ತೇನೆ. ನೀನು ಭಾರತಿಗೂ ವಿಷಯ ತಿಳಿಸು" ಎಂದು ಹೇಳಿ ಫೋನ್ ಇಟ್ಟಳು ಅನುರಾಧಾ.

===o===

"ಬಾರಮ್ಮಾ ಅದಿತಿ, ದಿತಿ ಎಲ್ಲಿ?" ವರದರಾಜ ಐಯಂಗಾರ್ ದಿತಿಯ ಕೈ ಹಿಡಿದು ಕೇಳಿದಾಗ ದಿತಿ, "ತಾತ, ನಾನೇ ದಿತಿ. ಅದಿತಿ ಒಳಗೆ ಇದ್ದಾಳೆ. ಇನ್ನೇನು ಬರುತ್ತಾಳೆ" ಎನ್ನುತ್ತಿದ್ದ ಹಾಗೇ ಅದಿತಿ ಅಲ್ಲಿಗೆ ಬಂದು ಅವರ ಕೈ ಹಿಡಿದು,"ಹೇಗಿದೀರಿ,ತಾತ?" ಎಂದಳು.

ಒಬ್ಬೊಬ್ಬರಾಗಿ ಎಲ್ಲರೂ ವರದರಾಜ್ ಅವರು ಕುಳಿತಿದ್ದ ಹಾಲಿಗೆ ಬಂದರು. ಎಲ್ಲರದು ಬೆಳಗಿನ ತಿಂಡಿ ಆಗಿತ್ತು. ಪಂಕಜಾಕ್ಷಿ ಸಂಭ್ರಮದಿಂದ ಇಡ್ಲಿ-ವಡೆ, ಸಿಹಿ-ಖಾರ ಪೊಂಗಲ್ ಮತ್ತು ದೋಸೆ ಚಟ್ನಿ,ಆಲೂಗಡ್ಡೆ ಪಲ್ಯ ಮಾಡಿದ್ದಳು. ಅನುರಾಧ ಮತ್ತು ಭಾರತಿ ಸಹ ಅವಳ ಜೊತೆಗೆ ಸೇರಿದ್ದರು ಎಂದ ಮೇಲೆ ಮತ್ತೆ ಹೇಳುವುದು ಬೇಡ. ನಾಲಕ್ಕು ತರಹದ ಚಟ್ನಿ, ಚಟ್ನಿ-ಪುಡಿ ಮತ್ತು ಬೆಂಡೇಕಾಯಿ ಸಂಬಾರ ಮಾಡಿದ್ದರು ಮೂವರೂ ಸೇರಿ. ಭರ್ಜರಿ ಉಪಾಹಾರದ ನಂತರ ಫಿಲ್ಟರ್ ಕಾಫಿ ಕುಡಿದು ಒಬ್ಬೊಬ್ಬರಾಗಿ ಹಾಲಿಗೆ ಬಂದಿದ್ದರು. ವರದರಾಜ್ ಸೋಫದ ಮೇಲೆ ಕುಳಿತಿದ್ದರು. ಅವರು ಆಸ್ಪತ್ರೆಯಿಂದ ಬಿಡುಗಡೆಯಾಗಿ ಬಂದು ಒಂದು ವಾರವಾಗಿತ್ತು. ಸುಮಾರು ಆರು ಅಡಿ ಎತ್ತರದ ಆಜಾನಬಾಹು ಆಗಿದ್ದ ಅವರು ಒಂದು ಕಾಲದಲ್ಲಿ ಯೋಗದ ಮಾಸ್ತರ್ ಆಗಿದ್ದಿರಬೇಕು ಎನ್ನುವಂತಹ ಕಟ್ಟುಮಸ್ತಾದ ಶರೀರ. ಅವರಿಗೆ ಈ ಸಕ್ಕರೆ ಕಾಯಿಲೆ ಮತ್ತು ಬ್ಲಡ್-ಪ್ರೆಜರ್ ಇಲ್ಲದಿದ್ದರೇ ಇಷ್ಟು ಜರ್ಝರಿತರು ಆಗಿ ಹಾಸಿಗೆ ಹಿಡಿಯುತ್ತಿರಲಿಲ್ಲ. ಸುಮಾರು ವರ್ಷಗಳಿಂದ ಇನ್ಸುಲಿನ್ ಚುಚ್ಚಿಕೊಂಡ ಶರೀರ ಆ ಇಂಜೆಕ್ಷನ್ ಗಳಿಂದಲೇ ಜೋತು ಬಿದ್ದ ಹಾಗೆ ಕಾಣುತ್ತಿತ್ತು.

ಅವರ ಎಡ-ಬಲಕ್ಕೆ ದಿತಿ-ಅದಿತಿ ಕುಳಿತಿದ್ದರು. ಡೈನಿಂಗ್ ಟೇಬಲ್ ಹತ್ತಿರದ ಕುರ್ಚಿಗಳನ್ನು ಅವರ ಸೋಫಾದ ಮುಂದೆ ಇರಿಸಿದ್ದರು, ಎಲ್ಲರಿಗೂ ಕುಳಿತುಕೊಳ್ಳುವ ಅವಕಾಶ ಕಲ್ಪಿಸಿ.

"ಎಲ್ಲರೂ ಬಂದಿದ್ದಾರೇನೋ ನರಸಿಂಹ?" ಎಂದು ಮಗನನ್ನು ಕೇಳಿದರು ವರದರಾಜ್.

"ಹೌದಣ್ಣಾ,ಎಲ್ಲರೂ ಬಂದು ಕುಳಿತುಕೊಂಡಿದ್ದಾರೆ" ಎಂದ ನರಸಿಂಹ. ವರದರಾಜ್ ಅವರ ಹೆಂಡತಿ ಲಲಿತಮ್ಮನವರು ನಿಧನರಾಗಿ ಆಗಲೇ ಹತ್ತು ವರ್ಷಗಳೇ ಆಗಿದ್ದವು.

" ಈ ಸಕ್ಕರೆ ಕಾಯಿಲೆಯಿಂದಾಗಿ, ನನ್ನ ಕಣ್ಣುಗಳು ಮಂಜಾಗಿ, ಎಲ್ಲರನ್ನೂ ದೂರದಿಂದ ಗುರುತು ಹಚ್ಚುವುದು ಕಷ್ಟ. ಆದ್ದರಿಂದ ನೀವೆಲ್ಲಾ ಒಬ್ಬೊಬ್ಬರಾಗಿ ಹತ್ತಿರ ಬಂದು, ನನ್ನ ಕೈ ಹಿಡಿದು ಮಾತಾಡಿಸಿದರೆ ನನಗೆ ಖುಷಿಯಾಗುತ್ತದೆ" ಎಂದರು ವರದರಾಜ್.

"ಅಂಕಲ್ ,ನಾನು ಅನುರಾಧಾ ಬೆಂಗಳೂರಿನಿಂದ" ಎಂದು ಅವರ ಪಕ್ಕದಲ್ಲಿ ಕುಳಿತು ಅವರ ಕೈ ಹಿಡಿದು ಹೇಳಿದಳು ಅನುರಾಧಾ.

"ಬಾಮ್ಮಾ,ಚೆನ್ನಾಗಿದ್ದೀಯಾ?" ಅವಳ ಕೈಯನ್ನು ಆತ್ಮೀಯವಾಗಿ ಒತ್ತಿ ಹಿಡಿದು, ಕೇಳಿದರು ವರದರಾಜ್. ಅನುರಾಧಾ ವರದರಾಜ್ ಅವರ ಅಣ್ಣ ಸಂಪತ್ತೈಂಗಾರ್ ಅವರ ಮಗಳು.

"ಚೆನ್ನಾಗಿದ್ದೇನೆ ಅಂಕಲ್, ನಿಮ್ಮ ಆಶೀರ್ವಾದ" ಎಂದಳು ಅನುರಾಧಾ.

"ಎಲ್ಲಾ ಅವನ ಇಚ್ಛೆ ಕಣಮ್ಮಾ, ಮನುಷ್ಯರಾದ ನಮ್ಮ ಕೈಯಲ್ಲಿ ಏನು ಇದೆಯಮ್ಮಾ. ಅವನು ಆಡಿಸಿದಂತೆ ಆಡಬೇಕು,ಇರಿಸಿದಂತೆ ಇರಬೇಕು ನಾವೆಲ್ಲಾ. ಇರಲಿ, ನಿಜಗುಣ ಅವರು ಬಂದಿಲ್ಲವೇ?" ಎಂದರು.

"ಇಲ್ಲಿಯೇ ಇದ್ದೀನಿ ಸರ್" ಎನ್ನುತ್ತಾ ಅನುರಾಧಳ ಪತಿ ನಿಜಗುಣ ಅವರನ್ನು ಸಮೀಪಿಸಿ ಅವರ ಕೈ ಹಿಡಿದ.

"ಹೇಗಿದಿರಾ ಮೇಷ್ಟ್ರೇ, ಇನ್ನೂ ಸರ್ವಿಸ್-ನಲ್ಲಿ ಇದೀರಾ?" ಅವನ ಕೈ ಅದುಮಿ ಕೇಳಿದರು.

"ಹೌದು, ನನಗೆ ಇನ್ನೂ ಐದು ವರ್ಷಗಳ ಸರ್ವಿಸ್ ಇದೆ ಮತ್ತೆ ಅನುರಾಧಾಗೆ ಏಳು ವರ್ಷಗಳ ಸರ್ವಿಸ್ ಇದೆ. ಇಬ್ಬರೂ ಮಲ್ಲೇಶ್ವರಂ ಕಾಲೇಜಿನಲ್ಲಿಯೇ ಇದ್ದೇವೆ" ಎಂದ.

"ಸಂತೋಷ, ಎಲ್ಲಾ ಅವನಿಚ್ಛೆ, ನೀವು ಬಿಡುವು ಮಾಡಿಕೊಂಡು ಬಂದದ್ದು ಖುಷಯಾಗಿದೆ. ದೇವರು ನಿಮ್ಮನ್ನು ಚೆನ್ನಾಗಿ ಇರಿಸಲಿ. ಭೂಷಣ್ ಬಂದಿದ್ದಾರೋ?" ಎಂದರು.

"ಇಲ್ಲೇ ಇದ್ದೀನಿ ಸರ್," ಎನ್ನುತ್ತಾ ಭೂಷಣ ಸೋಫದ ಹತ್ತಿರ ಹೋಗಿ,ಅವರ ಪಕ್ಕದಲ್ಲಿ ಕುಳಿತ ಭೂಷಣ. ಭಾರತಿಯೂ ಹೋಗಿ ಅವರ ಎಡ ಪಕ್ಕದಲ್ಲಿ ಕುಳಿತು,

"ನಾನು ಭಾರತಿ, ನೀವು ಆಯಾಸಮಾಡಿಕೊಳ್ಳಬೇಡಿ," ಎನ್ನುತ್ತಾ ಅವರ ಕೈ ಹಿಡಿದುಕೊಂಡಳು.

"ಈಗ ನೀವೆಲ್ಲಾ ಬೆಂಗಳೂರಿಗೇ ಬಂದು ನೆಲೆಸಿದ್ದೀರಿ ಎಂದು ನರಸಿಂಹ ಹೇಳಿದ್ದ. ಎಲ್ಲಾ ಅನುಕೂಲವಾಗಿದೆಯಾ?" ಅವಳ ತಲೆ ನೇವರಿಸುತ್ತಾ ಕೇಳಿದರು.

"ಎಲ್ಲಾ ಅನುಕೂಲವಾಗಿದೆ ಅಣ್ಣಾ, ಯಾವ ತೊಂದರೆಯೂ ಇಲ್ಲ."

"ಮತ್ತೆ ಬಾಡಿಗೆ ಮನೆಯಲ್ಲಿ ಇದ್ದೀರೋ ಅಥವಾ..."

" ಇಲ್ಲ ಅಣ್ಣಾ, ಸ್ವಂತ ಮನೆಯನ್ನೇ ಕೊಂಡಿದ್ದೇವೆ" ಎಂದಳು ಭಾರತಿ.

"ಹೌದೇ, ಸಂತೋಷವಮ್ಮಾ, ಹಣಕ್ಕೆ ಏನು ಮಾಡಿದೆ?" ಎಂದು ಮಗನ ಕಡೆಗೆ ತಿರುಗಿ, "ನನಗೆ ಸ್ವಂತ ಮನೆ ಖರೀದಿಸಿದಾರೆ ಅಂತ ಹೇಳಲೇ ಇಲ್ಲವಲ್ಲೋ ನರಸಿಂಹ?" ಎಂದರು.

" ನಾನು ಹೇಳಿದ್ದೇನೆ ಅಂದುಕೊಂಡಿದ್ದೆ ಅಣ್ಣಾ" ಎಂದ ನರಸಿಂಹ.

"ಬೆಂಗಳೂರಿನಲ್ಲಿ ಮನೆ ಖರೀದಿಸುವುದು ಎಂದರೆ ಸುಮ್ಮನೆಯೇ, ಕೋಟಿ-ಕೋಟಿ ರೂಪಾಯಿಗಳೇ ಬೇಕಾದೀತು. ನೀನು ನಿನ್ನ ತಂಗಿಗೆ ಮನೆ ಖರೀದಿಸಲು ಎಷ್ಟು ಹಣ ಕೊಟ್ಟೆ?" ಎಂದಾಗ ನರಸಿಂಹ ತಲೆ ಕೆರೆದುಕೊಳ್ಳುತ್ತಾ ಭಾರತಿಯತ್ತ ಮುಖ ತಿರುಗಿಸಿದ. ಅವನು ಒಂದು ಪೈಸಾವನ್ನು ಕೊಟ್ಟಿರಲಿಲ್ಲ.

"ನಾವು ಸಂಪಾದಿಸಿ ಉಳಿಸಿದ ಹಣವೇ ಸಾಕಷ್ಟು ಇದೆ ಅಣ್ಣಾ. ನರಸಿಂಹಣ್ಣನನ್ನು ಕೇಳುವ ಅಗತ್ಯ ಬಿದ್ದರೆ,ನಾನು ಕೇಳುತ್ತೇನೆ,ನನಗೆ ಯಾವ ಸಂಕೋಚ?" ಎಂದಳು ಭಾರತಿ.

" ನೋಡಮ್ಮಾ, ಇದು ನಿನ್ನ ಅಗತ್ಯದ ಪ್ರಶ್ನೆಯಲ್ಲ, ನೀನು ಒಂದು ಒಳ್ಳೆಯ ಮನೆ ಕೊಂಡು ಅಲ್ಲಿ ನೆಮ್ಮದಿಯಾಗಿರುವಂತೆ ನೋಡಿಕೊಳ್ಳುವ ಮೊದಲ ಜವಾಬ್ದಾರಿ ತಂದೆಯಾದ ನನ್ನದು. ಆ ನಂತರ ನಿನ್ನ ಗಂಡನದು" ಎಂದು ನರಸಿಂಹನ ಕಡೆಗೆ ತಿರುಗಿ, "ಅವಳ ಅಕೌಂಟಿಗೆ ಐವತ್ತು ಲಕ್ಷ ಹಾಕು" ಎಂದರು.

"ಈಗ ಬೇಡ ಅಣ್ಣಾ, ಮತ್ತೆ ಬೇಕಾದಾಗ ನಾನೇ ಕೇಳುತ್ತೇನೆ" ಎಂದು ಅವರ ಹಣೆಗೆ ಮುತ್ತಿಕ್ಕಿ ಬಂದು ಕುರ್ಚಿಯಲ್ಲಿ ಕುಳಿತಳು ಭಾರತಿ.

ಅಷ್ಟರಲ್ಲಿ ಪಂಕಜಾಕ್ಷಿ ಎಲ್ಲರಿಗೂ ಕಿತ್ತಳೆ ಹಣ್ಣಿನ ರಸವನ್ನು ತಂದು ಹಂಚಿದಳು. ವರದರಾಜ್ ಅವರಿಗೆ ಡಯಾಬಿಟಿಕ್ ಆದ್ದರಿಂದ ಜ್ಯೂಸ್ ಕೊಡಲಿಲ್ಲ. ಅವರಿಗೆ ಒಂದು ಲೋಟಾದಲ್ಲಿ ಶುಂಠಿ ಕಷಾಯ ಮಾಡಿಕೊಟ್ಟಿದ್ದಳು. ಸ್ವಲ್ಪ ಹೊತ್ತುಎಲ್ಲರೂ ಅವರವರೇ ಗುಸು-ಗುಸು ಮಾತಲ್ಲಿ ತೊಡಗಿದರು.

"ಒಂದು ನಿಮಿಷ, ಎಲ್ಲರೂ ದಯವಿಟ್ಟು ಗಮನವಟ್ಟು ಕೇಳಿ" ಎಂದಾಗ ವರದರಾಜ್, ಎಲ್ಲರೂ ಮಾತು ನಿಲ್ಲಿಸಿ ಅವರತ್ತ ನೋಡಿದರು.

"ನನ್ನ ಬದುಕಿನ ಪ್ರಯಾಣ ಮುಗಿಯುತ್ತಾ ಬಂದಿದೆ..." ಅವರ ಮಾತನ್ನು ಅರ್ಧದಲ್ಲಿಯೇ ತುಂಡರಿಸಿದ ಭಾರತಿ, " ಹಾಗೆ ಹೇಳಬೇಡ ಅಣ್ಣಾ, ನಿಮಗೆ..." ಎನ್ನುತ್ತಿದ್ದ ಹಾಗೆ ಅವಳ ಮಾತನ್ನು ತಡೆದ ಅವರು, "ನೋಡಮ್ಮಾ, ನನಗೆ ಏನಾಗುತ್ತಿದೆ ಎನ್ನುವುದು ನನಗೆ ಚೆನ್ನಾಗಿ ಗೊತ್ತು. ಇದು ವಾಸ್ತವ. ಹುಟ್ಟಿದ ಎಲ್ಲರೂ ಚಿರಂಜೀವಿಗಳಾದರೆ, ಭೂಮಿಯ ಮೇಲೆ ಕಾಲು ಇಡಲಿಕ್ಕೂ ಜಾಗ ಸಿಕ್ಕದ ಪರಿಸ್ಥಿತಿ ಬರುತ್ತದೆ ಒಂದು ದಿನ," ಎಂದು ಭಾರತಿಯನ್ನು ಹತ್ತಿರ ಕರೆದು ಕೈ ಹಿಡಿದು, " ನೀನು ಟ್ರಾಯ್ ಅಂದರೆ ಹೆಲೆನ್ನಳ ಕಥೆಯ ಮುವ್ವೀ ನೋಡಿದ್ದೀಯಾ?" ಎಂದರು. " ಎರಡು ಸಲ ನೋಡಿದ್ದೇನೆ, ಅದ್ಭುತವಾದ ಮುವ್ವೀ" ಎಂದಳು ಭಾರತಿ, ಈಗೇಕೆ ಇದ್ದಕ್ಕಿದ್ದ ಹಾಗೆ ಆ ಮುವ್ವಿ ನೆನಪಿಸಿಕೊಂಡರು ಅಣ್ಣ ಎಂದು ಅಚ್ಚರಿಯ ಕುತೂಹಲದಿಂದ.

"ಅದರಲ್ಲಿ ಒಂದು ಪಾತ್ರದ ಡೈಲಾಗ್ ನನಗೆ ಈಗಲೂ ನೆನಪಲ್ಲಿ ಇದೆ, ಅದು ಯಾವುದು ಗೊತ್ತಾ?" ಎಂದರು. "ಯಾವ ಡೈಲಾಗ್ ಅಣ್ಣಾ?" ಎಂದಳು ಭಾರತಿ. ಹೀಗೆ ಮಾತುಗಳು ಹೊರಳಿದ ದಿಕ್ಕಿನ ಪರಿ, ಅಲ್ಲಿದ್ದವರಿಗೆಲ್ಲಾ ಕುತೂಹಲವಾಗಿ, ಗಮನವಿಟ್ಟು ಅವರ ಮುಂದಿನ ಮಾತುಗಳ ನಿರೀಕ್ಷೆಯಲ್ಲಿ ಅವರನ್ನು ದಿಟ್ಟಿಸಿ ನೋಡತೊಡಗಿದರು.

"ದೇವತೆಗಳಿಗೆ ಮನುಷ್ಯನ ಬಗೆಗೆ ಅಸೂಯೆಯಂತೆ, ಯಾಕೆಂದರೆ ಮುನುಷ್ಯ ದೇವತೆಗಳಂತೆ ಅಮರನಲ್ಲ,ನಶ್ವರ ಎಂದು. ಯಾವ ಕ್ಷಣದಲ್ಲಿಯೂ ಸಾವು ಬಂದು ಅವನ ಬದುಕು ಅಂತ್ಯವಾಗುವ ಈ ಸಾಧ್ಯತೆ ತಮಗೆ ಇಲ್ಲವಲ್ಲಾ ಎನ್ನುವುದು ದೇವತೆಗಳ ಕೊರಗು. ಹೇಗಿದೆ ನೋಡು ಅಮರತ್ವದ ಶಾಪ? " ಎಂದು ನಕ್ಕರು. ವಿಷಯ ಗಂಭೀರವಾದದ್ದು ಆಗಿ ಬೇರೆ ಯಾರೂ ನಗಲಿಲ್ಲ.

"ಬೇಸರ ಮಾಡಿಕೊಳ್ಳದೆ ಕೇಳಿಸಿಕೊಳ್ಳಿ" ಎಂದು ಎಲ್ಲರತ್ತ ನೋಡಿದರು.

"ಅದೇನು ಹೇಳು ಅಣ್ಣಾ" ಎಂದಳು ಭಾರತಿ.

"ಭೂಷಣ್ ಮತ್ತು ನಿಜಗುಣ-ಅನುರಾಧಾ ನೀವು ಗಮನವಿಟ್ಟು ಕೇಳಿ" ಎಂದಾಗ,

"ಆಯ್ತು , ಅದೇನು ಹೇಳಿ ಅಂಕಲ್" ಎಂದಳು ಅನುರಾಧಾ. ಅವರು ದಿತಿ ಮತ್ತು ಅದಿತಿಯತ್ತ ನೋಡುತ್ತಾ,

" ನಿಮ್ಮ ಈ ಮುದ್ದಾದ ಇಬ್ಬರು ಮಕ್ಕಳಲ್ಲಿ ಒಬ್ಬರನ್ನು ನನ್ನ ಮೊಮ್ಮಗ ಜಯಕೀರ್ತಿಗೆ ಮದುವೆ ಮಾಡಿಕೊಡಬೇಕು ಎಂದು ಕೇಳಿಕೊಳ್ಳುತ್ತೇನೆ" ಎಂದು ಎಲ್ಲರತ್ತ ನೋಟ ಬೀರುತ್ತಾ ಕೈಗಳನ್ನು ಜೋಡಿಸಿದರು.

ಈ ಮಾತುಗಳನ್ನು ಕೇಳುತ್ತಿದ್ದ ಹಾಗೇ ದಿತಿ ಮತ್ತು ಅದಿತಿ ಅಲ್ಲಿಂದ ಎದ್ದು, ಹೊರಗೆ ಹೋಗಿ , ಮನೆಯ ಅಂಗಳದ ತೋಟದ ಕಡೆಗೆ ನಡೆದರು. ಅನುರಾಧಾ-ನಿಜಗುಣ ಮತ್ತು ಭಾರತಿ-ಭೂಷಣರು ಪರಸ್ಪರರ ಮುಖಗಳನ್ನು ನೋಡಿದರು. ಯಾರು ಮಾತಾಡಬೇಕು,ಏನು ಮಾತಾಡಬೇಕು ಎನ್ನುವ ಗೊಂದಲದಲ್ಲಿ ಎಲ್ಲರೂ ಸುಮ್ಮನೇ ಇದ್ದು ಅಲ್ಲಿ ಕಸಿವಿಸಿಯ ವಾತಾವರಣ ನಿರ್ಮಾಣವಾಗಿಬಿಟ್ಟಿತು.

" ಅವರು ಇಷ್ಟಪಟ್ಟರೆ ನಮ್ಮ ಅಭ್ಯಂತರ ಏನೂ ಇಲ್ಲ" ಎಂದು ಅನುರಾಧಾ, ಭಾರತಿಯ ಮುಖ ನೋಡಿದಳು.

"ಹೌದು, ನನಗೂ ಅಂತಹ ಆಸೆ ಇದೆ. ದಿತಿ ಮತ್ತು ಅದಿತಿಯರಲ್ಲಿ ಯಾರೇ ಕೀರ್ತಿಯನ್ನು ಇಷ್ಟಪಟ್ಟರೂ, ನಾವು ಖಂಡಿತಾ ಅವರ ಮದುವೆ ಮಾಡುತ್ತೇವೆ; ಇದು ನಮ್ಮ ಪ್ರಾಮಿಸ್" ಎಂದು ಅವಳು ವರದರಾಜ್ ಅವರ ಕೈ ಹಿಡಿದು ಪ್ರಾಮಿಸ್ ಮಾಡಿದಳು. "ಹೌದು ಅದು ನಮಗೂ ಇಷ್ಟವೇ"ಎಂದಳು ಅನುರಾಧಾ.

"ತಾತನ ಮಾತಿಗೆ ಏನು ಹೇಳುತ್ತೀಯಾ?" ಎಂದು ಜಯಕೀರ್ತಿ ದಿತಿಯನ್ನು ತಂಜಾವೂರು ಬಿಡುವ ಮೊದಲೇ ಕೇಳಿದಾಗ, ಅವಳು, " ನನ್ನ ಮದುವೆ ಆಗಲೇ ತೀರ್ಮಾನವಾಗಿದೆ. ಗೊತ್ತಿದ್ದೂ ಗೊತ್ತಿದ್ದೂ ಯಾಕೆ ಕೇಳುತ್ತೀಯಾ?" ಎಂದು ನಿರಾಕರಿಸಿದಳು.

===o===

ದಿತಿ ಒಮ್ಮೊಮ್ಮೆ,ವಾರದ ಕೊನೆಯಲ್ಲಿ ಅಂದರೆ ಶುಕ್ರವಾರ ಸಾಯಂಕಾಲ ವರ್ಗಿಸ್ಸನ ಜೊತೆಗೆ ಬಂಡೀಪುರ, ಬಿಳಿಗಿರಿ ರಂಗನ ಬೆಟ್ಟ ಎಂದು ಟೂರು ಹೋಗಿ ಭಾನುವಾರ ಸಂಜೆ ಮನೆಗೆ ಬರುತ್ತಿದ್ದಳು. ಅವಳ ಈ ನಿರ್ಭಿಡೆಯ ನಡೆಯಿಂದ ಆತಂಕಗೊಂಡ ಭಾರತಿ , ಒಂದು ಭಾನುವಾರ ಬೆಳಗ್ಗೆ ,

"ಇವಳ ವರ್ತನೆಯನ್ನು ಹೇಗೆ ಅರ್ಥೈಸುವುದು ಭೂಷಣ್?"ಎಂದು ಕೇಳಿದಳು.

"ಅವಳು ನನಗೆ ಏನೂ ಹೇಳಲಿಲ್ಲ, ನಿನಗೆ ಏನಾದರೂ ಹೇಳಿದಳಾ?" ಎಂದ ಭೂಷಣ್.

"ಕಳೆದ ಸಲ ಆಫೀಸಿಗೆ ಹೋಗುವಾಗ 'ನಾನು ಸಂಜೆ ಮನೆಗೆ ಬರುವುದಿಲ್ಲ, ವರ್ಗಿಸ್ಸನ ಜೊತೆಗೆ ಬಂಡೀಪುರಕ್ಕೆ ಹೋಗುತ್ತಿದ್ದೇನೆ. ಬರುವುದು ಭಾನುವಾರ ರಾತ್ರಿಗೇ 'ಎಂದು ಹೇಳಿ, ನನ್ನ ಮಾತಿಗೆ ಕಾಯದೆ, ಆಫೀಸ್ ಬ್ಯಾಗಿನ ಜೊತೆಗೆ ಒಂದು ಕಿಟ್ ಹಿಡಿದುಕೊಂಡು ಹೋಗಿದ್ದಳು. ಈ ಶುಕ್ರವಾರ, 'ಬಿಳಿಗಿರಿ ರಂಗನ ಬೆಟ್ಟಕ್ಕೆ ಹೋಗುತ್ತಿದ್ದೇವೆ,ಬರುವುದು ಭಾನುವಾರ 'ಎಂದವಳೆ, ಕಾರು ಚಲಾಯಿಸಿಕೊಂಡು ಹೋದಳು. ಅವಳ ಆ ಜಾನ್ ವರ್ಗಿಸ್ಸನ ಸ್ನೇಹ ಅತಿರೇಕಕ್ಕೆ ಹೋಗಿದೆ. ಏನು ಮಾಡುವುದು?" ಎಂದಳು.

"ಅವಳ ಈ ಸ್ವಚ್ಛಂದ ವರ್ತನೆ ಸರಿಯಲ್ಲ. ಆದರೂ ನಾವು ಇದನ್ನು ಸೂಕ್ಷ್ಮವಾಗಿ ನಿಭಾಯಿಸ ಬೇಕು. ಈ ಸಂಜೆ ಬಂದಾಗ ನಾವು ಅವಳ ಜೊತೆಗೆ ಮಾತಾಡೋಣ" ಎಂದ ಭೂಷಣ.

ಅವನಿಗೆ ಇದು ಇಷ್ಟ ಇರಲಿಲ್ಲ. ಆದರೂ ಮುಳ್ಳುಬೇಲಿಯ ಮೇಲಿನ ಬಟ್ಟೆಯನ್ನು ಬಿಡಿಸುವ ನಾಜೂಕಿನಲ್ಲಿಯೇ ಈ ಸಮಸ್ಯೆಯನ್ನು ಬಿಡಿಸಬೇಕು ಎಂದು ತನ್ನಲ್ಲಿಯೇ ನಿರ್ಧರಿಸಿದ್ದ.

"ನೀನು ಹೀಗೆ ಆ ವರ್ಗಿಸ್ಸನ ಜೊತೆಗೆ ಹೊರಗೆ ಹೋಗಿ, ಎರಡು ಮೂರು ದಿನ ಅವನ ಜೊತೆಗೆ ಇದ್ದು ಬರುತ್ತೀಯಲ್ಲಾ , ಯಾಕೆ ಹೀಗೆ ಎಂದು ನಾನು ಕೇಳಬಹುದೇ?" ಭಾರತಿ ಪೀಠಿಕೆ ಹಾಕಿದಳು. ದಿತಿ,ಭಾನುವಾರ ಸಂಜೆ ವಾಪಾಸು ಬಂದು, ಅವರು ಊಟದ ಟೇಬಲ್ ಸುತ್ತಾ ಕುಳಿತಿದ್ದರು, ರಾತ್ರಿಯ ಊಟಕ್ಕೆ.

" ಅವನು ನಾನು ಮದುವೆಯಾಗುವವರು. ಆದ್ದರಿಂದ ಜೊತೆಗೆ ಹೋಗುತ್ತಿದ್ದೇವೆ" ಎಂದಳು ದಿತಿ.

"ಹಾಗೆಂದು ನೀನು ಇದನ್ನು ನಮ್ಮ ಜೊತೆಗೆ ಚರ್ಚೆ ಮಾಡಬಹುದಿತ್ತಲ್ಲಾ?" ಎಂದ ಭೂಷಣ್.

"ಆಯ್ತು, ಈಗ ಹೇಳುತ್ತಿದ್ದೇನೆ, ನಾನು ಮತ್ತು ಜಾನ್ ವರ್ಗಿಸ್ ಮದುವೆಯಾಗಲು ನಿರ್ಧರಿಸಿದ್ದೇವೆ. ಇದಕ್ಕೆ ನಿಮ್ಮ ಒಪ್ಪಿಗೆ ಇದೆ ಎಂದು ತಿಳಿದಿದ್ದೇನೆ,ಸರಿಯಾ?" ಎಂದಳು ದಿತಿ.

"ಈ ನಿರ್ಣಯ ನಿನ್ನದು ಮಾತ್ರವೇ ಅಥವಾ..."

"ಇದು ನಮ್ಮಿಬ್ಬರ ನಿರ್ಣಯ. ಸೂಕ್ತ ಸಂದರ್ಭ ನೋಡಿ ನಿಮಗೆ ಹೇಳಬೇಕು ಅಂದುಕೊಂಡಿದ್ದೆ. ಈಗ ನೀವೇ ಈ ವಿಷಯ ಎತ್ತಿದ್ದು ಒಳ್ಳೆಯದೇ ಆಯ್ತು" ಎಂದಳು ದಿತಿ.

"ನೋಡು ದಿತಿ, ನಾವು ನಿನ್ನ ಹಿತೈಷಿಗಳೇ ಹೊರತು ಶತ್ರುಗಳು ಅಲ್ಲ. ನಮ್ಮ ಜೊತೆಗೆ ಇದನ್ನು ಚರ್ಚಿಸದೆ ಹೀಗೆ ನೀನು ಏಕಪಕ್ಷೀಯವಾಗಿ ನಿನ್ನ ಬದುಕಿನ ಪ್ರಮುಖ ಘಟ್ಟದ ಬಗೆಗೆ ನಿರ್ಣಯ ತೆಗೆದುಕೊಳ್ಳುವುದು ಸರಿಯಾ?" ನೋವಿನಿಂದ ಕೇಳಿದಳು ಭಾರತಿ.

"ಸಾರಿ ಮಮ್ಮೀ, ನೀವು ಹೇಳುವುದು ಸರಿಯೇ. ನಾನು ಈ ವಿಷಯ ನಿಮ್ಮ ಜೊತೆಗೆ ಚರ್ಚಿಸಲು ಕಾಯುತ್ತಿದ್ದೆ. ದಯವಿಟ್ಟು ನಿಮ್ಮ ಒಪ್ಪಿಗೆ ಕೊಟ್ಟು ನಮ್ಮ ಮದುವೆಯನ್ನು ನೆರವೇರಿಸಿ" ಎಂದಳು ದಿತಿ.

"ಆದರೆ, ನಿನ್ನ ತಾತ ತಂಜಾವೂರಿನಲ್ಲಿ ಇದ್ದಾಗ ಹೇಳಿದ್ದನ್ನು ಮರೆತು ಬಿಟ್ಟಿದ್ದೀಯಾ?" ಭಾರತಿ ಕೇಳಿದಳು.

"ಯಾವ ಮಾತೂ?" ಗೊತ್ತಿದ್ದೂ ಕೇಳಿದಳು ದಿತಿ.

"ಅದೇ , ನಿನ್ನ ಮದುವೆಯನ್ನು ಜಯಕೀರ್ತಿಯ ಜೊತೆಗೆ ಮಾಡುವ ಇಚ್ಛೆಯನ್ನು ಅವರು ನಮ್ಮೆಲ್ಲರ ಮುಂದೆ ಹೇಳಲಿಲ್ಲವೇ?"

"ಅವರು, ನಿರ್ಧಿಷ್ಟವಾಗಿ ನನ್ನ ಹೆಸರನ್ನು ಹೇಳಲಿಲ್ಲವಲ್ಲಾ?" ಎಂದಳು.

"ಆಯ್ತು, ಅವರು ನಿರ್ಧಿಷ್ಟವಾಗಿ ನಿನ್ನನ್ನೇ ಕೇಳಿದ್ದಾರೆ ಅಂದಕೋ. ಜಯಕೀರ್ತಿ ಸಹ ಬರ್ಮಿಂಗ್-ಹ್ಯಾಂ ಮನೆಗೆ ಬಂದಾಗ,ನಮ್ಮ ಮುಂದೆ ನಿನ್ನನ್ನು ಮದುವೆಯಾಗುವ ಇಚ್ಛೆಯನ್ನು ವ್ಯಕ್ತಪಡಿಸಿದ್ದ. ಈಗ ನಿನ್ನ ತಾತನೂ ಆ ಬಯಕೆ ಇಟ್ಟುಕೊಂಡಿರುವುದರಿಂದ,ನೀನು ಯಾಕೆ

ಜಯಕೀರ್ತಿಯನ್ನು ಮದುವೆ ಆಗಬಾರದು? ಹಾಗೆ ನೀನು ಅವನ ಮದುವೆಗೆ ಒಪ್ಪಿದರೆ ನಮಗೂ ಅದು ಇಷ್ಟವಾದದ್ದೇ. ಆದ್ದರಿಂದ ಯೋಚಿಸಿ ನೋಡು" ಎಂದಳು ಭಾರತಿ.

"ನನ್ನ ಮದುವೆ ಈಗಾಗಲೇ ,ನನ್ನ ಮಟ್ಟಿಗೆ ತೀರ್ಮಾನವಾಗಿದೆ. ಇದರಲ್ಲಿ ಮತ್ತೆ ಯೋಚಿಸುವ ಪ್ರಶ್ನೆಯೇ ಇಲ್ಲ" ಎಂದು ನಿರ್ಧಾರಾತ್ಮಕವಾಗಿ ಹೇಳಿದಳು ದಿತಿ.

"ಆಯ್ತು, ನಿನ್ನ ಇಚ್ಛೆಯನ್ನು ನೀನು ಹೇಳಿದ್ದೀಯ. ನಾವು ಆ ಹುಡುಗನ ಜೊತೆಗೆ ಮಾತಾಡಬೇಕು. ಒಂದು ಭಾನುವಾರ ಬೆಳಗ್ಗೆ ಅವರನ್ನು ಇಲ್ಲಿಗೇ ತಿಂಡಿಗೆ ಬರಹೇಳು" ಎಂದ ಭೂಷಣ, ಭಾರತಿ ಬಾಯಿ ಬಿಡುವ ಮೊದಲೇ.

"ಷೂರ್ ಡ್ಯಾಡಿ, ತ್ಯಾಂಕ್ಯೂ" ಎಂದಳು ದಿತಿ.

= ==o===

"ನೀವು ದಿತಿಯನ್ನು ಮದುವೆಯಾಗ ಬಯಸುತ್ತೀರಾ?" ಭೂಷಣ ನೇರವಾಗಿ,ಜಾನ್ ವರ್ಗಿಸ್ಸನನ್ನು ಕೇಳಿದಾಗ ಅವನು ಕಕ್ಕಾಬಿಕ್ಕಿಯಾಗಿ, ಸಹಾಯಕ್ಕೆ ದಿತಿಯತ್ತ ಮುಖ ತಿರುಗಿಸಿದ.

ಆ ಭಾನುವಾರ ಬೆಳಗ್ಗೆ ದಿತಿಯ ಕರೆಗೆ ಅವನು ಜಯನಗಾರದ ಭೂಷಣ-ಭಾರತಿಯವರ ಮನೆಗೆ ಬಂದಿದ್ದ. ಎಲ್ಲರ ತಿಂಡಿಯಾಗಿ, ಕಾಫಿ ಕುಡಿಯುವಾಗ ಈ ಪ್ರಶ್ನೆಯನ್ನು ಹಾಕಿದ್ದ ನಿಜಗುಣ.

"ನಾನು ಆಗಲೇ ಹೇಳಿದ್ದೀನಲ್ಲಾ ಡ್ಯಾಡೀ, ಇದು ನಮ್ಮಿಬ್ಬರ ಒಮ್ಮತದ ನಿರ್ಣಯ" ಎಂದಳು ದಿತಿ.

"ನೋಡು, ನಿನ್ನ ಡಾಡಿ ಅವರನ್ನು ಕೇಳಿದ್ದಾರೆ, ಅವರನ್ನು ಮಾತಾಡಲು ಬಿಡು; ನೀನು ಮಧ್ಯೆ ಬಾಯಿ ಹಾಕಬೇಡ" ತುಸು ಅಸಹನೆಯಿಂದಲೇ ಹೇಳಿದಳು, ಭಾರತಿ.

"ಆಯ್ತು, ಹೇಳೋ ನಿನ್ನ ನಿರ್ಧಾರವನ್ನು" ಎಂದು ವರ್ಗಿಸ್-ಗೆ ಹೇಳಿ, ಕಾಲಮೇಲೆ ಕಾಲು ಹಾಕಿ, ಗದ್ದದ ಮೇಲೆ ಕೈ ಇರಿಸಿ, ವರ್ಗಿಸ್ಸನತ್ತ ನೋಡುತ್ತಾ, ಅವನನ್ನು ಹುರಿದುಂಬಿಸಿದಳು ದಿತಿ.

"ಹೌದು ಅಂಕಲ್" ಎಂದ ವರ್ಗಿಸ್,ಭಯ ಆತಂಕದಿಂದ ಕರವಸ್ತ್ರ ತೆಗೆದುಕೊಂಡು ಮುಖ ಒರೆಸಿಕೊಳ್ಳುತ್ತಾ. ಅವನು ಬೆವೆತುಬಿಟ್ಟಿದ್ದ!

"ನೀವು ಯಾಕಾಗಿ ದಿತಿಯನ್ನು ಇಷ್ಟಪಟ್ಟಿರಿ?" ಎಂದಳು ಭಾರತಿ.

"ಮಮ್ಮೀ, ಅವರಿಗೆ ಮೊದಲೇ ನಾನು ಅವರನ್ನು ಇಷ್ಟಪಟ್ಟು ಅವರನ್ನು ಒಪ್ಪಿಸಿದೆ" ಎಂದಳು ದಿತಿ.

"ನೋಡಮ್ಮಾ, ನಾವು ಅವರನ್ನು ಸ್ಪಷ್ಟನೆಗಾಗಿ ಕೆಲವು ಪ್ರಶ್ನೆಗಳನ್ನು ಕೇಳುತ್ತಿದ್ದೇವೆ. ನೀನು ಹೀಗೆ ಮಧ್ಯೆ ಬಾಯಿ ಹಾಕಬಾರದು. ನಿನಗೆ ಸುಮ್ಮನಿರಲು ಆಗದಿದ್ದರೆ ಸ್ವಲ್ಪ ಹೊತ್ತು ಹೊರಗೆ ಹೋಗಿ ಬಾ" ಎಂದು ಭೂಷಣ ಅಸಮಧಾನದಿಂದಲೇ ಹೇಳಿದ.

"ಸ್ಸಾರಿ ಡ್ಯಾಡಿ, ನಾನು ಮೇಲಿನ ರೂಮಿನಲ್ಲಿ ಇರುತ್ತೇನೆ, ನೀವು ಕರೆದಾಗ ಬರುತ್ತೇನೆ" ಎಂದು , ವರ್ಗಿಸ್ಸನನನ್ನು ನೊಡುತ್ತಾ, ಅವನನ್ನು ಪ್ರೋತ್ಸಾಹಿಸುವಂತೆ, ಹೆಬ್ಬೆರಳು ಮೇಲೆತ್ತಿ, ಮಹಡಿಯ ತನ್ನ ಕೋಣೆಗೆ ತೆರಳಿದಳು ದಿತಿ.

"ಹೇಳಿ, ನೀವು ಯಾಕಾಗಿ ದಿತಿಯನ್ನು ಇಷ್ಟಪಡುತ್ತೀರಿ?" ಮತ್ತೊಮ್ಮೆ ಕೇಳಿದ ಭೂಷಣ.

" ಕ್ಷಮಿಸಿ" ಎಂದು ಟೇಬಲ್ ಮೇಲಿದ್ದ ಲೋಟಾಕ್ಕೆ ನೀರು ಸುರಿದು, ಅದನ್ನು ಗುಟುಕರಿಸುತ್ತಾ,ವರ್ಗಿಸ್, " ಅಂಕಲ್, ಇದು ಮೂಲತಃ ದಿತಿಯ ನಿರ್ಣಯ" ಎಂದ ತಡವರಿಸುತ್ತಾ.

"ಅಂದರೆ, ನಿಮಗೆ ನಿಮ್ಮದೇ ಆದ ಕಾರಣ ಇಲ್ಲವೇ?" ಮೊನಚಾಗಿ ಕೇಳಿದ ಭೂಷಣ.

"ಅವರ ಇಷ್ಟವೇ,ನನ್ನ ಇಷ್ಟ ಅಂಕಲ್" ಎಂದ ವರ್ಗಿಸ್.

"ಇದನ್ನು ನೀವು ನಿಮ್ಮ ತಾಯಿಯ ಜೊತೆಗೆ ಚರ್ಚಿಸಿದ್ದೀರಾ?" ಭಾರತಿ ಕೇಳಿದಳು.

"ಇಲ್ಲ ಆಂಟೀ" ಎಂದು ಚುಟುಕಾಗಿ ಹೇಳಿದ.

"ಆಯ್ತು, ನೀವು ಮೊದಲು ನಿಮ್ಮ ತಾಯಿಯ ಜೊತೆಗೆ ಇದನ್ನು ಚರ್ಚಿಸಿ. ಅದಾದ ನಂತರ ,ಅವರ ಅಭಿಪ್ರಾಯ ತಿಳಿದು, ಅವರು ಒಪ್ಪಿದರೆ ಆಗ ಮತ್ತೆ ಮಾತಾಡಬಹುದು" ಎಂದು ಭಾರತಿ, ಭೂಷಣನತ್ತ ತಿರುಗಿ,"ಏನಂತೀರಾ?" ಎಂದಳು.

"ಅದು ಸರಿ, ಮೊದಲು ನೀವು ನಿಮ್ಮ ತಾಯಿಯ ಜೊತೆಗೆ ಮಾತಾಡಿ" ಎಂದು ಭೂಷಣ ಭಾರತಿಯ ಸಲಹೆಯನ್ನು ಅನುಮೋದಿಸಿದ.

===o===

ಮಾರನೆಯ ದಿನ ಆಫೀಸಿನ ಲಂಚ್ ಬ್ರೇಕಿನಲ್ಲಿ, ದಿತಿ ಮತ್ತು ವರ್ಗಿಸ್ ಇನ್ಫೋಸಿಸ್ ಕ್ಯಾಂಟೀನಿನ ಮೂಲೆಯ ಜಾಗದಲ್ಲಿ ಕುಳಿತು ಮಾತಾಡುವಾಗ ,"ನೀನು,ಇನ್ನೂ ನಿನ್ನ ತಾಯಿಗೆ ಈ ವಿಷಯ ತಿಳಿಸಿಲ್ಲವೇ?" ಎಂದು ಕೇಳಿದಳು ದಿತಿ.

"ಇಲ್ಲ" ಎಂದಷ್ಟೇ ಹೇಳಿದ ವರ್ಗಿಸ್.

"ಯಾಕೆ?"

"ಯಾಕೆ ಎನ್ನುವುದು ನನಗೂ ಅರ್ಥವಾಗುತ್ತಿಲ್ಲ" ಎಂದು ನಕ್ಕ ವರ್ಗಿಸ್.

"ಒಂದು ಕೆಲಸ ಮಾಡುವಾ" ಎಂದಳು ದಿತಿ.

"ಏನು?"

"ಈ ದಿನ ಆಫೀಸ್ ಆದಮೇಲೆ ನಾನು ನಿನ್ನ ಜೊತೆಗೆ ನಿಮ್ಮ ಮನೆಗೆ ಬರುತ್ತೇನೆ."

"ಬಂದು?"

"ನಾವಿಬ್ಬರೂ ಆಂಟಿಯ ಮುಂದೆ ನಮ್ಮ ನಿರ್ಣಯ ಹೇಳೋಣ." ವರ್ಗಿಸ್ ಏನೂ ಮಾತಾಡಲಿಲ್ಲ.

"ಹೆದರಬೇಡ, ನಾನೇ ಈ ವಿಷಯ ಪ್ರಸ್ತಾಪ ಮಾಡುತ್ತೇನೆ" ಎಂದು ಅವನಿಗೆ ಧೈರ್ಯ ತುಂಬಿದಳು.

= ==o===

ಭಾರತಿ ಮತ್ತು ಭೂಷಣರು, ವರ್ಗಿಸ್ಸನ ಆಹ್ವಾನವನ್ನು ಒಪ್ಪಿಕೊಂಡು, ಆ ಭಾನುವಾರ ಬೆಳಗ್ಗೆ ದಿತಿಯ ಜೊತೆಗೆ ವರ್ಗಿಸ್ಸನ ಮನೆಗೆ ,ಬೆಳಗಿನ ಉಪಾಹಾರ ಮಾಡಿಕೊಂಡು ಬಂದಿದ್ದರು. ಅಪಾರ್ಟುಮೆಂಟಿನ ಎರಡನೆಯ ಮಹಡಿಯಲ್ಲಿ ಇದ್ದ ಅವನ ಮನೆಯೊಳಗೆ ಹೋಗುತ್ತಿದ್ದ ಹಾಗೆ ಅವರಿಗೆ ಕಾಣಿಸಿದ್ದು ಎದುರಿನ ಗೋಡೆಯ ಷೋ ಕೇಸಿನಲ್ಲಿ ಇದ್ದ ಜೀಸಸ್

ಕಿಸ್ತನ ಪುಟ್ಟ ವಿಗ್ರಹ ಮತ್ತು ದೊಡ್ಡದಾದ ಮದರ್ ಮೇರಿಯ ಫೋಟೋ. ಅವರು ಮುಂದಕ್ಕೆ ಹೋಗಿ ಬಲಕ್ಕೆ ತಿರುಗಿದಾಗ ಅಲ್ಲಿನ ಹಾಲಿನಲ್ಲಿ ಒಂದು ಸೋಫಾ, ಟಿವಿ, ಮತ್ತು ಅಡುಗೆ ಮನೆಗೆ ಎದುರಾಗಿ ಇದ್ದ ಡೈನಿಂಗ್ ಟೇಬಲ್. ಆ ಡೈನಿಂಗ್ ಟೇಬಲ್ಲಿನ ಗೋಡೆಗೆ 'ಕ್ರಿಸ್ತನ ಕಟ್ಟಕಡೆಯ ಭೋಜನ 'ದ ಪೇಂಟಿಂಗ್ ತೂಗು ಹಾಕಿದ್ದರು.

ಅವರನ್ನು ಸ್ವಾಗತಿಸಿ, ಅವರನ್ನು ಕುರ್ಚಿಯಲ್ಲಿ ಕೂರಿಸಿ ಅವರಿಗೆ ಕಾಫಿಯನ್ನು ಒಂದು ಕಪ್-ಸಾಸರ್-ನಲ್ಲಿ ತಂದಿಟ್ಟು, ಕಾಫಿ ಟೇಬಲ್ ಮೇಲೆ ಚಿಪ್ಸಿನ ತಟ್ಟೆಯನ್ನು ಇಟ್ಟಳು ವರ್ಗಿಸ್ಸನ ತಾಯಿ,ಜೆಸ್ಸಿಕಾ. ಅವಳು ತೆಳ್ಳಗೆ ಬೆಳ್ಳಗೆ ಇದ್ದಳು. ವಯಸ್ಸು ಐವತ್ತು ದಾಟಿದ್ದಿರಬೇಕು. ಆದರೆ ಅರವತ್ತು ಇರಬಹುದು ಎನ್ನುವ ಸುಕ್ಕುಗಳು, ಕೆನ್ನೆಯ ಮೇಲೆ ಇದ್ದವು. ತಲೆಯ ಅಂಚಿನಲ್ಲಿ ಬಿಳಿಯ ಕೂದಲುಗಳು ಇದ್ದವು. ಮುಖದ ಮುದ್ರೆ ಶಾಂತವಾಗಿದ್ದು, ಒಂದು ತೆಳುವಾದ ಮಂದಹಾಸ ಮುಖವನ್ನು ಆವರಿಸಿತ್ತು.

"ನೀವು ಮಾತಾಡುತ್ತಾ ಇರ್ರೀ, ನಾವು ಇಲ್ಲಿಯೇ ಮಾಲ್-ಗೆ ಹೋಗಿ ಒಂದಿಷ್ಟು ದಿನಸು,ತರಕಾರಿ ತೆಗೆದುಕೊಂಡು ಬರುತ್ತೇವೆ" ಎಂದು ದಿತಿ ಮತ್ತು ವರ್ಗಿಸ್ ಹೊರಗೆ ಹೋದರು.

“ಮಾಲ್ ದೂರ ಇದೆಯಾ?" ಭಾರತಿ ಕೇಳಿದಳು.

“ಮೂರು ಕಿಲೋಮೀಟರ್ ಆಗುತ್ತದೆ, ಕಾರಲ್ಲಿ ಹೋಗಿ ಬರುತ್ತಾರೆ" ಎಂದಳು ಜೆಸ್ಸಿಕಾ. ವರ್ಗಿಸ್ ಬ್ಯಾಂಕ್ ಸಾಲದಲ್ಲಿ ಒಂದು ಕಾರು ಕೊಂಡಿದ್ದ, ಆಫೀಸಿಗೆ ಹೋಗಿ ಬರಲು.

“ನಮ್ಮ ದಿತಿ ನಿಮ್ಮ ಹುಡುಗನನ್ನು ಪ್ರೀತಿಸಿ,ಮದುವೆ ಆಗಬೇಕು ಅಂದುಕೊಂಡಿದ್ದಾಳೆ?" ಭಾರತಿ ವಿಷಯಕ್ಕೆ ಪೀಠಿಕೆ ಹಾಕಿದಳು.

“ಹಾಗೆಂದು ಅವರು ಇಬ್ಬರೂ ನನಗೆ ಹೇಳಿದ್ದಾರೆ" ಎಂದಳು ಜೆಸ್ಸಿಕಾ.

“ ಇದಕ್ಕೆ ನಿಮ್ಮ ಅನುಮತಿ ಇದೆಯಾ?" ಭಾರತಿ ಕೇಳಿದಳು.

“ನಾವು ಬಡವರು,ನೀವು ಶ್ರೀಮಂತರು. ನಮ್ಮ ಅಂತಸ್ತುಗಳ ಮಧ್ಯೆ ಬಹಳಷ್ಟು ಅಂತರವಿದೆ. ಹೀಗಾಗಿ ಇದು ನಿಮ್ಮ ನಿರ್ಣಯಕ್ಕೆ ಬಿಟ್ಟ ವಿಚಾರ" ಎಂದಳು ಜೆಸ್ಸಿಕಾ.

“ನೀವು ಕ್ರಿಶ್ಚಿಯನ್, ನಮ್ಮ ಹುಡುಗಿ ಹಿಂದೂ. ಈ ಧರ್ಮಗಳು ನಿಮಗೆ ಅಡ್ಡಿ ಅನ್ನಿಸುವುದಿಲ್ಲವೇ?" ಭೂಷಣ ಕೇಳಿದ.

“ನಾನು ಮೂಲತಃ ಹಿಂದೂವೇ, ಅವರು ತೀರಿಕೊಂಡ ಮೇಲೆ ಮಗನಿಗಾಗಿ ನಾನು ಕ್ರಿಸ್ತ ಧರ್ಮಕ್ಕೆ ಸೇರಿಕೊಂಡೆ. ನನ್ನ ದೃಷ್ಟಿಯಲ್ಲಿ ಕ್ರೈಸ್ತ ಧರ್ಮಕ್ಕೂ ಬಸವ ಧರ್ಮಕ್ಕೂ ಏನೂ ವ್ಯತ್ಯಾಸ ಇಲ್ಲ. ಬಸವಣ್ಣನವರ ಕಳಬೇಡ,ಕೊಲಬೇಡ ತತ್ವಕ್ಕೂ, ಜೀಸಸ್ ಕ್ರಿಸ್ತನ 'ಯಾರಾದರೂ ನಿನ್ನ ಬಲಗೆನ್ನೆಗೆ ಹೊಡೆದರೆ, ಎಡಗೆನ್ನೆ ಕೊಡು ' ಎನ್ನುವ ತತ್ವಕ್ಕೂ ಸಾಮ್ಯತೆ ಇದೆ,ಅಲ್ಲವೇ?" ಎಂದು ನಸು ನಕ್ಕಳು.

“ನಿಮ್ಮ ಹೋಲಿಕೆ ಸರಿಯಾದದ್ದೇ. ಮತ್ತೆ ನಿಮಗೆ ಬಸವ ಧರ್ಮದ ಪರಿಚಯ ಆಗಿದ್ದು ಹೇಗೆ ಎಂದು ಕೇಳಬಹುದೇ?" ಎಂದ ಭೂಷಣ. ಅಷ್ಟರಲ್ಲಿ ಭಾರತಿ, “ ಎಕ್ಸ್-ಕ್ಯೂಜ್ ಮಿ, ಒಂದು ನಿಮಿಷ, ನಾನು ರೆಸ್ಟ್ ರೂಮಿಗೆ ಹೋಗಬೇಕು?" ಎಂದಾಗ, ಜೆಸ್ಸಿಕಾ ಮೇಲೆದ್ದು, ಅವಳಿಗೆ ರೆಸ್ಟ್-ರೂಮು ತೋರಿಸಿ ಬಂದಳು.

"ಏನು ಕೇಳಿದಿರಿ?" ವಾಪಾಸು ಬಂದು ಕುಳಿತು ಕೇಳಿದಳು.

"ನಿಮಗೆ ಬಸವ ಧರ್ಮದ ಪರಿಚಯ ಹೇಗೆ ಆಯ್ತು ಎಂದೆ?"

"ನಾನು ಮೂಲತಃ ಹಿಂದೂ ಧರ್ಮದಲ್ಲಿನ ಲಿಂಗಾಯಿತ ಧರ್ಮಕ್ಕೆ ಸೇರಿದವಳು. ನಾನು ಧರ್ಮ ಬದಲಿಸಿದರು, ಲಿಂಗಾಯತ ಧರ್ಮದ ಸಂಸ್ಕಾರಗಳನ್ನು ಬಿಟ್ಟಿಲ್ಲ. ನಾನೇ ಆಗಲಿ ವರ್ಗಿಸ್ಸೇ ಆಗಲಿ ಸಸ್ಯಾಹಾರಿಗಳು. ಮನೆಯಲ್ಲಿ ಆಗಾಗ್ಯೆ ಮೊಟ್ಟೆ ಬೇಯಿಸುತ್ತೇವೆ, ಎಗ್ ಆಮ್ಲೆಟ್ ಮಾಡುತ್ತೇವೆ ಅಷ್ಟೇ." ಎಂದು ನಸು ನಕ್ಕಳು.

"ಮತ್ತೆ, ನೀವು ಬಹಳ ಹಿಂದೆ, ಬಳ್ಳಾರಿಯ ಒಂದು ಪ್ರಿಂಟಿಂಗ್ ಪ್ರೆಸ್ಸಿನಲ್ಲಿ ಕೆಲಸ ಮಾಡುತ್ತಿದ್ದಿರಿ ಎಂದು ಒಮ್ಮೆ ವರ್ಗಿಸ್ ನನಗೆ ಬರ್ಮಿಂಗ್-ಹ್ಯಾಮಿನಲ್ಲಿ, ನಮ್ಮ ಮನೆಗೆ ಬಂದಾಗ ಹೇಳಿದ್ದ,ಹೌದೇ?" ಎಂದ ಭೂಷಣ.

ಈ ಪ್ರಶ್ನೆಯಿಂದ ವಿಚಲಿತಳಾದ ಜೆಸ್ಸಿಕಾ,

"ಹೌದು, ಹಿಂದಿನದೆಲ್ಲಾ ಮರೆತು ನಾನೀಗ ಹೊಸ ಮನುಷ್ಯಳೇ ಆಗಿದ್ದೇನೆ. ಆ ದಿನಗಳನ್ನು ನೆನಪಿಸಿಕೊಳ್ಳುವುದು ನನಗೆ ನೋವಿನ ವಿಷಯವೇ ಕ್ಷಮಿಸಿ" ಎಂದು ಮೇಲಕ್ಕೆ ಎದ್ದಳು.

"ಸಾರಿ,ಕುಳಿತುಕೊಳ್ಳಿ, ಯಾಕೆ ಕೇಳಿದೆ ಎಂದರೆ ನನ್ನದು ಕೊಟ್ಟೂರು ಮತ್ತು ನನ್ನ ಅಣ್ಣ ಒಬ್ಬರು, ಬಹಳ ಹಿಂದೆ ಬಳ್ಳಾರಿಯ ಒಂದು ಪ್ರೆಸ್ಸಿನಲ್ಲಿ ಕೆಲಸ ಮಾಡುತ್ತಿದ್ದರು. ಪ್ರಾಯಶಃ ನಿಮಗೆ ಆಗ ಅವರ ಪರಿಚಯವೇನಾದರೂ ಇದ್ದಿರಬಹುದೇ ಎನ್ನುವ ಕುತೂಹಲಕ್ಕೆ ಈ ಪ್ರಶ್ನೆ ಕೇಳಿದೆ, ಕ್ಷಮಿಸಿ" ಎಂದ ಭೂಷಣ.

"ಹೌದೇ?" ಎನ್ನುತ್ತಾ ಮತ್ತೆ ಕುಳಿತ ಜೆಸ್ಸಿಕಾ,

"ಅವರು ಯಾವ ಪ್ರಿಂಟಿಂಗ್ ಪ್ರೆಸ್ಸಿನಲ್ಲಿ ಇದ್ದರು?" ಎಂದಳು ಕುತೂಹಲದಿಂದ.

"ಸ್ವಾತಂತ್ರ ಹೋರಾಟಗಾರರಾಗಿದ್ದ ಯಜಮಾನ ಶಾಂತರುದ್ರಪ್ಪ ಎನ್ನುವವರ ಪ್ರೆಸ್ಸಿನಲ್ಲಿ ಇದ್ದರಂತೆ. ಹಾಗೆಂದು ಒಮ್ಮೆ ನನ್ನ ಅಣ್ಣ ನನಗೆ ಹೇಳಿದ್ದರು" ಎಂದ ಭೂಷಣ.

" ಅವರ ಹೆಸರು?"

"ಭದ್ರಪ್ಪ ಅಂತ, ನಿಮಗೆ ಅವರ ಪರಿಚಯವೇನಾದರೂ ಇತ್ತೇ?" ಎಂದ.

" ಅವರು ರೇಲ್ವೇ ಅಪಘಾತದಲ್ಲಿ ಮರಣ ಹೊಂದಿದರೇ?"

" ಹೌದು, ಅದು ನಿಮಗೆ ಹೇಗೆ ಗೊತ್ತು?" ಎಂದ.

" ನಿಮ್ಮ ದೊಡ್ಡಣ್ಣ ಬೆಂಗಳೂರಿನ ಕಾಲೇಜಿನಲ್ಲಿ ಉಪನ್ಯಾಸಕರಾಗಿದ್ದಾರಾ?"

"ಹೌದು, ನಿಮಗೆ ದಿತಿಯ ಮೂಲಕ ಗೊತ್ತಾಗಿರಬೇಕು" ಎಂದ ಭೂಷಣ.

"ಕ್ಷಮಿಸಿ, ಈ ಮದುವೆ ಸಾಧ್ಯವಿಲ್ಲ. ನಿಮ್ಮ ಮಗಳನ್ನು ನೀವು ನಮ್ಮ ಹುಡುಗನ ಸಂಪರ್ಕದಿಂದ ತಪ್ಪಸಿ, ಮತ್ತೆ ಈ ವಿಷಯವನ್ನು ನಾವು ಯಾವತ್ತೂ ಚರ್ಚಿಸುವ ಅಗತ್ಯ ಇಲ್ಲ" ಎನ್ನತ್ತಾ ಜೆಸ್ಸಿಕಾ ಕುರ್ಚಿಯಿಂದ ಮೇಲಕ್ಕೆ ಎದ್ದಳು. ಗಲಿಬಿಲಿಗೊಂಡ ಭೂಷಣ,

"ಯಾಕೆ ಎಂದು ಕೇಳಬಹುದೇ?" ಎಂದ.

"ನನ್ನ ಮಗ ಮತ್ತು ನಿಮ್ಮ ಮಗಳು ಅಣ್ಣ-ತಂಗಿಯಾಗಿದ್ದಾರೆ" ಎನ್ನುತ್ತಿದ್ದ ಹಾಗೇ, ಬಾತ್-ರೂಮಿನಿಂದ ಹೊರಗೆ ಬಂದಿದ್ದ ಭಾರತಿಗೂ ಕೇಳಿಸಿತು, ಜೆಸ್ಸಿಕಾ ಹೇಳಿದ ಮಾತು.

===o===

"ಕಂಗ್ರ್ಯಾಚುಲೇಷನ್ಸ್" ಪ್ರಸಾದನಿಗೆ ಹಸ್ತ ಲಾಘವ ಮಾಡಿ, ಅಭಿನಂದನೆ ಹೇಳಿದಳು ಅದಿತಿ.

"ನಿಮಗೂ ಅಭಿನಂದನೆಗಳು, ನನ್ನದು ಮುನ್ನೂರನೆಯ ರ್ಯಾಂಕ್, ನಿಮ್ಮದು? " ಎಂದ ಪ್ರಸಾದ.

"ನನ್ನದು ಮುನೂರ ಹನ್ನೊಂದು, ಮುಂದೆ ಯಾವ ಕೋರ್ಸನ್ನು ಆರಿಸಿಕೊಳ್ಳಬೇಕೆಂದಿದ್ದೀರಿ?"

"ನನಗೆ ಸರ್ಜರಿಯಲ್ಲಿ ಆಸಕ್ತಿ ಇರುವುದರಿಂದ ಎಂ.ಎಸ್. ಸರ್ಜರಿಯನ್ನೇ ಆಯ್ಕೆ ಮಾಡಿಕೊಳ್ಳಬೇಕೆಂದಿದ್ದೇನೆ.ಈ ಮಧ್ಯೆ ಅಮೆರಿಕಾದ ಒಂದು ಆಸ್ಪತ್ರೆಯಲ್ಲಿ ನನಗೆ ಒಂದು ಪ್ಲೇಸ-ಮೆಂಟ್ ಸಿಕ್ಕಿದೆ."

"ಅಲ್ಲಿ ಹೋಗಿ ಸೇರುತ್ತೀರಾ?"

"ಇಲ್ಲ, ಇಲ್ಲಿಯೇ ಪೀಜಿ ಸೇರುತ್ತೇನೆ."

"ಯಾಕೆ, ಅಮೇರಿಕಾದಲ್ಲಿ ನೌಕರಿ ಸಿಕ್ಕರೆ ಬಹಳಷ್ಟು ವೈದ್ಯರು ಅದು ಅದೃಷ್ಟ ಎಂದು ಭಾವಿಸುತ್ತಾರಲ್ಲಾ?" ಎಂದಳು ಅದಿತಿ.

"ನಿಜ, ಆದರೆ ನನ್ನ ಅಪ್ಪ-ಅಮ್ಮ , ಅವರಿಂದ ಅಷ್ಟು ದೂರ ಹೋಗಲು ಒಪ್ಪುತ್ತಿಲ್ಲ. ವಯಸ್ಸಾದ ಅವರನ್ನು ಬಿಟ್ಟು ಹೋಗಲು ನನಗೂ ಮನಸ್ಸಿಲ್ಲ. ಇರಲಿ ಬಿಡಿ, ಮತ್ತೆ ನೀವು ಯಾವುದನ್ನು ಆಯ್ಕೆ ಮಾಡಿಕೊಳ್ಳುತ್ತೀರಿ?"

"ಇನ್ನೂ ಅಂತಿಮವಾಗಿ ತೀರ್ಮಾನಿಸಿಲ್ಲ"

"ಯಾಕೆ?"

"ಓಬಿಜಿ ಮತ್ತು ಪೇಡಿಯಾಟ್ರಿಕ್ಸ್ ಇವುಗಳಲ್ಲಿ ಯಾವುದನ್ನು ಆಯ್ಕೆ ಮಾಡಿಕೊಳ್ಳುವುದು ಎಂದು ಯೋಚಿಸುತ್ತಿದ್ದೇನೆ."

"ಯಾಕೆ, ಓಬಿಜಿಗೆ ಹೋಗುವುದಾಗಿ ಈ ಹಿಂದೆ ಹೇಳಿದ್ದೀರಲ್ಲ?"

"ಹೌದು ಹೇಳಿದ್ದೆ, ಆದರೆ ನನ್ನ ಅಮ್ಮ ಓಬಿಜಿ ಬೇಡ ಮಕ್ಕಳ ಆರೋಗ್ಯ ನಿನಗೆ ಮುಖ್ಯವಾಗಿ, ನೀನು ಪೀಡಿಯಾಟ್ರಿಕ್ಸನ್ನೇ ಆರಿಸಿಕೊ ಎನ್ನುತ್ತಿದ್ದಾರೆ. ಓಬಿಜಿ ಮಾಡಿದರೆ, ಬಿಡುವು ಸಿಕ್ಕುವುದು ಕಷ್ಟ. ಬದುಕಿನ ಉದ್ದಕ್ಕೂ ಎಮೆರ್ಜೆನ್ಸಿಗಳು ಇರುತ್ತವೆ. ಅನೇಕ ಸಲ ಮಧ್ಯರಾತ್ರಿಯಲ್ಲಿ ಎದ್ದು ಹೋಗಬೇಕಾಗುತ್ತದೆ. ಹೆರಿಗೆ ಮನೆ ಮತ್ತು ಓಟಿಗಳಲ್ಲೇ ಕಳೆದು ಹೋಗುತ್ತದೆ ಬದುಕೆಲ್ಲಾ ಎನ್ನುತ್ತಾರೆ"

"ಕ್ಷಮಿಸಿ, ನಿಮ್ಮ ತಾಯಿ ಉಪನ್ಯಾಸಕರು ಅಲ್ಲವೇ?" ಎಂದ ಪ್ರಸಾದ.

"ಓಹೋ, ಮರೆತೇ ಬಿಟ್ಟಿದ್ದೆ ಹೇಳುವುದ," ಎಂದು ನಕ್ಕ ಅದಿತಿ," ನನ್ನ ಹೆತ್ತ ತಾಯಿ ಡಾಕ್ಟರ್ ಭಾರತಿ. ಅವರು ಬರ್ಮಿಂಗ್-ಹ್ಯಾಮಿನ ಆಸ್ಪತ್ರೆಯಲ್ಲಿ ಇಪ್ಪತ್ತು ವರ್ಷಸರ್ವಿಸ್ ಮಾಡಿ,ಈಗ ಬೆಂಗಳೂರಿನಲ್ಲಿಯೇ ನೆಲೆಸಿದ್ದಾರೆ. ಅನುರಾಧಾ ನನ್ನ ದೊಡ್ಡಮ್ಮ , ನನ್ನನ್ನು ಚಿಕ್ಕಂದಿನಿಂದಲೂ ಅಂದರೆ ನಾನು ಐದು ವರ್ಷದವಳು ಇದ್ದಾಗಿನಿಂದ ದತ್ತು ಪಡೆದು,ಅವರು ನನ್ನನ್ನು ಸಾಕಿ ಸಲಹಿದ ತಾಯಿಯಾಗಿದ್ದಾರೆ. ಇದನ್ನು ನಿಮಗೆ ಹೇಳುವ ಸಂದರ್ಭ

ಬಂದಿರಲಿಲ್ಲವಾಗಿ ನಾನು ಹೇಳಲಿಲ್ಲ" ಎಂದು ನಕ್ಕಳು.

"ನೀವೇ ಅದೃಷ್ಟವಂತರು" ಎಂದ ಪ್ರಸಾದ.

"ಯಾಕೆ?"

"ನಿಮ್ಮ ಸುಖಗಳಿಗೆ, ದೇವರು ನಿಮಗೆ ಇಬ್ಬರು ತಾಯಂದಿರನ್ನು ಒದಗಿಸಿದ್ದಾನೆ" ಎಂದು ನಕ್ಕ.

"ಅದು ನಿಜವೇ," ಎಂದು ನಕ್ಕ ಅದಿತಿ," ಇಲ್ಲೇ ಬೆಂಗಳೂರಿನಲ್ಲಿ ಸೇರುತ್ತೀರೋ ಹೇಗೆ?" ಎಂದಳು.

"ಇಲ್ಲ,ನಾನು ಮೈಸೂರು ಮೆಡಿಕಲ್ ಕಾಲೇಜನ್ನು ಆಯ್ಕೆ ಮಾಡಿಕೊಳ್ಳುತ್ತೇನೆ"

"ಮೈಸೂರೇ ಯಾಕೆ, ಬೆಂಗಳೂರಿನಲ್ಲೇ ಸೇರಬಹುದಲ್ಲಾ?" ಎಂದಳು ಅದಿತಿ.

"ನಿಮಗೆ ನನ್ನ ಹಿನ್ನೆಲೆ ಹೇಳುತ್ತೇನೆ,ಕೇಳಿ" ಎಂದ ಪ್ರಸಾದ.

"ಅದೇನು ಹೇಳಿ?" ಎಂದಳು ಅದಿತಿ.

"ಹುಣಸೂರು ನನ್ನ ಊರು. ನಾವು ದಲಿತರು, ಅಂದರೆ ಈ ಹಿಂದೂ ಸಮಾಜ ನಮ್ಮನ್ನು ಮುಟ್ಟಲಿಕ್ಕೂ,ಮುಟ್ಟಿಸಿಕೊಳ್ಳಲಿಕ್ಕೂ ಅನರ್ಹರು ಎನ್ನುವಂತೆ ನಡೆಸಿಕೊಳ್ಳುವ ಜಾತಿಗೆ ಸೇರಿದವರು. ಈ ವಿಷಯವನ್ನು ನಾನು ನಿಮಗೆ ಈ ಹಿಂದೆಯೇ ಹೇಳಿದ್ದೇನೆ. ಇನ್ನೊಮ್ಮೆ ಹೇಳುತ್ತಿದ್ದೇನೆ ಕೇಳಿ. ನನ್ನಪ್ಪ ಹುಣಸೂರಿನ ಎಂ.ಎಲ್.ಎ. ಆಗಿರುವ ಜವರೇಗೌಡರ ಮನೆಯಲ್ಲಿ ಜೀತಕ್ಕೆ ಇದ್ದು,ಅವರ ಜಮೀನು ಮತ್ತು ತೋಟಗಳನ್ನು ನೋಡಿಕೊಂಡಿದ್ದಾರೆ. ಜವರೇಗೌಡರೇ ನನ್ನ ವಿದ್ಯಾಭ್ಯಾಸದ ಖರ್ಚು-ವೆಚ್ಚಗಳನ್ನು ನೋಡಿಕೊಂಡಿದ್ದಾರೆ. ಅವರ ಮಗಳು ಮತ್ತು ನಾನು ಬಾಲ್ಯದಿಂದಲೂ ಒಡನಾಡಿಗಳು. ಅವರ ಹೆಸರು ಕಲಾವತಿಯಂತ. ಅವರು ಮೈಸೂರಿನಲ್ಲಿ ಲಾಯರ್. ನಾವಿಬ್ಬರೂ ಬಾಲ್ಯದಿಂದಲೇ ಪ್ರೀತಿಸುತ್ತಿದ್ದೇವೆ ಮತ್ತು ಮದುವೆಯಾಗಬೇಕು ಎಂದು ನಿರ್ಧರಿಸಿದ್ದೇವೆ. ಆದ್ದರಿಂದ ನಾನು ಮೈಸೂರಿನಲ್ಲೇ ಸೇರಿದ್ದೇನೆ" ಎಂದ ಪ್ರಸಾದ . ಅವನ ಮಾತುಗಳನ್ನು ಕೇಳಿ ಪೆಚ್ಚಾದ ಅದಿತಿ,

"ಅದಕ್ಕೇ ಹಿರಿಯರು ಗಾದೆ ಮಾಡಿರುವುದು 'ಮನುಷ್ಯ ತಾನೊಂದು ಬಗೆದರೆ ದೈವ ಇನ್ನೊಂದು ಬಗೆಯುತ್ತದೆ ಅಂತ" ಎಂದು ವಿಷಾದದ ನಗೆ ನಕ್ಕಳು. ಗಲಿಬಿಲಿಗೊಂಡ ಪ್ರಸಾದ,

"ಏನು ನಿಮ್ಮ ಮಾತಿನ ಅರ್ಥ?" ಎಂದ.

" ಏನೂ ಇಲ್ಲ ಬಿಡಿ; ನಿಮಗೆ ಶುಭವಾಗಲಿ. ಮತ್ತೆ ಯಾವುದೇ ಕಾರಣಕ್ಕೂ ನೀವು, ನಿಮ್ಮ ಪ್ರೀತಿಯನ್ನು ಕೈ ಬಿಟ್ಟು ರಾಜೀ ಮಾಡಿಕೊಳ್ಳಬೇಡಿ" ಎಂದಳು.

"ನೀವು ಯಾಕಾಗಿ ಈ ಮಾತುಗಳನ್ನು ಆಡುತ್ತೀರೋ ಗೊತ್ತಿಲ್ಲ. ಆದರೆ ನಮ್ಮ ಮದುವೆ ಆಗುವುದು ಅಷ್ಟು ಸುಲಭದಲ್ಲಿ ಇಲ್ಲ" ಎಂದ ಪ್ರಸಾದ.

"ಯಾಕೆ ಏನು ಸಮಸ್ಯೆ ?" ಕುತೂಹಲದಿಂದ ಕೇಳಿದಳು ಅದಿತಿ. ಸ್ವಲ್ಪ ಹೊತ್ತು ಸುಮ್ಮನೇ ಇದ್ದ ಪ್ರಸಾದ, ನಿಟ್ಟುಸಿರು ಬಿಟ್ಟು,

"ಇಲ್ಲಿ ಜಾತಿ ಅಂತಸ್ತುಗಳ ಅಂತರ, ನೆಲ-ಮುಗಿಲಿನಷ್ಟು ಇರುವುದರಿಂದ ಕಲಾವತಿಯ ತಂದೆ- ತಾಯಿಗಳು ಈ ಮದುವೆಗೆ ಖಂಡಿತಾ ಒಪ್ಪಲಾರರು. ಆದರೆ ಕಲಾವತಿ ಹಠದ

ಹುಡುಗಿ ಮತ್ತು ಧೈರ್ಯಶಾಲಿ. ಮುಂದೆ ಏನಾಗುತ್ತದೆಯೋ ಕಾದು ನೋಡಬೇಕು" ಎಂದು ವಿಷಾದದ ನಗೆ ನಕ್ಕ ಪ್ರಸಾದ.

" ಹಾಗೆ ಅಡ್ಡಿಯಾಗದೆ, ನಿಮ್ಮಿಬ್ಬರ ಪ್ರೀತಿ ಸಫಲವಾಗಲಿ ಎಂದು ಹಾರೈಸುತ್ತೇನೆ.ಮತ್ತೆ ಆಗಾಗ್ಗೆ ಫೋನು ಮಾಡುತ್ತಿರಿ. ಬೆಂಗಳೂರಿಗೆ ಬಂದಾಗ ಭೇಟಿಯಾಗಿ" ಎಂದು ಮಾತು ಮುಗಿಸಿದಳು ಅದಿತಿ

===o===

"ಹಲೋ ಡ್ಯಾಡಿ?" ಕಲಾವತಿ ತನ್ನ ಮೊಬೈಲ್ ರಿಂಗಾದಾಗ ಅದು ತನ್ನ ತಂದೆ ಜವರೇಗೌಡರದು ಎನ್ನುವುದು ಗೊತ್ತಾಗಿ ಎತ್ತಿಕೊಂಡು ಕೇಳಿದಳು ಆ ಶುಕ್ರವಾರ ರಾತ್ರಿ.

"ಹಲೋ ಕಲಾ,ಹೇಗಿದ್ದೀಯಮ್ಮಾ?" ಎಂದರು ಜವರೇಗೌಡರು.

"ಚೆನ್ನಾಗಿಯೇ ಇದ್ದೇನೆ ಅಪ್ಪಾ, ಮತ್ತೆ ನೀವೆಲ್ಲಾ ಹೇಗಿದಿರಾ? ಅಮ್ಮ ಹುಶಾರಾಗಿದರಾ?" ಎಂದಳು.

"ಎಲ್ಲಾ ಸೌಖ್ಯ. ನಿನ್ನ ಹತ್ತಿರ ಒಂದು ಮುಖ್ಯವಾದ ವಿಷಯ ಮಾತಾಡ ಬೇಕಿತ್ತು" ಜವರೇಗೌಡರು ಪೀಠಿಕೆ ಹಾಕಿದರು.

"ಏನು ಹೇಳೀ?"

"ನಾಳೆ ಶನಿವಾರ ನಿನಗೆ ಕೋರ್ಟ್ ಇರುತ್ತಾ?"

"ಬೆಳಗ್ಗೆ ಒಂದು ಹಿಯರಿಂಗ್ ಇದೆ.ಮಧ್ಯಾಹ್ನದ ಮೇಲೆ ಯಾವ ಕೇಸೂ ಇಲ್ಲಾ,ಯಾಕೆ?"
"ನಾಳೆ ಸಾಯಂಕಾಲದ ಹೊತ್ತಿಗೆ ನೀನು ಹುಣಸೂರಿಗೆ ಬಾ."

"ಯಾಕಪ್ಪಾ,ಏನು ವಿಶೇಷ?"

"ಅದೆಲ್ಲಾ ನೀನು ಬಂದಮೇಲೆ" ಎಂದು ಆ ಕಡೆಯಿಂದ ಫೋನು ಇರಿಸಿದರು ಜವರೇಗೌಡರು.

===o===

" ನಿನ್ನ ಮದುವೆಯ ವಿಚಾರಕ್ಕೆ ನಿನ್ನನ್ನು ಬರಹೇಳಿದ್ದಾರೆ ನಿಮ್ಮಪ್ಪ" ಕಲಾಳ ತಾಯಿ ಜಯಮ್ಮ ಮಗಳಿಗೆ ಕಾಫಿ ಕೊಡುತ್ತಾ ಹೇಳಿದರು,

"ಏನು ಹಾಗೆಂದರೆ,ಸ್ವಲ್ಪ ಬಿಡಿಸಿ ಹೇಳಮ್ಮಾ?" ಎಂದಳು ಕಲಾವತಿ.

"ನಾಳೆ ಬೆಂಗಳೂರಿನಿಂದ ನಿನ್ನನ್ನು ನೋಡಲಿಕ್ಕೆ ವರನ ಕಡೆಯವರು ಬರುತ್ತಇದ್ದಾರೆ.ಅದಕ್ಕೇ ನಿನ್ನ ಅಪ್ಪಾಜಿ ನಿನ್ನನ್ನು ಬರಹೇಳಿದ್ದು"ಎಂದರು ಜಯಮ್ಮ. ಅಷ್ಟರಲ್ಲಿ ಮಹಡಿಯಿಂದ ಇಳಿದು ಬಂದ ಜವರೇಗೌಡರು,

"ಹೌದು ಮಗಾ,ನಾಳೆ ಬೆಳಗ್ಗೆ ನಿನ್ನನ್ನು ನೋಡಲು ಒಬ್ಬ ಐ.ಎ.ಎಸ್.ಹುಡುಗ ಅವನ ಅಪ್ಪ ಅಮ್ಮರ ಜೊತೆಗೆ ಬರುತ್ತಿದ್ದಾನೆ. ಆ ಹುಡುಗ ಬೆಂಗಳೂರಿನ ಗೃಹ ಮಂಡಳಿಯಲ್ಲಿ ಕಮಿಷನರ್ ಆಗಿದ್ದಾನೆ. ಅವನ ತಂದೆನೂ ಎಂ.ಎಲ್.ಏ ನೇ. ಸಿದ್ದೇಗೌಡ್ರು ಅಂತ ನನ್ನ ಹಳೆಯ ಸ್ನೇಹಿತ. ಅದಕ್ಕೇ ನಿನ್ನನ್ನು ಬರಹೇಳಿದ್ದು" ಎನ್ನುತ್ತಾ ಡೈನಿಂಗ್ ಟೇಬಲ್ ನ ಕುರ್ಚಿ ಎಳೆದುಕೊಂಡು ಕುಳಿತು ಹೆಂಡತಿಗೆ,

"ನಂಗೂ ಒಂಚೂರು ಕಾಫಿ ಕೊಡು. ಸ್ವಲ್ಪ ಸ್ಟ್ರಾಂಗೇ ಇರಲಿ" ಎಂದು ಹೇಳಿದರು. ಜಯಮ್ಮ ಅಡುಗೆ ಮನೆಯತ್ತ ತೆರಳಿದರು.

"ನೀನು ಫೋನು ಮಾಡಿದಾಗಲೇ ಈ ವಿಷಯ ತಿಳಿಸಬೇಕಿತ್ತು"ಎಂದಳು ಕಲಾವತಿ.

"ಯಾಕೆ?"

"ವಿಷಯ ಹೀಗೇ ಅಂತ ಗೊತ್ತಿದ್ದರೆ ನಾನು ಬರುತ್ತಿರಲಿಲ್ಲ"

"ಯಾಕೆ,ಏನು ಕಷ್ಟ ನಿನಗೆ. ಆಗಲೇ ಇಪ್ಪತ್ತಮೂರು ವರ್ಷಗಳು ನಿನಗೆ? ಇನ್ನೂ ಎಷ್ಟು ದಿನಾ ಅಂತ ಒಂಟಿಯಾಗಿ ಇರುತ್ತೀಯಾ?" ಕಾಫಿ ಗುಟುಕರಿಸುತ್ತಾ ಕೇಳಿದರು ಜವರೇಗೌಡರು.

"ಪ್ರಶ್ನೆ ಅದು ಅಲ್ಲ. ನನ್ನ ಮದುವೆ, ನನ್ನ ಬದುಕು ನನ್ನ ಆಯ್ಕೆ. ಅದನ್ನು ಯಾರೂ,ದೇವರೂ ಸಹ ನನ್ನ ಮೇಲೆ ಹೇರುವುದನ್ನು ನಾನು ಸಹಿಸುವುದಿಲ್ಲ. ತಂದೆಯಾಗಿ ನೀವು ಕರ್ತವ್ಯದ ದೃಷ್ಟಿಯಿಂದ ಹೀಗೆ ಮಾಡುತ್ತಿದ್ದೀರಿ ಎನ್ನುವುದು ನನಗೆ ಅರ್ಥವಾಗುತ್ತೆ. ಆದರೆ ಹೀಗೆ ನನಗೆ ಏನೊಂದೂ, ತಿಳಿಸದೆ ನನ್ನನ್ನು ನೀವು ಕರೆಸಿಕೊಂಡಿರುವುದು ನನ್ನ ದೃಷ್ಟಿಯಲ್ಲಿ ದೌರ್ಜನ್ಯವಾಗುತ್ತದೆ.ನಾನು ಈಗಲೇ ಮೈಸೂರಿಗೆ ಹೊರಟು ಹೋಗುತ್ತೇನೆ" ಎನ್ನುತ್ತಾ ಕಾಫಿಯ ಲೋಟಾವನ್ನು ಟೇಬಲ್ಲಿಗೆ ಸ್ವಲ್ಪ ಜೋರಾಗಿಯೇ ಕುಟ್ಟಿ ಎದ್ದು ನಿಂತಳು ಕಲಾವತಿ.

"ಯಾರ ಜೊತೆಗೆ ಮಾತಾಡುತ್ತೀಯಾ ಎನ್ನುವುದನ್ನು ನೆನಪಲ್ಲಿ ಇಟ್ಟುಕೊಂಡು ಮಾತಾಡು.ನಾನೇನು ನಿನ್ನ ಶತ್ರುವೇ?" ಎಂದು ಜೋರು ಧ್ವನಿಯಲ್ಲಿ ಗದರಿಸುತ್ತಾ ಎದ್ದು ನಿಂತ ಜವರೇಗೌಡರು ಮಗಳತ್ತ ನಡೆದರು. ಪರಿಸ್ಥಿತಿ ವಿಕೋಪಕ್ಕೆ ಹೋಗುತ್ತಿರುವುದನ್ನು ಗಮನಿಸಿದ ಜಯಮ್ಮ ಅವರಿಗೆ ಅಡ್ಡಬಂದು,

"ನೀವು ಸುಮ್ಮನಿರಿ,ನಾನು ಅವಳ ಜೊತೆಗೆ ಮಾತಾಡುತ್ತೇನೆ" ಎನ್ನುತ್ತಾ ಗಂಡನ ಕೈ ಹಿಡಿದರು.

"ಅದೇನು ಮಾಡುತ್ತೀಯೋ ಮಾತಾಡು.ಆದರೆ ಅವಳು ಇವತ್ತೇ ಮೈಸೂರಿಗೆ ಹೋದರೆ ಇನ್ನೆಂದೂ ಈ ಮನೆಗೆ ಬರಬೇಕಾಗಿಲ್ಲ" ಎಂದು ಜೋರುಧ್ವನಿಯಲ್ಲಿ ಹೇಳಿ ಮನೆಯಿಂದ ಹೊರಗೆ ಬಂದು, ಊರಿನ ಪ್ರವಾಸಿ ಮಂದಿರದ ಕಡೆಗೆ ಕಾರು ನಡೆಸಲು ಡ್ರೈವರಿಗೆ ಹೇಳಿ ಕಾರಲ್ಲಿ ಕುಳಿತರು.

ಕಲಾವತಿ ಆ ದಿನ ಮೈಸೂರಿಗೆ ಹಿಂದಿರುಗಿ ಹೋಗಲಿಲ್ಲ. ಅಪ್ಪನ ಖಡಕ್ ಮಾತುಗಳಿಗೆ ಸಿಟ್ಟು ಬಂದು,ಬೇಸರವಾದರೂ, ಇದನ್ನು ಒಮ್ಮೆ ಇತ್ಯಾತ್ಮಿಕವಾಗಿ ನಿರ್ಣಯಿಸಿಬಿಡಬೇಕು ಎನ್ನುವ ನಿರ್ಧಾರದಿಂದ ಹುಣಸೂರಿನ ಮನೆಯಲ್ಲೇ ಉಳಿದಳು.

===o===

ಮರುದಿನ ಬೆಳಗ್ಗೆ ಹತ್ತು ಘಂಟೆಯ ಹೊತ್ತಿಗೆ ಬೆಂಗಳೂರಿನಿಂದ ವರನ ಕಡೆಯವರು ಜವರೇಗೌಡರ ಮನೆಗೆ ಬಂದರು.ತಿಂಡಿ ಕಾಫಿಯಾದಮೇಲೆ ಕಲಾವತಿ ಪರೀಕ್ಷೆಗೆ ಸಿದ್ಧಳಾಗಿ ಬಂದು ಸೋಫಾದ ಮೇಲೆ,ತಾಯಿಯ ಪಕ್ಕದಲ್ಲಿ ಕುಳಿತಳು.

"ನೀವು ಯಾತಕ್ಕಾಗಿ ವಕೀಲಿ ವೃತ್ತಿಯನ್ನು ಆಯ್ದುಕೊಂಡಿರಿ ಎಂದು ಕೇಳಬಹುದೇ?" ಎಂದ ಐ.ಎ.ಎಸ್.ವರ. ಅವಳ ಎದುರಿನ ಸೋಫಾದಲ್ಲಿ ತಂದೆ ತಾಯಿಗಳ ಜೊತೆಗೆ ಕುಳಿತು. ಅದಕ್ಕೆ ಕಲಾವತಿ,

"ಕೇಳಬಹುದು" ಎಂದಳು,ಅಷ್ಟೇ. ಮುಂದಕ್ಕೆ ಮಾತಾಡಲಿಲ್ಲ. ಪೆಚ್ಚಾದ ವರ ನಸು ನಕ್ಕು, "ಆಯ್ತು ಹೇಳಿ,ನೀವು ಏನಕ್ಕೆ ಲಾಯರ್ ಆದಿರಿ?" ಎಂದ. ಕಲಾವತಿ ಕಾಲ ಮೇಲೆ ಕಾಲು ಹಾಕಿಕೊಂಡು ಮುಂದಕ್ಕೆ ಬಾಗಿ,

"ಕ್ಷಮಿಸಿ, ಈ ಪ್ರಶ್ನೆಯನ್ನು ನೀವು ಯಾತಕ್ಕಾಗಿ ಕೇಳುತ್ತಿದ್ದೀರಿ ಎನ್ನುವುದು ಗೊತ್ತಾಗಲಿಲ್ಲ" ಎಂದಳು.

"ಹಾಗೆಯೇ ಸುಮ್ಮನೇ ಕೇಳಿದೆ ಅಷ್ಟೇ.ಈಗ ನೋಡಿ ನಾನು ಐ.ಎ.ಎಸ್.ಮಾಡಲು ಕಾರಣ, ಸರಕಾರದ ಉನ್ನತ ಹುದ್ದೆಯಲ್ಲಿ ಇದ್ದರೆ, ಬದುಕಿನ ಉದ್ದಕ್ಕೂ ಸುರಕ್ಷಿತ ಮತ್ತು ಉನ್ನತ ಶ್ರೇಣಿಯ ಬದುಕನ್ನು ಕಟ್ಟಿಕೊಳ್ಳಬಹುದು ಎನ್ನುವ ಉದ್ದೇಶದಿಂದ.ಹಾಗೆಯೇ ನಿಮಗೂ ಈ ವೃತ್ತಿಯನ್ನು ಆಯ್ದುಕೊಳ್ಳಲು ಏನಾದರೂ ಪ್ರೇರಣೆ ಅಥವಾ ಕಾರಣ ಇರಬೇಕು ಅಲ್ಲವೇ?" ಎಂದ.

"ನೀವು ಹೇಳುವುದು,ಕೇಳುವುದು ಸಹಜವೇ. ನನ್ನ ತಂದೆಗೆ ನಾನು ಡಾಕ್ಟರ್ ಆಗಬೇಕು ಎನ್ನುವ ಆಸೆ ಇತ್ತು.ಆದರೆ ನನಗೆ ನಶಿಸಿ ಹೋಗಿ ಮರೆಯಾಗುವ ಈ ಶರೀರದ ಆರೋಗ್ಯಕ್ಕಿಂತ, ಈ ಸಮಾಜದಲ್ಲಿನ ಅಸಮಾನತೆ,ಶೋಷಣೆಗಳ ವಿರುದ್ಧ ಹೋರಾಟ ಮಾಡಬೇಕು ಎಂದು ಈ ವೃತ್ತಿಯನ್ನು ಆಯ್ದುಕೊಂಡಿದ್ದೇನೆ" ಎಂದಳು.

"ನೀವು ಯಾವ ಅಸಮಾನತೆಗಳ ಬಗೆಗೆ ಹೋರಾಡ ಬಯಸುತ್ತೀರಿ,ಗೊತ್ತಾಗಲಿಲ್ಲ."

"ಎಲ್ಲ ಅಸಮಾನತೆಗಳ ಬಗೆಗೆ ಅಂದರೆ,ಜಾತಿಯ ಮೇಲು ಕೀಳು, ಬಡವ-ಸಿರಿವಂತ ಎನ್ನುವ ತಾರತಮ್ಯ,ಪುರುಷಪ್ರಧಾನ ಸಮಾಜದ ದಬ್ಬಾಳಿಕೆ, ಧರ್ಮದ ಹೆಸರಲ್ಲಿ ಶೋಷಣೆ,ಒಂದೇ ಎರಡೇ ನಮ್ಮ ಸಮಾಜ ಬರೀ ದಬ್ಬಾಳಿಕೆಗಳಿಂದ ಕೂಡಿದೆ.ಈ ಎಲ್ಲಾ ದಬ್ಬಾಳಿಕೆಗಳ ವಿರುದ್ಧವಾಗಿ, ನ್ಯಾಯ ಮತ್ತು ಸಮಾನತೆಗಳಿಗೆ ಹೋರಾಡಲು ಈ ನ್ಯಾಯಾಂಗದ ಮಾರ್ಗ ಸೂಕ್ತವಾದದ್ದು ಎಂದು ನಾನು ನ್ಯಾಯವಾದಿಯಾಗಿದ್ದೇನೆ" ಕಲಾವತಿ, ತನ್ನ ತಾತ್ವಿಕ ನಂಬಿಕೆಗಳ ಖಚಿತ ಧೋರಣೆಯಿಂದ, ತುಸು ಆವೇಶಭರಿತಳಾಗಿಯೇ ಮಾತಾಡಿದಳು. ವರನಾಗಿ ಬಂದಿದ್ದ ಆ ಯುವಕ ಅವಳ ಜೋರು ಮಾತುಗಳಿಗೆ ಪೆಚ್ಚಾಗಿ ತನ್ನ ತಂದೆಯ ಕಡೆಗೆ ತಿರುಗಿ ನೋಡಿದ. ಅವರು ಕೆಮ್ಮಿ ಗಂಟಲು ಸರಿಪಡಿಸಿಕೊಂಡು,

"ನೋಡಮ್ಮಾ,ಇವೆಲ್ಲಾ ನಮ್ಮ ಅಳತೆಗೆ ಮೀರಿದ್ದು. ನೀನು ಹೇಳುವ ಸಾಮಾಜಿಕ ನ್ಯಾಯಗಳು ಸರಿಯೇ ಇರಬಹುದು.ಆದರೆ ನಮಗೆ ಅದೆಲ್ಲಕ್ಕಿಂತ ನಿಮ್ಮ ವೈಯಕ್ತಿಕ ಮತ್ತು ಕೌಟುಂಬಿಕ ಬದುಕು ಚೆನ್ನಾಗಿರುವುದು ಮುಖ್ಯ. ನನ್ನ ಮಗ ಐ.ಎ.ಎಸ್. ಆಫೀಸರ್. ನಾನೂ ಸಹ ನಿಮ್ಮ ತಂದೆಯಂತೆ ಎಂ.ಎಲ್.ಎ. ಇದ್ದೇನೆ. ನಾಲಕ್ಕು ತಲೆಮಾರು ಕುಳಿತು ತಿಂದರೂ ಕರಗದಷ್ಟು ಆಸ್ತಿ ಇದೆ ನಮಗೆ. ನನಗೆ ಇರುವುದು ಒಬ್ಬನೇ ಮಗ. ನೀನು ಅವನ ಜೊತೆಯಾಗಿ ಇದ್ದು ಮನೆಯ ಒಳ ವ್ಯವಹಾರಗಳನ್ನು ನೋಡಿಕೊಂಡು ಇದ್ದರೆ ಸಾಕು ನಮಗೆ.

ಕೋರ್ಟಿಗೆ ಹೋಗಿ ಬರುವ ಹೊರೆ ಯಾಕೆ ನಿನಗೆ? ಆರಾಮವಾಗಿ ಮನೆಯಲ್ಲೇ ಸುಖವಾಗಿ ಇದ್ದರೆ ಆಯ್ತು. ಇದು ನಮ್ಮೆಲ್ಲರ ಅಭಿಪ್ರಾಯ" ಎನ್ನುತ್ತಾ ಜವರೇಗೌಡರ ಕಡೆಗೆ ತಿರುಗಿ "ನೀವೇನು ಹೇಳುತ್ತೀರಿ ಗೌಡರೇ?" ಎಂದರು.

"ನಾನು ಹೇಳುವುದು ಬೇರೆ ಏನಿದೆ ಸಾಹೇಬರೇ, ನಮ್ಮ ಮಕ್ಕಳು ಸುಖವಾಗಿ ಇರಬೇಕು ಎನ್ನುವುದು ನಮ್ಮ ಇಷ್ಟ.ನಿಮ್ಮ ಮಗ ಆಗಲಿ, ನನ್ನ ಮಗಳು ಆಗಲಿ ಹಣ ಸಂಪಾದನೆಗೆಂದು ಯಾವ ವೃತ್ತಿಯನ್ನು ಮಾಡುವ ಅವಶ್ಯಕತೆ ಇಲ್ಲ. ಅವರವರ ಖುಷಿಗೆ ಅವರು ಏನನ್ನು ಮಾಡಿದರೆ, ಅದು ಅವರ ಇಷ್ಟ. ಈ ದೃಷ್ಟಿಯಲ್ಲಿ ನನ್ನ ಅಭಿಪ್ರಾಯ ಏನು ಎಂದರೆ ವಕೀಲರಾಗಿ ಪದವಿಯನ್ನು ಪಡೆದಿರುವುದರಿಂದ ಆ ವೃತ್ತಿಯಲ್ಲಿ ಮುಂದುವರಿಯಬೇಕು ಬೇಡವೋ ಎಂದು ನಿರ್ಧರಿಸುವುದು ಅವಳ ಹಕ್ಕು ಮತ್ತು ಸ್ವಾತಂತ್ರ್ಯ. ಅದಕ್ಕೆ ನಾವು ಯಾರು ಅಡ್ಡಿ ಬರಬಾರದು" ಎಂದರು. ಕಲಾವತಿ ಮಧ್ಯೆ ಬಾಯಿ ಹಾಕಿ "ನಾನು ಯಾವ ಕಾರಣಕ್ಕೂ ನನ್ನ ಸ್ವಾತಂತ್ರವನ್ನು ಕಳೆದುಕೊಳ್ಳಲು ಇಷ್ಟವಿಲ್ಲ ನಾನು ನನ್ನ ವೃತ್ತಿಯನ್ನು ಮುಂದುವರಿಸುತ್ತೇನೆ" ಎಂದಳು. ಅವಳ ಮಾತಿಗೆ ಪೆಚ್ಚಾದ ಆ ವರ ,"ನಿಮಗೆ ಇರುವ ಹವ್ಯಾಸಗಳು ಏನೆಂದು ತಿಳಿಯಬಹುದೇ?" ಎಂದ.

"ನಾನು ಆಗಾಗ್ಗೆ ನಮ್ಮ ಲಾಯರ್ಸ್ ಕ್ಲಬ್ಬಿಗೆ ಹೋಗಿ ಇಸ್ಪೀಟು ಆಟ ಆಡುತ್ತೇನೆ. ಆಗ ಒಮ್ಮೊಮ್ಮೆ ಬೀರೂ ಕುಡಿಯುತ್ತೇನೆ,ಆದರೆ ಸಿಗರೆಟ್ ಸೇದುವುದಿಲ್ಲ" ನಿರ್ಭಿಡೆಯಿಂದ ಹೇಳಿದ ಕಲಾವತಿ ಕಾಲ ಮೇಲೆ ಕಾಲು ಹಾಕಿಕೊಂಡು 'ಅದರಲ್ಲಿ ಏನೀಗ? 'ಎನ್ನುವಂತೆ ಅವನ ಮುಖವನ್ನು ದಿಟ್ಟಿಸಿ ನೋಡತೊಡಗಿದಳು.

"ಸಿಗರೆಟ್ ಯಾಕೆ ಸೇದುವುದಿಲ್ಲ?" ಹುಡುಗನ ತಂದೆ ಕುತೂಹಲದಿಂದ ಕೇಳಿದರು ತಮಗೆ ಆದ ನಿರಾಸೆಯನ್ನು ಮುಚ್ಚಿಡಲು ಪ್ರಯತ್ನಿಸುತ್ತಾ.

"ಟ್ರೈ ಮಾಡಿದೆ, ಆದರೆ ಗಂಟಲ ಕೆರೆತ ಮತ್ತು ಕೆಮ್ಮಿನಿಂದಾಗಿ ಮುಂದುವರಿಸಲು ಆಗಲಿಲ್ಲ" ಎಂದಳು. ಈ ಉತ್ತರದಿಂದ ಅವಕ್ಕಾದ ಅವರು, ಜವರೇಗೌಡರ ಮುಖ ನೋಡಿದರು.

"ಹೆಹೆಏ ...ತಮಾಶೆ ಮಾಡ್ತಿದ್ದಾಳೆ" ಎಂದು ದೇಶಾವರಿ ನಗೆ ಬೀರಿದರು ಜವರೇಗೌಡರು. ವರ ಮತ್ತೆ ಪ್ರಶ್ನಾರ್ಥಕವಾಗಿ ಕಲಾವತಿಯ ಮುಖ ನೋಡಿದ. "ಈಗ ನೀವು ಇಲ್ಲಿಗೆ ಬಂದಿರುವುದು ತಮಾಶೆಗಾಗಿಯಾದರೆ, ನಾನು ಹೇಳಿದ್ದೂ ತಮಾಶೆ ಎಂದೇ ತಿಳಿಯಿರಿ. ನಾನು ರೆಸ್ಟ್ ರೂಮಿಗೆ ಹೋಗಬೇಕು" ಎನ್ನುತ್ತಾ ಎದ್ದು ತನ್ನ ಕೋಣೆಯತ್ತ ನಡೆದಳು ಕಲಾವತಿ.

===o===

"ಏನು ನೀನು ಮಾಡಿದ್ದು?" ಅವರು ಹೋದ ಮೇಲೆ ಜವರೇಗೌಡರು ಮಗಳನ್ನು ದಬಾಯಿಸಿದರು.

"ಏನು ಎಂದರೆ ?"

" ಮನೆಗೆ ಬಂದವರ ಮುಂದೆ ನೀನು ಹಾಗೆ ಮಾತಾಡಿದರೆ,ನನ್ನ ಮರ್ಯಾದೆ ಏನು? " ಸಿಟ್ಟಿನಿಂದಲೇ ಕೇಳಿದರು.

"ಇರುವ ವಿಷಯ ಹೇಳಿದೆ,ಅಷ್ಟೇ" ಎನ್ನುತ್ತಾ "ನಾನು ಈಗಲೇ ಮೈಸೂರಿಗೆ ಹೋಗುತ್ತೇನೆ. ನಾಳೆ ಕೋರ್ಟಿನಲ್ಲಿ ನನಗೆ ಮುಖ್ಯವಾದ ಒಂದು ಕೇಸು ಇದೆ. ಅದಕ್ಕೆ ನಾನು ಪ್ರಿಪೇರ್ ಆಗಬೇಕು" ಎನ್ನುತ್ತಾ , ಮರು ಮಾತುಗಳಿಗೆ ಕಾಯದೆ ಕಾರಿನ ಕೀ ಮತ್ತು ಬ್ಯಾಗ್ ಹಿಡಿದು ಹೊರಗೆ ಹೋದಳು ಕಲಾವತಿ.

ಗಂಡ-ಹೆಂಡತಿ ಏನು ಮಾಡಲು ತೋಚದೆ ಪೆಚ್ಚಾಗಿ ಕುಳಿತು ಬಿಟ್ಟರು, ಕುಳಿತಲ್ಲೇ.

===o===

"ವಿಷಯ ಏನು ಅಂತ ನಿನಗೆ ಸ್ಪಷ್ಟವಾಯಿತೇ?" ಭೂಷಣ ಭಾರತಿಯನ್ನು ಆ ದಿನ ರಾತ್ರಿ ಊಟ ಮಾಡಿ ಮಲಗುವ ಮುನ್ನ ಕೇಳಿದ.

"ಇಲ್ಲ, ಗೊತ್ತಾಗಲಿಲ್ಲ, 'ನನ್ನ ಮಗ ಮತ್ತು ನಿಮ್ಮ ಮಗಳು ಅಣ್ಣ ತಂಗಿಯರು ಆಗಿದ್ದಾರೆ ' ಎಂದು ಅವರು ಅಂದದ್ದು ಕೇಳಿಸಿಕೊಂಡೆ; ಆದರೆ ಅದು ಹೇಗೆ ಎನ್ನುವುದು ಗೊತ್ತಾಗಲಿಲ್ಲ. ನಿನಗೆ ಗೊತ್ತಾಯ್ತಾ?" ಎಂದು ಕೇಳಿದಳು ಭಾರತಿ.

"ಮೊದ ಮೊದಲು ನನಗೂ ಸ್ಪಷ್ಟವಾಗಲಿಲ್ಲ. ನಿಧಾನವಾಗಿ ಯೋಚಿಸಿದಾಗ,ಇದು ಹೀಗಿರಬಹುದೇ ಎಂದು ಭಾವಿಸುತ್ತಿದ್ದೇನೆ"

"ಹೇಗೆ?"

"ನನ್ನ ಅಣ್ಣ ಒಬ್ಬರು ಬಹಳ ಹಿಂದೆ ಅಂದರೆ ಸುಮಾರು ಮೂವತ್ತು ವರ್ಷಗಳ ಹಿಂದೆ, ಅವರ ಹೆಸರು ಭದ್ರಪ್ಪ ಅಂತ , ಬಳ್ಳಾರಿಯಲ್ಲಿ ಇದ್ದರಂತೆ. ಅಲ್ಲಿ ಅವರು ಒಂದು ಪ್ರಿಂಟಿಂಗ್ ಪ್ರೆಸ್ಸಿನಲ್ಲಿ ಕೆಲಸ ಮಾಡುತ್ತಿದ್ದರಂತೆ. ಅವರು ಒಂದು ರೈಲ್ವೇ ಅಪಘಾತದಲ್ಲಿ ನಿಧನರಾದರಂತೆ. ಆ ಸಮಯದಲ್ಲಿ ನಾನು ತಂಜಾವೂರಿನಲ್ಲಿ ಇದ್ದೆನಾದ್ದರಿಂದ ನನಗೆ ಯಾರ ಸಂಪರ್ಕವೂ ಇರಲಿಲ್ಲ. , ಇದು ನಾನು ನನ್ನ ಅಣ್ಣನಿಂದ ಕೇಳಿ ತಿಳಿದ ವಿಷಯ. ನಮಗೆಲ್ಲಾ ಗೊತ್ತಿರುವಂತೆ ಅವರಿಗೆ ಮದುವೆಯಾಗಿರಲಿಲ್ಲ. ಆದರೆ ಈಗ, ವರ್ಗಿಸ್ಸನ ತಾಯಿಯ ಮಾತು ಕೇಳಿದ ಮೇಲೆ, ನನ್ನಣ್ಣ ಭದ್ರಪ್ಪ, ವರ್ಗಿಸ್ಸನ ತಂದೆ ಇರಬೇಕು ಅನ್ನಿಸುತ್ತೆ. ಆದರೆ ಅವರು ಅದನ್ನು ಸ್ಪಷ್ಟವಾಗಿ ಬಾಯಿ ಬಿಟ್ಟು ಹೇಳಲಿಲ್ಲ. ಈ ವಿಷಯವನ್ನು ನಾನು ನನ್ನ ಅಣ್ಣನ ಹತ್ತಿರ ಚರ್ಚಿಸಿದರೆ ಹೇಗೆ?" ಎಂದು ಭಾರತಿಯ ಮುಖ ನೋಡಿದ.

"ಇದು ನಿಜಕ್ಕೂ ಆಶ್ಚರ್ಯಕರ. ಲಂಡನ್ ಎಲ್ಲಿ ,ಬಳ್ಳಾರಿ ಎಲ್ಲಿ? ಮತ್ತೆ ನಾವು ತಿಳಿದಿರುವ ವರ್ಗಿಸ್ ಎಲ್ಲಿ, ನಿನ್ನ ಅಣ್ಣನ ಮಗ ಎಲ್ಲೀ? ಇದು ನಿಜಕ್ಕೂ ನಾಟಕೀಯ ತಿರುವೇ. ಅದಕ್ಕೇ ಹೇಳುತ್ತಾರೆ, ಟ್ರೂತ್ ಈಜ್ ಸ್ಟ್ರೇಂಜರ್ ದ್ಯಾನ್ ಫಿಕ್ಷನ್ ಅಂತ. " ಎಂದು ಸ್ವಲ್ಪ ಹೊತ್ತು ಬೆರಗಿನ ಮೌನದಲ್ಲಿ ಇದ್ದ ಭಾರತಿ, "ಈ ವಿಷಯವನ್ನು ದಿತಿಗೆ, ನಾವೇ ಹೇಳುವುದು ಬೇಡ. ವರ್ಗಿಸ್ಸನ ತಾಯಿಯೇ ಇದನ್ನು ನಿಭಾಯಿಸಲಿ" ಎಂದು, "ಏನಂತೀಯಾ?" ಎಂದಳು.

"ನಾನೂ ಅದನ್ನೇ ಹೇಳಬೇಕು ಅಂತಿದ್ದೆ. ನನಗೆ, ಗಟ್ ಫೀಲಿಂಗ್ ಅಂತಾರಲ್ಲಾ ಹಾಗೆ, ಮೊದಲಿನಿಂದಲೂ ದಿತಿಯ ಆಯ್ಕೆ ಇಷ್ಟವಾಗಿಲ್ಲ. ಈಗ ವರ್ಗಿಸ್ಸನ ತಾಯಿಯೇ ಬೇಡ ಅನ್ನುತ್ತಿರುವುದರಿಂದ, ಇದು ಆಗುವುದಿಲ್ಲ ಎಂದು ನಂಬಿದ್ದೇನೆ. ದಿತಿ ಏನು ಹೇಳುತ್ತಾಳೆಯೋ , ಕಾದು ನೋಡುವಾ" ಎಂದ.

===o===

"ನಿನ್ನೆ ನೀವು ವರ್ಗಿಸ್ಸನ ಮನೆಯಲ್ಲಿ ಇದ್ದಾಗ,ನಾನು ಮತ್ತು ವರ್ಗಿಸ್ ಹೊರಗೆ ಹೋಗಿದ್ದೆವು. ನಾವು ವಾಪಾಸು ಬಂದ ಐದಾರು ನಿಮಿಷಗಳಲ್ಲೇ ಎಲ್ಲರೂ ಮನೆಗೆ ಬಂದೆವು. ವರ್ಗಿಸ್ಸನ ತಾಯಿಯ ಜೊತೆಗೆ ಏನೆಲ್ಲ ಮಾತಾಯಿತು ಅಮ್ಮಾ?" ಎಂದು ದಿತಿ ಭಾರತಿಯನ್ನು ಕೇಳಿದಳು.

ಸೋಮವಾರ ಸಂಜೆ ಆಫೀಸಿನಿಂದ ಬಂದು ಕಾಫಿಕುಡಿಯುತ್ತಿದ್ದಳು. ಭೂಷಣನೂ ಸಹ ಅಲ್ಲಿದ್ದು ಅವಳ ಜೊತೆಗೆ ಕಾಫಿ ಕುಡಿಯುತ್ತಿದ್ದ.

"ಅವರ ಜೊತೆಗೆ ಹೆಚ್ಚೇನು ಮಾತಾಡಲಿಲ್ಲ ನಾನು . ನಿನ್ನ ಡ್ಯಾಡಿ ಮತ್ತು ಅವನ ತಾಯಿ ಮಾತಾಡಿದರು. ಅವರನ್ನೇ ಕೇಳು" ಎಂದಳು ಭಾರತಿ.

ದಿತಿ ಭೂಷಣನ ಕಡೆಗೆ ಮುಖ ಮಾಡಿದಳು.

" ನಾನು ನನ್ನ ಊರಿನ ಮೂಲ ಹೇಳಿಕೊಂಡೆ, ಅವರು ಅವರ ಹಿನ್ನೆಲೆ, ಕಷ್ಟಪಟ್ಟದ್ದು ಇತ್ಯಾದಿ ಹೇಳಿದರು. ಎಲ್ಲಾ ಔಪಚಾರಿಕ ಮಾತುಗಳೇ." ಎಂದ ಭೂಷಣ.

"ಇಲ್ಲ, ಇನ್ನೇನೋ ಗಂಭೀರವಾದ ಚರ್ಚೆ ಆಗಿರಬೇಕು ಅನ್ನಿಸುತ್ತೆ ನನಗೆ" ಎಂದಳು ದಿತಿ.

"ಯಾಕೆ ಹಾಗೆ ಅನ್ನಿಸುತ್ತೆ?" ಭೂಷಣ ಕೇಳಿದ.

"ಯಾಕೆಂದರೆ ಈ ದಿನ ವರ್ಗಿಸ್, ನನಗೆ 'ಇನ್ನು ಮೇಲೆ ನಾವು ಒಬ್ಬರನ್ನೊಬ್ಬರು ಭೇಟಿ ಆಗುವುದು ಬೇಡ ' ಎಂದು ಹೇಳಿದ. ಅಷ್ಟೇ ಅಲ್ಲ, ಅವನ ತಾಯಿ ಈ ಮದುವೆಗೆ ವಿರೋಧವಾಗಿದ್ದಾರೆ ಎಂದೂ ತಿಳಿಸಿದ. ಮೊದಲು ಸಮ್ಮತಿಸಿ ಈಗ, ಅಂದರೆ ನಿಮ್ಮ ಭೇಟಿಯಾದಮೇಲೆ, ಹೀಗೆ ವಿರೋಧಿಸುತ್ತಾರೆ ಎಂದರೆ ನಿಮ್ಮ ಮಾತು-ಕತೆಗಳಿಂದಲೇ ಅವರು ಈ ರೀತಿ ಆಡುತ್ತಿದ್ದಾರೆ ಎನ್ನುವುದು ಕಾಮನ್ ಸೆನ್ಸ್. ನಿಜ ಹೇಳಿ,ಡ್ಯಾಡಿ. ನೀವು ಮೊದಲೇ ಬೇಡ ಎಂದು ನೇರ ಮುಖಕ್ಕೆ ಹೇಳಿದ್ದರೆ ನಾನು ಪ್ರಾಯಶಃ ನಿಮ್ಮ ಮಾತಿಗೆ ಒಪ್ಪಿ, ವರ್ಗಿಸ್ಸನಿಂದ ದೂರ ಇರುತ್ತಿದ್ದೆನೇನೋ? ಅದು ಬೇರೆಯ ಮಾತು. ಆದರೆ ನೀವು ಈ ರೀತಿ ನನಗೆ ಮೋಸ ಮಾಡಬಾರದಿತ್ತು" ಎನ್ನುತ್ತಾ ದಿತಿ ಅಳಲಿಕ್ಕೆ ಸುರು ಮಾಡಿದಳು.

ಭಾರತಿ ಅವಳನ್ನು ಸಮೀಪಿಸಿ ಅವಳ ಪಕ್ಕದಲ್ಲಿ ಕುಳಿತಳು. ಅವಳ ಮಡಿಲಲ್ಲಿ ದಿತಿ ಮುಖ ಇರಿಸಿ, ಅವಳ ಅಳು ಜೋರಾಯ್ತು. ಏನೂ ಮಾತಾಡದೆ ಭಾರತಿ ಅವಳ ತಲೆ ಸವರುತ್ತಾ ಕುಳಿತಳು. ಭೂಷಣನೂ ಸಹ ಏನೂ ಮಾತಾಡಲಿಲ್ಲ. ಸ್ವಲ್ಪ ಹೊತ್ತು ಬಿಕ್ಕಳಿಸಿ ಅತ್ತು ಭಾರತಿಯ ಮಡಿಲು ತೋಯಿಸಿದ ದಿತಿ, ದಿಢೀರನೆ ಮೇಲಕ್ಕೆ ಎದ್ದು "ಸ್ಸಾರಿ..." ಎಂದು ಬಾತ್-ರೂಮಿಗೆ ಹೋಗಿ ಮುಖ ತೊಳೆದುಕೊಂಡು ಬಂದಳು. ಈಗ ಭೂಷಣನ ಪಕ್ಕದಲ್ಲಿ ಕುಳಿತು ಅವನ ಕೈ ಹಿಡಿದಳು, ಬಿಗಿಯಾಗಿ.

ಸ್ವಲ್ಪ ಹೊತ್ತು ಮೂವರೂ ಮೌನವಾಗಿದ್ದರು.

"ಏನಾದರೂ ಹೇಳಿ ಡ್ಯಾಡಿ?" ದಿತಿ ಅಲವತ್ತುಕೊಂಡಳು.

"ನಿನಗೆ ಗೊತ್ತಿರುವಂತೆ ನಾನು ನಿನ್ನ ಮುಂದೆಯಾಗಲಿ, ಹಿಂದೆಯಾಗಲೀ ಯಾವತ್ತಾದರೂ ಸುಳ್ಳು ಹೇಳಿದ್ದೀನಾ?" ಎಂದ ಭೂಷಣ.

"ಖಂಡಿತಾ ಇಲ್ಲ,ಆದರೆ ಈಗೇಕೆ ಹೀಗೆ?" ಎಂದು ನೆಟ್ಟಗೆ ಕುಳಿತು ಅವನ ಮುಖವನ್ನು ಕಣ್ಣಲ್ಲಿ ಕಣ್ಣು ಇಟ್ಟು ದಿಟ್ಟಿಸಿ ನೋಡುತ್ತಾ ಕೇಳಿದಳು.

"ಮೊದಲನೆಯದಾಗಿ ನಾನಾಗಲೀ, ನಿನ್ನ ಅಮ್ಮನಾಗಲೀ ಅವರ ಮುಂದೆ ಆಡಬಾರದ ಯಾವ ಮಾತನ್ನೂ ಆಡಿಲ್ಲ. ನನಗೆ ಈ ಸಂಬಂಧ ಇಷ್ಟವಾಗಿಲ್ಲದಿದ್ದರೆ ,ಹಾಗೆಂದು ನೇರ ನಿನಗೆ ಹೇಳುತ್ತಿದ್ದೆ. ಹಾಗೆ ಬೇಡ ಎನ್ನಲಿಕ್ಕೆ ಅವನ ಅಂತಸ್ತಾಗಲೀ,ಧರ್ಮವಾಗಲೀ ಅಡ್ಡಿಯಾಗಿರಲಿಲ್ಲ. ಸರಿಯಾಗಿ ಪರಿಶೀಲನೆ ಮಾಡಿ, ನಿನ್ನ ಆಯ್ಕೆ ಸಂಜಸವಾದದ್ದು ಎಂದು ಮನದಟ್ಟು ಮಾಡಿಕೊಳ್ಳುವುದು ತಂದೆ-ತಾಯಿಗಳ ಕರ್ತವ್ಯ ಅಲ್ಲವೇ?"

"ಹೌದು, ಅದು ಸ್ವಾಭಾವಿಕ. ಆದರೆ ಯಾಕೆ ವರ್ಗಿಸ್ ಮತ್ತು ಅವನ ತಾಯಿ ನನ್ನನ್ನು ಇದ್ದಕ್ಕಿದ್ದ ಹಾಗೆ ದೂರ ಮಾಡುತ್ತಿದ್ದಾರೆ?"

"ಮತ್ತೆ ಅದೇ ಪ್ರಶ್ನೆಯನ್ನು ಕೇಳುತ್ತಿದ್ದೀಯಾ, ಕಾರಣ ನಮ್ಮಲ್ಲಿ ಇಲ್ಲ ಎಂದಮೇಲೆ, ಅದು ಅವರಲ್ಲಿ ಇರಬೇಕು ಅಲ್ಲವೇ?" ಎಂದ ಭೂಷಣ.

"ಪ್ರಾಮಿಸ್?"ಅವನ ಅಂಗೈ ಒತ್ತಿ ಹಿಡಿದು ಕೇಳಿದಳು.

"ಪ್ರಾಮಿಸ್" ಎಂದ ಭೂಷಣ ಅವಳ ತಲೆ ನೇವರಿಸುತ್ತಾ.

"ಸ್ಸಾರಿ ಫಾರ್ ಡೌಟಿಂಗ್ ಯೂ ಡ್ಯಾಡಿ" ಎಂದು ಮೇಲೆದ್ದು ತನ್ನ ಕೋಣೆಗೆ ಹೋದಳು ದಿತಿ.

ಆದರೆ ತನ್ನ ತಂದೆ-ತಾಯಿಗಳ ಭೇಟಿಯ ನಂತರ ಅವರ ವರ್ತನೆಗಳು ಬದಲಾದ್ದರಿಂದ ಕಾರಣ ಅವರ ಭೇಟಿಯಲ್ಲಿ ಇರುವುದು ನಿಶ್ಚಿತ. ಅದು ಏನು ಇರಬಹುದು ಎನ್ನುವ ಚಿಂತೆಯಲ್ಲಿ ನರಳತೊಡಗಿದಳು. ಇನ್ನೊಮ್ಮೆ ಜೆಸ್ಸಿಕಾರನ್ನೇ ಮಾತಾಡಿಸಿ ನೋಡುತ್ತೇನೆ ಎಂದು ತನ್ನಲ್ಲಿಯೇ ತೀರ್ಮಾನಿಸಿದಳು.

ಇತ್ತ ಭೂಷಣ-ಭಾರತಿಯರಿಗೆ, ಅವಳ ನೋವು ತಟ್ಟಿ ಅವರು ವ್ಯಥಿತರಾದರು. ಆದರೆ ಅವಳಿಗೆ ಹೇಗೆ ಸಮಾಧಾನ ಹೇಳುವುದು ಎನ್ನುವುದು ತಿಳಿಯದೆ ಚಿಂತಿತರಾದರು. ಇದನ್ನು ತನ್ನ ಅಣ್ಣ ನಿಜಗುಣರ ಜೊತೆಗೆ ಚರ್ಚಿಸಬೇಕು ಎಂದು ಭೂಷಣ ನಿರ್ಧರಿಸಿದ. ಭಾರತಿ, 'ಕಾಲಾಯ ತಸ್ಮೈ ನಮಃ ' ಎಂದು ಕಾಲಕ್ಕೆ ಶರಣು ಹೋದಳು.

===o===

"ಆಂಟೀ,ನಾನು ದಿತಿ" ಎಂದು ಹೇಳಿದಾಗ, ಜೆಸ್ಸಿಕಾ ಬಾಗಿಲು ತೆರೆದು ಅವಳನ್ನು ಒಳಗೆ ಬರಮಾಡಿಕೊಂಡಳು. ಆ ದಿನ ದಿತಿ ರಜೆ ಹಾಕಿ ಬೆಳಗ್ಗೆ ಸುಮಾರು ಹನ್ನೊಂದು ಗಂಟೆಯ ಹೊತ್ತಿಗೆ ವರ್ಗಿಸ್ ಮನೆಗೆ ಬಂದಿದ್ದಳು. ವರ್ಗಿಸ್ ಎಂದಿನಂತೆ ಬೆಳಗ್ಗೆ ಒಂಬತ್ತು ಮೂವತ್ತಕ್ಕೆ ಮನೆ ಬಿಟ್ಟು ಆಫೀಸಿಗೆ ಹೋಗಿದ್ದ.

"ಏನು ಕೊಡಲಿ,ಕಾಫೀ ಆರ್ ಟೀ?" ಎಂದಳು ಜೆಸ್ಸಿಕಾ.

"ಏನೂ ಬೇಡ ಆಂಟೀ, ಬರುವಾಗ ತಿಂಡಿ ಕಾಫಿಮಾಡಿಕೊಂಡೆ ಬಂದಿದ್ದೇನೆ" ಎಂದಳು ದಿತಿ. ಅವಳನ್ನು ಸೋಫಾದಲ್ಲಿ ಕೂಡಿಸಿ, ಅವಳ ಎದುರಿನ ಕುರ್ಚಿಯಲ್ಲಿ ಕುಳಿತ ಜೆಸ್ಸಿಕಾ,

"ಆಫೀಸಿಗೆ ಹೋಗಲಿಲ್ಲವೇ?" ಎಂದಳು.

"ಇಲ್ಲಾ ಆಂಟೀ, ನಿಮ್ಮ ಜೊತೆಗೆ ಮಾತಾಡಬೇಕೆಂದೇ ರಜೆ ಹಾಕಿ ಬಂದಿದ್ದೇನೆ" ಎಂದಳು.

"ಏನು ವಿಷಯ?"

"ವರ್ಗಿಸ್ ಈಗ ನನ್ನ ಜೊತೆಗೆ ಮೊದಲಿನಂತೆ ಇಲ್ಲ. ನಾವು ಇನ್ನು ಮೇಲೆ ಯಾವತ್ತೂ ಭೇಟಿಯಾಗುವುದು,ಮಾತಾಡುವುದು ಬೇಡ ಎಂದು ನಿನ್ನೆ ನನ್ನ ಮುಖಕ್ಕೆ ಹೊಡೆದಂತೆ ಹೇಳಿದ. ಅದನ್ನೇ ನಿಮ್ಮ ಜೊತೆಗೆ ಮಾತಾಡುವಾ ಅಂತ ಬಂದೆ. ಯಾಕೆ ಆಂಟೀ?"

ಈ ಮಾತುಗಳನ್ನು ಕೇಳಿ ಜೆಸ್ಸಿಕಾಗೆ ನೆಮ್ಮದಿಯಾಯ್ತು. ಮಗ ತನ್ನ ಮಾತು ಮೀರುವುದಿಲ್ಲ ಎನ್ನುವುದು ಗೊತ್ತಿದ್ದರೂ, ಅವರಿಬ್ಬರ ಮಧ್ಯೆದ ಗಾಢ ಪ್ರೀತಿಯಲ್ಲಿ ಅವನು ತನ್ನ ಮಾತು ಪಾಲಿಸುತ್ತಾನೆಯೋ ಇಲ್ಲವೋ ಎನ್ನುವ ಸಣ್ಣ ಅಳುಕು ಇತ್ತು.

"ಇನ್ನು ಮೇಲೆ ನೀನು ಯಾವತ್ತೂ ದಿತಿಯ ಜೊತೆಗೆ ಮುವ್ ಮಾಡಬೇಡ. ಅವಳ ಜೊತೆಗೆ ನಿನ್ನ ಮದುವೆ ಸಾಧ್ಯವೇ ಇಲ್ಲ. ಅದನ್ನು ಮರೆತುಬಿಡು" ಎಂದು ಆ ದಿನ ಭೂಷಣ-ಭಾರತಿ ಬಂದು ಹೋದಮೇಲೆ ಮಗನಿಗೆ ತಾಕೀತು ಮಾಡಿದ್ದಳು ಜೆಸ್ಸಿಕಾ.

"ಯಾಕೆ ಮಮ್ಮೀ, ಇದ್ದಕ್ಕಿದ್ದ ಹಾಗೆ ಈ ರೀತಿ ಹೇಳುತ್ತಿದ್ದೀಯಾ?" ಎಂದು ಕೇಳಿದ್ದ ವರ್ಗಿಸ್ .

"ಅದೆಲ್ಲಾ ಕೇಳಬೇಡ, ನನ್ನನ್ನು ನಂಬು. ಇದನ್ನು ನಾನು ನಿನ್ನ ಹಿತಕ್ಕೇ ಹೇಳುತ್ತಿರುವುದು" ಎಂದಿದ್ದಳು.

"ಆಯ್ತು, ನನ್ನ ಹಿತಕ್ಕೇ ಸ್ಸರೀ, ಆದರೆ ಇದರಲ್ಲಿ ನನ್ನ ಹಿತದ ಪ್ರಶ್ನೆ ಎಲ್ಲಿದೆ ಮತ್ತು ಅದು ಏನು ಎನ್ನುವುದನ್ನು ನಾನು ತಿಳಿದುಕೊಳ್ಳಬಾರದೇ? ಅಪ್ಪನ ವಿಚಾರ ಕೇಳಿದಾಗಲೂ ನೀನು ಹೀಗೇ ಹೇಳುತ್ತಾ ಬಂದಿದ್ದೀಯಾ. ಈಗ ನಾನೇನು ಸಣ್ಣವನಲ್ಲ. ನೀನು ಹೇಳುವುದನ್ನು ಗ್ರಹಿಸಿ,ಸ್ಪಂದಿಸುವ ಪ್ರಬುದ್ಧತೆ ನನಗೆ ಇದೆ. ಹೇಳು, ಯಾಕೆ ಅನ್ನುವುದನ್ನು. ಜೀಸಸ್ ಮೇಲೆ ಆಣೆ ನಾನು ಯಾವತ್ತೂ ನಿನ್ನ ಮಾತು ಮೀರುವುದಿಲ್ಲ" ಎಂದು ವರ್ಗಿಸ್ ತನ್ನ ಕೈ ಹಿಡಿದು ಕೇಳಿದಾಗ, ಜೆಸ್ಸಿಕಾಳ ಕಣ್ಣಲ್ಲಿ ನೀರು ಹರಿದು, ಅವಳು ಕಂಬನಿ ಒರೆಸಿಕೊಳ್ಳುತ್ತಾ, "ಆಯ್ತು ಹೇಳುತ್ತೇನೆ ಗಮನವಿಟ್ಟು ಕೇಳು" ಎಂದು ತನ್ನ ಬದುಕಿನ ಹಿಂದಿನ ಕಥೆಯನ್ನು ಹೇಳಿದ್ದಳು.

ಜೆಸ್ಸಿಕಾಳ ಮೂಲ ಹೆಸರು ಕಮಾರಿ ಎಂದು. ಅವಳು ಬಳ್ಳಾರಿಯ ಹತ್ತಿರದ ಒಂದು ಹಳ್ಳಿಯ ಬಡ ಕುಟುಂಬಕ್ಕೆ ಸೇರಿದ್ದಳು. ಅವಳು ತನ್ನ ಎಸ್.ಎಸ್.ಎಲ್.ಸಿ ಪರೀಕ್ಷೆ ಪಾಸಾದ ಮೇಲೆ ಬಡತನದಿಂದ ಮುಂದಕ್ಕೆ ಓದಲಾರದೆ ಬಳ್ಳಾರಿಯ ಪ್ರಗತಿ ಪ್ರಿಂಟಿಂಗ್ ಪ್ರೆಸ್ಸಿನಲ್ಲಿ ಸಹಾಯಕಳಾಗಿ ಸೇರಿಕೊಂಡಿದ್ದಳು. ಅನಾಥಳಾಗಿದ್ದ ಅವಳನ್ನು ಅವಳ ಅಜ್ಜಿ ಸಾಕಿಕೊಂಡಿದ್ದಳು. ಆ ಅಜ್ಜಿಯೂ ವಯಸ್ಸಾಗಿ ತೀರಿದ ಮೇಲೆ, ತನ್ನ ಜೊತೆಗೇ ಪ್ರೆಸ್ಸಿನಲ್ಲಿ ಕೆಲಸ ಮಾಡುತ್ತಿದ್ದ ಭದ್ರಪ್ಪನನ್ನು ಒಂದು ದೇವಸ್ಥಾನದಲ್ಲಿ ಗುಟ್ಟಾಗಿ ಮದುವೆಯಾಗಿದ್ದಳು. ಆದರೆ ಮದುವೆಯಾದ ಮೂರು ತಿಂಗಳಿಗೆ ಭದ್ರಪ್ಪ ಒಂದು ರೈಲ್ವೇ ಅಪಘಾತದಲ್ಲಿ ಮೃತನಾಗಿದ್ದ. ಆತ ತೀರಿಕೊಂಡ ತಿಂಗಳೇ ಅವಳ ಮುಟ್ಟು ನಿಂತು ಹದಿನೈದು ದಿನಗಳು ಆಗಿದ್ದವು. ಅದಾದ ಎರಡು ವಾರದಲ್ಲಿ ಆಸ್ಪತ್ರೆಯಲ್ಲಿ ಪರೀಕ್ಷೆ ಮಾಡಿಸಿಕೊಂಡಾಗ ತಾನು ಗರ್ಭಿಣಿ ಎನ್ನುವುದು ಗೊತ್ತಾಗಿ, ಆತ್ಮಹತ್ಯೆಗೆ ಎಳಸಿದಾಗ, ಅಕಸ್ಮಾತ್ತಾಗಿ ಅವಳನ್ನು

ಬಳ್ಳಾರಿಯ ಸಂತ ಮಾರ್ಕನ ಕಾನ್ವೆಂಟಿನ ಫಾದರ್ ರಕ್ಷಿಸಿ ,ರಕ್ಷಣೆ ಕೊಟ್ಟಿದ್ದರು. ಈ ಎಲ್ಲಾ ಘಟನೆಗಳನ್ನು ಕುಮಾರಿ ಅರ್ಥಾತ್ ಜೆಸ್ಸಿಕಾ, ದಿತಿಗೆ ಹೇಳಿ, ಭದ್ರಪ್ಪ ,ಭೂಷಣ-ನಿಜಗುಣ ಇವರು ಮೂವರೂ ಒಡಹುಟ್ಟಿದ ಸಹೋದರರು ಎನ್ನುವುದನ್ನು ತಿಳಿಸಿ,

“ಹೀಗಾಗಿ, ವರ್ಗಿಸ್ ನಿನ್ನ ಚಿಕ್ಕಪ್ಪನ ಮಗನಾಗಿ, ನಿನಗೆ ಅಣ್ಣನಾಗಬೇಕು. ಆದ್ದರಿಂದ ನೀವಿಬ್ಬರೂ ಮದುವೆಆಗುವಂತಿಲ್ಲ, ಅವನನ್ನು ಮರೆತು ಬಿಡು. ಮತ್ತು ನಾನು ಹೇಳಿದ ಈ ವಿಷಯವನ್ನು ನೀನು ಯಾರಲ್ಲೂ, ಮುಖ್ಯವಾಗಿ ವರ್ಗಿಸ್-ಗೆ ಹೇಳಬೇಡ” ಎಂದು ಆಣೆ ಮಾಡಿಸಿಕೊಂಡರು. ದಿತಿಗೆ ಈ ವಿಷಯ ಕೇಳಿ ನಿಂತ ನೆಲವೇ ಕುಸಿದಂತೆಯಾಗಿ, ಅಲ್ಲಾಡಿ ನಲುಗಿಬಿಟ್ಟಳು.

===o===

“ನೀನು ಯಾರನ್ನಾದರೂ ಪ್ರೀತಿಸುತ್ತಿದ್ದೀಯಾ?” ಜವರೇಗೌಡರು ಮಗಳನ್ನು ಕೇಳಿದರು. ಅವರು ಮೈಸೂರಿನ ಅವಳ ಮನೆಯಲ್ಲಿ ಕುಳಿತಿದ್ದರು. ಅವರಿಬ್ಬರು ಅಲ್ಲದೆ ಅಲ್ಲಿ ಬೇರೆ ಯಾರೂ ಇರಲಿಲ್ಲ. ಐ.ಎ.ಎಸ್. ವರನನ್ನು ಆಕೆ ತಿರಸ್ಕರಿಸಿದ ಮೇಲೆ ಅವರಿಗೆ ಈ ಅನುಮಾನ ಬಂದಿತ್ತು.

“ಹಾಗೆ ನಾನು ಪ್ರೀತಿಸುತ್ತಿದ್ದರೆ ಅದಕ್ಕೆ ನಿಮ್ಮ ಅಭಿಪ್ರಾಯ ಏನು?” ಅಳೆದೂ ,ಸುರಿದೂ ಕೇಳಿದಳು ಕಲಾವತಿ.

“ಹಾಗೆಂದು ನೀನು ಮುಂಚಿತವಾಗಿ ಹೇಳಿದ್ದರೆ ನಾನು ಅವರನ್ನು ಬರ ಹೇಳುತ್ತಿರಲಿಲ್ಲ. ನಮಗೆ ನೀನು ಒಬ್ಬಳೇ ಮಗಳು. ನಿನ್ನ ಸುಖಕ್ಕೆ ನಾನು ಯಾಕೆ ಅಡ್ಡಿಬರಲಿ,ಹೇಳು ಯಾರು ಆ ಹುಡುಗ?”

“ಹೇಳಿದರೆ,ನೀವು ಅವನ ಜೊತೆಗೆ ಮದುವೆ ಮಾಡಿಕೊಡುತ್ತೀರಾ?”

“ಖಂಡಿತಾ, ಹೇಳು ಯಾರದು?”

“ಅವನು ಬೇರೆ ಜಾತಿಯವನಾದರೂ ಅದಕ್ಕೆ ಒಪ್ಪುತ್ತೀರಾ?”

“ಯಾಕೆ, ಆ ಹುಡುಗ ಯಾವ ಜಾತಿ?”

“ಅವನು ನಮ್ಮ ಜಾತಿಯವನು ಅಲ್ಲ” ಎಂದಷ್ಟೇ ಹೇಳಿದಳು ಕಲಾವತಿ.

“ಅದು ಯಾರು ನೇರ ಹೇಳಮ್ಮಾ?” ಎಂದರು.

“ಅವನು ನಿಮಗೂ ಗೊತ್ತು”

“ಆಯ್ತು ನನಗೆ ಗೊತ್ತಿರುವ ಹುಡುಗನೆಂದರೆ ಇನ್ನೂ ಒಳ್ಳೆಯದೇ,ಯಾರದು?”

“ಡಾಕ್ಟರ್ ಪ್ರಸಾದ” ಎಂದಳು ಕಲಾವತಿ, ಇನ್ನಷ್ಟು ಎಳೆಯಬಾರದು ಎಂದು ನಿರ್ಧರಿಸಿ. ಅವರಿಗೆ ಆಕೆ ಹೇಳುತ್ತಿರುವ ಪ್ರಸಾದ, ತನ್ನ ಮನೆಯಲ್ಲಿ ಜೀತಕ್ಕಿರುವ ಅರಸಯ್ಯನ ಮಗ ಎನ್ನುವ ಕಿಂಚತ್ ಕಲ್ಪನೆಯೂ ಇರಲಿಲ್ಲ. ಆ ಸಾಧ್ಯತೆಯನ್ನು ಅವರು ಕನಸಿನಲ್ಲೂ ಎಣಿಸುವ ಸಾಧ್ಯತೆ ಇರಲಿಲ್ಲ.

“ಆತ ಡಾಕ್ಟರ್ ಅಂದಮೇಲೆ, ಯೋಗ್ಯನೇ ಇರಬೇಕು; ಆಯ್ತು, ಯಾವ ಊರು ಮತ್ತು ಅವನ ಅಪ್ಪ-ಅಮ್ಮ ಏನು ಮಾಡುತ್ತಾರೆ?” ಎಂದರು. ಅವನು ತಮ್ಮ ಮನೆಯ ಅರಸಯ್ಯನ ಮಗ ಪ್ರಸಾದ ಎನ್ನುವುದು ಗೊತ್ತಾಗಿಲ್ಲ ಎನ್ನುವುದು ಮನವರಿಕೆಯಾಗಿ, ಕಲಾವತಿ ಅದನ್ನು

ಸ್ಪಷ್ಟಪಡಿಸಲು ಹಿಂಜರಿದಳು.

"ಯಾಕಮ್ಮಾ ಹಿಂಜರಿಯುತ್ತೀಯಾ, ಹೆದರಬೇಡ ಹೇಳು, ಅವನು ಯಾರು ಎತ್ತ ಎನ್ನುವುದನ್ನು. ನಾನು ಮಾತಿಗೆ ತಪ್ಪದೆ ಖಂಡಿತಾ ಅವನ ಜೊತೆಗೆ ನಿನ್ನ ಮದುವೆಯನ್ನು ಅದ್ದೂರಿಯಾಗಿಯೇ ಮಾಡಿಕೊಡುತ್ತೇನೆ" ಅವಳ ಕೈ ಹಿಡಿದು ಆಣೆ ಮಾಡಿದರು,ಜವರೇಗೌಡರು.

"ನಮ್ಮ ಜಮೀನನ್ನು ನೋಡಿಕೊಳ್ಳುತ್ತಿರುವ ಅರಸಯ್ಯನವರ ಮಗ ಪ್ರಸಾದ" ಎಂದು ಅಳುಕುತ್ತಲೇ ಹೇಳಿದಳು,ಕಲಾವತಿ. ಜವರೇಗೌಡರ ಮುಖ ಕಪ್ಪಾಗಿ, ಎದೆ ಝಲ್ ಎಂದು ಸೋಫಾದಲ್ಲಿಯೇ ಕುಸಿದು ಹಿಂದಕ್ಕೆ ಒರಗಿದರು.

"ಒಂದು ನಿಮಿಷ,ಕಾಫಿ ಕಾಯಿಸುತ್ತೇನೆ" ಎನ್ನುತ್ತಾ ಮೇಲೆದ್ದು ಅಡುಗೆ ಮನೆಯೊಳಗೆ ಹೋದಳು ಕಲಾವತಿ.

ಆ ಕ್ಷಣದಲ್ಲಿ ಮಗಳನ್ನು ಕೊಂದುಬಿಡುವಷ್ಟು ಸಿಟ್ಟು ಬಂದ ಜವರೇಗೌಡರು, ಎಚ್ಚೆತ್ತುಕೊಂಡು, ಇರುವ ಒಬ್ಬಳೇ ಮಗಳನ್ನು ಕಳೆದುಕೊಳ್ಳಬಾರದು ಎಂದು ನಿರಧರಿಸಿದರು. ಇದನ್ನು ಸೂಕ್ಷ್ಮವಾಗಿ ನಿಭಾಯಿಸಬೇಕು,ಕೋಪದ ಕೈಯಲ್ಲಿ ಬುದ್ಧಿ ಕೊಟ್ಟರೆ ಸರ್ವನಾಶ ಎಂದು ಯೋಚಿಸಿದರು. ಎಲ್ಲೋ ಸರಕಾರೀ ಪ್ರಾಥಮಿಕ ಶಾಲೆಯ ಮಾಸ್ತರನಾಗಿ ಇರುತ್ತಿದ್ದ ಹುಡುಗನನ್ನು, ನಾನೇ ಹಣ ಕೊಟ್ಟು ಓದಿಸಿ,ನನ್ನ ಮಗಳನ್ನೇ ಮದುವೆಯಾಗುವ ಅರ್ಹತೆಯನ್ನು ಒದಗಿಸಿದೆನೆಯೇ ಎಂದು ದು:ಖಿಸಿದರು. ರಾಜಕೀಯದಲ್ಲಿ, ತಂತ್ರ-ಪ್ರತಿತಂತ್ರ, ಕುತಂತ್ರಗಳನ್ನು ಮಾಡಿ ಪಳಗಿದ್ದ ಅವರು, ಇದನ್ನು ಉಪಾಯವಾಗಿ ತಪ್ಪಿಸಬೇಕು ಎಂದು ಆಗಲೇ ನಿರ್ಧರಿಸಿದರು.

"ಇದು ಪ್ರಸಾದನಿಗೆ ಗೊತ್ತೇ?" ಕಾಫಿ ಗುಟುಕರಿಸುತ್ತಾ ಕೇಳಿದರು.

"ಗೊತ್ತು." ಚುಟುಕಾಗಿ ಹೇಳಿದಳು.

"ಆಯ್ತು, ಈ ಶನಿವಾರ ನೀನು ಹುಣಸೂರಿಗೆ ಬಾ, ನಿನ್ನ ಅಮ್ಮನ ಅಭಿಪ್ರಾಯ ಏನು ಎಂದು ತಿಳಿದು ತೀರ್ಮಾನಿಸೋಣ" ಎಂದು ಮೇಲಕ್ಕೆ ಎದ್ದರು. ಕಲಾವತಿಗೆ ತುಂಬಾ ಖುಷಿಯಾಗಿ, ಅವರ ಕಾಲು ಮುಟ್ಟಿ ನಮಸ್ಕಾರ ಮಾಡಿದಳು. ಅಪ್ಪ ತನ್ನ ಇಚ್ಛೆಯನ್ನು ಒಪ್ಪಿಕೊಂಡಿದ್ದಾರೆ, ಇನ್ನು ಅಮ್ಮನನ್ನು ಒಪಪ್ಪಿಸುವುದು ಹೇಗೆ ಎಂದು ಯೋಚಿಸತೊಡಗಿದಳು. ದಲಿತರಾಗಿದ್ದು ,ಮತ್ತು ತಮ್ಮ ಮನೆಯಲ್ಲೇ ಜೀತಕ್ಕೆ ಇರುವವನ ಮಗನನ್ನು ಮದುವೆಯಾಗಲು ಒಪ್ಪುವುದು ಕಷ್ಟಸಾಧ್ಯವಾದದ್ದು ಎನ್ನುವ ಅರಿವು ಅವಳಿಗೆ ಇತ್ತು.

ಆದರೆ ತಾರುಣ್ಯದ ಈ ಪ್ರೀತಿ ಕಾಡು ಕುದುರೆಯಂತೆ,ಯಾವ ಲಂಗು ಲಗಾಮುಗಳು ಇಲ್ಲದ ಭರಾಟೆಯ ಓಟದ್ದು!

===o===

"ನೀನು ಎಲ್ಲಿಯವರೆಗೆ ನಿನ್ನ ನಿರ್ಧಾರವನ್ನು ಬದಲಿಸುವುದಿಲ್ಲವೋ ಅಲ್ಲಿಯವರೆಗೆ ಈ ರೂಮೇ ನಿನ್ನ ಜಗತ್ತು" ಜವರೇಗೌಡರು ಮಗಳು ಕಲಾವತಿಯನ್ನು ಹುಣಸೂರಿನ ಸಿಂಗಲ್ ಬೆಡ್-ರೂಮಿನಲ್ಲಿ ಕೂಡಿಹಾಕಿ, ಹೀಗೆಂದು ಹೇಳಿ ಹೊರಗಿನಿಂದ ರೂಮಿನ ಬೀಗ ಹಾಕಿದರು.

ಅವರು ಮೈಸೂರಿಗೆ ಬಂದಾಗ ಹೇಳಿದ್ದಕ್ಕೆ ಅನುಸಾರವಾಗಿ ಕಲಾವತಿ ಶನಿವಾರ ಮಧ್ಯಾಹ್ನ ಮೂರು ಗಂಟೆಯ ಹೊತ್ತಿಗೆ ಹುಣಸೂರಿನ ಮನೆಗೆ ಬಂದಿದ್ದಳು.

"ಇಂಥಾ ಕೇಡು ಬುದ್ಧಿ ನಿನಗೆ ಹೇಗೆ ಬಂತು?, ನೀನು ಹೀಗೆ ಬಜಾರಿನಲ್ಲಿ ನಮ್ಮ ಮಾನ ಹರಾಜಿಗೆ ಹಾಕುತ್ತಿಯಾ ಎನ್ನುವುದು ಗೊತ್ತಿದ್ದರೆ,ನಾನು ನಿನ್ನನ್ನು ಹುಟ್ಟಿದಾಗಲೇ ಕೊಂದಬಿಡುತ್ತಿದ್ದೆ" ಎಂದು ಕಲಾವತಿಯ ತಾಯಿ ಮಗಳ ಮೇಲೆ ಹರಿ-ಹಾಯ್ದಿದ್ದರು.ಅಪ್ಪ-ಅಮ್ಮ ಈ ಮದುವೆಗೆ ಒಪ್ಪುವುದು ಕಷ್ಟ ಎನ್ನುವುದು ಕಲಾವತಿಗೆ ಗೊತ್ತಿತ್ತು;ಆದರೆ ಅವರು ಇಷ್ಟೊಂದು ಕ್ರೂರವಾಗಿ ವರ್ತಿಸಿದ್ದು ಆಘಾತವನ್ನುಂಟು ಮಾಡಿ, ಅವಳು ಷಾಕಿನಲ್ಲಿ ಇದ್ದಳು. ಹೊತ್ತಿಗೆ ಸರಿಯಾಗಿ ಕೋಣೆಯ ಬಾಗಿಲು ತೆರೆದು ಅವಳಿಗೆ ತಿಂಡಿ-ಊಟವನ್ನು ಜವರೇಗೌಡರೇ ತಂದು ಇರಿಸಿ, ಮತ್ತೆ ಹೊರಗಿನಿಂದ ಬೀಗ ಹಾಕುತ್ತಿದ್ದರು. ಕಲಾವತಿ ನೀರು ಬಿಟ್ಟು ಇನ್ನೇನನ್ನೂ ಮುಟ್ಟುತ್ತಿರಲಿಲ್ಲ.

ಈ ಯಾವುದೂ ಗೊತ್ತಿಲ್ಲದ ಪ್ರಸಾದ, ಒಂದು ಬೆಳಗ್ಗೆ ಜವರೇಗೌಡರನ್ನು ಅವರ ಹುಣಸೂರು ಶಾಸಕರ ಕೋಣೆಯಲ್ಲಿ ಭೇಟಿಯಾಗಿ, ತನಗೆ ಮೈಸೂರು ಮೆಡಿಕಲ್ ಕಾಲೇಜಿನಲ್ಲಿ ಎಂ.ಎಸ್.ಗೆ ಸೀಟು ಸಿಕ್ಕ ವಿಚಾರವನ್ನು ತಿಳಿಸಿದ.

"ಸಂತೋಷವಪ್ಪಾ, ಮತ್ತೆ ದಾಖಲಾತಿಯ ಫೀ ಕಟ್ಟಬೇಕಾಗುತ್ತದೆಯಾ?" ಎಂದು ಕೇಳಿದರು.

"ಹೌದು ಸರ್" ಎಂದ ಪ್ರಸಾದ.

"ಎಷ್ಟು ಬೇಕಾಗಬಹುದು?"

"ಸುಮಾರು ಎರಡು ಲಕ್ಷ ಸರ್. ಮತ್ತೆ ನನಗೆ ಮೆರಿಟ್ ಸ್ಕಾಲಾರ್-ಷಿಪ್ ಬಂದಾಗ,ಈಗ ನಾವು ಕಟ್ಟಿದ ಹಣ ವಾಪಾಸು ಬರುತ್ತದೆ" ಎಂದ.

"ಫೀ ಕಟ್ಟಲು ಕೊನೆಯ ದಿನ ಯಾವಾಗ?"

"ಇನ್ನೂ ಒಂದು ತಿಂಗಳಲ್ಲಿ ಕಟ್ಟಬೇಕಾಗಬಹುದು. ಅನೌನ್ಸ್ ಆದ ಮೇಲೆ ತಿಳಿಸುತ್ತೇನೆ ಸರ್" ಎಂದ.

" ಆಯ್ತು, ಎರಡು ದಿನ ಮೊದಲೇ ನೆನಪು ಮಾಡು, ಚೆಕ್ ಕೊಡುತ್ತೇನೆ" ಎಂದ ಅವರು, "ನೀನು ವಿದೇಶಕ್ಕೆ ಹೋಗಿ ಯಾಕೆ ಓದಬಾರಾದು?" ಎಂದು ಕೇಳಿದರು.

"ಹೋಗಬಹುದು ಸರ್, ನಿಜ ಹೇಳಬೇಕು ಎಂದರೆ ನನಗೆ ಅಮೆರಿಕನ್ ಮೆಡಿಕಲ್ ಯೂನಿವರ್ಸಿಟಿಯ ಒಂದು ಕಾಲೇಜ್ ಆಸ್ಪತ್ರೆಯಲ್ಲಿ ನೌಕರಿಯ ಅಫರ್ ಬಂದಿದೆ. ಅಲ್ಲಿ ಸೇರಿ ದುಡಿಯುತ್ತಲೇ ಅಲ್ಲಿಯ ಪೀಜಿಗೆ ಸೇರಬಹುದು"ಎಂದ.

"ಮತ್ತೆ ಅಂಥಾ ಒಳ್ಳೆಯ ಅವಕಾಶ ಯಾಕೆ ಬಿಟ್ಟೆ?" ಎಂದರು.

"ಅಪ್ಪ-ಅಮ್ಮ ಬೇಡ ಎಂದರು ಸರ್" ಎಂದ ಪ್ರಸಾದ. ಸ್ವಲ್ಪ ಹೊತ್ತು ಆಲೋಚನಮಗ್ನರಾದ ಜವರೇಗೌಡರು,

"ಒಳ್ಳೆಯದು, ಮತ್ತೆ ಬಂದು ಕಾಣು" ಎಂದರು. ಅವರಿಬ್ಬರ ಭೇಟಿ ಯಾವಾಗಲೂ ಸಂಕ್ಷಿಪ್ತವಾಗಿ ಇರುತ್ತಿತ್ತು.

===o===

ಎಂಟು ದಿನಗಳಾದರೂ ಕಲಾವತಿಗೆ ಆ ರೂಮಿನಿಂದ ಬಿಡುಗಡೆ ಆಗಲಿಲ್ಲ. ಅಟ್ಯಾಚ್ಡ್ ಬಾತ್-ರೂಮು ಆದದ್ದರಿಂದ ಅವಳಿಗೆ ನಿತ್ಯ ಕರ್ಮ ಮತ್ತು ಸ್ನಾನಕ್ಕೆ ಅನುಕೂಲವಾಗಿತ್ತು. ಜಯಮ್ಮ ತಪ್ಪದೆ ಮಗಳಿಗೆ ಅಗತ್ಯವಾದ ಬಟ್ಟೆಗಳು ಮತ್ತು ತಿಂಡಿ ಊಟಗಳನ್ನು ಪೂರೈಸುತ್ತಿದ್ದಳು. ಅದೂ ಜವರೇಗೌಡರ ಉಪಸ್ಥಿತಿಯಲ್ಲೇ ಆಗುತ್ತಿತ್ತು. ಅವರು ಹೆಂಡತಿಗೆ ಕೋಣೆಯ ಕೀ ಕೊಟ್ಟಿರಲಿಲ್ಲ.

"ಮಗಳು ಎಂಟು ದಿನಗಳಿಂದ ನೀರು ಬಿಟ್ಟು ಇನ್ನೇನೂ ತಿಂದಿಲ್ಲ. ಒಮ್ಮೆ ನಾವು ಒಳಗೆ ಹೋಗಿ ನೋಡಿದರೆ ಹೇಗೆ? ನನಗೆ ಹೆದರಿಕೆಯಾಗುತ್ತಿದೆ" ಒಂದು ಬೆಳಗ್ಗೆ ಮಗಳಿಗೆ ತಿಂಡಿ ಕೊಡಲು ಹೋಗಬೇಕು ಎಂದಾಗ ಜಯಮ್ಮ ಅಳುತ್ತಾ ಕೇಳಿದಳು. ಅದುವರೆಗೂ ಬಾಗಿಲು ತೆರೆದು ಒಳಗೆ ಹೋಗಲು ಬಿಡುತ್ತಿರಲಿಲ್ಲ ಜವರೇಗೌಡರು. ಆ ದಿನ ಹೆಂಡತಿಯ ಮಾತಿಗೆ ಬಾಗಿಲು ಪೂರಾ ತೆರೆದು ಇಬ್ಬರೂ ಒಳಗೆ ಹೋದರು. ಅಲ್ಲಿಯ ನೋಟಕ್ಕೆ ಇಬ್ಬರೂ ಹೌಹಾರಿದರು.

ಕಲಾವತಿ ಕೃಶಕಾಯಳಾಗಿ ಮಂಚದ ಮೇಲೆ ಮಲಗಿದ್ದಳು ಅವಳಿಗೆ ಮೈಮೇಲೆ ಪ್ರಜ್ಞೆ ಇರಲಿಲ್ಲ. ಮಂಚದ ಹತ್ತಿರ ಹೋಗಿ, "ಕೂಸು..." ಎಂದು ಅಲ್ಲಾಡಿಸಿದರು. ಅವಳ ಕಣ್ಣುಗಳು ಗುಳಿ ಬಿದ್ದು ಕೆನ್ನೆಗಳು ಸುಕ್ಕಾಗಿದ್ದವು. ಕಣ್ಣು ಅರೆತೆಗೆದರೂ ಮಾತಾಡುವ ಶಕ್ತಿ ಇರಲಿಲ್ಲ. ಜಯಮ್ಮ "ಅಯ್ಯೋ ನನ್ನ ಹಣೆಬರಹವೇ..." ಎಂದು ತಲೆ ಚಚ್ಚಿಕೊಂಡು ಮಗಳನ್ನು ತಬ್ಬಿಕೊಂಡು ಅಳತೊಡಗಿದಳು.

"ಅವಳಿಗೆ ತಕ್ಷಣ ನೀರು ಮತ್ತು ಸಕ್ಕರೆ ನೀರು ಕುಡಿಸು" ಎಂದು ಹೇಳಿದ ಜವರೇಗೌಡರು, ಕೆಳಗೆ ಬಂದು ತಮ್ಮ ಆಪ್ತ ಸಹಾಯಕನಿಗೆ ಫೋನ್ ಮಾಡಿ, ಮೈಸೂರಿಗೆ ಹೋಗಲು ಒಂದು ಅಂಬುಲೆನ್ಸನ್ನು ತಕ್ಷಣವೇ ತರುವಂತೆ ತಾಕೀತು ಮಾಡಿದರು.

ಅಂಬುಲೆನ್ಸ್ ಮನೆಯ ಬಾಗಿಲಿಗೆ ಬಂದು ನರ್ಸುಗಳ ಸಹಾಯದಿಂದ ಕಲಾವತಿಯನ್ನು ಅದರಲ್ಲಿ ಮಲಗಿಸಿ, ವ್ಯಾನು ಮೈಸೂರಿನ ಖಾಸಗಿ ಆಸ್ಪತ್ರೆಯ ಕಡೆಗೆ ಚಲಿಸಿತು. ಜವರೇಗೌಡರು ಮತ್ತು ಜಯಮ್ಮ, ಗೌಡರ ಕಾರಿನಲ್ಲಿ ಅದನ್ನು ಹಿಂಬಾಲಿಸಿದರು.

ಕಲಾವತಿ, ಪ್ರತಿದಿನ ತನಗೆ ಇಡುತ್ತಿದ್ದ ತಿಂಡಿ-ಊಟವನ್ನು ಕಾಮೋಡಿಗೆ ಸುರಿದು, ತಟ್ಟೆಯನ್ನು ತೊಳೆದು ಇಡುತ್ತಿದ್ದಳು.

ಕಲಾವತಿಯನ್ನು ಫ್ಯಾಮಿಲಿಯ ಡಿಲಕ್ಸ್ ಸ್ಪೆಷಲ್ ರೂಮಿಗೆ ಅಡ್ಮಿಟ್ ಮಾಡಿಕೊಂಡು, ಅವಳನ್ನು ಪರೀಕ್ಷಿಸಿದ ಮತ್ತು ಜವರೇಗೌಡರಿಂದ ವಿವರ ಪಡೆದ ಡಾಕ್ಟರ್, ತಕ್ಷಣವೇ ಅವಳಿಗೆ ಗ್ಲುಕೋಸ್ ಡ್ರಿಪ್ಪನ್ನು ತಾವೇ ಹಾಕಿ, 'ಫ್ಲೋ 'ಮಾನಿಟರ್ ಮಾಡಿ, ಡ್ಯೂಟಿ ನರ್ಸಿಗೆ ಸೂಕ್ತ ಸಲಹೆ ನೀಡಿ, ಕೇಸು-ಷೀಟಿನಲ್ಲೂ ಬರೆದು,

"ಏನೂ ಗಾಬರಿಯಾಗ ಬೇಕಿಲ್ಲ, ಒಂದೆರಡು ಬಾಟಲ್ ಗ್ಲುಕೋಸ್ ಹೋಗುತ್ತಿದ್ದ ಹಾಗೆಯೇ ಸುಧಾರಿಸಿಕೊಳ್ಳುತ್ತಾಳೆ ಎಂದು ಅವರಿಗೆ ಧೈರ್ಯ ಹೇಳಿದರು.

ವಿಷಯ ತಿಳಿದು ಪ್ರಸಾದ ಆಸ್ಪತ್ರೆಯ ಹತ್ತಿರ ಬಂದ. ಅವನಿಗೆ ನಡೆದ ಘಟನೆಗಳು ಗೊತ್ತಿರಲಿಲ್ಲ.

"ಏನಾಯ್ತು ಸರ್, ಡಾಕ್ಟರ್ ಏನು ಹೇಳಿದರು, ನಾನೇ ವಿಚಾರಿಸುತ್ತೇನೆ ಇರ್ರಿ ಸರ್?" ಎಂದು ಡಾಕ್ಟರರ ಕೋಣೆಯತ್ತ ನಡೆದ.

"ಅವರನ್ನು ಭೇಟಿ ಆಗುವುದು ಬೇಡ, ನಾನೇ ಹೇಳುತ್ತೇನೆ ಬಾ" ಎಂದು ಅವನನ್ನು ತಡೆದು,ಕಾರಲ್ಲಿ ಕೂಡಿಸಿಕೊಂಡು, ಲಲಿತ ಮಹಲ್ ಅರಮನೆಯ ಕಡೆಗೆ ಕಾರು ಓಡಿಸಿದರು. ಹೋಗುವ ಮೊದಲು ಹೆಂಡತಿಗೆ ಒಂದು ಗಂಟೆಯಲ್ಲಿ ಬಂದು ಬಿಡುತ್ತೇವೆ, ನೀನು ಅವಳ ಪಕ್ಕದಲ್ಲೇ ಇದ್ದು ನೋಡಿಕೋ. ಅರ್ಜೆಂಟು ಏನಾದರೂ ಇದ್ದರೆ ಫೋನ್ ಮಾಡು" ಎಂದು ಹೇಳಿದರು.

ಲಲಿತ ಮಹಲಿನ ಹತ್ತಿರದ ಚಾಮುಂಡಿ ಬೆಟ್ಟದ ತಪ್ಪಲಿನ ಒಂದು ನಿರ್ಜನ ಪ್ರದೇಶದಲ್ಲಿ ಕಾರು ನಿಲ್ಲಿಸಿ, ಕಿಟಕಿಗಳನ್ನು ತೆರೆದು, ಹಿಂದಿನ ಸೀಟಲ್ಲಿ ಕುಳಿತಿದ್ದ ಪ್ರಸಾದನನ್ನು ಬಲವಂತ ಮಾಡಿ, ತಮ್ಮ ಪಕ್ಕದಲ್ಲಿ ಕೂಡಿಸಿಕೊಂಡರು. ವಿಷಯ ಗಹನವಾದದ್ದೇ ಇರಬೇಕು ಎನ್ನುವ ಆತಂಕ ಮತ್ತು ಸಂಕೋಚಗಳಿಂದ ಪ್ರಸಾದ, ಅವರ ಪಕ್ಕದಲ್ಲಿಯೇ ಆದರೂ. ಆದಷ್ಟು ದೂರ ಸಂಕೋಚದಿಂದ ಮುದುಡಿ ಕುಳಿತಿದ್ದ.

" ನನ್ನಿಂದ ನಿನಗೆ ಯಾವಾಗಲಾದರೂ ಏನಾದರೂ ತೊಂದರೆಯಾಗಿದೆಯಾ?" ಪ್ರಸಾದನನ್ನು ದಿಟ್ಟಿಸಿ ನೋಡುತ್ತಾ ಕೇಳಿದರು. ಅವರ ಮಾತುಗಳ ವರಸೆಗೆ ದಿಗ್ಭ್ರಾಂತನಾದ ಪ್ರಸಾದ,

"ಇದೇನು ಸರ್ ಹೀಗೆ ಕೇಳುತ್ತಿದ್ದೀರಿ. ನಿಮ್ಮ ದಯೆಯಿಂದಲೇ ನಾನು ಇವತ್ತು ಡಾಕ್ಟರ್ ಆಗಿರುವುದು. ನಿಮ್ಮ ಉಪಕಾರವನ್ನು ನಾನು ಏಳು ಜನ್ಮ ಎತ್ತಿ ಬಂದರೂ ತೀರಿಸಲಿಕ್ಕೆ ಆಗುವುದಿಲ್ಲ" ಕೃತಜ್ಞತೆಯ ಭಾವದಲ್ಲಿ ಹೇಳಿದ ಪ್ರಸಾದ.

"ಅದು ನಿನ್ನ ವಿನಯ ಪ್ರಸಾದ್, ಸಂತೋಷ. ಈ ಜನ್ಮದಲ್ಲಿಯೇ ನೀನು ಈ ಋಣವನ್ನು ತೀರಿಸುವ ಅವಕಾಶ ಬಂದರೆ ಅದನ್ನು ಮಾಡುತ್ತೀಯಾ?" ಎಂದರು.

"ಖಂಡಿತ ಸರ್, ಯಾವ ಅನುಮಾನಗಳು ಇಲ್ಲದೆ ಹೇಳಿ,ಅದು ಎಷ್ಟು ಕಷ್ಟದ್ದೇ ಇರಲಿ,ನಿಮಗಾಗಿ ನನ್ನ ಪ್ರಾಣವನ್ನು ಬೇಕಾದರೂ ಕೊಟ್ಟೇನು" ಎಂದಾಗ ಅವನ ಕಣ್ಣುಗಳು ತುಂಬಿದ್ದವು. ಶಾಲೆಯಲ್ಲಿ ಇತರೆ ಹುಡುಗರು ಮತ್ತು ಮಾಸ್ತರರೂ ಸಹ ತನ್ನನ್ನು ದೂರ ಇರಿಸಿ ತಿರಸ್ಕಾರದಿಂದ ನೋಡುತ್ತಿದ್ದಾಗ, ತನಗೆ ಉದ್ದಕ್ಕೂ ಹಣ ಸಹಾಯ ಮಾಡಿ, ತನ್ನನ್ನು ಡಾಕ್ಟರನ್ನಾಗಿಸಿದ ಅವರ ಬಗೆಗೆ ಪ್ರಸಾದನಿಗೆ ಪೂಜ್ಯ ಭಾವನೆ ಇತ್ತು. ಆದರೆ ಅವನು ಕಲಾವತಿಯ ವಿಷಯದಲ್ಲಿ, ಅವಳು ಅವರ ಮಗಳು ಎನ್ನುವುದಕ್ಕಿಂತ, ತನ್ನ ಬಾಲ್ಯದ ಒಡನಾಟದ ಸಂಗಾತಿಯೆಂದೇ ,ಮುಗ್ಧ ಪ್ರಿತಿಯನ್ನು ಇಟ್ಟುಕೊಂಡಿದ್ದ, ಅದೂ ಅವಳ ಇಚ್ಛೆ ಮತ್ತು ಪ್ರೊತ್ಸಾಹಗಳಿಂದ. ಅದು ತಪ್ಪು ಎಂದು ಅವನಿಗೆ ಯಾವಾಗಲೂ ಅನ್ನಿಸಿರಲಿಲ್ಲ.

"ನೇರ ವಿಷಯಕ್ಕೆ ಬರುತ್ತೇನೆ. ಕಲಾ ನಿನ್ನನ್ನು ಮದುವೆಯಾಗಬೇಕು ಎನ್ನುತ್ತಿದ್ದಾಳೆ. ಇದು ನಮಗೆ ಅನಿರೀಕ್ಷಿತ ಆಘಾತ. ನಿನಗೇ ಗೊತ್ತಿರುವಂತೆ ಇದು ಅಸಾಧ್ಯ. ಒಬ್ಬ ಐ.ಎ.ಎಸ್. ಹುಡುಗ, ನಮ್ಮ ಜಾತಿಯವನೇ ಅಲ್ಲದೆ ಅವರ ತಂದೆಯೂ ನನ್ನಂತೆ ಶಾಸಕರು, ಅವಳನ್ನು ಮದುವೆಯಾಗಲು ಇಷ್ಟಪಟ್ಟು, ಮನೆಗೆ ಅವರ ಅಪ್ಪ-ಅಮ್ಮರ ಜೊತೆಗೆ ಬಂದು ಕನ್ಯಾ ಪರೀಕ್ಷೆ ಮಾಡಿದ್ದಾರೆ. ಇವಳು ಒಪ್ಪಿಗೆ ಕೊಟ್ಟರೆ,ನಾನು ಇವಳ ಮದುವೆಯನ್ನು ಈ

ಲಲಿತ ಮಹಲ್ ಅರಮನೆಯಲ್ಲೇ,ಮುಖ್ಯ ಮಂತ್ರಿಗಳು ಮತ್ತು ಗಣ್ಯರ ಮುಂದೆ ಅದ್ದೂರಿಯಾಗಿ ನೆರವೇರಿಸುತ್ತೇನೆ. ಈ ನಿರೀಕ್ಷೆಯ ಸಂಭ್ರಮದಲ್ಲಿ ಇರುವ ನಮಗೆ ಕಲಾಳ ಈ ಇಚ್ಛೆ ಸಿಡಿಲು ಬಡಿದಂತೆ ಆಗಿದೆ. ಈಗ ನಿನ್ನ ಸಹಾಯ ಬೇಕು" ಎಂದಾಗ,ಪ್ರಸಾದ ಕುಸಿದು ಹೋದ.

ದೇವರಂತೆ ತನ್ನ ಕೈ ಹಿಡಿದು ನಡಸಿರುವ ಅವರಿಗ ತಾನು ತೋರಿಸುವ ಕೃತಜ್ಞತೆ ಕಲಾವತಿಯ ಪ್ರೀತಿಗಿಂತ ಬಹಳ ದೊಡ್ಡದೂ ಮತ್ತು ಮುಖ್ಯವಾದ ಆದ್ಯತೆ ಎಂದು ಪ್ರಾಮಾಣಿಕವಾಗಿ ನಂಬಿದ್ದ ಪ್ರಸಾದ, ಅಳುತ್ತಾ, "ಹೇಳಿ ಸರ್ ಏನು ಮಾಡಬೇಕು?" ಎಂದು ಕೇಳಿದ.

"ನಿನಗೆ ಅಮೇರಿಕಾದ ಒಂದು ಆಸ್ಪತ್ರೆಯಲ್ಲಿ ನೌಕರಿ ಸಿಕ್ಕಿದೆ ಎಂದು ಹೇಳಿದ್ದೆ, ಅದಕ್ಕೆ ಈಗಲೂ ಅವಕಾಶ ಇದೆಯಾ?"

"ಇದೆ ಸರ್"

"ಸ್ಸರಿ, ನೀನು ಆ ಉದ್ಯೋಗ ಹಿಡಿದು ಅಮೇರಿಕಾಕ್ಕೆ ಹೋಗು. ಅದಕ್ಕೆ ತಗುಲುವ ಎಲ್ಲ ಖರ್ಚು-ವೆಚ್ಚಗಳನ್ನು ನಾನು ನೋಡಿಕೊಳ್ಳುತ್ತೇನೆ. ನೀನು ಅಲ್ಲಿ ಕೆಲಸ ಮಾಡುತ್ತಲೇ ಪೀಜಿ ಮಾಡು. ಕಲಾ ಕೇಳಿದರೆ, ಖಡಾಖಂಡಿತವಾಗಿ ಅವಳನ್ನು ನಿರಾಕರಿಸು. ಅವಳು ನಿನಗೆ ತಂಗಿ ಎಂದು ಭಾವಿಸಿ, ನನ್ನ ಮಾನ-ಮರ್ಯಾದೆ ಕಾಪಾಡು" ಎಂದು ಅವನ ಕೈ ಹಿಡಿದು ಗದ್ಗದ ಕಂಠದಿಂದ ಹೇಳಿದಾಗ, ಪ್ರಸಾದ ಬಿಕ್ಕಿ-ಬಿಕ್ಕಿ ಅಳುತ್ತಾ,

"ಖಂಡಿತ ಸರ್, ಮೇಲೆ ಇರುವ ತಾಯಿ ಚಾಮುಂಡಮ್ಮನ ಆಣೆ, ನಾನು ಕಲಾಳಿಂದ ದೂರ ಇರುತ್ತೇನೆ" ಎಂದು ಭಾವಾವೇಶದಿಂದ ಹೇಳಿದ ಪ್ರಸಾದ,

"ನೀವು ಅಪ್ಪಣೆ ಕೊಟ್ಟರೆ ಒಂದು ವಿನಂತಿ ಸರ್" ಎಂದ.

"ಏನು?"

"ನಾನು ಇಲ್ಲಿಯೇ ಪೀಜಿ ಮಾಡುತ್ತೇನೆ, ದೂರದ ಗುಲ್ಬರ್ಗಾದಲ್ಲಿ ಸೀಟು ಪಡೆಯುತ್ತೇನೆ. ಕಲಾವತಿಯಿಂದ ದೂರದಲ್ಲಿ ಇರುತ್ತೇನೆ. ಆ ಬಗ್ಗೆ ನಿಮಗೆ ಯಾವ ಸಂಶಯವೂ ಬೇಡ ಸರ್;ದಯವಿಟ್ಟು ಇದಕ್ಕೆ ಒಪ್ಪಿಗೆಕೊಡಿ" ಎನ್ನುತ್ತಾ ಕೈ ಜೋಡಿಸಿದ.

"ಅಮೇರಿಕಾಗೆ ಹೋಗಲು ಏನು ಅಡ್ಡಿ?"

"ವಯಸ್ಸಾದ ತಂದೆ-ತಾಯಿಗಳನ್ನು ಬಿಟ್ಟು ಅಷ್ಟು ದೂರ ಹೋಗಲು ಭಯ ಸರ್"

"ನೀನು ಯಾವುದಕ್ಕೂ ಅಂಜಬೇಡ. ನೀನು ಹುಟ್ಟುವುದಕ್ಕೆ ಮೊದಲಿನಿಂದಲೂ ನಿನ್ನಪ್ಪ-ಅಮ್ಮ ನಮ್ಮ ಆಶ್ರಯದಲ್ಲಿ ಇದ್ದಾರೆ. ಅವರು ನಿಯತ್ತಿನಿಂದ ನಮ್ಮ ಜಮೀನು ತೋಟ ನೋಡಿಕೊಂಡು ಇದ್ದಾರೆ. ಇಂದಿರಾಗಾಂಧಿ 'ಉಳುವವನೇ ಭೂಮಿಯ ಒಡೆಯ ' ಎಂದು ಭೂಸುಧಾರಣೆ ಮಸೂದೆಯ ಕಾನೂನು ಜಾರಿಗೊಳಿಸಿದಾಗ ನಿಮ್ಮ ಊರು ರತ್ನಪುರಿ ಕಾಲನಿಯ ದಲಿತ ಸಂಘರ್ಷ ಸಮಿತಿಯ ಮುಖಂಡರು ನಿನ್ನಪ್ಪನಿಗೆ ಡಿಕ್ಲರೇಷನ್ ಕೊಡು ಎಂದು ಎಷ್ಟೆಲ್ಲ ಪುಸಲಾಯಿಸಿದರೂ ನಿಮ್ಮಪ್ಪ ಕೇಳಲಿಲ್ಲ,ಡಿಕ್ಲರೇಷನ್ ಕೊಡಲಿಲ್ಲ. ಅದು ನನ್ನ ಮನಸ್ಸಿನಲ್ಲಿ ಯಾವಾಗಲೂ ನಿಂತಿರುತ್ತೆ. ನಿನ್ನ ಅಪ್ಪನನ್ನು ನಾನು, ನನ್ನ ತಮ್ಮನಂತೆಯೇ ನೋಡಿಕೊಳ್ಳುತ್ತೇನೆ. ಮತ್ತೆ ನೀನು ಇಲ್ಲಿಯೇ ಇದ್ದರೆ ಕಲಾವತಿ ಮತ್ತೆ ನಿನ್ನನ್ನು ಮತ್ತು ನಮ್ಮನ್ನು ಸಂಕಷ್ಟಕ್ಕೆ ಒಳಪಡಿಸುತ್ತಾಳೆ ಎನ್ನುವುದರಲ್ಲಿ ಯಾವ ಅನುಮಾನವೂ ಬೇಡ.

ನಾನು ನಿನ್ನಪ್ಪ-ಅಮ್ಮಗೆ ಹೇಳಿ ಅವರನ್ನು ಒಪ್ಪಿಸುತ್ತೇನೆ. ನೀನು ಅಮೆರಿಕಾದ ಆಸ್ಪತ್ರೆಯ ಜೊತೆ ಪತ್ರ-ವ್ಯವಹಾರ ಅಥವಾ ಕಂಪ್ಯೂಟರ್ ಮೂಲಕ ಸಂಪರ್ಕ ಬೆಳಸಿ ಈ ನೌಕರಿ ಹಿಡಿ. ಒಂದು ದಿನ ಬೆಂಗಳೂರಿಗೆ ಹೋಗಿ ಪಾಸ್-ಪೋರ್ಟ್ ಮಾಡಿಸಿಕೋ. ಅಮೇರಿಕಾದಲ್ಲಿ ಇದ್ದರೆ ನಿನಗೆ ಸಿಕ್ಕುವ ಮರ್ಯಾದೆ, ಖುಷಿ ಇಲ್ಲಿಯ ಸಮಾಜದಲ್ಲಿ ನಿನಗೆ ಸಿಕ್ಕುವುದಿಲ್ಲ. ಹೋಗು, ನಿನಗೆ ಖಂಡಿತಾ ಒಳ್ಳೆಯದು ಆಗುತ್ತದೆ. ನಿನಗೆ ಹೊಸ ಬದುಕು ಸಿಕ್ಕು ನಿನ್ನ ಭವಿಷ್ಯ ಇಲ್ಲಿಗಿಂತಲೂ ಅನೇಕಪಟ್ಟು ಉಜ್ವಲವಾಗಿರುತ್ತದೆ." ಎಂದರು.

ಅವರ ಮಾತುಗಳ ವರಸೆಯಲ್ಲಿ ಪ್ರಭಾವಿತನಾದ ಪ್ರಸಾದನಿಗೆ,ಹೊಸತಾದ ಲೋಕವನ್ನೇ ಕಾಣಿಸಿದರು ಜವರೇಗೌಡರು. ಕಲಾವತಿಯ ಅಗಲಿಕೆ ನೋವಿನ ವಿಚಾರವಾದರೂ, ಅವಳನ್ನು ಮದುವೆಯಾಗುವ ಹಠ ಹಿಡಿದರೆ ಅದರಿಂದ ಆಗುವ ಅನಾಹುತಗಳು ಪ್ರಸಾದನನ್ನು ಅಲ್ಲಾಡಿಸಿ ಬಿಟ್ಟವು.

===o===

ದಿತಿ ಜೆಸ್ಸಿಕಾಳ ಮನೆಯಿಂದ ವಾಪಾಸು ತನ್ನ ಮನೆಗೆ ಬಂದಳು. ಭೂಷಣ ಕಾಲೇಜಿಗೆ ಹೋಗಿದ್ದರಿಂದ ಮನೆಯಲ್ಲಿ ಭಾರತಿ ಮಾತ್ರ ಇದ್ದಳು.

"ಇದು ನಿಜವೇನಮ್ಮಾ?" ಎಂದು ತಾಯಿಯನ್ನು ಕೇಳಿದಳು.

"ಯಾವುದು?"

"ನಾನು ಜೆಸ್ಸಿಕಾ ಆಂಟಿಯ ಮನೆಗೆ ಹೋಗಿದ್ದೆ" ಎಂದು ತಾಯಿಯ ಮುಖ ನೋಡಿದಳು.

"ಹೌದೇ? ಈಗ ಯಾತಕ್ಕೆ?" ಎಂದಳು ಭಾರತಿ.

"ವರ್ಗಿಸ್ ನೆನ್ನೆ ಆಫೀಸಿನಲ್ಲಿ ಸಿಕ್ಕಾಗ 'ನಮ್ಮ ಮದುವೆ ಅಸಾಧ್ಯ. ಆದ್ದರಿಂದ ನಾವು ಪರಸ್ಪರರಿಂದ ದೂರ ಇರೋಣ 'ಎಂದ. ಯಾಕೆ ಎಂದು ಕೇಳಿದ್ದಕ್ಕೆ,ಅಮ್ಮ ಒಪ್ಪುತ್ತಿಲ್ಲ. ಅವರನ್ನು ನೋಯಿಸುವುದು ನನಗೆ ಬೇಕಿಲ್ಲ. ಆದ್ದರಿಂದ ನಾವು ದೂರ ಇರುವುದು ಇಬ್ಬರಿಗೂ ಒಳ್ಳೆಯದು ಎನ್ನುತ್ತಾನೆ. ಅವರು ಯಾಕೆ ಹಾಗೆ ಹೇಳುತ್ತಿದ್ದಾರೆ ಎಂದು ಕಾರಣ ಕೇಳಿದರೆ ನನಗೆ ಗೊತ್ತಿಲ್ಲ ಅಂದು ಬಿಟ್ಟ. ಅದಕ್ಕೆ ಅವರನ್ನೇ ಕೇಳುವಾ ಎಂದು ಹೋಗಿದ್ದೆ"

"ಅವರು ಏನು ಹೇಳಿದರು?"

"ಅವರು ಹೇಳುವುನ್ನು ನಂಬಲಿಕ್ಕೆ ಆಗುತ್ತಿಲ್ಲ" ಎಂದಳು ದಿತಿ.

ಭಾರತಿ ಏನೂ ಮಾತಾಡಲಿಲ್ಲ.

"ಅವರು ಹೇಳುತ್ತಾರೆ,ವರ್ಗಿಸ್ಸನ ತಂದೆ ಡ್ಯಾಡಿಯ ಒಡಹುಟ್ಟಿದ ಅಣ್ಣನಂತೆ. ಇದು ನಂಬುವ ಮಾತೇ?" ಎಂದಳು ದಿತಿ. ಅದಕ್ಕೂ ಭಾರತಿ ಏನೂ ಹೇಳಲಿಲ್ಲ.

"ನಿಮ್ಮ ಹತ್ತಿರವೂ ಈ ಮಾತು ಹೇಳಿದ್ದರೇ?"

"ನಾನು ಅವರ ಮನೆಯ ರೆಸ್ಟ್-ರೂಮಿಗೆ ಹೋಗಿದ್ದಾಗ, ನಿನ್ನ ಡ್ಯಾಡಿಯ ಜೊತೆಗೆ ಮಾತಾಡುತ್ತಾ , ಅಕಸ್ಮಾತ್ತಾಗಿ ಈ ವಿಚಾರ ಇಬ್ಬರಿಗೂ ಗೊತ್ತಾಗಿದೆ.ನಾವು ಮನೆಗೆ ಬಂದಮೇಲೆ ಭೂಷಣ ನನಗೆ ಈ ವಿಷಯ ತಿಳಿಸಿದರು" ಎಂದಳು ಭಾರತಿ

"ನಾನು ಇದನ್ನು ನಂಬುವುದಿಲ್ಲ,"

"ಯಾಕೆ ನಂಬುವುದಿಲ್ಲ?"

"ನೀವು ಏನೇನೋ ಹಂಚಿಕೆ ಮಾಡಿ ನಮ್ಮ ಮದುವೆಯನ್ನು ತಪ್ಪಿಸಲಿಕ್ಕೆ ಹೀಗೆ ಮಾಡುತ್ತಿದ್ದೀರಿ ಅನ್ನಿಸುತ್ತೆ ನನಗೆ."

"ನೋಡು ದಿತಿ, ಹಾಗೆ ನಿಮ್ಮಿಬ್ಬರ ಸ್ನೇಹ-ಸಂಬಂಧ ಮುರಿಯಲು ನಮಗೆ ಯಾವ ಕಾರಣವೂ ಇಲ್ಲ. ಸುಮ್ಮನೆ ಏನೇನೋ ಊಹೆ ಮಾಡಬೇಡ. ಈ ವಿಷಯ ನಿನ್ನ ಡ್ಯಾಡಿಗೆ ಗೊತ್ತಾಗಿದ್ದೇ ಜೆಸ್ಸಿಕಾ ಅವರಿಂದ, ಅದೂ ತೀರಾ ಆಕಸ್ಮಿಕವಾಗಿ. ಇದರಲ್ಲಿ ಅವರಿಗಾಗಲೀ, ನಿನ್ನ ಡ್ಯಾಡಿಗೆಯಾಗಲಿ ಯಾವ ಹಂಚಿಕೆಯೂ ಇಲ್ಲ. ಇದನ್ನು ಕನ್ಫರ್ಮ್ ಮಾಡಿಕೊಳ್ಳಲು ಅವರು ನಿನ್ನ ನಿಜಗುಣ ದೊಡ್ಡಪ್ಪರ ಜೊತೆಗೆ ಬರುವ ಭಾನುವಾರ ಜೆಸ್ಸಿಕಾರ ಮನೆಗೆ ಹೋಗುವ ಯೋಚನೆಯಲ್ಲಿ ಇದ್ದಾರೆ. ನೀನೂ ಅವರ ಜೊತೆಗೆ ಹೋಗು" ಎಂದಳು.ಅಮ್ಮನ ಮಾತಿನಿಂದ ದಿತಿಗೆ ಸ್ವಲ್ಪ ಸಮಾಧಾನವಾಗಿ, "ನೀನೂ ಬರುತ್ತೀಯಾ?" ಎಂದಳು.

"ಮೊದಲು ಈ ವಿಷಯವನ್ನು ನೀನು, ಈ ಸಂಜೆ ಅವರು ಕಾಲೇಜಿನಿಂದ ಬಂದಮೇಲೆ ಮಾತಾಡು. ಹೋಗುವುದು ಪಕ್ಕಾ ಆದಮೇಲೆ, ಯಾರು-ಯಾರು ಹೋಗುವುದು ಎಂದು ನಿರ್ಧರಿಸೋಣ" ಎಂದಳು.

ಆ ಸಂಜೆ ಭೂಷಣ ಕಾಲೇಜಿನಿಂದ ಬಂದಮೇಲೆ, ಕಾಫಿ ಕುಡಿಯುತ್ತಿರುವಾಗ ದಿತಿ,

" ಡ್ಯಾಡಿ, ನಿಮ್ಮನ್ನು ಒಂದು ಪ್ರಶ್ನೆ ಕೇಳಬೇಕಿತ್ತು" ಎಂದಳು.

"ಅದೇನು ಕೇಳಮ್ಮಾ?" ಎಂದ ಭೂಷಣ.

"ವರ್ಗಿಸ್ಸನ ತಾಯಿ ಹೇಳುತ್ತಾರೆ, ವರ್ಗಿಸ್ಸನ ತಂದೆ ನಿಮ್ಮ ಅಣ್ಣನಂತೆ,ಹೌದೇ?" ಎಂದಳು.

"ಅದು, ಅಂದರೆ ವರ್ಗಿಸ್ ನನ್ನ ಅಣ್ಣನ ಮಗ ಎನ್ನುವುದು, ನನಗೂ ಗೊತ್ತಿರಲಿಲ್ಲ. ಹಾಗೆಂದು ಹೇಳಿದವರು ಅವರೇ" ಎಂದ.

"ಹಾಗೆಂದರೆ ಹೇಗೆ ಡ್ಯಾಡಿ, ಸ್ಪಷ್ಟವಾಗಿ ಹೇಳಿ, ಏನೇನು ಮಾತಾಯಿತು?" ಎಂದಳು. ಭೂಷಣ ಸ್ವಲ್ಪ ಹೊತ್ತು ಏನೂ ಮಾತಾಡದೆ ಕಾಫಿಯನ್ನು ಕುಡಿಯುತ್ತಾ ಕುಳಿತ. ಕೊನೆಯ ಗುಟುಕು ಕುಡಿದು ಹೇಳಿದ,

" ಅವರು ಸುಮಾರು ವರ್ಷಗಳ ಹಿಂದೆ ಬಳ್ಳಾರಿಯ ಒಂದು ಪ್ರಿಂಟಿಂಗ್ ಪ್ರೆಸ್ಸಿನಲ್ಲಿ ಕೆಲಸ ಮಾಡುತ್ತಿದ್ದರು ಎಂದು ಜಾನ್ ವರ್ಗಿಸ್ ಬರ್ಮಿಂಗ್-ಹ್ಯಾಮಿನ ಮನೆಗೆ ಬಂದಾಗ ಪ್ರಾಸಂಗಿಕವಾಗಿ ಹೇಳಿದ್ದ. ಆ ದಿನ ಅವರ ಮನೆಯಲ್ಲಿ ಇದ್ದಾಗ ಹೀಗೆಯೇ ಮಾತಿನಲ್ಲಿ ನಾನು ಅವರಿಗೆ ನನ್ನ ಅಣ್ಣನೂ ಅದೇ ಪ್ರೆಸ್ಸಿನಲ್ಲಿ ಕೆಲಸ ಮಾಡುತ್ತಿದ್ದ ಎಂದು ಅವರಿಗೆ ಹೇಳಿದ್ದೆ. ಆ ದಿನ ಜೆಸ್ಸಿಕಾ ಅವರ ಜೊತೆ ಮಾತಾಡುವಾಗ ವರ್ಗಿಸ್ ಹೇಳಿದ್ದನ್ನು ಅವರಿಗೆ ಹೇಳಿದೆ. ಅವರು ನನ್ನ ಅಣ್ಣನ ಹೆಸರು ಕೇಳಿದರು. ನಾನು

ಹೆಸರು ಹೇಳಿದ ತಕ್ಷಣವೇ ಅವರ ಮುಖ ಕಪ್ಪಗಾಗಿ, 'ಈ ಸಂಬಂಧ ಆಗುವುದಿಲ್ಲ; ಎಂದರು. ನಾನು ಯಾಕೆ ಎಂದು ಕೇಳಿದಾಗ, ಯಾವ ವಿವರನ್ನೂ ಹೇಳದೆ 'ನನ್ನ ಮಗ ಮತ್ತು ನಿಮ್ಮ ಮಗಳು ಅಣ್ಣ-ತಂಗಿಯಾಗಿದ್ದಾರೆ ಅದಕ್ಕೆ ' ಎಂದು ಮಾತು ಮುಗಿಸಿದರು. ಇದು ಅವರಿಗೆ ಆಘಾತದ ಸುದ್ದಿ ಎನ್ನುವುದು ನನಗೆ ಮನವರಿಕೆಯಾಗಿ ನಾನು ಮತ್ತೇನನ್ನೂ ಕೇಳಲಿಲ್ಲ."

"ಆ ಪ್ರೆಸ್ಸಿನಲ್ಲಿ ಕೆಲಸಕ್ಕೆ ಇದ್ದದ್ದು ನಿಮ್ಮ ಅಣ್ಣನೇ ಎನ್ನುವುದು ನಿಮಗೆಖಚಿತವಾಗಿ ಗೊತ್ತೇ?ಅಮ್ಮ ಹೇಳುವ ಪ್ರಕಾರ ನೀವು ತಂಜಾವೂರಿನಲ್ಲಿ ಇದ್ದವರು, ಅನುರಾಧಾ ಆಂಟಿಯ ಮದುವೆಯಾದ ಮೇಲೆಯೇ ಬೆಂಗಳೂರಿಗೆ ಹೋದಿರಿ ಅಲ್ಲವೇ? ನೀವು ಬಳ್ಳಾರಿಗೆ ಹೋಗಿ ಅವರನ್ನು ಭೇಟಿಯಾಗಿದ್ದಿರಾ?" ಎಂದಳು

"ನಿಜ ಕಣಮ್ಮಾ, ನಾನು ಎಂದೂ ಬಳ್ಳಾರಿಗೆ ಹೋಗಿ ಆ ನನ್ನ ಅಣ್ಣನನ್ನು ನೋಡಿರಲಿಲ್ಲ. ನಾನು ತಂಜಾವೂರಿನಿಂದ ಬೆಂಗಳೂರಿಗೆ ಬರುವ ಮೊದಲೇ ಅವರು ರೈಲು ಅಪಘಾತದಲ್ಲಿ ಮರಣ ಹೊಂದಿದರಂತೆ. ಇದು ನನಗೆ ನಿಜಗುಣ ಅಣ್ಣನಿಂದಲೇ ಗೊತ್ತಾದದ್ದು. ಅವರು ಆಗ ಅಲ್ಲಿಗೆ ಹೋಗಿ ಅವರ ಬಾಡಿಯನ್ನು ತಂದು, ನಮ್ಮೂರಿನಲ್ಲಿ ಅಂದರೆ ಕೊಟ್ಟೂರಿನಲ್ಲಿ ಅಂತ್ಯ ಸಂಸ್ಕಾರ ಮಾಡಿದರಂತೆ," ಎಂದು ಹೇಳಿ, "ಒಂದು ಕೆಲಸ ಮಾಡುವಾ?" ಎಂದ ಭೂಷಣ್.

"ಏನು ಡ್ಯಾಡಿ?"

" ನೀನು ಇನ್ನೊಮ್ಮೆ ಜೆಸ್ಸಿಕಾ ಅವರ ಮನೆಗೆ ಹೋಗಿ ನಾವು ಒಂದು ಭಾನುವಾರ ಬೆಳಗ್ಗೆ ಅವರ ಮನೆಗೆ ಬರಬಹುದೇ ಎಂದು ಕೇಳುತ್ತೀಯಾ?" ಎಂದ ಭೂಷಣ.

"ನಾವು ಎಂದರೆ ಯಾರು-ಯಾರು?೨

"ನಾನು , ನೀನು ಮತ್ತು ನಿನ್ನ ದೊಡ್ಡಪ್ಪ" ಎಂದ.

"ದೊಡ್ಡಪ್ಪನಿಗೆ ಈ ವಿಷಯ ಗೊತ್ತೇ?"

"ಅವರಿಗೆ ನಾನು ಜೆಸ್ಸಿಕಾ ಅವರ ಮನೆಯಿಂದ ಬಂದಮೇಲೆ ಫೋನ್ ಮಾಡಿ ತಿಳಿಸಿದ್ದೇನೆ. ಅವರೂ ಸಹ ಜೆಸ್ಸಿಕಾ ಅವರನ್ನು ಭೇಟಿಯಾಗ ಬಯಸುತ್ತಾರೆ. ಕೇಳುತ್ತೀಯಾ?"

"ನಮ್ಮಿಬ್ಬರ ವಿಷಯವನ್ನು ನೀವು ದೊಡ್ಡಪ್ಪನಿಗೆ ಹೇಳಿದ್ದೀರಾ?"

"ಇಲ್ಲ."

"ಹಾಗಿದ್ದಮೇಲೆ ಅವರ ಜೊತೆಗೆ ಯಾಕೆ ಹೋಗಬೇಕು?" ಎಂದಾಗ ಭೂಷಣ ನಕ್ಕು,

"ಹುಚ್ಚು ಹುಡುಗೀ, ಇದು ಈಗ, ಕೇವಲ ನಿನ್ನ ಮತ್ತು ವರ್ಗಿಸ್ಸರ ಪ್ರಶ್ನೆಯಲ್ಲ. ಇದು ನನಗೆ ಅಣ್ಣನಾಗಿ, ನಿನ್ನ ನಿಜಗುಣ ದೊಡ್ಡಪ್ಪನಿಗೆ ತಮ್ಮನಾಗಿದ್ದ ಭದ್ರಪ್ಪ ಮತ್ತು ಅವರ ಹೆಂಡತಿ ಮಗನ ಪ್ರಶ್ನೆ" ಎಂದು," ನನ್ನ ವಂಶ ಯಾವುದು ನೆನಪು ಇದೆಯಾ?" ಎಂದ.

" ಇದೇನು ಡ್ಯಾಡಿ ಹೀಗೆ ಕೇಳುತ್ತೀರಿ, ನಾವು ವೀರಶೈವ ವೀರಶೆಟ್ಟರ ವಂಶಕ್ಕೆ ಸೇರಿದವರು ಎನ್ನುವುದು ನನಗೆ ಗೊತ್ತಿಲ್ಲವೇ?" ಎಂದಳು.

"ಕರೆಕ್ಟ್, ಹಾಗೆಯೇ ಜಾನ್ ವರ್ಗಿಸ್ ಸಹ ವೀರಶೆಟ್ಟಿ ವಂಶಕ್ಕೆ ಸೇರಿದವರು ಎನ್ನುವುದು ನಿನಗೆ ಗೊತ್ತೇ?" ಎಂದಾಗ ದಿತಿಯ ಮುಖ ಕಪ್ಪಾಗಿ, ಏನೂ ಮಾತಾಡದೆ ಎದ್ದು ತನ್ನ ರೂಮಿಗೆ ಹೋದಳು.

===೦===

ಇದು ಏನು ಎನ್ನುವುದು ಇತ್ಯರ್ಥವಾಗಿ ಬಿಡಲಿ ಎಂದು ನಿರ್ಧರಿಸಿದ ದಿತಿ, ಮಾರನೆಯ ದಿನ ಆಫೀಸಿಗೆ ಹೋದಳು. ಸಂಜೆ ವರ್ಗಿಸ್ಸನ ಜೊತೆಗೆ ಅವನ ಮನೆಗೆ ಬಂದು ಜೆಸ್ಸಿಕಾಳನ್ನು ಮಾತಾಡಿಸಿದಳು.

" ಇದು ವರ್ಗಿಸ್-ಗೆ ಗೊತ್ತೇ ಆಂಟಿ?" ಎಂದು ವರ್ಗಿಸ್ ಬಾತ್-ರೂಮಿಗೆ ಹೋಗಿದ್ದಾಗ ಕೇಳಿದಳು.

"ಇಲ್ಲಮ್ಮಾ, ಹೀಗೆ ಎಂದು ನನಗೇ ಗೊತ್ತಿರಲಿಲ್ಲ, ನಿನ್ನಡ್ಯಾಡಿಯ ಜೊತೆಗೆ ಮಾತಾಡುವವರೆಗೆ. " ಎಂದಳು.

"ಅವನಿಗೆ ಯಾಕೆ ಗೊತ್ತುಮಾಡಬಾರದು?" ಎಂದಳು.

"ಅವನಿಗೆ ಯಾಕಮ್ಮಾ ಇದೆಲ್ಲಾ ಹೇಳಬೇಕು? ನೀನು ನಮ್ಮ ಮನೆಗೆ ಬರುವುದು ಮತ್ತು ಅವನ ಸ್ನೇಹವನ್ನು ನಿಲ್ಲಿಸಿದರೆ ಸಾಕು. ನಾನು ಬದುಕಿನಲ್ಲಿ ಸಾಕಷ್ಟು ನೋವು ಅನುಭವಿಸಿದ್ದೇನೆ. ಈಗ ಮಗ ದುಡಿಯಲಿಕ್ಕೆ ಬಂದು, ಒಂದಿಷ್ಟು ನೆಮ್ಮದಿಯಾಗಿ ಇದ್ದೇವೆ. ನಮ್ಮನ್ನು ನಮ್ಮ ಪಾಡಿಗೆ ಬಿಟ್ಟು ಬಿಡಿ" ಎಂದು ದಿತಿಗೆ ಕೈ ಮುಗಿದು ಕೇಳಿದರು.

"ಹಾಗೆ ಬಿಡಲಿಕ್ಕೆ ಆಗುವುದಿಲ್ಲ ಆಂಟೀ"

"ಯಾಕಮ್ಮಾ?"

" ಡ್ಯಾಡಿ ಹೇಳುತ್ತಾರೆ, ಅವರು ಮತ್ತು ನನ್ನ ನಿಜಗುಣ ದೊಡ್ಡಪ್ಪ ನಿಮ್ಮನ್ನು ಭೇಟಿಯಾಗ ಬೇಕಂತೆ. ಈ ಭಾನುವಾರ ಬರಬಹುದೇ ಎಂದು ನಿಮ್ಮನ್ನು ಕೇಳಲು ಹೇಳಿದ್ದಾರೆ"

"ಯಾಕೆ ಭೇಟಿಯಾಗಬೇಕಂತೇ?"

"ಅವರು ವರ್ಗಿಸ್ಸನ ತಂದೆಯ ಬಗೆಗೆ ತಿಳಿದುಕೊಳ್ಳಬೇಕಂತೆ ಆಂಟೀ"

"ಏನು ತಿಳಿದುಕೊಳ್ಳಬೇಕಂತೆ? ಅದೆಲ್ಲಾ ಮರೆತು ಹೋದ ಕಥೆ. ನನಗೆ ಹೇಳಲಿಕ್ಕೆ-ಕೇಳಲಿಕ್ಕೆ ಏನೂ ಇಲ್ಲ. ಅವರು ನನ್ನನ್ನುಭೇಟಿಯಾಗುವ ಅಗತ್ಯ ಇಲ್ಲ. ಹಾಗೆಂದು ಹೇಳಿಬಿಡಮ್ಮಾ. ಮತ್ತೆ ನೀನು ನಮ್ಮ ಮನೆಗೆ ಬರುವುದನ್ನು ನಿಲ್ಲಿಸು. ನೀವೆಲ್ಲರೂ ನಮ್ಮನ್ನು ನಮ್ಮ ಪಾಡಿಗೆ ಬಿಟ್ಟು ಬಿಡಿ" ಎನ್ನುತ್ತಿದ್ದ ಹಾಗೆಯೇ ಬಾತ್-ರೂಮಿನಿಂದ ವರ್ಗಿಸ್ ಹೊರಗೆ ಬಂದು, ತಾಯಿಯ ಮಾತುಗಳನ್ನು ಕೇಳಿಸಿಕೊಂಡು,

"ವಿಷಯ ಏನು ಮಮ್ಮೀ?" ಎಂದ. ದಿತಿ,

"ಅದು ಏನೆಂದರೆ..." ಎನ್ನುತ್ತಿದ್ದ ಹಾಗೇ,

"ಅದನ್ನು ನಾನು ಆ ಮೇಲೆ ವರ್ಗಿಸ್-ಗೆ ಹೇಳುತ್ತೇನೆ, ನಿನಗೆ ಹೊತ್ತಾಯ್ತು, ಕತ್ತಲಾಗುವ ಮೊದಲೇ ಮನೆ ಸೇರಿಕೋಮ್ಮ" ಎಂದು ಅವಳನ್ನು ತಡೆದಳು.

ದಿತಿ , ಖಿನ್ನಳಾಗಿಯೇ ತನ್ನ ಬ್ಯಾಗ್ ಎತ್ತಿಕೊಂಡು ಹೊರಗೆ ನಡೆದಳು. ವರ್ಗಿಸ್ ಅವಳ ಕಾರಿನವರೆಗೂ ಹೋಗಿ, ಅವಳು ಹೊರಟು ಹೋದ ಮೇಲೆ ಮೇಲಕ್ಕೆ ಬಂದು.

"ವಿಷಯ ಏನಮ್ಮಾ?" ಎಂದು ಕೇಳಿದ.

"ಮೊದಲು ಕಾಫಿಕುಡಿ, ಆ ಮೇಲೆ ಹೇಳುತ್ತೇನೆ" ಎನ್ನುತ್ತಾ ಅವನ ಮುಂದೆ ಕಾಫಿಯ ಲೋಟಾ ಇರಿಸಿದಳು. ಅವನು "ದಿತಿಗೆ ..." ಅನ್ನುತ್ತಿದ್ದ ಹಾಗೇ ," ಅವಳು ಆಗಲೇ ಕಾಫಿ ಕುಡಿದಳು" ಎಂದಳು.

ಅವನು ಕಾಫಿ ಕುಡಿಯುತ್ತಾ ನಿರೀಕ್ಷೆಯಲ್ಲಿ, ಅಮ್ಮನನ್ನು ನೋಡುತ್ತಾ ಕುಳಿತ.

"ನೋಡು ಜಾನ್, ಒಂದು ವಿಷಯ ಹೇಳುತ್ತೇನೆ ನೀನು ಅದನ್ನು ಕೇಳಿಸಿಕೊಂಡು ನನ್ನ ಮಾತಿನಂತೆ ನಡೆದುಕೋ. ಏನು ಎತ್ತ ಅಂತ ಕೇಳಬಾರದು. ಇದನ್ನು ನಮ್ಮಿಬ್ಬರ ಒಳಿತಿಗಾಗಿ

ಹೇಳುತ್ತಿದ್ದೇನೆ, ಸರಿಯಾ?" ಎಂದಳು.

"ಸರಿಯಮ್ಮಾ, ಹಾಗೆ ಆಗಲಿ ಹೇಳು" ಎಂದ ವರ್ಗಿಸ್.

" ದಿತಿ ನಿನಗೆ ತಂಗಿಯಾಗುತ್ತಾಳೆ, ಆದ್ದರಿಂದ ನೀನು ಅವಳನ್ನು ಮದುವೆಯಾಗಲು ಸಾಧ್ಯವಿಲ್ಲ. ನೀನು ಅವಳಿಂದ ದೂರ ಇರುವುದಲ್ಲದೇ ಅವಳನ್ನೂ ದೂರದಲ್ಲಿ ಇರಿಸು. ಸಾಧ್ಯವಾದರೆ ನೀನು ಬೆಂಗಳೂರು ಬಿಟ್ಟು ಬೇರೆಯದೇ ದೂರದ ಊರಿನಲ್ಲಿ ಅಂದರೆ ಗುಲ್ಬರ್ಗಾದ ಕಡೆಗೆ, ಇಲ್ಲವೇ ಬೇರೆ ಯಾವುದಾದರೂ ನಾರ್ತ್ ಇಂಡಿಯಾದ ಸಿಟಿಯಲ್ಲಿ ಕೆಲಸ ದೊರಕಿಸಿಕೋ. ನಾವು ಅಲ್ಲಿ ನೆಮ್ಮದಿಯಿಂದ ಇರೋಣ. ಈ ಬೆಂಗಳೂರು ಸಹವಾಸ ನಮಗೆ ಬೇಡ" ಎಂದಳು.

"ಇದೇನು ಹೇಳುತ್ತಿದ್ದೀಯಾ ಮಮ್ಮೀ, ದಿತಿ ನನಗೆ ಹೇಗೆ ತಂಗಿಯಾಗುತ್ತಾಳೆ?" ದಿಗ್ಭ್ರಾಂತನಾಗಿ ಕೇಳಿದ ವರ್ಗಿಸ್.

"ನಿನ್ನ ತಂದೆ ಮತ್ತು ಮತ್ತು ದಿತಿಯ ತಂದೆ ಖಾಸಾ ಅಣ್ಣ-ತಮ್ಮಂದಿರು. ಮತ್ತೆ ಇನ್ನೇನೂ ಕೇಳಬೇಡ" ಎಂದು ಎದ್ದು ಅಡುಗೆ ಮನೆಯ ಒಳಕ್ಕೆ ಹೋದಳು ಜೆಸ್ಸಿಕಾ. ವರ್ಗಿಸ್ ಈ ವಿಷಯ ಕೇಳಿ ಜರ್ಝರಿತನಾಗಿ, ಕುಳಿತಲ್ಲೇ ಕುಸಿದುಬಿಟ್ಟ.

===o===

ದಿತಿ ಮನೆಗೆ ಬಂದಾಗ ಭೂಷಣ ಮತ್ತು ಭಾರತಿ ಅವರು ಹಾಲಿನ ಸೋಫಾದಲ್ಲಿ ಟಿವಿ ನೋಡುತ್ತಾ ಕುಳಿತಿದ್ದರು. ದಿತಿ ತಾನೂ ತಂದೆಯ ಪಕ್ಕ ಸೋಫಾದಲ್ಲಿ ಕುಸಿದು ಕುಳಿತಳು, ಲ್ಯಾಪ್-ಟಾಪ್ ಬ್ಯಾಗನ್ನು ಪಕ್ಕಕ್ಕೆ ಎಸೆದು.

"ಏನು,ಆಫೀಸಿನಲ್ಲಿ ಕೆಲಸದ ಒತ್ತಡ ಹೆಚ್ಚಾಗಿತ್ತಾ?" ಎಂದ ಭೂಷಣ, ಮಗಳು ಲಾಪ್-ಟಾಪ್ ಬ್ಯಾಗನ್ನು ಎಸೆದು, ತನ್ನ ಪಕ್ಕ ,ಎರಡೂ ಕಾಲುಗಳನ್ನು ಚಾಚಿ, ಕುಸಿದು ಕುಳಿತಾಗ.

"ವರ್ಗಿಸ್ ಮನೆಗೆ ಹೋಗಿದ್ದೆ" ಎಂದಳು ಸೋತ ಧ್ವನಿಯಲ್ಲಿ.

"ಭಾನುವಾರ ನಾವು ಅಲ್ಲಿಗೆ ಹೋಗಬೇಕೆಂದಿರುವುದನ್ನು ಅವರಿಗೆ ಹೇಳಿದಿಯಾ?"

"ಹೇಳಿದೆ."

"ಏನಂದರು?"

"ಯಾರೂ ಬರುವುದು ಬೇಡ, ನಮ್ಮನ್ನು ನಮ್ಮ ಪಾಡಿಗೆ ಬಿಟ್ಟುಬಿಡಿ" ಎಂದು ನನಗೆ ಕೈ ಮುಗಿದು ಹೇಳಿದರು" ಎನ್ನುತ್ತಾ ದಿತಿ ಅಳಲು ಸುರು ಮಾಡಿದಳು. ಅಲ್ಲಿಗೆ ಕಾಫಿಯ ಕಪ್ ಹಿಡಿದುಕೊಂಡು ಬಂದ ಭಾರತಿ, ಕಾಫಿಯನ್ನು ಟೇಬಲ್ ಮೇಲೆ ಇರಿಸಿ, ಅವಳ ಪಕ್ಕದಲ್ಲಿ ಕುಳಿತು ತಬ್ಬಿಕೊಂಡಳು. ಅಮ್ಮನ ಮಡಿಲಲ್ಲಿ ತಲೆ ಇರಿಸಿ ಬಿಕ್ಕಳಿಸಿ ಅಳುತ್ತಿದ್ದಳು ದಿತಿ. ಭೂಷಣನೂ ಅವಳ ಪಕ್ಕಕ್ಕೆ ಸರಿದು, ಅವಳ ಬೆನ್ನು ಸವರಿದ.

"ಯಾಕೆ ಹೀಗಾಗುತ್ತಿದೆ ನನಗೆ? ನಾನು ಯಾವ ಅಪರಾಧ ಮಾಡಿದ್ದೇನೆಂದು ನನಗೆ ಈ ಶಿಕ್ಷೆ" ಎಂದು ಬಿಕ್ಕಳಿಸುತ್ತಲೇ ಕೇಳಿದಳು.

" ಇದು ವಿಧಿಯ ಆಟ ಕಣಮ್ಮಾ, ಇದರಲ್ಲಿ ನಿನ್ನ ತಪ್ಪೇನೂ ಇಲ್ಲ. ನೀನು ಈಡಿಪಸ್ಸನ ಕತೆ ಕೇಳಿದ್ದೀಯಾ?" ಎಂದ ಭೂಷಣ. ದಿತಿ ಏನೂ ಮಾತಾಡಲಿಲ್ಲ.

" ಈ ಸಂದರ್ಭದಲ್ಲಿ ಅದು ಪ್ರಸ್ತುತ ಆದ್ದರಿಂದ ಹೇಳುತ್ತೇನೆ, ನಿನಗೆ ಗೊತ್ತಿದ್ದರೂ ಇನ್ನೊಮ್ಮೆ ಕೇಳು" ಎಂದ ಭೂಷಣ,

" ಈಡಿಪಸ್ ಎನ್ನುವ ರಾಜ ಗ್ರೀಕ್ ಪುರಾಣದಲ್ಲಿ ಬರುತ್ತಾನೆ. ಅವನು ಹುಟ್ಟಿದಾಗ, ಅವನು ತಂದೆಯನ್ನು ಕೊಂದು ತಾಯಿಯನ್ನು ಮದುವೆಯಾಗುತ್ತಾನೆ ಎಂದು ಭವಿಷ್ಯವಾಣಿ ನುಡಿಯುತ್ತದೆ. ಆಗ ಅವನ ತಂದೆ, ಆ ಕೂಸನ್ನು ಅಡವಿಗೆ ಹೊಯ್ದು ಕೊಂದು ಬಿಡಲು ತನ್ನ ಸೇವಕರಿಗೆ ಆಜ್ಞಾಪಿಸುತ್ತಾನೆ. ಅವರು ಅಡವಿಗೆ ಆ ಕೂಸನ್ನ ಎತ್ತಿಕೊಂಡು ಹೋದರೂ, ಕೊಲ್ಲಲು ಮನಸ್ಸಾಗದೆ ಆ ಮಗುವನ್ನು..."

"ನಿಲ್ಲಿಸಿ ಡ್ಯಾಡಿ, ನಾನು ಅದನ್ನು ಓದಿದ್ದೇನೆ. ಅದು ಒಂದು ಕಲ್ಪನೆಯೇ ಹೊರತು ನಡೆದ ಘಟನೆಯಲ್ಲ. ಆದರೆ ನನಗೆ ಆಗುತ್ತಿರುವುದು ಕಲ್ಪನೆಯಲ್ಲ" ಎನ್ನುತ್ತಾ ಎದ್ದು ತನ್ನ ಕೋಣೆಗೆ ಹೋದಳು.

"ಏನು ಮಾಡುವುದು ಭೂಷಣ್?"ಅವಳು ಹೋದಮೇಲೆ ,ಭಾರತಿ ಕಳವಳದಿಂದ ಕೇಳಿದಳು.

"ನನಗೆ ಏನೂ ತೋಚುತ್ತಿಲ್ಲ. ಈಗ ನೀನು ಅವಳನ್ನು ನೀನಾಗಿಯೇ ಮಾತಾಡಿಸ ಬೇಡ. ಅವಳನ್ನು ಅವಳ ಪಾಡಿಗೆ ಬಿಡೋಣ. ಕಾಲವೇ ಇದಕ್ಕೆ ಪರಿಹಾರ ಒದಗಿಸುತ್ತದೆ. ನಾನು ನಾಳೆ ಸಂಜೆ ಕಾಲೇಜು ಮುಗಿದ ಮೇಲೆ ಅಣ್ಣನ ಮನೆಗೆ ಹೋಗಿ, ಅವರ ಜೊತೆಯಲ್ಲಿ ಇದನ್ನು ಚರ್ಚಿಸಿ ಅವರ ಸಲಹೆ ಕೇಳುತ್ತೇನೆ. ಅವರು ಏನು ಹೇಳುತ್ತಾರೆ ನೋಡೋಣ" ಎಂದ.

===o===

"ಏನು ಇದ್ದಕ್ಕಿದ್ದ ಹಾಗೆ ಪ್ರತ್ಯಕ್ಷವಾಗಿದ್ದೀರಿ?" ಎಂದಳು ಅದಿತಿ , ಅನಿರೀಕ್ಷಿತವಾಗಿ ಪ್ರಸಾದ, ಆ ಸಂಜೆ ಅವಳ ಮನೆಗೆ ಬಂದಾಗ.

"ನಿಮ್ಮ ಜೊತೆ ಸ್ವಲ್ಪ ಮಾತಾಡಬೇಕಿತ್ತು?" ಎಂದ ಪ್ರಸಾದ.

"ಒಂದಿಷ್ಟು ಕಾಫಿ ಕುಡಿದು ಪಾರ್ಕಿನ ಕಡೆಗೆ ಹೋಗೋಣ ಇರ್ರೀ" ಎನ್ನುತ್ತಾ ಅದಿತಿ ಮೇಲಕ್ಕೆ ಎದ್ದಳು.

"ಪಾರ್ಕಿನ ಹತ್ತಿರ ಇರುವ ಕಾಫಿ-ಡೇ ನಲ್ಲಿ ಕುಳಿತು, ಕಾಫಿ ಕುಡಿಯುತ್ತಾ ಮಾತಾಡೋಣ" ಎಂದು ಪ್ರಸಾದ ಮೇಲಕ್ಕೆ ಎದ್ದ.

"ಇರೀ,ಒಂದು ನಿಮಿಷ ಬಂದುಬಿಟ್ಟೆ" ಎಂದು ತನ್ನ ರೂಮಿಗೆ ಹೋದ ಅದಿತಿ, ಕೆಲವಾರು ನಿಮಿಷಗಳಲ್ಲಿ ಬಟ್ಟೆ ಬದಲಿಸಿ, ಪರ್ಸ್ ಹಿಡಿದು ಕೆಳಗೆ ಬಂದಳು. ಅವರು ಕಾಫ-ಡೇ ಕಡೆಗೆ ಹೆಜ್ಜೆ ಹಾಕಿದರು.

"ನಾನು ಇಲ್ಲಿ ಪೀಜಿ ಸೇರುವುದಿಲ್ಲ" ಎಂದ ಪ್ರಸಾದ.

ಅವರು ಭಾಷ್ಯಂ ಪಾರ್ಕ್ ಪಕ್ಕದಲ್ಲಿ , ಮಹಡಿಯ ಮೇಲೆ ಇದ್ದ ಕಾಫಿ-ಡೆ ಹೋಟೆಲಿನ ಒಂದು ಮೂಲೆಯ ಟೇಬಲ್ ಹತ್ತಿರ ಕುಳಿತಿದ್ದರು.

"ಯಾಕೆ,ಏನಾಯ್ತು?" ಆತಂಕದಿಂದ ಕೇಳಿದಳು ಅದಿತಿ.

"ಅಮೇರಿಕಾದಲ್ಲಿನ,ಚಿಕಾಗೋದ ಒಂದು ಆಸ್ಪತ್ರೆಯಯಲ್ಲಿ ನನಗೆ ಕೆಲಸ ಸಿಕ್ಕಿದೆ, ನಾನು ಅಮೇರಿಕಾಕ್ಕೆ ಹೋಗುತ್ತಿದ್ದೇನೆ. ಪಾಸ್=ಪೋರ್ಟ್ ಮತ್ತು ವೀಸಾ ಮಾಡಿಸಲಿಕ್ಕೆ

ಬಂದಿದ್ದೇನೆ" ಎಂದ.

"ಅದು ಏನು ಇದ್ದಕ್ಕಿದ್ದಹಾಗೆ ಈ ತೀರ್ಮಾನ ಮಾಡಿದ್ದೀರಿ? ಹಿಂದಿನ ಭೇಟಿಯಲ್ಲಿ ಮೈಸೂರಿನಲ್ಲೇ ಪೀಜಿ, ಸೇರಿ ಆ ನಿಮ್ಮ ಬಾಲ್ಯದ ಗೆಳತಿಯನ್ನು ಮದುವೆಯಾಗುವ ಮಾತು ಆಡಿದ್ದಿರಿ?" ಎಂದಳು.

"ಅದೆಲ್ಲಾ ಮುಗಿದು ಹೋದ ಕತೆ" ಎಂದ ಪ್ರಸಾದ.

"ಅಂದರೆ?"

ಪ್ರಸಾದ ಏನೂ ಮಾತಾಡದೆ, ಗೋಡೆ ನೋಡುತ್ತಾ ಮುಂದೆ ಇದ್ದಕಾಫಿ ಗುಟುಕರಿಸತೊಡಗಿದ. ವಿಷಯ ಗಂಭೀರವಾದದ್ದೇ ಇರಬೇಕು ಅಂದುಕೊಂಡಳು ಅದಿತಿ.

"ಮನುಷ್ಯ ತಾನೊಂದು ಬಗೆದರೆ ದೈವ ಬೇರೊಂದನ್ನು ಬಗೆಯಿತು ಎನ್ನುವ ಗಾದೆ ಇದೆ ಕೇಳಿದ್ದೀರಾ?" ಎಂದ ಪ್ರಸಾದ.

"ಅದೇ ಮ್ಯಾನ್ ಪ್ರಪೋಜಸ್;ಗಾಡ್ ಡಿಸ್-ಪೋಜಸ್ ಎಂದು ಹೇಳುತ್ತಾರಲ್ಲ, ಆ ಕ್ಲೀಷೆಯ ಮಾತು ತಾನೇ?" ಎಂದು ನಕ್ಕಳು.

"ಈ ಕ್ಲೀಷೆ ಎನ್ನುವ ಪದ ಮೂಲತಃ ಫ್ರೆಂಚ್ ಪದ, ಇದನ್ನು ಇಂಗ್ಲಿಷ್ ನಲ್ಲಿ ಬಳಸಿ, ನಂತರ ಕನ್ನಡಕ್ಕೂ ಬಂದಿರುವುದರಿಂದ, ಪದದ ಲೆಕ್ಕಕ್ಕೆ ಅದು ಸವಕಲು ನಾಣ್ಯ ಇರಬಹುದು. ಆದರೆ ವಾಸ್ತವಕ್ಕೆ ಅದು ಎಂದೂ ಸವಕಲು ಆಗುವುದಿಲ್ಲ" ಎಂದು ವಿಷಾದದ ನಗೆ ನಕ್ಕ ಪ್ರಸಾದ.

"ವಿಷಯ ಏನು ಹೇಳಿಬಿಡಿ" ಎಂದಳು ಅದಿತಿ.

"ನಾನು ಪೀಜಿ ಮಾಡುತ್ತೇನೆ ಅಂದುಕೊಂಡಿದ್ದೆ, ಅದು ಆಗುತ್ತಿಲ್ಲ. ಕಲಾಳನ್ನು ಮದುವೆಯಾಗುತ್ತೇನೆ ಅಂದುಕೊಂಡಿದ್ದೆ ಅದೂ ಆಗುತ್ತಿಲ್ಲ. ಇದು ಕ್ಲೀಷೆಯಲ್ಲ, ಹಣೆಬರಹವೂ ಅಲ್ಲ. ಇದು ದೈವದ ಆಟವೂ ಅಲ್ಲ,ಇದು ಮನುಷ್ಯನ ವಿಕೃತಿ" ಎಂದ ಪ್ರಸಾದ. ಅವನ ಮಾತು ಮತ್ತು ಅದರ ಹಿಂದಿನ ನೋವು ತಟ್ಟಿ, ಅದಿತಿ ಏನೂ ಮಾತಾಡದೆ ಅವನ ಮುಖವನ್ನೇ ನೋಡುತ್ತಾ ಕುಳಿತಳು.

"ಸ್ಸಾರಿ, ಏನೇನೋ ಹೇಳಿ ಗಲಿಬಿಲಿ ಮಾಡುತ್ತಿದ್ದೇನೆ ಅಲ್ಲಾ?" ಎಂದ ನಕ್ಕ. ಅದಕ್ಕೂ ಪ್ರತಿಕ್ರಿಯಿಸದೆ ಸುಮ್ಮನಿದ್ದಳು ಅದಿತಿ.

"ನಡೆದದ್ದು ಇಷ್ಟು" ಎಂದು, ಕಲಾವತಿ ಆಸ್ಪತ್ರೆಗೆ ಸೇರಿದ್ದು ಮತ್ತು ತಾನು ಜವರೇಗೌಡರ ಜೊತೆಗೆ ಮಾತಾಡಿದ್ದು, ಎಲ್ಲವನ್ನೂ ಸವಿಸ್ತಾರವಾಗಿ ಹೇಳಿದ ಪ್ರಸಾದ. ಅವನ ಮಾತುಗಳನ್ನು ಸಮ್ಮಿಶ್ರ ಭಾವದಿಂದ ಕೇಳಿದ ಅದಿತಿ,

"ನೀವು ಯಾಕೆ ಇದಕ್ಕೆ ಒಪ್ಪಿದಿರಿ?" ಎಂದಳು.

"ಒಪ್ಪದೆ ಏನು ಮಾಡಬೇಕಿತ್ತು?" ಎಂದ ಪ್ರಸಾದ.

" ಹಠ ಹಿಡಿದು, ಆಗುವುದಿಲ್ಲ ಎಂದು ಯಾಕೆ ಹೇಳಲಿಲ್ಲ?" ಎಂದಳು.

ಸುಖದ ಸುಪ್ಪತ್ತಿಗೆಯಲ್ಲಿ ಬೆಳೆದ ಇವರಿಗೆ ನನ್ನ ಉಭಯ ಸಂಕಟ ಅರ್ಥವಾಗುವುದಿಲ್ಲ ಎಂದು ಮನಸ್ಸಿನಲ್ಲೇ ಎಣಿಸಿದ ಪ್ರಸಾದ,

"ಅದು ಹೇಳುವಷ್ಟು ಸುಲಭ ಅಲ್ಲ" ಎಂದ.

"ಯಾಕೆ,ಏನು ಕಷ್ಟ?"

"ಇದೆಲ್ಲಾ ನಿಮಗೆ ಅರ್ಥವಾಗುವುದಿಲ್ಲ,ಕ್ಷಮಿಸಿ" ಎಂದ ಪ್ರಸಾದ.

"ಏನು ಹಾಗೆಂದರೆ?"

"ನನ್ನನ್ನು ಈ ಹಂತದವರೆಗೆ ಬೆಳೆಸಿದ ಅವರನ್ನು ನಾನು ಹೇಗೆ ಧಿಕ್ಕರಿಸಲಿ? ಅದು ಸಾಧ್ಯವಿಲ್ಲ."

"ಮತ್ತೆ ನಿಮ್ಮನ್ನು ಪ್ರೀತಿಸಿದ ಆ ಹುಡುಗಿಗೆ ಏನು ಹೇಳುತ್ತೀರಿ?"

"ನಾನು ನಿನ್ನನ್ನು ಪ್ರೀತಿಸುತ್ತೇನೆ ಎಂದು ತಿಳಿದಿದ್ದೆ,ಆದರೆ ವಾಸ್ತವವಾಗಿ ನಾನು ಪ್ರೀತಿಸುತ್ತಿದ್ದದು, ನನ್ನ ಮೆಡಿಕಲ್ ಕಾಲೇಜಿನ ಕ್ಲಾಸ್-ಮೇಟ್ ಅದಿತಿಯನ್ನು. ನನ್ನನ್ನು ಕ್ಷಮಿಸಿ ಮರೆತುಬಿಡು ಎಂದು ಹೇಳುತ್ತೇನೆ ಅವಳಿಗೆ"

"ಹಾಗೆ ಹೇಳುವುದು ಅಪಾಯಕಾರಿಯಲ್ಲವೇ?"

"ಯಾಕೆ?"

"ಅವಳು ಮತ್ತೆ ತನ್ನ ಜೀವಕ್ಕೆ ಅಪಾಯ ತಂದುಕೊಂಡರೆ, ಅದಕ್ಕೆ ಯಾರು ಹೊಣೆ?"

"ಆದರೆ ಹಾಗೆಂದು ಅವಳಿಗೆ, ನಾನು ಈಗ ಹೇಳುವುದಿಲ್ಲ."

"ಮತ್ತೆ ಯಾವಾಗ ಹೇಳುತ್ತೀರಿ?"

"ನಾನು ಅಮೇರಿಕಾಗೆ ಹೋದಮೇಲೆ, ಅಲ್ಲಿಂದ ಅವಳಿಗೆ ಪತ್ರ ಬರೆಯುತ್ತೇನೆ"

"ಅವಳಿಗೆ ಸುಳ್ಳ ಹೇಳುವುದು ಸರಿಯಾ?" ಎಂದಳು ಅದಿತಿ ಅವನ ಅಂತರಂಗವನ್ನು ಶೋಧಿಸುತ್ತಾ.

"ಏನು ಸುಳ್ಳು?"

" ನನಗೆ ಅನ್ನಿಸುವಂತೆ ಒಂದಲ್ಲ ಎರಡು ಸುಳ್ಳುಗಳನ್ನು ಹೇಳಿದಂತೆ ಆಗುತ್ತದೆ."

"ಯಾವ ಎರಡು ಸುಳ್ಳು?"

"ಒಂದು,ನೀವು ಅವಳನ್ನು ಪ್ರೀತಿಸುತ್ತಿಲ್ಲ ಎನ್ನುವುದು"

"ಎರಡನೆಯದು?"

"ನೀವು ನನ್ನನ್ನು ಪ್ರೀತಿಸುತ್ತೇನೆ ಎಂದು ಅವಳಿಗೆ ತಿಳಿಸುವುದು. ನಿಜ ಹೇಳಿ, ನೀವು ನನ್ನನ್ನು ಪ್ರೀತಿಸುತ್ತೀರಾ? ನಾನು ಹ್ಞೂಂ ಎಂದರೆ ನನ್ನನ್ನು ಮದುವೆಯಾಗುತ್ತೀರಾ?" ಅವನನ್ನು ದಿಟ್ಟಿಸಿ ನೋಡುತ್ತಾ ಕೇಳಿದಳು ಅದಿತಿ.ಅವಳ ಎರಡನೆಯ ಪ್ರಶ್ನೆಗೆ ಅಲ್ಲಾಡಿಬಿಟ್ಟ ಪ್ರಸಾದ.

"ನಾನು ನೀವು, ಸಹಪಾಠಿಗಳಾಗಿ ಒಳ್ಳೆಯ ಸ್ನೇಹಿತರು, ಅಷ್ಟೇ. ಅದು ಸ್ನೇಹ ಮಾತ್ರ. ಕಲಾವತಿಗೆ ನಾನು ಹಾಗೆಂದು ಒಂದು ನೆಪವಾಗಿ ಹೇಳುತ್ತೇನೆ ಅಂದೆ ಅಷ್ಟೇ. ಬೇರೇನೂ ಇಲ್ಲ."

"ಹಾಗೆ ಹೇಳಿದರೆ ಅವಳಿಗೆ ಇರಲಿ, ನನಗೆ ಬೇಸರ ಆಗಬಹುದು ಎಂದು ನಿಮಗೆ ಅನ್ನಿಸುತ್ತಿಲ್ಲವೇ?"

"ಸಾರಿ, ಪೆರ್-ಹ್ಯಾಪ್ಸ್ ಐ ವಾಜ್ ಇನ್-ಸೆನ್ಸಿಟಿವ್. ಕ್ಷಮಿಸಿ"

"ನೋ,ನೋ ನಾಟ್ ಲೈಕ್ ದಟ್. ಐ ಲವ್ ಯು ಅಂಡ್ ಇಫ್ ಯು ಅಕ್ಸೆಪ್ಟ್ ಇಟ್ ಐ ವಿಲ್ ಬಿ ಹ್ಯಾಪಿ" ಎಂದಳು. ಪ್ರಸಾದನಿಗೆ ಇದು ಅನಿರೀಕ್ಷಿತವಾಗಿತ್ತು.

"ಸಾರಿ,ನಾನು ಯಾವತ್ತೂ ನಿಮ್ಮನ್ನು ಆ ದೃಷ್ಟಿಯಲ್ಲಿ ನೋಡಲಿಲ್ಲ" ಎಂದ ಪ್ರಸಾದ.

"ಈಗ ಹೇಳಿ ನಿಮಗೆ ಏನು ಅನ್ನಿಸುತ್ತೆ ,ನನ್ನ ಈ ಪ್ರೀತಿಯ ನಿವೇದನೆ?"

"ಕ್ಷಮಿಸಿ, ನೀವು ಏನು ಹೇಳುತ್ತಿದ್ದೀರ ಮತ್ತು ಅದರ ಪರಿಣಾಮಗಳು ಏನು ಎನ್ನುವುದು ನಿಮಗೆ ಗೊತ್ತಿಲ್ಲ."

"ಅಂದರೆ, ನಾನು ಇಮ್ಮೆಚೂರ್ ಅಂತಲಾ ನಿಮ್ಮ ಅಭಿಪ್ರಾಯ?"

"ಕ್ಷಮಿಸಿ , ನೀವು ಮುಗ್ಧರು ಮತ್ತು ಈ ಸಮಾಜದ ನಡೆವಳಿಕೆಗಳ ಕಿಂಚಿತ್ ಅರಿವು ಇಲ್ಲದವರು ಅನ್ನಿಸುತ್ತೆ ನನಗೆ. ಬೇಸರ ಮಾಡಿಕೊಳ್ಳಬೇಡಿ" ಎಂದ ಪ್ರಸಾದ.

"ಹಾಗೆಂದರೆ ಏನು?"

ನೋಡಿ ಈ ದೇಶದಲ್ಲಿ ಏನು ಹಿಂದೂ ಧರ್ಮ ಅಂತ ಇದೆ ಅದು ಮನುಷ್ಯತ್ವದ ವಿರೋಧಿ ಧರ್ಮ. ನಿಜ ಹೇಳಬೇಕು ಎಂದರೆ ಇದು ಧರ್ಮವೇ ಅಲ್ಲ. ಕೆಲವು ಸ್ವಾರ್ಥಿಗಳ ಹುನ್ನಾರ."

"ಯಾಕೆ ಹಾಗೆ ಭಾವಿಸುತ್ತೀರಿ?"

"ಇದು ನನ್ನ ಭಾವನೆಯಲ್ಲ,ವಾಸ್ತವ. ಇಲ್ಲಿ ನಾಲ್ಕು ವರ್ಣಗಳು ಇವೆ ಎಂದು ಸನಾತನ ಹಿಂದೂಗಳು ಹೇಳುತ್ತಾರೆ. ಬ್ರಾಹ್ಮಣ, ಕ್ಷತ್ರಿಯ,ವೈಶ್ಯ ಮತ್ತು ಶೂದ್ರ ಎನ್ನುತ್ತಾರೆ. ನಾನು ಈ ನಾಲಕ್ಕು ವರ್ಗಗಳಲ್ಲಿ ಯಾವ ವರ್ಗಕ್ಕೂ ಸೇರಿದವನಲ್ಲ. ನನ್ನನ್ನು ಪಂಚಮ ಅಂದರೆ ಐದನೆಯವನು ಎನ್ನುತ್ತಾರೆ. ಮುಟ್ಟಲು ಮತ್ತು ಮುಟ್ಟಿಸಿಕೊಳ್ಳಲೂ ಅನರ್ಹನಾದವನು ಎನ್ನುತ್ತಾರೆ. ಮತ್ತೆ ನನ್ನನ್ನೂ ಹಿಂದೂ ಅಂತಲೂ ಕರೆಯುತ್ತಾರೆ. ಬಹು ದೊಡ್ಡ ವಿಪರ್ಯಾಸ," ಎಂದು ನಕ್ಕು, " ಆದರೆ ನಾನು ಅಸ್ಪೃಶ್ಯ ಎಂದು ನನ್ನನ್ನು ಹಿಂದೂ ಸಮಾಜ ತಿರಸ್ಕರಿಸುತ್ತದೆ. ಮನೆಯೊಳಗೆ ದನ-ಕರು,ನಾಯಿ ಬೆಕ್ಕುಗಳನ್ನು ಇರಿಸಿಕೊಳ್ಳುವ ಈ ಹಿಂದೂಗಳು, ನನ್ನನ್ನು ಅವರ ಮನೆಯ ಬಾಗಿಲಿಗೂ ಬಿಟ್ಟುಕೊಳ್ಳುವುದಿಲ್ಲ. ಮನೆಯೊಳಗೆ ಇರಲಿ ಈ ಸೋ ಕಾಲ್ಡ್ ಉಚ್ಚ ಜಾತಿಯವರು ವಾಸಿಸುವ ಮನೆಗಳ ಬೀದಿಯಲ್ಲಿ ನಾನು ನಡೆದು ಹೋದರೂ, ಆ ಬೀದಿಯೇ ಅಪವಿತ್ರವಾಯ್ತು ಎಂದು ಭಾವಿಸುತ್ತಾರೆ. ಹಿಂದೂ ದೇವಸ್ಥಾನಗಳ ಒಳಗೆ ಮತ್ತು ಹೋಟೆಲಿನ ಒಳಗೆ ನಮಗೆ ಪ್ರವೇಶ ನಿಷಿದ್ಧ. ಹೋಟೆಲಿನ ಹೊರಗೆ ನಮಗೆಂದೇ ಇಟ್ಟ ತಟ್ಟೆ ಲೋಟಾಗಳಲ್ಲಿ ನಾವು ತಿಂಡಿ ಕಾಫಿ ಮಾಡಿ ಅವುಗಳನ್ನು ನಾವೇ ತೊಳೆದು ಅಲ್ಲಿ ಇಡಬೇಕು. ಇನ್ನೊಬ್ಬ ಹೊಲೆಯ ಬಂದಾಗ ಅವನ್ನು ಎತ್ತಿಕೊಂಡು ಬಳಸಬೇಕು. ಹೌದು, ನನ್ನನ್ನು ಹೊಲೆಯ ಅಂದರೆ ಡರ್ಟ್ ಎಂದು ನಂಬಿದ್ದಾರೆ ಮತ್ತು ಹಾಗೆಯೇ ನಡೆಸಿಕೊಳ್ಳುತ್ತಾರೆ..." ಪ್ರಸಾದ ರೋಷ ಮತ್ತು ವೇದನೆಯ ಸಮ್ಮಿಶ್ರ ಭಾವನೆಗಳಲ್ಲಿ ಕಳೆದುಹೋಗಿದ್ದ.

"ಇರ್ರಿ, ಇರ್ರೀ, ಏನೇನೋ ಅಸಂಬದ್ಧ ಮಾತಾಡಿ ನನ್ನನ್ನು ನೋಯಿಸಬೇಡಿ. ಇವೆಲ್ಲಾ ನಿಮ್ಮ ಕಲ್ಪನೆಗಳು ಇರಬೇಕು ಅಷ್ಟೇ. ನೀವು ಎಲ್ಲರ ಜೊತೆಗೆ ಬೆರತು,ಓದಿ ಡಾಕ್ಟರ್ ಆಗಿಲ್ಲವೇ? ನಾವು ಈಗ ಒಳ್ಳೆಯ ಒಂದು ಹೋಟೆಲಿನಲ್ಲಿ ಕುಳಿತಿಲ್ಲವೇ? ಏನೇನೋ ಸುಳ್ಳುಗಳನ್ನು ಹೇಳಬೇಡಿ" ಎಂದು ತುಸು ಸಿಟ್ಟಿನಲ್ಲಿಯೇ ಅವನ ಮಾತುಗಳನ್ನು ಅರ್ಧಕ್ಕೆ ನಿಲ್ಲಿಸಿ ಹೇಳಿದಳು. ಅದಿತಿ.

ಅವಳ ಮುಗ್ಧತೆ ಮತ್ತು ಮೌಢ್ಯಕ್ಕೆ ನಕ್ಕ ಪ್ರಸಾದ,

"ನಿಮಗೆ ಕಾಣುತ್ತಿರುವುದು ನಿಜ. ಈ ವಾತಾವರಣ ಮತ್ತು ನಡಾವಳಿಗಳು ಬೆಂಗಳೂರು,ಬಾಂಬೆ, ದೆಹಲಿಯಂತ ನಗರಗಳಲ್ಲಿ ಮಾತ್ರ ಇದೆ. ಇಂಥಾ ಸಿಟಿಗಳಲ್ಲಿ ಮಾತಾಡುವುದು ಹಣ ಒಂದೇ. ಇಲ್ಲಿ ಜಾತಿಯ ಲೆಕ್ಕಾಚಾರ ಪ್ರಮುಖವಾಗಿ ಇಲ್ಲದಿರಬಹುದು, ಆದರೆ ಹಿಂದೂಗಳಲ್ಲಿ ಶೇಕಡಾ ಒಂದು ಅಂದಾಜು ಎಂಬತ್ತು ಜನರು ಹಳ್ಳಿಗಳಲ್ಲಿ ವಾಸಿಸುತ್ತಿದ್ದಾರೆ ಮತ್ತು ಅಲ್ಲಿ ಜಾತಿಯ ಲೆಕ್ಕಾಚಾರ ಇಲ್ಲದೆ ಏನೂ ನಡೆಯುವುದಿಲ್ಲ"

"ಇದನ್ನು, ಅಂದರೆ ನೀವು ಏನು ಹೇಳುತ್ತಿದ್ದೀರಿ ಆ ಅಸ್ಪೃಶ್ಯತೆಯನ್ನು ನಮ್ಮ ಕಾನೂನು ಒಪ್ಪುತ್ತದೆಯೋ?"

"ಕಾನೂನು ಒಪ್ಪುವುದಿಲ್ಲ ನಿಜ,ಆದರೆ ಕಾನೂನಿಂದ ಈ ಅಸಮಾನತೆಯನ್ನು,ಅಮಾನವೀಯ ವರ್ತನೆಗಳನ್ನು ತಡೆಯಲು ಆಗಿಲ್ಲ ಮತ್ತು ಆಗುವುದೂ ಇಲ್ಲ" ವಿಷಣ್ಣ ನಗೆ ನಕ್ಕು ಹೇಳಿದ ಪ್ರಸಾದ.

"ಇದು ಕಾನೂನು ಸಮ್ಮತವಲ್ಲ ಅಂದಮೇಲೆ, ಯಾಕೆ ಆಗುವುದಿಲ್ಲ ಎನ್ನುವುದು ನನಗೆ ಅರ್ಥವಾಗುತ್ತಿಲ್ಲ" ಎಂದಳು ಅದಿತಿ.

"ಒಂದು ಇತ್ತೀಚಿಗೆ ನಡೆದ ಘಟನೆ ಹೇಳುತ್ತೇನೆ ಕೇಳಿ. ಮಹದೇವ ಎನ್ನುವವರು ನನ್ನ ಸ್ನೇಹಿತರು ಮತ್ತು ಮೆಡಿಕಲ್ ಕಾಲೇಜಿನಲ್ಲಿ ನನಗಿಂತ ಎರಡು ವರ್ಷ ಸೀನಿಯರ್. ಹೀಗೇ ಪರಿಚಯ-ಸ್ನೇಹವಾಗಿದೆ. ಅವರು ಸರಕಾರಿ ವೈದ್ಯರಾಗಿದ್ದಾರೆ. ಅವರದು ಗುಲ್ಬರ್ಗಾ ಜಿಲ್ಲೆಯಲ್ಲಿ ಒಂದು ಹಳ್ಳಿ. ಆ ಹಳ್ಳಿಯಲ್ಲಿ ಒಂದು ಕೆರೆ. ಊರಿಗೆಲ್ಲಾ ಉಪಯೋಗವಾಗಿರುವ ದೊಡ್ಡ ಕೆರೆ. ಅಲ್ಲಿ ಹಳ್ಳಿಯ ಜನ ಬಟ್ಟೆ ತೊಳೆಯುತ್ತಾರೆ, ಸ್ನಾನ ಮಾಡುತ್ತಾರೆ ಮತ್ತು ಹಸುಗಳಿಗೆ ನೀರು ಕುಡಿಸುತ್ತಾರೆ. ಆದರೆ ಅಸ್ಪೃಶ್ಯರು ಆ ಕೆರೆಯ ನೀರನ್ನು ಮುಟ್ಟುವಂತೆಯೂ ಇಲ್ಲ.

ಒಮ್ಮೆ ಡಾಕ್ಟರ್ ಮಹಾದೇವ ತಮ್ಮ ಹಳ್ಳಿಗೆ ಹೋದಾಗ ಅಲ್ಲಿಯ ದಲಿತರನ್ನು ಗುಂಪಗೂಡಿಸಿ, ಆ ಕೆರೆಯ ನೀರನ್ನು ಮುಟ್ಟಲು, ಉಪಯೋಗಿಸಲು ಹೋದರಂತೆ, ಅದೂ ಪೋಲಿಸರ ರಕ್ಷಣೆಯಲ್ಲಿ, ಆಗ ಆ ಹಳ್ಳಿಯ ಪ್ರಮುಖ ಕೋಮಿನ ಲಿಂಗಾಯತರು ಅವರನ್ನು ಭೇಟಿಯಾಗಿ,

'ಕಾನೂನು ಪ್ರಕಾರ ನೀವು ಆ ಕೆರೆಯ ನೀರನ್ನು ಉಪಯೋಗಿಸ ಬಹುದು. ಅದಕ್ಕೆ ನಾವು ಅಡ್ಡಿ ಮಾಡಿದರೆ ನಮ್ಮನ್ನು ಜೇಲಿಗೆ ಹಾಕುತ್ತಾರೆ. ಆದ್ದರಿಂದ ನಾವು ಅಡ್ಡಿ ಮಾಡುವುದಿಲ್ಲ. ಆದರೆ ತಿಳಿದುಕೊಳ್ಳಿ, ಒಮ್ಮೆ ನೀವು ಆ ಕೆರೆಯ ನೀರನ್ನು ಮುಟ್ಟಿದರೆ, ಇಡೀ ಹಳ್ಳಿಯೇ ಆ ಕೆರೆಯ ನೀರನ್ನು ಮುಟ್ಟುವುದಿಲ್ಲ. ಇದನ್ನು ನಾವು ಊರಿನ ಎಲ್ಲ ಕೋಮಿನ ಮುಖಂಡರ ಸಭೆ ನಡೆಸಿ ನಿರ್ಣಯಿಸಿದ್ದೇವೆ ' ಎಂದರಂತೆ. ಈ ಮಾತು ಕೇಳಿ ಆ ಡಾಕ್ಟರ್-ಗೆ ಷಾಕ್ ಆಗಿ, ಆ ಚಳುವಳಿಯನ್ನು ಮುಂದುವರಿಸದೆ ವಾಪಾಸು ನಗರಕ್ಕೆ ಬಂದು ಬಿಟ್ಟರಂತೆ. ನಾನು ಅವರನ್ನು ಕೇಳಿದೆ ಯಾಕೆ ಅವರು ಆ ಚಳುವಳಿಯನ್ನು ಹಿಂದಕ್ಕೆ ಪಡೆದರು ಎಂದು. ಅದಕ್ಕೆ ಅವರು 'ಆರು ಸಾವಿರ ಜನಸಖಿಖ್ಯೆಯ ನಮ್ಮ ಹಳ್ಳಿಯಲ್ಲಿ ಸುಮಾರು ಆರು ನೂರು ದಲಿತರು ಇದ್ದೇವೆ. ನಾನು ಚಳುವಳಿ ಮುಂದುವರಿಸಿ ಆ ಕೆರೆಯ ನೀರನ್ನು ದಲಿತರು ಮುಟ್ಟಿದ್ದರೆ, ಆಗ ಆ ಕೆರೆ ಬರಿಯ ದಲಿತರ ಕೆರೆಯಾಗಿ ಉಳಿಯುತ್ತಿತ್ತು. ನಾವು ನೀರು ಮುಟ್ಟಿದ

ಕೆರೆಯನ್ನೇ ಅವರು ಬಹಿಷ್ಕರಿಸುತ್ತೇವೆ ಎಂದರು. ಇಲ್ಲಿ ಕಾನೂನು ಏನು ಮಾಡಲಿಕ್ಕೆ ಸಾಧ್ಯ? ನಾವು ಕೆರೆಯ ನೀರು ಮುಟ್ಟಿದ್ದರೆ, ನಮ್ಮ ಹಳ್ಳಿಯ ಸಾವಿರಾರು ಜನರಿಗೆ ತೊಂದರೆಯಾಗುತ್ತಿತ್ತು ಅದಕ್ಕೆ ನಾನು ಹಾಳಾಗಿ ಹೋಗಲಿ ಎಂದು ವಾಪಾಸು ಬಂದೆ 'ಎಂದರು. ನೋಡಿ ಹೇಗಿದೆ? ಕಾನೂನಿಂದ ಆ ಕೆರೆಯ ನೀರನ್ನು ದಲಿತರ ಜೊತೆಗೆ ಇತರ ಜಾತಿಯವರೂ ಉಪಯೋಗಿಸಲೇ ಬೇಕು ಎಂದು ಬಲಾತ್ಕರಿಸಲು ಆಗುತ್ತದೆಯೋ?. ಇಲ್ಲಿ ಬದಲಾಗ ಬೇಕಾದ್ದು ಈ ಅನ್ಯ ಕೋಮಿನವರ ಮನಃಸ್ಥಿತಿ. ಅದು ನಮ್ಮ ಹಳ್ಳಿಗಳಲ್ಲಿ ಆಗುವುದಿಲ್ಲ.

ಇಷ್ಟೆಲ್ಲಾ ವಿವರವಾಗಿ ಹೇಳಿದ್ದು, ಹಿಂದೂಗಳು ನಮ್ಮನ್ನು ಈ ರೀತಿ ನಡೆಸಿಕೊಳ್ಳುವಾಗ, ನಾನು ಕಲಾವತಿಯನ್ನೇ ಆಗಲಿ ನಿಮ್ಮನ್ನೇ ಆಗಲಿ ಮದುವೆಯಾಗಿ, ನೆಮ್ಮದಿಯ ಬದುಕನ್ನು ನಡೆಸಲು ಸಾಧ್ಯವೇ? ಇದು ಆಗುವುದಿಲ್ಲ ಎನ್ನುವುದು ನನಗೆ ಸ್ಪಷ್ಟವಾಗಿ ಮನದಟ್ಟಾಗಿದೆ. ಆದ್ದರಿಂದ ಕ್ಷಮಿಸಿ, ನಾನು ಅಮೇರಿಕಾಕ್ಕೆ ಹೋಗಿ ,ಅಲ್ಲಿ ಕ್ರೈಸ್ತ ಧರ್ಮಕ್ಕೆ ಮತಾಂತರಗೊಂಡು, ಅಲ್ಲಿಯೇ ಯಾರಾದರೂ ನನಗೆ ಇಷ್ಟವಾದ ಹುಡುಗಿಯನ್ನು ಮದುವೆಯಾಗಿ ನೆಮ್ಮದಿಯ ಬದುಕು ಸಾಗಿಸಬೇಕೆಂದು ಗಟ್ಟಿ ನಿರ್ಧಾರ ಮಾಡಿದ್ದೇನೆ. ನೀವು ನನ್ನನ್ನು ಪ್ರೀತಿಸುತ್ತೇನೆ ಎಂದಿರಿ. ಈ ನಿಮ್ಮ ಮುಗ್ಧ ನಿವೇದನೆಯನ್ನು ನಾನು ಯಾವತ್ತೂ ಸಂಭ್ರಮದಿಂದ ನೆನೆಸುತ್ತಿರುತ್ತೇನೆ. ಹೊತ್ತಾಯ್ತು ಬನ್ನಿ ಹೋಗೋಣ "ಎಂದ.

ಅದಿತಿಗೆ ಕಾಲತೊಡರಿಕೆಯಲ್ಲಿ ,ನೆಲಕ್ಕೆ ಕುಸಿದು ಬಿದ್ದಂತೆಯಾಗಿ ಮೇಲಕ್ಕೆ ಎದ್ದಳು.

===o===

ಒಂದು ಬೆಳಗ್ಗೆ ಇದ್ದಕ್ಕಿದ್ದ ಹಾಗೆ ಜೆಸ್ಸಿಕಾ ಎದೆ ನೋವು ಎಂದಳು. ವರ್ಗೀಸ್ ಆ ದಿನ ತನ್ನ ಆಫೀಸಿಗೆ ರಜೆ ಹಾಕಿ ಅವರನ್ನು ಹತ್ತಿರದ 'ಜಯದೇವ ಹೃದಯಾಲ 'ಯ ಆಸ್ಪತ್ರೆಗೆ ಕರೆದುಕೊಂಡು ಹೋದ. ಅವರನ್ನು ಪರೀಕ್ಷಿಸಿದ ಡಾಕ್ಟರ್, ಆಸ್ಪತ್ರೆಯಲ್ಲಿ ನಾಲ್ಕು ದಿನ ಇದ್ದು ಈಸಿಜಿ. ಆಂಜಿಯೋಗ್ರಫಿ ಇತ್ಯಾದಿ ಪರೀಕ್ಷೆಗಳನ್ನು ಮಾಡಿಸಬೇಕು ಎಂದರು. ಆ ಸಲಹೆಯಂತೆ ವರ್ಗೀಸ್ ಅವರನ್ನು ಆಸ್ಪತ್ರೆಗೆ ಅಡ್ಮಿಟ್ ಮಾಡಿದ. ಆಫೀಸಿಗೆ ಒಂದ ವಾರ ರಜೆ ಹಾಕಿದ. ಈ ವಿಷಯ ಗೊತ್ತಾಗಿ ದಿತಿಯೂ ಆಸ್ಪತ್ರೆಗೆ ಬಂದು ಅವರನ್ನು ಮಾತಾಡಿಸಿ,ಧೈರ್ಯ ಹೇಳಿದಳು.

ಮಾರನೆಯ ದಿನ, 'ಹೃದಯದ ರಕ್ತನಾಳಗಳು ಶೇಕಡ ತೊಂಬತ್ತು ಬ್ಲಾಕ್ಕಾಗಿರುವುದರಿಂದ, ಅವರಿಗೆ ಅರ್ಜೆಂಟಾಗಿ ಬೈಪಾಸ್ ಸರ್ಜರಿ ಮಾಡಬೇಕು ' ಎಂದು ಡಾಕ್ಟರ್ ಹೇಳಿದಾಗ, ವರ್ಗೀಸ್ ಕುಸಿದು ಹೋದ. ಅವನಿಗೆ ಧೈರ್ಯ ಹೇಳಿದ ದಿತಿ, ಈ ವಿಷಯವನ್ನು ಅಪ್ಪ-ಅಮ್ಮನಿಗೆ ತಿಳಿಸಿದಳು. ಆ ದಿನ ಸಾಯಂಕಾಲವೇ, ಅದಿತಿಯ ಜೊತೆಗೆ ಭೂಷಣ-ಭಾರತಿ ಮತ್ತು ನಿಜಗುಣ ಸಹಿತ ಅವರನ್ನು ನೋಡಲು ಆಸ್ಪತ್ರೆಗೆ ಬಂದರು.

" ನೀವು, ಸುಮಾರು ವರ್ಷಗಳ ಹಿಂದೆ ನಾನು ಕೆಲಸ ಮಾಡುತ್ತಿದ್ದ ಪ್ರಿಂಟಿಂಗ್=ಪ್ರೆಸ್ಸಿಗೆ ಬಂದಿದ್ದಿರಿ. ಯಜಮಾನ ಶಾಂತರುದ್ರಪ್ಪರು ನನಗೆ ಹೇಳಿ, ನಾನು ನಿಮಗೆ ಟೀ ತಂದು ಕೊಟ್ಟಿದ್ದೆ. ನನಗೆ ಈಗ ನಿಮ್ಮ ಗುರುತು ಹಿಡಿಯುವುದು ಕಷ್ಟವಾಗಲಿಲ್ಲ" ಎಂದಳು ಜೆಸ್ಸಿಕಾ. ಅವರ ಕೋರಿಕೆಯಂತೆ, ಆ ಸ್ಪೆಷಲ್ ವಾರ್ಡಿನಲ್ಲಿ, ಅವರಿಬ್ಬರು ಅಲ್ಲದೆ, ಬೇರೆ ಯಾರೂ

ಇರಲಿಲ್ಲ.

"ಹೌದು, ನಾನು ನನ್ನ ತಮ್ಮ ಭದ್ರಪ್ಪನನ್ನು ಹುಡುಕಿಕೊಂಡು ಬಂದಾಗ, ಅವರು ನನಗೆ ಟೀ ತರಿಸಿಕೊಟ್ಟಿದ್ದರು. ಅಲ್ಲಿಯ ಒಬ್ಬ ಮಹಿಳೆ ನನಗೆ ಟೀ ತಂದು ಕೊಟ್ಟಿದ್ದಳು. ಅದು ನೀವೇ ಎನ್ನುವುದು ನನಗೆ ಈಗ ಗೊತ್ತಾಯ್ತು" ಎಂದ ನಿಜಗುಣ, "ಅದು ಹೇಗೆ ನೀವು ನನ್ನ ಗುರುತು ಹಿಡಿದಿರಿ?" ಎಂದು ಕೇಳಿದ.

"ಆ ದಿನ ನೀವು ಅವರ ಜೊತೆಗೆ ಆಡುತ್ತಿದ್ದ ಎಲ್ಲಾ ಮಾತುಗಳನ್ನು ನಾನು ಆಸಕ್ತಿಯಿಂದ ಗಮನವಿಟ್ಟು ಕೇಳಿದ್ದೆ. ಯಾಕೆಂದರೆ ನಾವಿಬ್ಬರೂ ಅಂದರೆ ನಾನು ಮತ್ತು ನಿಮ್ಮ ತಮ್ಮ ಆಗಲೇ ಮದುವೆಯಾಗಿದ್ದೆವು."

"ಹಾಗಿದ್ದಮೇಲೆ ನೀವು ನನ್ನನ್ನು ಹೊರಗೆ ಭೇಟಿಯಾಗಿ ಈ ವಿಷಯ ತಿಳಿಸಬಹುದಿತ್ತಲ್ಲಾ?" ಎಂದ ನಿಜಗುಣ.

"ಹೇಗೆ ತಿಳಿಸುವುದು? ನಾವು ಅಧಿಕೃತವಾಗಿ ನಾಕು ಜನರ ಮುಂದೆ ಮದುವೆಯಾಗಿರಲಿಲ್ಲ. ಒಂದು ದೇವಸ್ಥಾನದಲ್ಲಿ , ನಮ್ಮ ಪ್ರೆಸ್ಸಿನ ಒಬ್ಬ ಕೆಲಸಗಾರನ ಸಮ್ಮುಖದಲ್ಲಿ ಹಾರ ಬದಲಿಸಿಕೊಂಡು ಪತಿ-ಪತ್ನಿಯಾಗಿದ್ದೆವು. ಈ ವಿಚಾರ ಯಜಮಾನ ಶಾಂತರುದ್ರಪ್ಪರಿಗೂ ಹೇಳಿರಲಿಲ್ಲ. ಕೇವಲ ನಮ್ಮ ಮೂರು ಜನರ ಮಧ್ಯೆ ಇದು ಗೋಪ್ಯವಾಗಿ ಇತ್ತು"

"ನನ್ನ ತಮ್ಮ ರೈಲ್ವೇ ಅಪಘಾತದಲ್ಲಿ ಮರಣ ಹೊಂದಿದಾಗ ನಾನು ಮತ್ತು ನನ್ನ ಅಣ್ಣ ಬಳ್ಳಾರಿಗೆ ಬಂದಿದ್ದೆವು. ಆಗಲಾದರೂ ನೀವು ನಮ್ಮನ್ನು ಭೇಟಿಯಾಗಿ ವಿಷಯ ತಿಳಿಸಬಹುದಿತ್ತು" ಎಂದ ನಿಜಗುಣ.

" ನಿಮ್ಮ ತಮ್ಮ ಅಪಘಾತದಲ್ಲಿ ತೀರಿಕೊಂಡ ದಿನವೇ ನಾನು ಆತ್ಮಹತ್ಯೆ ಮಾಡಿಕೊಳ್ಳಲು, ಊರ ಹೊರಗಿನ ನಾಲೆಗೆ ಹಾರಿದ್ದೆ. ಆಗ ಅಲ್ಲಿದ್ದ ಪಾದ್ರಿ ಜೋಷುವಾ ಎನ್ನುವವರು, ನಾಲೆಗೆ ಹಾರಿ ಮುಳುಗುತ್ತಿದ್ದ ನನ್ನನ್ನು ರಕ್ಷಿಸಿದರು. ನಾನು ಅನಾಥೆ ಮತ್ತು ಗರ್ಭಿಣಿ ಎನ್ನುವುದು ಗೊತ್ತಾಗಿ,ಅವರು ನನ್ನನ್ನು ಆಸ್ಪತ್ರೆಗೆ ಸೇರಿಸಿದರು. ಆವಾಗಿನಿಂದ ನಾನು ಹೊಸ ಮನುಷ್ಯಳೇ ಆದೆ. ನಿಮ್ಮ ತಮ್ಮರಿಗೆ ಕುಡಿತದ ಚಟವಿತ್ತು ನಿಜ. ಆದರೆ ಮಿಕ್ಕಂತೆ ಅವರು ತುಂಬಾ ಒಳ್ಳೆಯವರು ಆಗಿದ್ದರು. ನಾನು ಅವರನ್ನು ಮದುವೆಯಾಗುವ ಇಚ್ಛೆ ಹೇಳಿಕೊಂಡಾಗ ಅವರು ಒಪ್ಪಲಿಲ್ಲ. "ನನ್ನಲ್ಲಿ ಏನಿದೆಯಂತಾ ಮದುವೆ ಮಾಡಿಕೊಳ್ಳುತ್ತೀರಾ, ಬೇಡ" ಎಂದಿದ್ದರು. ನಾನೇ ಬಲವಂತ ಮಾಡಿ ಮದುವೆಯಾದೆ. ಆದರೆ ಅವರು ನನ್ನ ಜೊತೆಗೆ ಒಂದು ತಿಂಗಳು ಇದ್ದಿರಬೇಕು ಅಷ್ಟೇ, ಅಪಘಾತದಲ್ಲಿ ಹೋಗಿಬಿಟ್ಟರು. ಆದರೆ ನನ್ನೊಬ್ಬಳನ್ನೇ ಬಿಟ್ಟು ಹೋಗಲಿಲ್ಲ" ಎಂದು ವಿಷಣ್ಣ ನಗೆ ನಕ್ಕಳು.

"ವರ್ಗಿಸ್ ನನ್ನ ಬದುಕಿಗೆ ಅರ್ಥ ಕೊಟ್ಟ. ಈಗ ಅವನು ಮತ್ತೆ, ತನ್ನ ವಂಶದವರ ಜೊತೆಗೆ ಸೇರಿರುವುದು ನನಗೆ ತುಂಬಾ ಖುಷಿಯಾಗಿದೆ. ನಾಳೆ ನನಗೆ ಬೈಪಾಸ್ ಸರ್ಜರಿಯಂತೆ. ಅದರಿಂದ ಹುಶಾರಾಗಿ ಬರುತ್ತೇನೆಯೋ ಅಥವಾ ಆಪರೇಷನ್ ಟೇಬಲ್ಲಿನ ಮೇಲೆಯೇ ಸಾಯುತ್ತೇನೋ ಗೊತ್ತಿಲ್ಲ. ಹಾಗೇನಾದರೂ ನಾನು ಸತ್ತರೆ ನೀವು ವರ್ಗಿಸ್ಸನ..."

“ಹಾಗೆಲ್ಲಾ ಮಾತಾಡಬೇಡಿ, ನಿಮಗೆ ಏನೂ ಆಗುವುದಿಲ್ಲ. ನೀವು ಆಪರೇಷನ್ ಯಶಸ್ವಿಯಾಗಿ ಮನೆಗೆ ಬರುತ್ತೀರ” ನಿಜಗುಣ ಅರ್ಧದಲ್ಲೇ ತಡೆದು ಹೇಳಿದ.

===o===

ಜೆಸ್ಸಿಕಾಗೆ ಬೈಪಾಸ್ ಸರ್ಜರಿಯಾಗಿ, ದುರಾದೃಷ್ಟದಿಂದ ಅವರು ಆಪರೇಷನ್ ಟೇಬಲ್ ಮೇಲೆಯೇ ಅಧಿಕ ರಕ್ತ ಸೋರುವಿಕೆಯ ಷಾಕಿನಿಂದ ಮೃತರಾದರು. ಅವರ ಅಂತ್ಯಕ್ರಿಯೆಯನ್ನು ಬೆಂಗಳೂರು ಚಾಮರಾಜಪೇಟೆಯ ವೀರಶೈವ ರುದ್ರಭೂಮಿಯಲ್ಲಿ ಮಾಡುವ ಸಲಹೆಯನ್ನು ನಿಜಗುಣ ನೀಡಿದ. ಅದಕ್ಕೆ ಒಪ್ಪದ ವರ್ಗೀಸ್ ಅಂಬುಲೆನ್ಸಿನಲ್ಲಿ ಅದನ್ನು ಬಳ್ಳಾರಿಯ ಚರ್ಚಿಗೆ ಒಯ್ದು, ಅಲ್ಲಿಯ ಕ್ರಿಸ್ಟಿಯನ್ ಸಿಮಿಟ್ರೆಯಲ್ಲಿ, ಫಾದರ್ ಜೋಃಷುವಾ ಅವರ ಮಾರ್ಗದರ್ಶನದಲ್ಲಿ ಅಂತ್ಯ ಕ್ರಿಯೆಗಳನ್ನು ನಡೆಸಿ ವಾಪಾಸು ಬೆಂಗಳೂರಿಗೆ ಬಂದ. ಅವನ ಜೊತೆಗೆ ನಿಜಗುಣ ಮತ್ತು ಭೂಷಣರೂ ಹೋಗಿದ್ದರು. ದಿತಿ ತಾನೂ ಬರುತ್ತೇನೆ ಎಂದರೂ, ವರ್ಗೀಸ್ ಸೇರಿ ಯಾರೂ ಅದನ್ನು ಒಪ್ಪಲಿಲ್ಲವಾಗಿ, ಅವಳು ಹೋಗಲಿಲ್ಲ.

===o===

ಈ ಎಲ್ಲಾ ಘಟನೆಗಳು ನಡೆದು ಈಗಾಗಲೇ ಮೂರು ತಿಂಗಳು ಆಗಿವೆ. ಈ ಅವಧಿಯಲ್ಲಿ ತಂಜಾವೂರಿನ ವರದರಾಜ ಐಯಂಗಾರ್ ಅವರು ವಯೋ ಸಹಜ ಕಾಯಿಲೆಯಿಂದ ಮೃತರಾಗಿದ್ದಾರೆ. ಅವರ ಮರಣಕ್ಕೆ ಮೊದಲು ಅವರ ಅಂತಿಮ ಕೋರಿಕೆಯನ್ನು ಮನ್ನಿಸಿ ಅದಿತಿ ಜಯಕೀರ್ತಿಯನ್ನು ಮದುವೆಯಾಗಲು ಒಪ್ಪಿದ್ದಾಳೆ. ಅಷ್ಟೇ ಅಲ್ಲ, ತನ್ನ ಪೀಜಿ ಮುಗಿದ ಮೇಲೆ ತಂಜಾವೂರಿನಲ್ಲಿಯೇ ನರ್ಸಿಂಗ್ ಹೋಂ ತೆರೆಯುತ್ತೇನೆ ಎಂದೂ ತಾತನಿಗೆ ಭಾಷೆ ಕೊಟ್ಟಿದ್ದಾಳೆ.

“ನನ್ನ ಮಗಳು ನನ್ನ ಆಸೆಯನ್ನು ಪೂರೈಸಲಿಲ್ಲ, ಮೊಮ್ಮಗಳು ಈಡೇರಿಸಿದಳು” ಎಂದು ನೆಮ್ಮದಿಯಿಂದ ಪ್ರಾಣ ಬಿಟ್ಟರು ವರದರಾಜ್.

ಡಾಕ್ಟರ್ ಪ್ರಸಾದ ಈಗ ಚಿಕಾಗೋದ ಒಂದು ಆಸ್ಪತ್ರೆಯಲ್ಲಿ ಡಾಕ್ಟರಾಗಿ ಅಲ್ಲಿಯೇ ನೆಲೆಸಿದ್ದಾನೆ. ಕಲಾವತಿ ಅವನನ್ನು ಸಂಪರ್ಕಿಸಲು ಸಾಧ್ಯವಾದ ಎಲ್ಲಾ ಪ್ರಯತ್ನಗಳನ್ನು ಮಾಡಿ, ಆಗದೆ ಇದು ಯಾಕೆ ಹೀಗಾಯ್ತು ಎಂದು ತಿಳಿಯದೆ ತನ್ನ ಕೋರ್ಟ್ ಕೆಲಸಗಳಲ್ಲಿ ,ನಡೆದುಹೋದ ಘಟನೆಗಳು ಒಂದು ಕನಸು ಎಂದು ಮರೆಯಲು ವ್ಯರ್ಥ ಪ್ರಯತ್ನ ಮಾಡುತ್ತಾ ಕಾಲ ಕಳೆಯುತ್ತಿದ್ದಾಳೆ. ಪ್ರಸಾದ ದೃಢ ನಿರ್ಧಾರ ಮಾಡಿ ಅವಳಿಂದ ಅಂತರವನ್ನು ಕಾದುಕೊಂಡಿದ್ದಾನೆ. ಕಲಾವತಿಗೆ ಮದುವೆ ಮಾಡುವ ಯಾವ ಪ್ರಯತ್ನಗಳಿಗೂ ಅವಳು ಸ್ಪಂದಿಸದೆ, ಜವರೇಗೌಡ ದಂಪತಿಗಳು, ’ ಮದುವೆ ಆಗದಿದ್ದರೂ ಸರೀ, ಆ ದಲಿತ ಹುಡುಗನನ್ನು ಮದುವೆಯಾಗುವುದು ತಪ್ಪಿತಲ್ಲ,ಸಧ್ಯ ಎಂದು ಒಂದು ರೀತಿಯ ನೆಮ್ಮದಿಯಲ್ಲೇ ಇದ್ದಾರೆ.

ಈಗ ಜಾನ್-ವರ್ಗೀಸ್ ಮತ್ತು ದಿತಿ ಲಂಡನ್ನಿನಲ್ಲಿ ಕೆಲಸ ಹಿಡಿದು ಅಲ್ಲಿಯೇ ನೆಲಸಿದ್ದಾರೆ. ಲಂಡನ್ನಿಗೆ ಹಾರುವ ಮೊದಲು,ದಿತಿ, ಅದಿತಿಗೆ ಬಿಟ್ಟು ಬೇರೆ ಯಾರಿಗೂ ಗುಟ್ಟು ಬಿಟ್ಟು ಕೊಡಲಿಲ್ಲ.

"ಇದೇನು ದಿತಿ, ನಮ್ಮಲ್ಲಿ ಯಾರಿಗೂ ಹೇಳದೆ ನೀನು ಹೀಗೆ ಹಠಾತ್ತನೆ ಲಂಡನ್ನಿಗೆ ಹಾರಿಬಿಟ್ಟೆಯಲ್ಲಾ" ಎಂದು, ಭಾರತಿ ಫೋನ್ ಮಾಡಿ ಕೇಳಿದಾಗ ದಿತಿ,

" ನನ್ನ ಹೆಸರು ಈಗ ಎಲಿಜಬೆತ್ ವರ್ಗಿಸ್ ಮತ್ತು ನನಗೆ ಈಗ ಮೂರು ತಿಂಗಳು" ಎಂದು ಹೇಳಿ ಫೋನ್ ಇಟ್ಟಿದ್ದಳು.

www.ingramcontent.com/pod-product-compliance
Lightning Source LLC
Chambersburg PA
CBHW022330200825
31452CB00029B/205
* 9 7 9 8 8 8 9 8 6 6 2 1 3 *